சிவப்புத் தகரக் கூரை

சிவப்புத் தகரக் கூரை

நிர்மல் வர்மா (1929−2005)

சிம்லாவில் பிறந்து வளர்ந்து தில்லியில் வாழ்ந்தவர். வரலாற்றில் முதுகலைப் பட்டம் பெற்றவர். இந்தி இலக்கியத்தின் நயி கஹானி (புதிய சிறுகதை) மரபின் முன்னோடி. நவீன இந்தி இலக்கியத்தின் மிகச்சிறந்த எழுத்தாளரான இவர் பன்முக ஆளுமை மிக்கவர். நாவல், சிறுகதை, கட்டுரை, பயணக் கட்டுரை, மொழியாக்கம் என அனைத்துத் துறைகளிலும் அழுத்தமான முத்திரை பதித்தவர். செக்கோஸ்லாவாக்கியாவின் பிராக் நகரில் இலக்கியப் பணிக்காகப் பத்தாண்டுகள் தங்கியிருந்தார். போபாலில் உள்ள நிராலா படைப்பிலக்கிய மையத்திற்கும் சிம்லாவில் உள்ள யஷ்பால் படைப்பிலக்கிய மையத்திற்கும் தலைவராகப் பணியாற்றினார். சாகித்திய அகாதெமி பரிசையும் (1985), ஞானபீடப் பரிசையும் (1997), பத்மபூஷன் விருதையும் (2002) பெற்றார். கலை, இலக்கியம், அரசியல், பண்பாடு, சமூக அக்கறை எனப் பல்வேறு தளங்கள் சார்ந்து அவரது கருத்துக்கள், ஐம்பதாண்டுகால இந்தி அறிவுத் தளத்தில் பெரிதும் மதிக்கப்பட்டிருந்தன.

எம். கோபாலகிருஷ்ணன்
மொழிபெயர்ப்பாளர்

நாவலாசிரியரும் ('மணல் கடிகை', 'அம்மன் நெசவு') சிறுகதையாளருமான ('பிறிதொரு நதிக்கரை', 'முனிமேடு') இவர் இந்தி இலக்கியத்தில் முதுகலைப் பட்டம் பெற்றவர்.

மொழியாக்கத்தில் வெளிவந்த பிற நூல்கள்:

'ஒரு அடிமையின் வரலாறு'– ஃபிர்டெரிக் டக்ளஸ் (2001)
'வாழ்விலே ஒரு நாள்' – சோல்ஸெனிட்சின் (2003)
'காதலின் துயரம்' – கதே (2006)

நிர்மல் வர்மா

சிவப்புத் தகரக் கூரை

இந்தியிலிருந்து தமிழில்
எம். கோபாலகிருஷ்ணன்

காலச்சுவடு பதிப்பகம்

● அன்பார்ந்த வாசகருக்கு,

வணக்கம்.

காலச்சுவடு நூலை வாங்கியமைக்கு நன்றி.

நூலின் உள்ளடக்கம், உருவாக்கம், அட்டைப்படம் இன்ன பிற அம்சங்கள் பற்றிய உங்கள் கருத்துகளையும் ஆலோசனைகளையும் காலச்சுவடு வரவேற்கிறது. தகவல், எழுத்து, வாக்கியப் பிழைகள் தென்பட்டால் அவசியம் தெரிவித்து உதவுங்கள். நூல் தயாரிப்பில் கடும் குறைபாடு இருப்பின் மாற்றுப் பிரதி உங்களுக்குக் கிடைக்கக் காலச்சுவடு ஏற்பாடு செய்யும்.

மின்னஞ்சல்: **publisher@kalachuvadu.com**

காலச்சுவடு நாகர்கோவில் அலுவலகத்திற்குக் கடிதம் அனுப்பலாம்.

தங்கள்
எஸ்.ஆர். சுந்தரம் (கண்ணன்)
பதிப்பாளர் – நிர்வாக இயக்குநர்

சிவப்புத் தகரக் கூரை ❖ நாவல் ❖ ஆசிரியர்: நிர்மல் வர்மா ❖ இந்தியிலிருந்து தமிழில்: எம். கோபாலகிருஷ்ணன் ❖ © ககன் கில், மொழிபெயர்ப்புரிமை: எம். கோபாலகிருஷ்ணன் ❖ முதல் பதிப்பு: டிசம்பர் 2013, மூன்றாம் பதிப்பு: ஏப்ரல் 2025 ❖ வெளியீடு: காலச்சுவடு பப்ளிகேஷன்ஸ் (பி) லிட்., 669, கே. பி. சாலை, நாகர்கோவில் 629001.

civapput takarak kuurai ❖ Novel ❖ Tamil Translation of 'Lal Teen Ki Chhat' ❖ Author: Nirmal Verma ❖ Translated from Hindi by: M. Gopalakrishnan ❖ © Gagan Gill, Translation © M. Gopalakrishnan ❖ Language: Tamil ❖ First Edition: December 2013, Third Edition: April 2025 ❖ Size: Demy 1 x 8 ❖ Paper: 18.6 kg Maplitho ❖ Pages: 272.

Published by Kalachuvadu Publications Pvt.Ltd., 669, K.P. Road, Nagercoil 629001, India ❖ Phone: 91- 4652-278525 ❖ e-mail: publications @kalachuvadu.com ❖ Printed at Adyar Students xerox Pvt. Ltd., No.275 Habibullah Road, Triplicane high Road, Opp Triplicane Post Office, Triplicane, Chennai 600005

ISBN: 978-93-82033-09-7

04/2025/S.No. 544, kcp 5727, 18.6 (3) 1k

புதுலுக்கு

முன்னுரை

மொழிபெயர்ப்பு இலக்கியம் என்பது ஒவ்வொரு மொழியிலும் மிக முக்கியமான ஒரு புலமாகவே செயல்படுகிறது. எந்தவொரு மொழியின் இலக்கியத் தரத்தையும் வளர்ச்சியையும் பிற மொழிகளுடன் ஒப்பிட்டு நோக்குவதன் மூலமே கணிக்க முடியும். இந்தியாவில் உள்ள பல்வேறு பிரதேச மொழிகளிலும் இலக்கியங்கள் தொடர்ந்து எழுதப்பட்டு வருகின்றன. ஆனாலும் அவை மொழிபெயர்ப்பின் வழியாகவே பிறமொழியினரை அடைய முடிகிறது. தேசிய மொழியாக அறிவிக்கப் பட்ட இந்தியிலோ அல்லது இணைப்பு மொழியாக இன்னமும் இருந்துவரும் ஆங்கிலத்திலோ மொழிபெயர்க்கப்பட்ட படைப்புகள்கூட எல்லா வாசகர்களையும் சென்று சேராத நிலைதான் உள்ளது. இந்த மொழித்தடையின் காரணமாகவே 'இந்திய இலக்கியம்' என்று தனியாக ஒரு அடையாளத்தை உலக அளவில் அழுத்தமாக ஏற்படுத்த முடியவில்லை. இந்தியாவில் ஆங்கிலத்தில் எழுதப்படும் Indian Writing in English மட்டுமே உலக அளவில் இந்திய இலக்கியமாகக் கருதப் படுகிறது. இதனாலேயே அருந்ததி ராயும் சல்மான் ருஷ்டியும் அமித் சௌத்ரியும் அடைந்த வெளிச்சத்தை, புகழை அவர்களைவிட ஆழமான செறிவான இலக்கியங்களைத் தத்தமது மொழியில் வெளிப்படுத்திய பலரும் பெற்றுவிடவில்லை. இன்று இதே அளவுகோலுடன் நாம் சேதன் பகத்தையும் எண்ணிப் பார்க்கலாம்.

க.நா.சு, த.நா. குமாரஸ்வாமி உள்ளிட்டோர் உலக இலக்கியங்களைத் தமிழுக்குத் தந்ததுபோல

இந்தியாவின் பிற மொழி ஆக்கங்களை, த.நா. சேனாபதி, துளசி ஜெயராமன், சரஸ்வதி ராம்நாத், சௌரி, சு. கிருஷ்ணமூர்த்தி, டி.பி. சித்தலிங்கையா உள்ளிட்ட பல முக்கிய எழுத்தாளர்கள் சாகித்திய அகாதமியின் மூலமும் நேஷனல் புக் டிரஸ்ட் மூலமும் தமிழில் மொழிபெயர்த்துத் தந்தனர். பிற மொழியிலிருந்து தமிழுக்கு வந்த பட்டியலைப் பார்க்கும்போது வங்காளம், கன்னடம், மலையாளத்திலிருந்து மொழி பெயர்க்கப்பட்ட அளவுக்கு இந்தியிலிருந்து மொழிபெயர்க்கப் பட்டவை மிகக் குறைவாகவே உள்ளன. அதிலும் 'நாவல் சக்கரவர்த்தி' என்று இந்தி இலக்கிய உலகில் போற்றப்படும் பிரேம்சந்தின் 'கோதானம்' மட்டுமே தமிழில் மொழிபெயர்க்கப் பட்டுள்ளது என்பது வியப்பளிப்பதாக உள்ளது.

○

நிர்மல் வர்மாவின் ஒரு சில கதைகள் தமிழில் மொழி பெயர்க்கப்பட்டுள்ளன. இந்திய அளவில் அவர் ஒரு முக்கிய இலக்கிய ஆளுமையாகக் அறியப்பட்டவர் என்றாலும் தமிழில் அவரைப் பற்றிய அறிமுகம் அவ்வளவாக இல்லை. அந்தக் குறையை இந்த நாவல் சரிசெய்யும் என்ற நம்பிக்கை உள்ளது.

நிர்மல் வர்மாவின் இரண்டாவது நாவல் இது. 1970 தொடங்கி 1974 வரை, அவ்வப்போது லண்டனிலும் தில்லி யிலும் நாவலின் களமான சிம்லாவிலும் என இதை எழுதி முடித்தார்.

பதின் வயதின் தொடக்கத்திலுள்ள ஒரு சிறுமியின் உலகம் இந்த நாவல். உடலும் மனமும் பெருத்த மாற்றங் களுக்கு உள்ளாகவிருக்கும் பருவம். ஒரு சிறுமிக்கும் இளம் பெண்ணுக்குமான இடைவெளி என்பது கால அளவில் மிகச் சொற்பமானதாயிருக்கலாம். ஆனால் மனதளவில் கடக்க வேண்டிய தொலைவு சுலபமானதில்லை. அதுவும் தகுந்த வழிகாட்டுதலின்றி, துணையின்றி இருக்க நேரும் ஒரு பெண்ணுக்கு அப்பருவம் தரும் அலைகழிப்பும் அதிர்ச்சியும் ஆழமானவை.

அந்த மாற்றங்களையொட்டி மனதுக்குள் ஏற்படும் கேள்விகள், குழப்பங்கள், ஆர்வங்கள், அச்சங்கள் யாரிடமும் கேட்டுத் தெளிவுபடுத்திக்கொள்ள முடியாதவை. கூச்சமேற் படுத்துபவை. சங்கடம் தருபவை. அதே சமயம் கவர்ச்சி மிக்கவை. தனது வீட்டிலும் தன்னைச் சுற்றியுள்ள மனிதர் களிடமிருந்தே இவை அனைத்துக்குமான விடைகளை அறிந்து கொள்ள முடியும். வாழ்வின் மறு திருப்பத்துக்கு எடுத்துச்

செல்லும் இந்த நாட்கள் புகைமூட்டமானவை. கர்ப்பமாயிருக்கும் தனது அம்மாவே அவளுக்குச் சங்கடத்தையும் புதிர்களையும் ஏற்படுத்துகிறாள். இருவேறு எல்லைகளில் உள்ள ஜனனத்தையும் மரணத்தையும் அவள் ஒன்றுபோல எதிர்கொள்ள நேரும்போது அவள் கொள்ளும் இருண்மை ஆழமானது. பேறுகாலத்தில் இருக்கும் அம்மா, கீழ் வீட்டில் வசிக்கும் ஆங்கிலேய மூதாட்டி, வருடம் ஒருமுறை வந்து போகும் அத்தை, மருத்துவச்சி, சித்தப்பாவின் வீட்டில் சந்திக்கும் புல்லாக்குக்காரி என்று அவளைச் சுற்றியுள்ள பெண்கள் அனைவரும் அவளது கேள்விகளை, அச்சங்களை, மர்மங்களை பெரிதாக்குகிறார்களேயன்றி விடையளிப்பவர்களாய் இல்லை. தனது கேள்விகளுக்குப் பதிலளிக்கும் தோழமையுடன் அவளுக்கு யாரும் வாய்க்காதபோது பனி போர்த்திய மலை நகரத்தின் தனிமையே துணை நிற்கிறது.

அவளைச் சுற்றியுள்ள ஆண்களின் உலகமும் அதேயளவு புதிர் நிறைந்ததாய் உள்ளது. எப்போதுமே நிழலாகத் தொடர்ந்திருக்கும் தம்பி, தில்லியிலிருந்து கோடைக்காலத்தில் மட்டுமே வீடு திரும்பும் அப்பா, சிம்லாவில் இருக்கும் சித்தப்பா, அவரது மகன், புல்லாக்குக்காரியின் பையன் என்று ஒவ்வொருவரும் அவளது ரெண்டுங்கெட்டான் மனநிலைக்குள் ஏராளமான மர்மங்களையே விட்டுச் செல்கிறார்கள்.

இந்த மனோநிலையை, பருவத்தைச் சித்தரித்துள்ள இந்த நாவல் தமிழுக்கு ஒரு புதிய உலகத்தைக் காட்சிப்படுத்தும். இதன் மொழி சாதாரணமானது. அதே சமயம் சிக்கலானது. துண்டுத் துண்டான காட்சிகள், காலங்களினூடே ஊசலாடும் சித்தரிப்புகள், ஒன்றிலிருந்து இன்னொன்றுக்குத் தாவி நகரும் தன்மை என நாவல் கட்டமைக்கப்பட்டுள்ளது. நிர்மல் வர்மா தான் சிம்லாவில் வசித்த காலத்தின் இளம் பிராயத்து நினைவுகளையே இந்த நாவலில் சித்தரிக்கிறார். ஆனால் ஒரு சிறுவனின் பார்வையிலிருந்த இளம் பருவத்தின் கேள்விகளையும் தவிப்புகளையும் குழப்பங்களையும் நிராசைகளையும் காயா என்கிற இளம்பெண்ணின் சித்திரத்தின் வழியாக வெளிப்படுத்தியிருக்கவே அவை இன்னும் கூடுதலான அர்த்த கனத்தை ஏற்று நிற்கின்றன. இதனாலேயே நாவலை வாசிக்கும் போது நிர்மல் வர்மாவைக் காயாவின் வழியாகவும் அவளது தம்பி வழியாகவும் ஒரே சமயத்தில் உணர முடிகிறது.

நாவலின் களமும் நமக்கு அந்நியமானது. பனிபோர்த்திய மலை நகரங்கள், தகரத்தால் அமைக்கப்பட்ட கூரைகள், மரத்தின் இலைகள் அவற்றின் மீது உதிருந்தோறும் ஏற்படும் ஓசைகள், வளைந்து நெளிந்து செல்லும் பாதைகளில்

தோன்றியும் மறைந்தும் நகரும் ரயில்பெட்டிகள், ஆங்கிலேயர் களது இருப்பை நினைவுபடுத்தும் மைதானங்களும் புதைமேடு களும் என நாம் உணர நேரும் ஒரு வாழ்க்கையும் நமக்குப் புதிய அனுபவமாகவே உள்ளது. நிர்மல் வர்மா பிறந்ததும் வளர்ந்ததும் சிம்லாவில். மலைகளிலும் சரிவுகளிலுமே அவர் விளையாடிக் கழித்திருக்கிறார். பனியும் அதன் குளிரும் அவருக்குப் பிரியமானவை. அந்தக் காலத்தில் ஆங்கிலேயர் களின் தலைநகராக இருந்த சிம்லாவில், சிறுவனாயிருந்த நிர்மல் வர்மா கூர்ந்து அவதானித்ததன் சித்திரத்தையே இந்த நாவலில் தந்திருக்கிறார்.

நிர்மல் வர்மாவின் நாவல்களில் ஆண் பெண் உறவுகளில் உள்ள சிக்கல்கள், குழந்தைகளின் உயிர்ப்புமிக்க உலகம், சூழல் குறித்த பிரக்ஞை, தனிமை, ஆன்ம விசாரணை, நிராசை, கருணை, வலியும் துயரமும், ஒளியும் இருட்டும், பிறப்பும் இறப்பும் என அனைத்துமே முனைப்புடன் அவற்றின் எல்லாத் தரப்புகளிலிருந்தும் முன்வைக்கப்படும். இந்த நாவலிலும் அவற்றை நாம் உணரலாம்.

நிர்மல் வர்மாவின் நாவல்கள் அனைத்துமே பெண்களை முதன்மைபடுத்தியவைதான். முக்கியமாக, இந்த நாவல் பெண்களின் வாழ்வு குறித்த பெரும் விவாதத்தை ஆர்ப்பாட்ட மற்ற குரலில் முன்வைத்துள்ளது. ஒருவிதத்தில் இந்த நாவலில் காயா வழியாக நாம் உணரும் தனிமை என்பது பெண்களின் நிரப்பமுடியாத தனிமை என்றே விரிவுகொள்கிறது.

○

பள்ளிப் பருவத்தில் இந்தியைக் கற்றுக்கொள்ளத் தொடங்கினேன் என்றாலும் அது தடைபட்டுப் பிறகு கல்லூரிப் பருவத்தில் நண்பர்களுடன் சேர்ந்து தொடர்ந்து கற்றுக் கொண்டேன். ஆனால் இந்தி இலக்கியம் சார்ந்த தொடர்ச்சி யான வாசிப்புக்கோ மொழிபெயர்ப்புகளுக்கோ நான் முயன்ற தில்லை. ஆனாலும் கண்ணன் நிர்மல் வர்மாவின் நாவலை மொழிபெயர்த்துத் தரும்படி கேட்டுக்கொண்டபோது நான் அதை ஒரு வாய்ப்பாகக் கருதி ஏற்றுக்கொண்டேன். இரு மொழிகளின் வாக்கிய அமைப்பும் ஒன்றுபோலானவை என்பதால் இந்தியிலிருந்து தமிழுக்கு மொழிபெயர்ப்பது சுலபமானதே. ஆனால் ஒரு புனைவெழுத்தை மொழியாக்கம் செய்யும்போது கூடுதலான கவனம் தேவை. இதை மொழி பெயர்க்கும்போது அதைக் கருத்தில் கொண்டிருக்கிறேன்.

மொழியாக்கத்தின் முதல்படியை ஒப்புநோக்கி உற்சாக மளித்தவர் பி.ஏ. கிருஷ்ணன். நான் மொழிபெயர்த்தது என்று தெரியாமலேயே வாசித்துவிட்டுப் பிறகு சந்தோஷத்துடன் திருத்தங்களை முன்மொழிந்தவர் எம்.எஸ். நூலாக்கம் செய்தவர் பா. கலா. அட்டைப் படத்தைப் பொருத்தமுடன் தந்தவர் ரோஹிணி மணி, நாவலை மொழிபெயர்க்க அனுமதி அளித்த திருமதி நிர்மல் வர்மா. இவர்கள் அனைவருமே இந்த நாவலின் ஆக்கத்தில் உடன் நின்றவர்கள். இத்தனைக் கும் மேலாக நாவலை மொழிபெயர்க்கும் தருணங்களில் எனது இந்தி ஆசிரியை விஜயலட்சுமி, என்னுடன் படித்த நண்பர்களை நினைவுகூர முடிந்தது. அனைவருக்கும் மனமார்ந்த நன்றி.

கோவை **எம். கோபாலகிருஷ்ணன்**
30 ஆகஸ்டு 2013

முதல் பகுதி
ஒரே மூச்சில்

சிவப்புத் தகரக் கூரை

படுக்கை, மூட்டைகள், ஒரு பெட்டி என எல்லாம் தயாராக இருந்தன. மட்டக்குதிரை யொன்றின் லகானைக் கையில் பிடித்தபடிக் கூலியொருவன் வெளியில் நின்றுகொண் டிருந்தான். அந்த வீட்டு வாசலில் நான்கு பேர் நின்றிருந்தனர் – ஒரு ஆண், ஒரு பெண், குள்ளமான இன்னொரு பெண். அவர்களிடமிருந்து விலகி சற்றுத் தொலைவில், வாலிபன் போலவுமில்லாமல் குழந்தை போலவுமில்லாமல் தோற்றம் கொண்ட மொட்டைத் தலையுடன் ஒரு சிறுவன் வாயைத் திறந்தபடி, காதுகள்வரை நீண்ட விநோதமான வெற்றுப் புன்னகையுடன் நின்றிருந்தான். கூலியாள் அந்த வீட்டை அக்கறையில்லாமல் பார்த்துக் கொண்டிருந்தான்.

வீட்டின் மேற்புறமாகச் சிவப்புத் தகரம் வேய்ந்த கூரை மதிய வெயிலில் கண்ணாடிபோல் தகதகத்தது.

அது மார்ச் மாதம்.

கொஞ்ச நேரம்வரை சத்தமில்லை. அவ்வப் போது மட்டக்குதிரை மட்டும் தன தலையை ஆட்டிக்கொண்டிருந்தது. சாமான்கள் அனைத்தும் ஒருபக்கமாய் ஒன்றுசேர்த்து வைக்கப்பட்டிருந்தன. வீட்டுக்குள்ளிருந்து இனி எந்தச் சாமானும் வராது என்று கூலியாள் நினைத்தான். மீண்டும் ஒருமுறை வாசலைப் பார்த்தான். நால்வருமே கம்பித் தடுப்புக்குப் பின்னால் அப்படியே ஆடாது

அசையாது சலனமின்றி நின்றிருந்தனர் – ஏதோ அந்த வெயிலில் புகைப்படமெடுக்கத் தயாரானவர்கள்போல்.

வீட்டின் கீழ்ப் பகுதியில் எல்லாக் கதவுகளும் மூடப் பட்டிருந்தன. எதிரில் ஒரு சிறிய வாசற்கதவு வெளிப்பக்கமாகத் திறந்திருந்தது. அதில், செத்துப்போன பறவை தலைகீழாக ஊசலாடுவது போல் தகரத்தாலான ஒரு தபால்பெட்டி, ஒரேயொரு ஆணியில் தொங்கிக் கொண்டிருந்தது. காற்று வீசும்போது தபால்பெட்டி அசையும் மெல்லிய சத்தம் ஒலிப்பதும் மட்டக்குதிரை திடுக்கிட்டு, களைத்த, நீர்கோர்த்த கண்களால் நாலாப்பக்கம் பார்ப்பதுமாக இருந்தது.

லேசான சலனம் ஏற்படவும் கூலியாளின் கவனம் மேல்மாடி முற்றத்தின் பக்கமாகத் திரும்பியது. அறையிலிருந்து ஒரு பெண் வெளியே வந்தாள். அவளைத் தொடர்ந்து, குடுமியுடன் நடுத்தர வயதான ஒருவன் தோளில் மூட்டையைச் சுமந்தபடி வந்தான். அவன் அணிந்திருந்த துணிகளிலிருந்தும் அவனுடைய நடத்தையிலிருந்தும் அவன் அந்த வீட்டின் வேலைக்காரன் என்பது தெரிந்தது. அந்தப் பெண்ணின் பின்னாலேயே கால்களைத் தரையில் தேய்த்தபடி அவன் நடக்க அவனது கனத்த காலடிகளால் மரப்பலகை பதித்த தரை கிடுகிடுத்தது.

அவர்கள் படிகளில் இறங்கினார்கள்.

கடைசிப் படியை அடைந்தபோது அவள் நின்றாள். எடுக்க மறந்துபோன ஏதோ ஒன்று அவளுக்கு ஞாபகம் வந்துவிட்டது. மறுபடியும் அவள் படிகளில் ஏறி மேல்மாடிக்கு வந்து வீட்டின் பின்பக்கமாகத் திரும்பி ஒரு கணத்தில், பார்வையிலிருந்து மறைந்துவிட்டாள். எங்கே போய்விட்டாள்? கூலியாளுக்கு வியப்பாக இருந்தது. மட்டக்குதிரை வாலை யாட்டியது. வேலையாள் பையைத் தரையில் வைத்துவிட்டுப் பனி மூடி, தூய்மையுடன், நிர்வாணமாய் மார்ச் மாத வெயிலில் சுடர்ந்த மலைகளை, அழுக்கடைந்த, இமைக்கும் கண்களால் பார்க்கத்தொடங்கினான்.

அவள் தனது அறைக்குப் பின்பக்கமாக வந்தாள். பெரிய கண்களுடன், நெற்றியில் புரண்ட தலைமுடியுடன் இருந்த அந்தச் சிறுவன் அவளைப் பார்த்தபடி அங்கே நின்றிருந்தான்.

நான் போயிட்டு வர்றேன். அவளது உதடுகள் அசைந்தன. ஆனால் சத்தம் வரவில்லை. அவன் முதுகைத் திருப்பிக் கொண்டான். அவள் அருகில் வரட்டும், திரும்பலாம் என அவன் எண்ணினான். ஆனால் அவள் அவனது மூச்சொலியைக்

கேட்டபடி, இருவருக்கும் நடுவில் இப்போது நிறையத் தொடங்கிய குளிரின் பெருமூச்சைப் பார்த்துக்கொண்டு, அங்கேயே நின்றிருந்தாள்.

'காயா... ஏம்மா காயா...' கீழேயிருந்து சத்தம் வந்தது. அவர்கள் அவளை அழைக்கிறார்கள். கூலியாள், மட்டக் குதிரை, வாசலில் நின்றிருக்கும் நான்கு மனிதர்கள் – அனைவரும் அவளை எதிர்பார்த்திருக்கிறார்கள். கூடவே அந்த வீட்டின் நாலாப்பக்கமும் சூழ்ந்து நின்று சத்தமின்றி ஒளிவீசிக் கொண்டிருக்கும் அந்த மலையும்.

ஒன்று

அவன் கண்களைத் திறந்தான். பின்பு மூடிக் கொண்டான். நேரம் போய்க்கொண்டே இருந்தது. போர்வையின் நுனியை இழுத்துப் போர்த்திக் கொண்டான். உடம்பு குளிர்ந்துபோயிருந்தது. கால்கள் நீட்டியிருந்த கதவுப் பக்கமாக அவனது தலை நழுவி வந்துவிட்டதுபோல ஒருகணம் அவனுக்குப் பிரமையாக இருந்தது. இது பிரமை தான். சந்தேகமேயில்லை. தலையும் காலும் ஒன்றாக ஒரே இடத்தில் இருக்க முடியாது. அவன் சிரிக்கத் தொடங்கினான்.

"ஸ்... எதாச்சும் தெரிஞ்சுதா?"

"ஒண்ணுமில்லே."

"அப்பறம் ஏன் சிரிச்சே?"

குட்டிக்கு இந்த விஷயங்கள் புரிவதில்லை. ஆனாலும் புரிந்தவன்போலத் தலையாட்டுவான். நடிப்பான். எந்த ஒரு அதிசயமான நிகழ்வு நடக்கும் போதும் தானும் அங்கு இருக்கவேண்டும் என்று விரும்புவான். அவனுக்கு எது மிகுந்த வேதனை தரும் விஷயமாக இருக்கிறதோ, எது அவனது கட்டுப்பாட்டை மீறிச்செல்கிறதோ அதை அவன் ஒரு ரகசியமாக உருமாற்றிக்கொள்வான். அதனுடன் அவனால் விளையாடிக் களித்திருக்க முடியும். அப்படி மாற்றிக்கொண்ட பிறகு அந்த விஷயத்தைச் சமாளிப்பது என்பது எளிதாகிவிடும்.

அவன் மரக்கட்டைபோலப் படுத்துக் கிடந்தான்.

வெளியே முற்றத்தின் தளம் சத்தமெழுப்பியது. இருட்டின் அமைதியில் அது ஒலியெழுப்பியபடி இருந்தது. கோட்டி மரத்தாலான தளம் அது. மெல்லிய அழுத்தத்தைக்கூடப் பொறுக்க முடியாதது. காற்று வீசும்போது எல்லா அறைகளின் வார்ப்புகளும் ஆடும். ஆனால் முற்றத்தில், சத்தமெழுப்புகிற அளவுக்கு இராது.

"காயா . . . யாரது?" குட்டி கேட்டான்.

"ஒருத்தருமில்ல" என்றாள் காயா. இருந்தும் உள்ளுக்குள் லேசான நம்பிக்கை எழுந்தது. தொண்டை அடைத்தது. லாமா போனதிலிருந்து அவள் இப்படித்தான் தன்னைத்தானே ஏமாற்றிக்கொள்கிறாள். லாமாவுடைய அறைக்கதவை அவர்கள் மூடிவைப்பார்கள். ஆனால் தாழ்ப்பாள் போடமாட்டார்கள். ராத்திரியானதும் இருவரும் தங்களது அறையில் மூச்சுவிடாது படுத்துக் கிடப்பார்கள். காற்றடித்து அறையின் கதவு திறக்கப் பட்டு லாமா வெளியே வருவாள். எப்போதும்போல முற்றத்தில் உலாவுவாள் என்ற எதிர்பார்ப்புடன் விழித்துக் கிடப்பார்கள். அவளை நிலவின் ஒளியில் காண்பார்கள். மலையிலிருந்து நிலவு ஓர் ஒளிக்கொத்துபோல மேலே எழுகிறது. முற்றத்திலும் பால்கனியிலும் கூரை முழுவதிலும் பளபளக்கும் ஒளியை இறைக்கிறது. முற்றத்தில் லேசான அசைவு தென்பட்டாலும் கூட இருவரின் இதயமும் நடுங்கத் தொடங்கிவிடும்.

யாராவது வந்திருக்கிறார்களா?

திடுக்கிட்டு அவள் எழுந்து படுக்கையில் உட்கார்ந்தாள். இந்த வீட்டில்தான் எத்தனை சத்தங்கள்? இவ்வளவு பெரிய வீட்டில் எங்காவது ஒரு கதவு சத்தமெழுப்பும். மொட்டை மாடியிலிருந்து ஏதாவது சத்தம் வரும். அவ்வப்போது அவர்கள் இருவரும் நிகழ்காலத்திலிருந்து வேறொரு காலத்துக்குத் தாவினார்கள். ஏற்கனவே முடிந்துபோய்விட்ட ஒன்றை மீண்டும் உயிர்ப்பித்தார்கள். இவ்விரண்டுக்குமிடையே விரிந்துகிடக்கும் ஏதுமற்ற உலகத்தில் எதுவும் நடக்கக்கூடும் என அவர்கள் தமது நம்பிக்கையை நெய்துகொண்டிருந்தார்கள். ஆதலால் ஒரு முனையிலிருந்து மறுமுனைக்கு ஊசலாடிக் கொண்டிருந்த அவர்களுடைய அச்சத்தின் அளவுக்கு அவர்களது நம்பிக்கையும் எல்லையற்றதாக இருந்தது.

"நீ பாத்தியா . . . யாரோ விளக்கு போட்டிருக்காங்க."

"என்ன விளக்கு?"

"அறைக்கும் வராந்தாவுக்கும் நடுவுல . . . படி மேல."

"நீயொரு பைத்தியம்" என்றாள் காயா. "மங்கதுதான் அறையில வெளக்க போட்டிருக்கான். குளியலறையில குழாயை மூடலபோல . . . தண்ணி கொட்ற சத்தம் ஒனக்குக் கேக்கல?"

"தண்ணி கொட்டற சத்தமா?" அவன் சிரிக்கத் தொடங்கினான். பயத்தினால் அவனது சிரிப்புகூடப் பயங்கரமாகவே இருந்தது. "நீ எத்தன பொய் சொல்ற காயா? அண்டப்புளுகு."

"ஆமா . . . தண்ணி கொட்டிட்டுத்தான் இருக்கு" என்றாள் அவள். "நா கண்ணத்தான் மூடிட்டு இருக்கேன். எல்லாத்தையும் என்னால கேக்க முடியும். எனக்கு வேற சத்தங்கூட கேக்குதே." அவளது குரலில் லேசான நடுக்கம். பொய்யைப் பொய்யாக்க இன்னொரு பொய் சொல்வதே சரி என்பதுபோல. இதற்கிடையில் அவர்களுடைய ஏமாற்றங்களையும் துடைத்துப் போடுவது போலக் காற்றுச் சுழன்றடித்தது.

"என்ன சத்தம் கேட்ட நீ? உளர்றே. சொல்லுப் பாக்கலாம். உனக்கு என்ன சத்தம் கேக்குது?" இதுமாதிரி சந்தர்ப்பங்களில் குட்டி தன்னுடைய பெரிய மனுஷத் தோரணையைக் காட்டிக்கொள்வான். ஒரேயடியாய் அவன் பரபரப்படைந்தான். தன்னுடைய தீராத சந்தேகத்திலிருந்து தாவிப் பறந்து, காயாவிடம் உள்ள சமத்காரத்தின் ஒளியைச் சென்றடைய வேண்டும் என்று துடித்தான்.

"சரி. நான் உளர்றேன்தான்." என்றாள் காயா. அவள் குட்டியிடமிருந்து வெகு தூரம் விலகிப் போயிருந்தாள். "நான் பொய் சொல்றேன்தான்."

"நான் அப்பிடிச் சொல்லலை" குட்டி அழுவதுபோலச் சொன்னான். "ஆனா இல்லாத விஷயங்களைப் பத்தியெல்லாம் நீ ரொம்பத்தான் யோசிக்கற . . ."

"எதெல்லாம் இல்லேங்கற? எதுவுமே இல்லேன்னா நீ இங்க என்ன பண்றே? குட்டி, நீ இங்க என்ன பண்றேங்கறத சொல்லு."

அவர்கள் இருவரும் அங்கே ஏன் காத்திருக்கிறார்கள் என்ற கேள்வியை அவனிடம் அவள் அத்தனை கூர்மையாக இதுவரைக் கேட்டதில்லை. ஒவ்வொரு ராத்திரியிலும் விளக்குகளை அணைத்துவிட்டு ஜன்னல்களைத் திறந்துவைத்து அவர்கள் வழிமேல் விழிவைத்துக் காத்திருக்கிறார்கள். வெளியே காற்றுச் சுழன்று வீசுகிறது. நாள் முழுக்கக் கூரையில் உதிரும் இலைகளும் (அது அக்டோபர் மாதம்) காய்ந்து விழும் சுள்ளிகளும் எழுப்புகிற சத்தத்தை அவர்கள் கேட்டபோதும் அதில் கவனம் செலுத்தாதிருந்தனர்.

அவர்களது கவனிப்பிற்கும் காத்திருப்பிற்குமான இடைவெளியை மலைகளில் எதிரொலிக்கும் மௌனம் நிரப்பி யிருந்தது. யார் கண்ணிலும் படாதவாறு புதரில் மறைத்து வைத்த பாதிச் சுவைத்த எலும்புகளைத் தேடிச் செல்லும் வேட்டை நாய்களைப் போல அவர்கள் குழந்தைப் பருவமெனும் அடர்ந்த காட்டில் கண்ணில் படாது மறைந்து கிடக்கும் வாசனைகளையும் ஓசைகளையும் நினைவுகளையும் தேடி அந்த மௌனத்தைத் துரத்துகிறார்கள். பாதிச் சுவைத்துவிட்டுப் புதரில் மறைத்து வைத்த எலும்புகளை இரவின் நடமாட்ட மற்ற சமயத்தில் எல்லோருடைய கண்ணிலிருந்தும் தப்பிவந்து மறுபடியும் எடுத்து நிதானமாகச் சுவைக்க முடியும். அவர்களிட மிருந்து எதுவும் தப்பிவிட முடியாது.

இந்த எலும்புகளின் நடுவே லாமா இருந்தாள். அத்தை மகள். சில மாதங்கள் இங்கே இருந்துவிட்டுத் திடீரென்று போய் விட்டாள். இங்கே இருந்தபோது அவளுக்கென்று தனியாக ஓர் அறை இருந்தது. வராந்தாவின் கடைசியில் உள்ள அறை. இப்போது அது காலியாக இருக்கிறது. அங்கே அவள் இருந்த போது எப்படியிருந்ததோ அப்படியே இருக்கிறது. அதனால் அவள் இப்போதும் அங்கேயேதான் இருக்கிறாள், எப்போதுமே அங்கேதான் இருப்பாள் என்ற பிரமை அவர்கள் இருவரிட மும் உறுதிப்பட்டுவிட்டது. யாரும் அப்படியொரு எண்ணத்தி லிருந்து தப்பிவிட முடியாது. அவள் எந்த நேரமும் வரக்கூடும். இப்போது அவள் அவர்களோடு இல்லை என்று நினைக்கவே முடியாத அளவுக்கு அவர்கள் இருவரிடையேயும் ஏராளமான நினைவுகளை விட்டுச் சென்றிருக்கிறாள்.

அவன் ரஜாயை உதறி எறிந்தான். ஓசையில்லாது அடியெடுத்து நடந்து வராந்தாவுக்கு வந்தான். அங்கே ஒருவரும் இல்லை. இரவு முழுக்க எரியும் மங்கலான விளக்கு எரிந்து கொண்டிருந்தது. ஜோசுவா வசிக்கும் கீழ் தளத்துக்குப் படிகள் இட்டுச் சென்றன. உச்சிப் படிக்கட்டில் காலணிகள் போடப் பட்டிருந்தன. அப்பாவுடையவை தனியாகவும் காயாவுடையவை தனியாகவும் அவனுடையவை தனியாகவும் விடப்பட்டிருக்கும். ஆனால் இந்த நேரத்தில் அவை எல்லாம் குவியலாகக் கிடந்தன. வராந்தாவின் மங்கலான வெளிச்சத்தில் அவை காலணிகள் போல் தெரியவில்லை. அப்பாவின் காலணிகளைத் தலையாகவும் காயாவின் காலணிகளைக் கால்களாகவும் கொண்ட, உருவமில்லாத ஒரு விலங்கைப் போலத் தெரிந்தன. வீட்டில் வசிக்கும் எல்லா ஜந்துக்களும் உறங்கச் செல்லுவதற்கு முன்பு

தங்களது காலணிகளை அந்த இடத்தில் போட்டுவிடுவதும் அதிகாலையிலேயே ஹரியா அவற்றைப் பளபளவென்று துடைத்து வைத்துவிடுவதும் இந்த வீட்டின் வழக்கமாக இருந்தது.

மூலையில் நின்றபடி அவள் அவற்றை உற்றுப் பார்த்தாள். லாமாவின் காலணிகள் கிடக்கும் மூலை இப்போது காலியாக இருந்தது. முழுக்க காலியாகவும் இல்லை. இப்போது அங்கே புழுதியின் கனத்த படலம் படிந்திருந்தது. யாராவது எந்த இடத்திலிருந்தோ அல்லது ஏதாவது ஒரு அறையிலிருந்தோ போய்விட்ட பின்பு அந்த இடம் காலியாகி விடுவதில்லை என்பது அவளுக்கு எப்போதுமே ஒரு புரியாத விஷயமாக உள்ளது. காற்றிலும் புழுதியிலும் அசைகிற ஒருவிதமான சிலந்திவலை அங்கே படிந்துவிடுகிறது. அது கண்ணுக்குத் தெரிவதில்லை. ஆனால் எப்போதாவது ஒரு சமயம் அவளுக்கே தெரியாமல் அது அவளைச் சூழ்ந்துவிடுகிறது. காயா அதில் சிக்கிக்கொள்ளும்போது, லாமாவும்கூட அங்கே ஏதோ ஓர் இடத்தில் சிக்கியிருக்கக் கூடும் என்று அவளுக்குத் தோன்றும். அவள் எல்லாவற்றையும் பார்த்துக்கொண்டிருக்கிறாள். ஆனால் வேறு யாரும் அவளைப் பார்க்க முடியாது.

இல்லை, எந்த இடமும் காலியாகிவிடுவதில்லை, யாரும் யாரைவிட்டும் போய்விடுவதில்லை, எனக் காயாவுக்குத் தோன்றியது.

வெகுநேரம்வரை குட்டி எதிர்பார்ப்புடன் படுத்திருந்தான். காயா திரும்பி வராததால் அவனும் எழுந்து வெளியே வந்தான். வராந்தாவின் நாலாப்பக்கமும் பார்த்தான். வீட்டில் எல்லோருமே தூங்கிக்கொண்டிருந்தனர். லாமாவின் அறைக் கதவு மட்டும் திறந்தும் மூடியும் ‘கடக் கடக்’ என்று சத்த மெழுப்பியபடி இருந்தது. கொஞ்ச நேரம் வரை இருவரும் அந்த இருட்டில் நின்றிருக்க அவர்களின் மூச்சொலி மட்டும் கேட்டது. ‘நீ யாரையாவது பாத்தியா?’ குட்டி மெல்ல கிசுகிசுத் தான். ஆனால் காயா எதுவும் பேசவில்லை. வராந்தாவின் ஒவ்வொரு மூலையையும் வெகு எச்சரிக்கையுடன் பார்த்தாள். வீடு முழுவதையும் சுற்றி கம்பி வேலி நின்றது. அதற்கு அபபால் அடர்ந்த காடு. தொலைவில் உயரமான மலைகளின் தொடர் துவங்குகிறது. இப்போது அது கண்ணுக்குத் தெரியவில்லை. தொலைவில் இருட்டினூடே மினுக்கும் வெளிச்சங்கள் மட்டும் தென்பட்டன. அவை நட்சத்திரங்களா இல்லை தெரு விளக்குகளா என்று கண்டுபிடிப்பது கடினமாக இருந்தது. அவர்கள் மூவரும் ஜன்னலருகே உட்கார்ந்திருந்த தருணம்

அவள் நினைவுக்கு வந்தது. அப்போது அவர்கள் வெவ்வேறு மலைகளுக்கு நடுவே மின்னிய விளக்குகளையும் நட்சத்திரங் களையும் பிரித்தறிய முயன்றிருந்தனர். ஒரு கண்ணை மூடிக் கொண்டு பார்க்கும்போது வெளிச்சம் மின்னியபடியிருந்த தால் அது நட்சத்திரம் என்று சொன்ன லாமா, அதுவொரு தெருவிளக்காகவோ அல்லது ஏதோ ஒரு வீட்டிலிருந்து தெரியும் வெளிச்சமாகவோ அல்லது ஏதேனும் ஒரு விலங்கின் கண்களாகவோ கூட இருக்கலாம் என்றும் சொன்னாள்.

லாமாவுக்குப் பூதத்தையும் தெரியாது. பிசாசையும் தெரியாது. அவளுக்கு எல்லா இடத்திலும் கண்ணில் தெரிவது விலங்குகள் அல்லது விலங்குகளின் உருவத்தில் அவளறிந்த உயிர்கள் மட்டுமே. நாம் ஒவ்வொருவருமே ஏதாவது ஒரு விலங்குதான் என்றும் ஆனால் அது நமக்குத் தெரியாது என்றும் சொல்வாள் அவள். ஆனால் என்றாவது ஒரு நாள் கட்டாயம் அது நமக்குத் தெரிய வரும். அப்படித் தெரிய வரும்போது நாம் உண்பதும் குடிப்பதும் காரியமாற்றுவதும் நமக்காக அன்றி அந்த விலங்குக்காகவேதான் என்றும் சொல்லுவாள். ஆனால் இந்த விஷயத்தை யாரிடமும் சொல்ல மாட்டாள். அப்படிச் சொல்லாமல் இருப்பது கூச்சத்தினால் அல்ல. ஏனென்றால் லாமாவுக்குக் கூச்சமும் கிடையாது. எவரிடத்திலும் பயமும் கிடையாது.

குட்டியின் உடல் நடுங்கியது. எத்தனை நேரம்தான் அப்படியே நின்றுகொண்டிருப்பது?

'போலாமா காயா?' என்று கேட்டான், தனியாக அறைக்குத் திரும்புவது என்பது சிரமமாக இருந்தது. கூடவே தனியாக இருக்கும்போதுதான் பார்ப்பதைப் பற்றியெல்லாம் காயா அவனிடம் சொல்லாமல் விட்டுவிடக்கூடும் என்ற பயமும் அவனை அலைக்கழித்தது. எல்லா சந்தர்ப்பங்களிலும் அவன் அவளுடனேயே கோந்து போல ஒட்டிக்கொண்டு திரிகிறான். யாருக்குத் தெரியும் எந்த நேரத்தில் எது நடக்கும் என்று? அவன் இல்லாதபோது அப்படி ஏதாவது ஒன்று நடந்து விட்டால் என்ன செய்வது? சிலசமயம் அவன் தூங்கிப் போனால்கூட உடனடியாகத் தன்னைத் தயார்படுத்திக் கொள்ளத் தேவையானவற்றை ஒரு பையில் போட்டுத் தலையணைக்கடியிலேயே வைத்திருப்பான். அப்படி ஏதும் நேரும்போது உடனடியாகத் தயாராகி, தேவையான இடத்தில் சட்டென்று போய் நின்றுவிட முடியும்.

ஒன்றுமே நடக்கவில்லை. காயா நம்பிக்கையிழந்தவளாய் மூச்சுவிட்டாள். அவளது அந்த மூச்சில் நாள் முழுக்கக் காத்துக்

கிடந்த களைப்புத் தெரிந்தது. அவள் பின்னால் திரும்பி நகர்ந்து குட்டியின் தோள்களைப் பற்றினாள். 'நீ இன்னும் நிக்கிறியா? பாத்தியா... இங்க யாரும் இல்ல. லாமா இங்க வருவான்னு சொல்ற நீ எவ்வளவு பெரிய முட்டாள்?' ஏதோ தூங்கிக் கிடக்கும் பிராணியை உலுக்கி எழுப்புவதுபோல அவள் மெல்ல மெல்ல அவனை உலுக்கத் தொடங்கினாள். குட்டி அவளை ஆச்சரியத்துடன் பார்த்துக்கொண்டிருந்தான். காயாவின் கோபத்தைக் கண்டு அவன் பயந்து விடவில்லை. காயாவின் மீதும் அதேயளவு தன் மீதும் ஒருவித பச்சாதாபம் ஏற்பட்டது. 'இந்த இராத்திரி நேரத்தில், வராந்தாவில் இது போல நின்றிருப்பதும் தூக்கத்திலும் அதன் பிறகு விழித்துக் கொண்ட பின்னும் ஆடும் கதவுகளின் சத்தத்தைக் கேட்டுக் கொண்டிருப்பதும் எனப் பரிதாபப்பட இதைவிட வேறென்ன வேண்டும்? பிரமைகளைப் பொத்தி வளர்ப்பதும் அவற்றில் சுகம் காண்பதும் பிறகு சுகமும் இல்லாத பிரமையும் இல்லாத அந்த ஒன்றை, செத்துப்போன ஒரு எலியைப்போல அறைக்குள் கொண்டு வருவதும் என இவையெல்லாம் சொல்லிக்கொள்ளும் படியான காரியங்களா என்ன? போதும். நிறையப் பார்த்தாகி விட்டது. நாளையிலிருந்து நான் அம்மாவின் அறையில் படுத்துக் கொள்கிறேன். உனக்கு என்ன வேண்டுமோ, செய்துகொள். எங்கே போக வேண்டுமோ, போய்க்கொள். எனக்கு எந்தச் சம்பந்தமும் இல்லை' என்று காயாவின் இரண்டு கைகளையும் பற்றிக்கொண்டு சொல்ல வேண்டும் என அவன் மனதுக்குள் தோன்றியது.

எந்தச் சம்பந்தமும் இல்லையா? எந்த ஒன்றை அவன் செத்துப்போன எலி என்று நினைத்தானோ அது கண்களைத் திறந்து சிரித்துக்கொண்டே சொல்கிறது. "எனக்கு ஒன்பது ஜென்மங்கள் உண்டு. இதுமாதிரி என்னை விட்டுவிட்டுப் போய்விட முடியாது." மீண்டும் நம்பிக்கையும் ஆர்வமும் அச்சமுமான குழப்பம் தொடங்கிவிட்டது. அவன் திரும்பிச் சென்றான். காயாவுடன் சேர்ந்து மெல்ல நடந்து தனது அறைக்குள் சென்று அமர்ந்தான்.

அவனது அறையில் இரண்டு கட்டில்கள், ஒரு மேசை, தூசு படிந்து, கண்டுகொள்ளப்படாமல் கிடக்கும் கொஞ்சம் பாடப் புத்தகங்கள் இருந்தன. கட்டில்களுக்கு நடுவே ஒரு சிறிய மேசை இருந்தது. அதன் மீது செத்துப்போன சில பட்டாம் பூச்சிகளும் கேட்பரி சாக்லெட்டின் படங்களும் சில செடிகொடி களும் கிடந்தன. அதிலிருந்து விநோதமான மூச்சையடைக்கும்

சிவப்புத் தகரக் கூரை

நாற்றம் எழுந்திருந்தது. இந்தப் பொருட்களையெல்லாம் குட்டி சேர்த்துவைப்பது கிடையாது. அவையனைத்தும் அவனுடைய உலகத்தின் ஒரு பகுதியே. அறைக்குள்ளேயும் வெளியேயும் அவையெல்லாம் இறைந்து கிடக்கும். அறைக்குள்ளே, அறைக்கு வெளியே என்ற இவற்றுக்கிடையே எந்த ஒரு எல்லையோ வரையறையோ வேறுபாடோ கிடையாது. பெருகியோடும் நீரைப் போன்றது வெளியுலகம். கரைகள் அனைத்தையும் கடந்து உள்ளே வந்துவிடுகிறது அது. அந்த மலை நகரத்தைச் சூழ்ந்து கிடக்கும் பிளேன் மரங்களுடைய சிவந்த காய்ந்த இலைகளும் மூங்கில் மரத்தின் சுள்ளிகளும் ஜாதிக்காய் மரப்பட்டைகளும் கலந்த ஒட்டுமொத்தமான கசடுகளை அடித்துக்கொண்டு வருகிறது. வெளியே பருவங்கள் மாறுந் தோறும் அறைக்குள்ளே இருக்கும் காட்சிசாலையின் பொருட் களும் மாறிப்போய்விடும். சில பொருட்கள் கின்னி கொண்டு வந்து போட்டவை. செத்துப்போன விலங்குகளின் எலும்புகள், கலைந்து உதிர்ந்த கூடுகள் ஆகியவற்றை வாயில் கவ்விக்கொண்டு வந்து மேசையடியில் போட்டுவிடும். உடைந்த முட்டையால் பிசுபிசுத்துக் காய்ந்துபோன குப்பைகளும் எலும்புகளும் மயிர்க் கற்றைகளும் இப்போதும் மேசைக்குக் கீழேதான் கிடக்கின்றன. இருந்தபோதும் இப்போது அந்த இடத்தை யாரும் கின்னியின் மூலை என்று சொல்லுவதில்லை.

அவர்கள் இருவரும் இருட்டிலேயே அறைக்குள் வந்தார்கள். விளக்கைப் போடவேண்டும் என்ற ஆர்வம் காயாவிடமும் இருக்கவில்லை. குட்டியிடமும் இருக்கவில்லை. ராத்திரி இந்த நேரத்துக்குப் பிறகு அறையில் விளக்கெரிவதை அம்மா பார்த்தால் நிச்சயம் கவலைப்படுவாள். ஒன்றும் சொல்ல மாட்டாள் என்றாலும் நிச்சயம் கவலைப்படுவாள்.

அவர்கள் படுத்துக்கொண்டார்கள். தூக்கத்தைத் தவிர இப்போது யாரும் வரமாட்டார்கள். வெளியே மலைகளி லிருந்து காற்று வீசும்போது யாரோ வாசலில் நிற்பது போலவும் உள்ளே வரத் தயங்கியது போலவும் கதவுகள் மெல்ல மெல்லச் சத்தமெழுப்பின. மிகப்பழைய நினைவொன்று விக்கலைப்போலத் தொண்டையை அடைத்தது. அப்பா டெல்லியிலிருந்து திரும்பும்போது இது போலத்தான் கதவைத் தட்டுவார். எந்த முன்னறிவிப்பும் இல்லாமல் அவர் அறைக்குள் வந்துவிடுவார். முதலில் அவர் குட்டியின் கட்டிலருகே சென்று நின்றபடியே அவனுடைய நெற்றியைத் தடவிக்கொடுப்பார். எதுவும் பேசமாட்டார். தூக்கத்தில் இருக்கும் குட்டிக்கு அவர் தன்னுடைய தலைமாட்டில் நிற்பதோ தலைமுடியைக் கோதுவதோ எதுவுமே தெரியாது. மூச்சுவிட்டால் அவள்

விழித்துக்கொண்டிருப்பதும் அவரது வருகையை எதிர்பார்த் திருக்கிறாள் என்பதும் அப்பாவுக்குத் தெரிந்துவிடும் என்பது போல மூச்சையடக்கிக்கொண்டு படுத்திருப்பாள் காயா. அவளைப் பார்க்காமலேயே அப்பா வெளியே போய்விடுவாரோ என்ற பயம் அப்போது வந்துவிடும். அவசரத்தில் அவளும் அந்த அறைக்குள்தான் இருக்கிறாள் என்பதையே மறந்துபோய் விடக்கூடும் அல்லது இருட்டில் அவளைப் பார்த்தும் பார்க்கா மல் போய்விடவும் கூடும். இந்தக் கவலை அவளுக்குள் நெருப்பைப்போலப் பற்றிக் கொண்டவுடன் அவள் திடுக்கிட்டு எழுந்து பயத்துடன் ‘அப்பா நானும் இங்கதான் இருக்கேன்’ என்பாள். பிறகு அவர் மெல்ல அவள் அருகில் வந்து ‘எனக்குத் தெரியும். நீ முழிச்சுட்டுத்தான் இருக்கேன்னு’ என்பார்.

இதுவும் ஒருவிதத்தில் விழித்திருப்பதுதானா? இருட்டில் கண்களை இமைத்தவாறு அப்பாவின் இருப்பை அங்குல அங்குலமாக அவள் அறிந்துகொண்டிருக்கிறாள். இப்ப நீங்க போயிரமாட்டீங்களே? நீங்க இப்ப இங்க உக்கார மாட்டீங்களா? நீங்க இந்த வீட்டிலேயே எப்பவும் நாங்க உங்கள பாத்துட்டே இருக்கறமாதிரி எங்ககூடவே இருக்கமாட்டீங்களா?

“ஒனக்கு ஞாபகம் இருக்கா குட்டி? அவர் இப்படித்தான் கதவத் தட்டுவாரு.”

அவர்களுடைய நினைவுகள் இப்போது ஒரு ரயில் வண்டியைப்போலத் தண்டவாளத்தின் மீது சுற்றத் தொடங்கி விட்டன எனவும் அதற்காக அவர்கள் சாவி கொடுக்க வேண்டிய நேரம் இது என்றும் குட்டிக்குப் புரிந்துவிட்டது. அவனும் ரயில் பெட்டியோடு சேர்ந்து சுற்றத் தொடங்கினான். அமைதி நிரந்தரமாகக் குடிகொண்டிருக்கும் பிரதேசம் அது. எல்லா ரயில் நிலையங்களும் ஒன்றுபோலவே இருந்தன. பருவ காலத்தின் கண்ணாடி வழியாகவே அவை மாறிச் செல்வதை அவனால் பார்க்க முடிந்தது. காயா அப்பாவைப் பற்றிப் பேசும்போதெல்லாம் சட்டென்று ரயில்வண்டி கோடை கால ரயில்நிலையங்களில் நின்றுவிடுகிறது. நாலாப்பக்கமும் வெயிலோடி இருந்தது. ஜாதிமரம் வெயிலில் தகதகத்து நின்றது. கோடைகாலத்தில்தான் அதன ஊசி இலைகள் கண்களை அதிகமும் உறுத்துவனவாக இருந்தன. இது மலையேறுவதற் கான பருவகாலம் என்று எல்லோரும் சொல்வதுண்டு. அது சரியென்றே தோன்றும். ஏனென்றால் அப்பா இந்தச் சமயத்தில் தான் வருவார். தில்லியிலிருந்து ஒவ்வொரு மலையாக ஏறி இறங்கி அவர் இங்கே வந்து சேருகிறார் என அவன் நினைப்ப துண்டு. அதில் அவனுக்குப் பெருமையாகவும் கூடவே சற்றுப்

பாவமாகவும் இருக்கும். ஆனால் கண்ணிமைப்பதற்குள் ஏதோ ஒரு ரயில்நிலையம் கடந்துபோய்விடுகிறது. ரயில்வண்டி மலையிலிருந்து இறங்கத் தொடங்கிவிடுகிறது. ஜாதி மரத்தின் ஊசி இலைகள் எத்தனைக்கெத்தனை உயரத்தில் தெரிந்தனவோ அத்தனைக்கு அத்தனை இப்போது கீழே தெரிகின்றன. எவ்வளவோ பேர் எறும்பு வரிசையைப் போல மலைப்பாதையில் கீழே இறங்கிக்கொண்டிருக்கக்கூடும். தில்லி, கான்பூர், கல்கத்தா என்று எந்த ஒரு ஊரையும் அவன் பார்த்ததில்லை. ஆனால் ஒவ்வொரு நகரத்தின் பின்னும் அப்பாவின் முகம் எட்டிப் பார்த்தபடியே இருந்தது. 'ஆமா காயா. அவங்க இப்படித்தான் கதவ தட்டிட்டு வருவாங்க. அவங்க எப்பவுமே வெயில்காலத்துலதான் வருவாங்க.' இருட்டில் அவன் மெதுவாகச் சொன்னான்.

"குட்டி. உனக்குத் தெரியாது." காயா இப்போது தனக்குள்ளிருந்து ஒரு ரகசியத்தை வெளியே எடுத்தாள். இதுவரையிலும் யாருக்குமே தெரியாத ஒரு விஷயத்தை, விலைமதிப்பில்லாத புதையலைப் போலத் தனக்குள்ளே வைத்திருந்த ஒன்றை, அவள் சொல்லப் போகிறாள்.

"என்ன தெரியாது காயா?"

"அவங்க இந்தத் தடவை கிறிஸ்துமஸ் விடுமுறையில் வரப் போறாங்க."

குட்டி எழுந்து உட்கார்ந்தான்.

"உனக்கு எப்பிடித் தெரியும்?" இருட்டில் அவனது உற்சாகம் ஒளிர்ந்தது. அப்படி ஒருபோதும் நடக்காது. ரயில் வண்டி கோடைகாலத்தில் மட்டும்தான் வந்து நிற்கும். நடுவில் எந்த ஒரு ரயில்நிலையமும் கிடையாது. இடையில் இருப்பது யாருமற்ற அறைகளும் காய்ந்து உலர்ந்துபோன மரங்களின் கிளைகளுமெனப் பனிக் காலத்தின் மந்தமான தினங்கள் மட்டுமே. எல்லையற்ற பரந்த அந்த வெளியில் பெயருக்குக் கூட அப்பாவின் தடயங்களெதுவும் தென்பட்டுவிடாது.

ஆனால் காயா வேறெதுவும் சொல்லவில்லை. எந்த ஒரு விஷயத்தையும் வெளியே சொல்லிவிட்டால் அது நடக்காது என்று ஒரு விநோதமான மூடநம்பிக்கை இருந்தது. உற்சாக மிகுதியில் அவள் பாதி விஷயத்தைக் குட்டியிடம் சொல்லி விடுவாள். ஆனால் அதன் பிறகு குட்டியின் உற்சாகம் அவளைப் பயமுறுத்திவிடும். வெளியே எடுத்துவந்த கஜானாவைப் பயந்து போய் அவள் அங்கேயே புதைத்துவிடுவாள். அதன்மீது மண்ணைக்கொட்டி முற்றிலுமாகச் சமதளமாக்கிவிடுவாள்.

மேடுமில்லாமல் பள்ளமுமில்லாமல் பனியுமின்றி வெயிலுமின்றி ஒரேயடியாகச் சமதளமான நிலம். அதன் மீது இரவும் பகலுமாகக் காற்று ஓசையுடன் வீசிக்கொண்டே இருக்கும். அப்பா அவர்களிடம் திரும்பி வரும் நாளன்று, புதைக்கப்பட்ட நிலத்தின் அந்தப் பகுதியை யாரும் பார்க்கக்கூட மாட்டார்கள்.

அவன் மிஸ் ஜோசுவாவுடன் வராந்தாவுக்குக் கீழே நின்றிருந்தான். அப்பாவின் எல்லா சாமான்களும் ஏற்றப்பட்டு விட்டன. அவர் ரிக்ஷாவில் ரயில்நிலையத்துக்குப் புறப்பட்டுச் செல்கிறார். அன்று கடுமையான வெயிலாக இருந்திருக்க வேண்டும். மலைகளில் பட்டுத் தெறித்த வெயில் மிஸ் ஜோசுவா வளர்த்த மரங்களினால் வடிகட்டப்பட்டு வராந்தா முழுவதும் பரவியிருந்தது. கூலிகள் சலாம் போட்டபோது மங்கது ஒரு சிப்பாயைப்போல அவர்களைப் பின்னால் நகர்த்தினான். அந்த ரிக்ஷாக்காரன் நின்றுகொண்டிருக்க அவனது தலைப் பாகை வெயிலில் தகதகத்தது. அப்போதுதான் அந்த மாயம் நிகழ்ந்தது. நம்ப முடியாத அந்த மாயம் ஒருமுறை மட்டுமே நிகழும். மறுபடியும் திரும்ப வராது. அந்த மாயம் நிகழும் போது அருகிலுள்ள எல்லாப் பொருட்களும் கல்லாகச் சமைந்து விட, எல்லா வேதனைகளும் மறைந்துவிடுகின்றன. வேறு எவரும் படித்துப் புரிந்துகொள்ள முடியாத எகிப்திய சித்திர எழுத்துக்களைப்போல, நாங்கள் பல வருடங்களாக அந்த மாய கணத்தை எங்களோடு சுமந்துகொண்டிருக்கிறோம். ஏனெனில் அந்த வேதனையும் அந்த மாயமும் அந்த நம்பிக்கையும் அந்த ஒரு சம்பவத்துடன் தொடர்புடையது.

ரிக்ஷா புறப்படவிருக்கும் சமயத்தில் அவர் இறங்கி வெகு வேகமாக மிஸ் ஜோசுவாவின் முற்றத்தை நோக்கி நடந்தார். கடைசி நேரத்தில் எடுக்க மறந்துபோன ஏதோ ஒன்றைப் பற்றி அவருக்கு ஞாபகம் வந்திருக்க வேண்டும். அவர் நேராக மிஸ் ஜோசுவாவிடம் வந்து, விடைபெற்றார். 'அவசரத்துல உங்களை வந்து பாக்க முடியலை.' சற்றுச் சங்கடமான குரலில் அவர் சொன்னார். 'உங்க உடம்ப பாத்துக்கங்க.' மிஸ் ஜோசுவா படபடக்கும் கண்களால் அவரைப் பார்த்துக்கொண்டிருந்தாள். அவளால் சரியாகக் கேட்க முடியாது. ஏதோ ஒன்றைச் சொல்லும்போது அதை வேறொன்றாய் நினைத்துக்கொள்வாள். இத்தனைக்கும் அவள் அவருக்குத் தூரத்துச் சொந்தம்கூடக் கிடையாது. இப்போது அவர் காயாவைப் பற்றிக் கவலையுடன் ஏதோ சொல்கிறார் என்று மட்டும் அவள் புரிந்துகொண்டாள். "டோன்ட் வொரி. ஷி வில் பி ஆல் ரைட். ஷி வில் பி பைன்" என்று மெல்லிய குரலில் சொன்னாள். ஆனால் அதற்குள்ளாகவே அப்பா

காயாவின் பக்கமாய்த் திரும்பியிருந்தார். அப்போதுதான் அந்த மாயம் நிகழ்ந்தது. ஒட்டுமொத்த வேதனைகளையும் பொடிப்பொடியாக்கிவிட்டு, இருண்ட ஆகாயத்தில் ஒரு மின்னல் போல ஒளிர்ந்து மறைந்தது அது. "காயா நான் உங்கிட்ட சொல்ல மறந்துட்டேன். இந்தத் தடவ நான் கிறிஸ்துமசுக்கு வருவேன்." அவர் இன்னும்கூட வேறு ஏதோ சொன்னார். அம்மாவைப் பற்றி. குட்டியைப் பற்றி. ஆனால் காயாவுக்கு அந்த நேரத்தில் அவை எதுவுமே காதில் விழவில்லை. அவர் சொன்ன ஒரு வாக்கியத்தை மட்டுமே அவள் யோசித்துக் கொண்டிருந்தாள். அவளுக்கு நினைவு வந்தபோது அப்பா போய்விட்டிருந்தார். தொலைவில் மேட்டுப் பாதையில் ஒரு கருப்புப் புழுவைப் போல ரிக்ஷா ஊர்ந்து போவது தெரிந்தது.

அவள் தனது உள்ளங்கையில் நாலணா நாணயத்தைப் பொத்திவைத்திருந்தாள். அப்பா எப்போதுமே தந்துவிட்டுப் போவது. அவளுக்கு இரண்டணா. குட்டிக்கு இரண்டணா. ஆனால் அப்பா அவளிடம் என்ன சொன்னாரோ அது அவளுக்கு மட்டுமேயானது. அதில் வேறு யாருக்கும் பங்கு கிடையாது.

"நட ... உள்ள நட" மிஸ் ஜோசுவா அவனுடைய கையைப் பிடித்து இழுத்தாள். "உனக்காக நா கேக் செஞ்சிருக்கேன்."

மிஸ் ஜோசுவா மிகவும் ஒல்லியான பெண்மணி. துரும்பு போன்று உயரமானவள். தலையில் எப்போதும் ரோமத்தாலான தொப்பியை அணிந்திருப்பாள். அவளது நரைத்த தலைமுடி தொப்பிக்கு வெளியே நீட்டியபடி நெற்றியில் ஆடிக்கொண் டிருக்கும். வீட்டின் கீழ்தளத்தில் அவள் வசிக்கிறாள். முதல் உலகப்போரின்போது இங்கே வந்தவள் என்று சொல்லுவார்கள். போருக்குப் பிறகு அவளது கணவன் தனது நாட்டுக்குத் திரும்பிச் சென்றுவிட்டான். ஆனால் அவளுக்கு இந்த மலை நகரம் ரொம்பவுமே பிடித்துப் போய்விட இங்கேயே நிரந்தர மாகத் தங்கிவிட்டாள். முதல் இரண்டு மூன்று வருடங்களில் ஒன்றிரண்டு முறை அவளது கணவன் வந்து சென்றதுண்டு. திடீரென்று அவனது வருகை நின்றுபோனது. பதிலாக வெளி நாடுகளிலிருந்து ஏராளமான சஞ்சிகைகளும் கடிதங்களும் செய்திப் பிரசுரங்களும் வரத் தொடங்க, அவளது தபால் பெட்டி நிரம்பி வழிந்தது. அவற்றை எடுத்துச் செல்லக்கூட அவள் ஆர்வம் காட்டவில்லை. அவள் வீட்டுக் கழிப்பறை யைச் சுத்தம் செய்ய வரும் தோட்டி ஹரியா அந்தத் தபால் பெட்டியையும் சேர்த்துச் சுத்தம் செய்துவிட்டுச் செல்வதாக

எல்லோரும் சொன்னார்கள். இதைக் கேட்டு அனைவரும் சிரிக்கவும் செய்தார்கள். என்றபோதும் இதில் சிரிக்க எதுவும் இல்லை என்றே காயாவுக்குப் பட்டது.

மிஸ் ஜோசுவாவும் சிரிப்பதுண்டு. அவளுடைய சிரிப்பில் ஆழமான பரிகாசம் மறைந்திருக்கும். ஆறு மாதங்கள் மலை மீதும் ஆறு மாதங்கள் தில்லியிலும் வசிப்பவர்களைக் கண்டு அவள் கேலிசெய்வாள். அவர்களை அவள் அலுவலக ஜிப்சிகள் என்றும் சொந்தமாக வீடில்லாதவர்கள் என்றும் சொல்லுவாள். ஒவ்வொரு ஆண்டும் அவர்கள் வீடுகளை மாற்றிக்கொண்டே யிருப்பார்கள். வீடு வாசலற்ற அதிகாரிகள் அவர்கள். வீடென்றும் இல்லாது காடென்றும் இல்லாது திரிபவர்கள். மலையிலிருந்து இறங்க வேண்டிய நாட்களில் ஒவ்வொரு வீட்டின் முன்பும் கூலிகளின் கூட்டம் கூடி நிற்கும். அப்போது அவள் தன்னுடைய கைத்தடியை எடுத்துக் கொண்டு முற்றத்தில் வந்து உட்கார்ந்துகொள்வாள். கூலிக்காரர்களையும் கோவேறுக் கழுதைகளையும் எழுத்தர்களையும் ரிக்ஷாக்களையும் அவர்களது சின்னச் சின்ன நடவடிக்கைகளையும் பார்த்துக் கொண்டிருப்பாள். யாரெல்லாம் அங்கிருந்து குடிபெயர் கிறார்களோ அவர்கள் எல்லோரும் அவளுடைய எதிரிகள் ஆகிவிடுவார்கள். கைத்தடியைக் காற்றில் உயர்த்தி ஆட்டிய படியே 'முட்டாள்கள்' என்று கத்துவாள். 'எங்கே போகிறோம் என்றுகூட இந்த முட்டாள்களுக்குத் தெரியாது' என மனம் போனபடி உளறுவாள். பிறகு ஆறு மாதம் கழித்துக் கோடைக் காலம் தொடங்கும்போது ஆட்கள் அனைவரும் திரும்பி வரத் தொடங்குவார்கள். அப்போது அவள் மறுபடியும் அவர்களது வருகையை எதிர்பார்த்துக் காத்திருப்பவள் போல, முற்றத்தில் அமர்ந்திருப்பாள். இப்போது அவளது முகத்தில் சன்னமான ஒரு புன்னகை மலர்ந்திருக்கும். "Fools. they are here at last. They are back again." திரும்பி வருபவர்களுக்குத் தாங்கள் ஏதோ கேவலமான ஒரு குற்றத்தைச் செய்துவிட்டு வருவது போல எண்ணம் ஏற்படும். முற்றத்தில் மிஸ் ஜோசுவாவைப் பார்த்ததுமே அவர்களுடைய கண்கள் தாழ்ந்து விடும். எதுவுமே பேசாது கூலிகளின் பின்னால் பதுங்கியபடி நகர்ந்துவிடுவார்கள்.

அப்பாவும் அப்படிப் போகிறவர்தான் என்றாலும் அவள் அவரை அவ்வாறு விமர்சிக்காமல் விட்டுவிடுவாள். அவர் தனது குடும்பத்தை அங்கேயே விட்டுவிட்டுப் போகிறார் என்பதால் அவள் அவரை மதித்தாள். அவளது பக்கத்து வீட்டுக்காரர்களில் தன்னுடைய குடும்பத்தை ஊரிலேயே விட்டுவிட்டுத் தான் மட்டும் தனியாக இருக்கும் ஒரே இந்தியர்

அவர்தான் என்பது அவளுக்கு அசாதாரணமான விஷயமாக இருந்தது. இது அவளுக்கு மிகவும் விசித்திரமான ஒன்றாகவும் இருந்தது. அப்பா ஊருக்குப் போன பின்பு மிஸ் ஜோசுவா மேலும் பிரியம் கொண்டவளாகிவிடுவதற்கு இதுதான் காரணம் என்றுகூடச் சொல்லலாம். அவர்கள் வெளியே சுற்றிக்கொண் டிருந்தால் அவள் தன்னிடம் அழைத்துக்கொள்வாள். சில சமயங்களில் காயாவையும் மற்ற சமயங்களில் குட்டியையும் அவள் ஒரு பயங்கர மிருகத்தைப் பார்ப்பதுபோலப் பார்த் திருப்பாள். காயம்பட்ட முழங்காலையும் புழுதிபடிந்த தலை முடியையும் திருதிருவென விழிக்கும் கண்களையும் பார்த்து அவள் 'சீ . . . சீ . . . சீ' எனச் சூள்கொட்டியபடியே தனது கைத்தடியால் அவர்களைத் தீண்டிக்கொண்டே 'your father gone?' எனக் கேட்பாள். தெரிந்துமேகூட அவள் கேட்பாள். அப்பா போன பின்புதான் அவர்கள் இப்படிக் கெட்டுப் போனார்கள் என்று சொல்வது போல இருக்கும். பிறகு அப்படியே நிற்பாள். ஒரு கணம் உறைந்துபோய் எதையோ யோசித்துக்கொண்டிருப்பாள். பிறகு கடைசியாகத் தீர்மானித் தவளாய் அவர்கள் இருவரையும் உள்ளே வருமாறு மிகுந்த தோரணையான குரலில் அழைப்பாள். 'உள்ள வரீங்களா . . . நா உங்க ரெண்டு பேருக்கும் கேக் செஞ்சு வச்சிருக்கேன் . . .' இருவரும் ஒன்றும் பேசாமல் அவளைத் தொடர்ந்து அறைக்குள் செல்வார்கள்.

காயா தூங்கிட்டியா?

இல்லையே . . . ஏன்?

எனக்குக் குளிரடிக்குது.

என்கிட்ட வரயா?

காயா அவனுக்கு இடம்விடும் வகையில் புரண்டு படுத்தாள். வெளியில் காற்று வீசுவது நின்றுவிட்டது. உலர்ந்துகொண் டிருந்த துணிகள் படபடக்கும் ஓசையும் முற்றிலும் அடங்கி விட்டது. மங்கது குடியிருக்கும் வீட்டின் கூரை அவ்வப்போது திடீரெனப் பேசத் தொடங்கிவிடும். ராத்திரியில் பழுத்த செஸ்ட்நட் பழங்கள் உதிர்ந்து சரிவான கூரையில் உருண்டு போகும்போது அவர்கள் அதை எண்ணத் தொடங்குவார்கள். எத்தனை செஸ்ட்நட் பழங்கள் விழுகிற ஓசையை அவர்கள் கேட்கிறார்களோ மறுநாள் அத்தனையும் கூரைக்குக் கீழே உள்ள ஜலதாரையில் கிடக்கும். இவை கடைசி செஸ்ட்நட் பழங்களாக இருக்க வேண்டும். இதற்குப் பிறகு இந்த மரம் மொட்டையாகிவிடும். அதன்பிறகு மங்கதுவின் கூரை மீது பழுத்த இலைகள் மட்டுமே குவிந்து கிடக்கும். அவைகளும்

கூடச் சத்தமெழுப்பும்தான். இப்போது இல்லை. நவம்பர் மாதத்தின்போது. பிறகு பனி விழுந்து அவற்றின் வாயை எப்போதைக்குமாக மூடிவிடும்.

"நா பக்கத்துல வரட்டுமா காயா? என்னை உதைக்க மாட்டியே?"

குட்டி தன்னுடைய கட்டிலிலிருந்து இறங்கி வந்தான். உதை கிடைக்குமே என்கிற பயத்தைவிடக் கதகதப்பு வேண்டும் என்கிற ஆசை மேலோங்கி இருந்தது. காயா நகர்ந்து படுக்கையின் மறுஓரத்தில் படுத்திருந்தாள். குட்டி கட்டிலில் படுத்துக் கொண்டான். காயா படுத்துக்கிடந்த இடங்களிலெல்லாம் மெல்ல மெல்லத் தன் கைகால்களைப் பரப்பினான். படுக்கை மொத்தமுமே குளிரும் தணுப்புமாகப் பிரிந்துகிடந்தது. அவன் வடதுருவ பிரதேசத்திலிருந்து ஆப்பிரிக்காவுக்குச் சீக்கிரத்திலேயே சென்றடைய விரும்பினான். அவன் சற்று முன்னேறினாலும் காயா உடனே அவனை உதைத்துப் பின்னால் தள்ளினாள். உடனே அவனுடைய கால்கள் தோற்றுப்போன படைகளைப் போல மீண்டும் தனது எல்லைக்கே திரும்பி வந்தன. கதகதப்பும் குளிருக்குமான எல்லையில் தவித்துக் கிடக்கும்போது, "உன்னால அசையாம படுக்க முடியாதா?" என காயா திட்ட, பேசாமல் தனது படுக்கைக்கே திரும்பி விடலாம் என்று மனம் சொன்னது. ஆனால் இதற்குள்ளாகக் கால்கள் ஒருவாறாகத் தனது எல்லைகளைக் கண்டுகொண்டன. இப்போது படுக்கையில் இருந்த அளவுக்கு அறையில் அத்தனை குளிர் தெரியவில்லை. வெயிலும் நுழையாது குளிரும் அண்டாத, தடிமனான திரைச் சீலைகளைக் கொண்ட, பழம்நெடியுடனான காற்று நாலாப்பக்கமும் அடைந்திருக்கும் மிஸ் ஜோசுவாவின் வரவேற்பறையில் இருக்கும் அளவே, படுக்கை அறையிலும் இப்போது கதகதப்பு இருந்தது.

ஏனென்று தெரியவில்லை. குட்டிக்குக் கனவு வரும்போதெல்லாம் மிஸ் ஜோசுவாவின் அறைதான் முதலில் கண்ணில் படும், ஏதோ இதற்கென அமைக்கப்பட்ட மேடையைப் போல. எல்லா சம்பவங்களும் ஒன்றன் பின் ஒன்றாக நடந்தேறும். பிறகு மறுநாள் உண்மையிலேயே குட்டி அந்த அறைக்கு வரும்போது நேற்றிரவு வந்த கனவு மறுபடியும் புத்தம்புதுசாகத் தொடங்குவது போல இருக்கும். இப்போதுதான் அனுமதிச் சீட்டு வாங்கிக்கொண்டு வந்தவன்போல அவன் எதுவும் பேசாமல் எதிர்பார்த்து உட்கார்ந்துவிடுவான்.

மிஸ் ஜோசுவா அவனை வரவேற்பறையில் உட்கார வைத்துவிட்டு உள்ளறைக்குப் போய்விட்டாள். அங்கேதான்

சிவப்புத் தகரக் கூரை   35

அவள் தூங்குவாளாக இருக்கும். அவனை மறந்துவிட்டு நடைப்பயிற்சி செய்பவள்போல அறைக்குள்ளிருந்து அவளது காலடியோசைகள் கேட்டன. எதிர்பார்த்துக் காத்திருக்கும் இத்தருணங்கள் அவனுக்குப் பிடித்தமானதாயில்லை. ஆனால் உவப்பானதாகத் தோன்றியது. அவன் அங்கே இருந்தபடி மணிக்கணக்கில் மிஸ் ஜோசுவாவின் காலடிச் சத்தங்களைக் கேட்டுக் கொண்டிருக்க முடியும். வெளியே இருக்கும் கரடு முரடான உலகத்தைக் காட்டிலும் மிஸ் ஜோசுவாவின் அரையிருட்டான அறை அவனை அமைதிப்படுத்துவதாக இருந்தது. உஷ்ணமான அவன் நரம்புகளைத் தணிவிக்கச் செய்தது. குளிரின் ஓசை. அமைதியான மதியப் பொழுது. அடுத்த அறையில் மிஸ் ஜோசுவாவின் முடிவற்ற பாத யாத்திரை. அவள் மிகவும் வயதானவள். ஆனால் அவள் இவ்வாறு நடக்கும்போது வீடு முழுக்க ஆடத் தொடங்கி விடுகிறது.

பிறகு திடீரென்று திரையை விலக்கிக்கொண்டு மிகுந்த ஆச்சரியம் தொனிக்கும் குரலில் இருவரையும் பார்த்துக் கேட்பாள்: “You are still here?” குட்டியைப் பொறுத்தவரை இதெல்லாம் கனவு போலத் தோன்றும். ஏனென்றால் விருந்தினர்களை வரச் சொல்லிவிட்டு அவர்களைக் கிண்டல் செய்வதெல்லாம் கனவில்தான் நடக்கும். மந்திரத்தில் கட்டுண்டவனாய் அவன் மிஸ் ஜோசுவாவையே பார்த்துக் கொண்டிருப்பான். காயா வெடுக்கென்று தலைநிமிர்த்தி மேலும் ஆச்சரியம் தொனிக்கும் குரலில் கேட்பாள்: “மிஸ் ஜோசுவா. நாங்க போலாமா?”

“இல்ல . . . இல்ல இப்பப் போ வேணாம். உங்களுக்கு நா கேக்கும் பிஸ்கட்டும் தர மறந்துட்டனே.” பயந்து போன வளாய்க் கையை ஆட்டியபடி தலையில் அடித்துக் கொண்டு சமையலறைக்குள் ஓடுவாள். மிஸ் ஜோசுவா பார்ப்பதற்குக் கிழவிபோல இருக்கிறாள். ஆனால் அவளது கை அசைவு களும் நடவடிக்கைகளும் குழந்தையைப் போலவே உள்ளன என்றும் வயதெனும் வெள்ளம் பாய்ந்துபோகிற அவசரத்தில் அவளை மட்டும் தொடாமல் விட்டுப் போய்விட்டதோ எனவும் அப்போது குட்டிக்கு விநோதமான எண்ணம் ஏற்படும்.

மிஸ் ஜோசுவா சமையலறையிலிருந்துகொண்டு வந்து வைத்த பண்டங்களை வயதான மந்திரவாதியைப் போலத் தன் கைத்தடியால் சுட்டிக்காட்டியபடியே “ஏன் பாத்துட்டே இருக்கீங்க . . . சாப்புடுங்க . . . எல்லாத்தையும் எடுத்துக்கங்க . . .” என்பாள். அவர்கள் இருவரும் பிஸ்கட்டையோ பேஸ்டிரியையோ எடுக்கும்வரை அவளது கைத்தடி மேசையின் பக்கமாகவே தான் அசைந்துகொண்டிருக்கும்.

குட்டி பயந்தவாறே கையை நீட்டினான். மிஸ் ஜோசுவாவின் கண்ணில் படாமல் ஏதாவது ஒரு மூலையில் ஒளிந்தபடி பிஸ்கட்டைக் கொறிக்க வேண்டும் என்று அவனுக்கு ஆசையாயிருந்தது. ஆனால் தலைக்குமேல் சுற்றிக் கொண்டிருக்கும் அவளுடைய கைத்தடியைப் பார்த்து அவனுக்குப் பசியெல்லாம் பறந்துபோனது. மிஸ் ஜோசுவாவின் கவனமெல்லாம் அவன் மீது இல்லாமல் முழுக்கக் காயாவின் மீதே இருந்ததுதான் அவனுக்கு ஆறுதலாயிருந்தது. அதனால் அவன் விரும்பியபடி வேடிக்கை பார்க்க முடிந்தது. திரைச் சீலைக்குப் பின்னால் ஜோசுவாவின் படுக்கையறை. அதற்கப்பால் ஒரு பக்கம் சமையலறை. இன்னொரு பக்கம் குளியலறை. அவன் அந்தப் பக்கமாய்ச் சென்றதேயில்லை. அதனால் கண்ணில் படாது மறைவாக இருந்த அந்த மூலைகளில் அவன் மனம் சுற்றித் திரிந்தது. எல்லோரையும் போல மிஸ் ஜோசுவாவும் கழிப்பறைப் பீங்கான் மீது உட்கார்வாள் என்பதே அவனுக்கு ஆச்சரியம் தருவதாக இருந்தது. இத்தனை சிவப்பாக உள்ள பெண்களும் கூட அதுமாதிரி அசிங்கமான காரியங்களைச் செய்வார்கள் என்பது அவனைப் பொறுத்தவரை சாத்தியமற்றதாக இருந்தது. ஆனால் இந்த மகத்தான கேள்வியைக் குறித்துக் காயாவிடம் கேட்க அவனுக்குத் தைரியம் இருக்கவில்லை. மறைவான இருண்ட இடங்களில் துழாவித் திரிந்துவிட்டுத் திரும்பிய அவனுடைய பார்வை பழைய கிராமஃபோனின் மீது நிலைத்தது. மேலே நீல நிறத்திலான உறையும் அதனையொட்டிக் கணிதப் பேரேடுகள் போலத் தடிமனான புத்தகங்களும் இருந்தன. அவை புத்தகங்களும் இல்லை. பேரேடுகளும் இல்லை. ஒருநாள் மிஸ் ஜோசுவா அவர்களை மட்டும் தனியாக விட்டுவிட்டுச் சமையலறைக்குள் சென்றிருந்த வேளையில், வெகுவேகமாக, காயாவுக்குத் தெரியாமல், அந்தப் பேரேடுகளைத் திறந்து பார்த்தான். அவைகளுக்கு நடுவில் சின்னச் சின்னக் கருப்பு வட்டுக்களைப் பார்த்து ஒரு கணம் திகைத்துவிட்டான். அவற்றின் மத்தியில் இருந்த கண்கள் வட்டுக்களுக்கு நடுவில் இருந்த துளைகளின் வழியாக அவனையே உற்றுப் பார்த்தன.

“மிஸ் ஜோசுவா, நாங்க இப்ப போகணும்.” காயா தவறு செய்துவிட்ட பாவனையுடன் சொன்னாள். அவளால் அங்கே அதிக நேரம் இருக்கவும் முடியவில்லை. அதே சமயம் கேக் பிஸ்கட் எல்லாம் சாப்பிட்டுவிட்டு அவளைத் தனியே விட்டுச் செல்லவும் தயக்கமாகவும் இருந்தது.

“நீ ரொம்ப சமத்துப் பொண்ணு.”

"சமத்து" என்பதை ஜோசுவா ஹிந்தியில் சொன்னாள். ஏதாவது ஒன்றைச் சற்றுக் கிண்டலாகச் சொல்லும்போது அவள் அதை ஹிந்தியில் சொல்வதுதான் வழக்கம்.

"உங்கம்மா எப்பிடி இருக்காங்க?"

"மிஸ் ஜோசுவா... அவங்க நல்லா இருக்காங்க."

"நல்லா இருக்காங்களா?" கண்ணாடியைக் கழற்றிவிட்டு ஜன்னல் வழியாக வெளியே நின்ற மரங்களைப் பார்த்தாள்.

"நாளுக்கு நாள் அவ பெருசாயிட்டே இருக்கா. பாத்தீங்களா?"

இப்போது குட்டியின் கவனமும் கலைந்தது. போன மாதத்தைவிட அம்மா உண்மையிலேயே பெருத்துவிட்டது அவனுக்கு நினைவுக்கு வந்தது. ஆனால் அதைப்பற்றி ஜோசுவா பேசும்போது அவர்களிருவரும் தங்களுக்கு அதைக் குறித்து ஒன்றுமில்லை என்பது போலவும் மிக வெட்கக் கேடான விஷயம் என்பதுபோலவும் பேசாதிருந்தார்கள். அவர்கள் இதுமாதிரி சந்தர்ப்பங்களில் எப்போதும் வெட்கத்தில் உறைந்து போவார்கள். யாரேனும் அவர்களுடைய வீட்டு விஷயத்தைக் குறித்துப் பேசும்போது அவர்களது மனம் பதற்றமடைந்து விடுகிறது. எவ்வளவுதான் முயற்சி செய்தாலும் வெளியே உள்ளவர்களின் கைகளிலிருந்து தங்களது வீட்டை அவர்களால் காப்பாற்றவே முடியாது என்று தோன்றும். அம்மா வீட்டுக்குள் இருக்கும் வரையில் அவர்களுக்கு எந்தப் பயமும் கிடையாது. ஆனால் எப்போதாவது அவள் முற்றத்துக்கோ அல்லது மங்கதுவின் குடியிருப்புக்கோ வந்துவிடும்போது அவர்கள் பெருத்த அச்சத்தில் மூழ்கிப்போவார்கள். யாராவது அவர் களைப் பார்த்துச் சிரிக்கக் கூடும், நாலுபேர் கேட்கும் விதமாய் மோசமாய் வார்த்தைகள் சொல்லக்கூடும், அவை அவர் களுடைய அம்மாவின் மேல் எப்போதைக்குமாக ஒட்டிக் கொண்டுவிடும் என்று யோசிப்பதே நரகத்துக்குச் சமானமாக இருக்கும். குட்டிக்கு எப்படியிருக்கும் என்று அவளுக்குத் தெரியாது. ஆனால் அப்படிப்பட்ட சந்தர்ப்பங்களில் அவனை இழுத்துக்கொண்டு மாடிக்குப் போய்விட வேண்டும் போல இருக்கும். மிஸ் ஜோசுவாவின் அறையிலிருந்து வெகு தொலை வில் பிற எல்லா இடத்தையும்விடப் பாதுகாப்பாக இருக்கிற தன்னுடைய வீட்டின் சமையலறைக்குத் தனியாகச் சென்று விட வேண்டும் என்பதுபோல இருக்கும்.

மிஸ் ஜோசுவா தனது கைத்தடியால் மேசைமீது தட்டினாள்.

"என்ன யோசனை?" அவள் பொறுமையில்லாதவளாய்க் கேட்டாள்.

"ஒண்ணுமில்ல மிஸ் ஜோசுவா." சமாளித்தவளாய் அவளைப் பார்த்தாள் காயா.

"மொதல்ல நீ இப்பிடியெல்லாம் இல்ல."

மிஸ் ஜோசுவாவின் கூரிய பார்வை அவளது முகத்தில் எதையோ தீவிரமாய்த் தேடியது. அவர்கள் இருவரையும் அவள் சின்னவயதிலிருந்தே அறிவாள். மற்றவர்கள் எதிரில் அவள் இப்போதும் சிறியவள்தான். ஆனால் மிஸ் ஜோசுவாவைப் பொறுத்தவரை அவள் வளர்ந்து பெரியவளாகிவிட்டாள்.

"பரவால்ல நல்லதாபோச்சு." மிஸ் ஜோசுவா பெருமூச் செறிந்தாள். "அந்தப் பிசாசுகிட்ட நீ ரொம்ப ஒட்டிட்டே . . . அவளப் பத்தி எப்பவுமே நெனைக்காதே."

அவள் ஒன்றும் சொல்லாமல் மிஸ் ஜோசுவாவைப் பார்த்துக்கொண்டிருந்தாள். கனவின் சாயலைக் கொண்டது போன்ற மிக மெல்லிய புன்னகையுடன் அவள் வாய் திறந் திருந்தாள். கண்கள் வெறித்திருந்தன. மிஸ் ஜோசுவாவின் அறையும் ஜன்னலுக்குப் பின்னிருந்த காட்டின் சலசலப்பும் மதியவேளையில் சோர்ந்துபோன மலைகளின் பிரகாசமும் என அனைத்துமே பிசாசு என்ற அந்த ஒற்றைச் சொல்லின் ஒளிமிகுந்த புள்ளியொன்றில் குவிந்துவிட்டது.

"மிஸ் ஜோசுவா. அவள் பிசாசு இல்லை. எனக்குத்தான் தெரியும்." விநோதமான புன்னகையுடன் கண்கொட்டாது உற்றுப் பார்த்தபடியே சொன்னாள்.

"உனக்குத்தான் தெரியுமா? எனக்கு எல்லாந் தெரியும். எனக்கு ஒரு விஷயத்த சொல்லு . . . அந்தக் கடிதத்தை அவதானே எழுதினா . . . இல்லையா சொல்லு" என்ற மிஸ் ஜோசுவாவின் முகம் கோபத்தில் சிவந்திருந்தது.

"எந்தக் கடிதம். மிஸ் ஜோசுவா?" பிஸ்கட்டைத் தின்றபடியே கேட்டான் குட்டி.

"நீ சும்மா இரு." கடும் சினததுடன் குட்டியை முறைத்தாள் மிஸ் ஜோசுவா. "நீ ஏன் பேச மாட்டேங்கற . .?"

அவள் இப்போதும் புன்னகைத்தவாறே இருந்தாள். மிஸ் ஜோசுவாவின் கேள்வியைப் பற்றி அவள் ஆர்வம் காட்ட வில்லை. அவள் சொன்னது காயாவின் காதிலேயே விழவில்லை. வேறெதையுமே அவள் காதில் போட்டுக்கொள்ளவில்லை.

லாமா அவளை இழுத்துத் தட்டாமாலை சுற்றியதால் வந்த கிறுகிறுப்பில் இருந்தாள் அவள். அவளுக்கு எதுவுமே காதில் கேட்கவில்லை.

"நல்லது இருந்துட்டுப் போகட்டும். நீ ஒண்ணும் சொல்ல வேண்டா . . ." மிஸ் ஜோசுவா களைத்துப்போய்ச் சலிப்புடன் காயாவைப் பார்த்தாள். இப்போது அவளைப் பொறுத்தவரை காயா மீண்டும் சிறிய, பிடிவாதமான, வீடுவாசலில்லாத நாடோடிப் பெண்ணாகிவிட்டாள். அவளுடைய அப்பா தில்லிக்குப் போய்விட்டார். அம்மா படுத்தபடுக்கையாய்க் கிடக்கிறாள். தம்பியோ கைப்பாவைப் போலச் சுற்றிக்கொண் டிருக்கிறான். இவர்களோடு நான் ஏன் மல்லுக்கட்ட வேண்டும்?"

"இவனென்ன ஸ்கூலுக்குப் போக ஆரம்பிச்சுட்டானா இல்லையா?" அவள் குட்டியைப் பார்த்தபடியே கேட்டாள். அவன் கேக்கின் கடைசித் துண்டை ஓவல்டின்னில் முக்கி எடுத்துக்கொண்டிருந்தான்.

காயா மெல்லச் சிரித்தாள். அந்தச் சிரிப்பில் இனம் புரியாத வெறுப்புப் புதைந்திருந்தது. "இன்னும் இல்லை. அடுத்த வருஷந்தான் போவான்" என்றாள்.

"அடுத்த வருஷமா?" மிஸ் ஜோசுவாவின் முகம் சோர்ந்து போனது. முகத்தின் எண்ணற்ற சுருக்கங்கள் பள்ளங்களி லிருந்து மேலெழுந்து மூக்கு, தாடை, கண்கள் எனக் கிடைத்த இடங்களிலெல்லாம் பரவின. "தெரியல . . . அதுவரைக்கும் நா இருப்பேனோ இல்லையோ?"

குட்டியின் கைகள் அப்படியே நின்றன. வாயில் போட் டிருந்த கேக் அப்படியே கரைந்தது. "நீங்க எங்காச்சும் வெளிய போறீங்களா மிஸ் ஜோசுவா?"

"நீங்க கல்லறையப் பாத்திருக்கீங்கல்ல. சஞ்செளலிக்குப் பக்கத்துல. உங்க அங்கிள் இருக்காரில்ல. நானும் அங்கதான் போகப் போறேன்."

அந்த மதியவேளையில் அவள் சொன்ன இந்தச் சொற் களைப் பல வருடங்கள்வரை காயாவால் மறக்க முடிய வில்லை. அன்று மதியம் மிஸ் ஜோசுவா சொன்னதுபோல யாராவது தன் மரணத்தைக் குறித்து அத்தனை உறுதியாகச் சொல்ல முடியுமா? ஆனால் அன்றைக்கு மிஸ் ஜோசுவா சொன்னதைக் கொஞ்சமும் நம்ப முடியவில்லை. அலுவலகத் துக்குச் செல்பவர்கள் மாற்றலாகிப் போகக்கூடும். வீடுகள் காலியாகக்கூடும். ஆனால் மிஸ் ஜோசுவா கீழ்த்தளத்து வீட்டில்

அரையிருட்டு அறையில் நிரந்தரமாக இருந்துகொண்டேதான் இருப்பாள். காயா தன்னுடைய குழந்தைப் பருவந்தொட்டுக் கண்டுவரும் மலையைப் போல ஒரேயிடத்தில் வேரூன்றியவள். திரைச்சீலைகளுக்கும் மரங்களுக்கும் கிராமஃபோனுக்கும் நடுவில் இருந்துகொண்டிருக்கும் ஒருவர் செத்துப்போக முடியுமா என்ன ?

குட்டி தூங்கிப்போய்விட்டான். காயா ஓசையில்லாது அறையிலிருந்து வெளியே வந்தாள். அம்மாவின் அறைக்குள் நுழைந்து வரவேற்பறைக்கு வந்தாள். அமைதியாக இருந்தது. பழந்தூசி இருந்தது. அவற்றின் நெடியும் இருந்தது. இருட்டில் சுவரைத் தடவியபடியே அவள் சமையலறைவரைக்கும் வந்துவிட்டாள்.

கதவிலிருந்த கண்ணாடி மீது பனி படர்ந்திருந்தது. விரல்களால் துடைத்துவிட்டு உள்ளே எட்டிப் பார்த்தபோது மங்கது தென்பட்டான். அடுப்பெதிரில் உட்கார்ந்து சாம்பலை அள்ளியபடி, கண்ணாடிச் சட்டத்துக்குள் அடைக்கப்பட்ட ஓவியம் போல, ஒரு பலகையின் மீது உட்கார்ந்திருந்தான். நீண்ட ஜடைகள் தொங்கி ஆடிக்கொண்டிருந்தன. தலையாடும் போது அவையும் ஆடின. கயிற்றால் அவற்றைக் கட்டியிருந்தான்.

அவள் மெதுவாகக் கண்ணாடியைத் தட்டினாள். ஒரு முறை. இரண்டாவது முறை. மங்கது வெகுநேரம்வரை எழுந்து வருவதாக இல்லை. காதில் விழாததுபோல் இருந்துவிடுவதா என்று தீர்மானிக்க முடியாதவன்போல அசைவின்றி உட்கார்ந்திருந்தான். பலமுறை அவன் கதவைத் திறக்காததால் திரும்பி வந்திருக்கிறாள் காயா. ஆனால் அன்றிரவு இரண்டாவது முறையாகக் கதவைத் தட்டிய பிறகே அவன் எழுந்து கொண்டான். கரித்துண்டுகளைத் தனியாகவும் குமுட்டி அடுப்பைத் தனியாகவும் ஒதுக்கிவைத்துவிட்டு அதன் பிறகுதான் கதவின் தாழ்ப்பாளை நீக்கினான்.

அவன் மீண்டும் எங்கே கதவை மூடிக்கொண்டு விடுவானோ என்று பயந்தவள்போல் காயா பூனையைப் போலப் படுவேகமாக அவனைத் தள்ளிக்கொண்டு உள்ளே வந்துவிட்டாள். உள்ளே வந்தவள் பாத்திர அலமாரிக்கு அடியில் விரித்திருந்த கித்தானின்மீது உட்கார்ந்து கொண்டாள்.

மங்கது ஒன்றும் சொல்லவில்லை. அவள் பக்கம் திரும்பக் கூட இல்லை. சமையல்கட்டுக்குப் பின்பக்கம் அவனுடைய அலமாரி இருந்த இடத்துக்குப் போய்விட்டான். அங்கிருந்து

அவன் பனிக்காலத்தில் அணிந்துகொள்ளும் வெள்ளாட்டுத் தோலால் ஆன ஒரு நீண்ட கோட்டைக் கொண்டுவந்தான். அந்தக் கோட்டை அவன் ஒன்றும் சொல்லாமல் காயாவின் மீது போட்டான். முகம் மட்டும் வெளியில் தெரியும்படியாக அந்தக் கோட்டை இழுத்து முழுவதுமாகப் போர்த்திக்கொண் டாள் காயா. சீரகமும் ஏலக்காயின் மணமும் கலந்த விநோத மான நெடி அவளைச் சூழ்ந்துகொண்டது. உயிரோடு இருக்கும் வெள்ளாடுகளிலிருந்தும் இதுபோன்ற வாசனைதான் வீசுமா என்று எப்போதுமே அவள் யோசிப்பதுண்டு.

மங்கது திரும்பி வந்து மரப்பலகையின் மீது உட்கார்ந்து கொண்டான். எரிந்துகொண்டிருக்கும் கரித்துண்டுகளை அடுப்பிலிருந்து வெளியே தள்ளினான். மெல்ல மெல்லத் தனது உள்ளங்கையில் அவற்றை உருட்டினான். ரொம்பவும் ஆறிவிடாமலும் ரொம்பவும் சுடாமலும் பக்குவமானதும் ஆன அவற்றை ஒவ்வொன்றாக எடுத்து நக்கத் தொடங்கினான். கரித்துண்டின் சாம்பல் முழுவதையும் நக்கினான். அடுப்பி லிருந்து வந்த சாம்பலின் மணம் நாலாப் பக்கமும் பரவத் தொடங்கிற்று. காயா மந்திரத்தில் கட்டுண்டவள்போல் மங்கதுவையே பார்த்துக்கொண்டிருந்தாள். அந்த மண் வாசனையை அள்ளித் தின்னவேண்டும் என மனம் ஆசைப் பட்டது. ஆனாலும் அது முடியாது என்பதால் ஆசையுடன் மங்கதுவையே இமைக்காது பார்த்துக்கொண்டிருந்தாள்.

குமுட்டியடுப்பும் கரித்துண்டுகளும் மங்கதுவின் வெப்பம் இறைக்கும் மூச்சும் சூழ்ந்திருந்த சமையலறையின் அமைதியி னூடே வேறெந்த ஓசையும் காதில் விழவில்லை.

“குட்டி தூங்கிட்டானா?” என்று கேட்டான் மங்கது.

“ஆமாம் எப்பவோ” என்றாள் காயா.

“அப்பறம் நீ... உனக்குத் தூக்கம் வல்லியா?” மங்கது தொடர்ந்து கரித்துண்டுகளை உருட்டிக்கொண்டிருந்தான்.

காயா பேசாமலிருந்தாள். வெள்ளாட்டுத் தோலாலான கோட்டைப் போர்த்தியிருந்த அவளுக்குத் தூக்கமும் வரவில்லை. குளிரும் தெரியவில்லை. நாள் முழுக்க அலைக் கழித்திருந்த கெட்ட எண்ணங்களிலிருந்து அவள் மெல்ல மெல்ல வெளியேறிக் கொண்டிருந்தாள்.

“மேம்சாப் என்னாங்கறாங்க?” மங்கது தலையைத் தூக்கினான்.

'அவங்க . . ." காயா வாக்கியத்தைப் பாதியிலேயே நிறுத்தினாள். மங்கதுவைப் பார்த்தாள். பிறகு திரும்பவும் அடுப்பினுள் அணைந்துகொண்டிருந்த கரித்துண்டுகளைப் பார்க்கத் தொடங்கினாள்.

"என்ன சொல்லிட்டிருந்தாங்க?" மங்கது மேலே இருந்த நான்கு கரித்துண்டுகளைக் கூர்ந்து பார்த்தான்.

"அவங்க அம்மாவப் பத்திக் கேட்டிட்டிருந்தாங்க" என்றாள் காயா. மங்கதுவின் கைகள் அசையாது நின்றன. நெற்றியில் சிறியதொரு கவலைக்கோடு விழுந்தது. "அம்மாவ பத்தி என்ன?"

"அவங்க பெருத்துட்டிருக்கறதப் பத்தி." காயா கொஞ்சம் ஆர்வத்துடன் மங்கதுவைப் பார்த்தாள்.

கடும் வேதனையுடன் பெருமூச்செறிந்தான் மங்கது. அவனது உடம்பு முழுதும் நடுங்கிக்கொண்டிருந்தது. குளிர்காலங்களில் அதிகமான நடுக்கம் இருக்கும். அவனது உடலே அவனுக்கொரு வேதனை. துன்பமிக்க தனது உடலின் எடையை ஒருமுறை ஒரு பாதத்தில் தாங்குவதும் இன்னொரு முறை மறு பாதத்தில் சுமப்பதுமாக அவன் சமாளிப்பான். முழங்காலிலிருந்து பாதங்கள் வரைக்கும் அழுக்குக் கந்தையை இறுக்கிக் கட்டிக்கொள்வான். அப்படிச் செய்வது குளிரடிக்காமல் இருக்கவா அல்லது நடுங்காதிருக்கவா என்று அவனுக்கே தெரியாது.

"மங்கது . . ."

"என்ன?"

"அம்மா எப்ப வரைக்கும் பெருத்துட்டே இருப்பாங்க?"

அவன் உலையிலிருந்து புதிய கரித்துண்டை எடுத்தான். காயாவின் கேள்விக்கான விடை கரித்துண்டின் சாம்பலில் புதைந்திருப்பது போல வெகுநேரம்வரை அதைப் பார்த்திருந்தான். "தெரியல காயா. அது கடவுளோட லீலைகள்."

"எது மாதிரி லீலைகள்?"

"நீ பாக்கறே இல்ல?"

அவன் பெரிய கொட்டாவி விடவும் கரித்துண்டின் மீதிருந்த சாம்பல் காற்றில் பறந்தது. இப்போது அந்தக் கரித்துண்டு வேலைக்கு ஆகாது. மீண்டும் அதை அடுப்புக்குள் எறிந்தான்.

"நா ஒருதடவ பாத்திருக்கேன் . . ." காயா மெதுவாகச் சிரித்தாள்.

அவ்வப்போது அவள் இப்படிப் பெரிய மனுஷத் தனத்துடன் சிரிக்கும்போது மங்கது குழம்பிப் போய்விடுவான்.

“என்ன பாத்தே?”

“மிஸ் ஜோசுவாவோட தபால்பெட்டியை. நீ பாத்ததே இல்லையா?”

மங்கது இல்லையென்பது போலத் தலையாட்டினான்.

“அது எப்பவுமே தெறந்துதான் கெடக்கும்னு உனக்குத் தெரியுமில்ல..?”

“தெரியும். சரி. நீயென்ன சொல்ல வர்றே..?”

“ஒருநாள் நாங்க அதுக்குள்ள எட்டிப் பாத்தோம். மொதல்ல குட்டி. அப்பறம் நான்.”

“அப்பிடியெல்லாம் செய்யக்கூடாது நீ...” மங்கது வாய் வழியாக மூச்சுவிடச் சமையலறையின் அமைதியினூடே அது சீழ்க்கையொலி போலக் கேட்டது.

“ஆனா அதுக்குள்ள ஒண்ணுமே இல்ல... ஒரு கடுதாசி கூட இல்ல...”

“அந்தம்மா பாவம்... அவளுக்கு யாரு கடுதாசி எழுதுவாங்க.”

கடிதம் கிட்டுவது என்பது பெரும் பாக்கியம் என்பது போலவும் அது அந்த அம்மாவுக்குக் கிடைக்காமல் வஞ்சிக்கப் பட்டுவிட்டது போலவும் மங்கதுவின் குரலில் இனம்புரியாத வருத்தம் இருந்தது.

ஆனால் திடீரென்று வெளுத்துப்போன காயாவின் முகத்தைப் பார்த்த அவளுக்குச் சொல்ல வந்த விஷயம் அதுவல்ல என்ற எண்ணமேற்பட்டது. ஏற்கனவே வெளுத் திருந்ததுதான் என்றாலும் அந்தவொரு கணத்தில் அதுவொரு நோயின் அறிகுறியைப் போலத் துலங்கி எழுந்தது.

“அப்பறம் என்னாச்சு காயா?” குழப்பத்துடன் அவளைப் பார்த்துக் கேட்டான் மங்கது.

“அதுக்கப்பறம் நான் ஜன்னல் கம்பி மேல ஏறினேன். குட்டி கீழே நின்னுட்டிருந்தான்...” காயாவின் பார்வை மங்கதுவிடமிருந்து விலகிச் சமையலறைக் கதவின் மீது நிலைத்தது. ஏதோவொரு கனவின் ஒவ்வொரு கணத்தையும் நினைவுபடுத்திச் சொல்வதுபோல இருந்தது. “அப்பறம் நான் ஜன்னல் கம்பி மேல ஏறி தபால்பெட்டியோட ரெண்டு

கதவையும் திறந்தேன். உள்ளே எட்டிப் பாத்தேன். உள்ளே வெறும் குப்பைதான் இருந்தது. பறவைகளோட காஞ்சு போன எச்சம். வெள்ளையா புள்ளிப் புள்ளியா. அப்பறம் நெறைய புழுதியும் மண்ணுந்தான் இருந்துச்சு. பெட்டிய நான் திரும்பவும் மூடறபோதுதான் யாரோ என்னைப் பாத்துட்டு இருக்காங்கன்னு தோணிச்சு. யாரோ தபால்பெட்டிக்குப் பின்னாடி இருந்து என்னையே உத்துப் பாத்துட்டு இருக்கற மாதிரி . . .”

மங்கது சற்று நேரம் காயாவை உற்றுப் பார்த்துவிட்டுப் பிறகு மெதுவாக முனகியவாறே பலகையிலிருந்து எழுந்து நின்றான். பாத்திர அலமாரியிலிருந்து சுடுதவலையை எடுத்துத் தண்ணீர் நிரப்பி அடுப்பின் மீது ஏற்றினான்.

“உனக்கு நல்லா நெனவு இருக்கா?” என்று மறுபடியும் கேட்டான் மங்கது. சுவரையொட்டிப் பொம்மைபோல உட்கார்ந்திருந்த அவளைப் பார்த்தான். அவன் காயாவின் வார்த்தைகளைச் சந்தேகிக்கவில்லை. அவன் ஒருபோதும் காயா சொல்லுவதைச் சந்தேகிப்பதுமில்லை, நம்புவதுமில்லை. அவன் வெகுகாலமாக மலையில் வசித்து வருபவன். அவனுக்குத் தனது சந்தேகத்தின்மீது நம்பிக்கையிருப்பதுமில்லை. அடுத்தவர்களது நம்பிக்கையின் மீது சந்தேகமும் இருப்பதில்லை. மங்கதுவைப் பொறுத்தமட்டிலும் ஒவ்வொரு சம்பவமும் ஒரு ஜடப்பொருள் போல. அது நிகழ்வதில்லை. மாறாக வெறுமனே இருக்கிறது. எப்போதுமே இருந்துகொண்டிருக்கிறது. இருப்பிற்கும் இன்மைக்கும் இடையில் எப்போதைக்குமாகத் திடமாக நின்றுகொண்டிருக்கிறது. அது சாத்தியமானதுமல்ல. சாத்தியமற்றதுமல்ல. ஆனால் தவிர்க்க முடியாதது. அதை இல்லாமல் ஆக்கவும் முடியாது. அதைத் தவிர்க்கவும் முடியாது. ஆகவே அவன் எப்போதுமே காயாவிடம் இது நிஜந்தானா அல்லது அவளாக யோசித்ததா என்று கேட்கமாட்டான். அவனைப் பொறுத்தவரை எந்தவொன்றும் சிந்திக்கத்தக்கதாக இருக்க வேண்டும். உண்மையாக இருக்க வேண்டும். முறையானதாக இருக்க வேண்டும். அது சந்தேகத்திற்கு அப்பாற்பட்டதாக நம்பிக்கையையும் கடந்ததாக இருக்க வேண்டும்.

“காயா! உன்னை யாராச்சும் பாத்துட்டிருந்தாங்கங்கறது நிஜந்தானா?” அவன் மறுபடியும் கேட்டான்.

“ஆமா மங்கது. சத்தியமா. ஒரு கண் என்னையே உத்துப் பாத்துட்டிருந்ததைப் பாத்தேன். உடனே நான் பெட்டியோட கதவை மூடிட்டேன். ஆனாலும் அது என்னை உத்துப் பாத்துட்டேதான் இருந்துச்சு.” தூக்கத்தில் நடந்து

கொண்டிருக்கும்போது இருட்டையும் காற்றையும் தவிர வேறெதுவும் எதிரில் இல்லாத மொட்டைமாடியின் விளிம்பிற்கு வந்து நின்றுவிட்டது போல அவள் கண்மூடியிருந்தாள்.

காற்றும் இருளும் மட்டுமே இருக்கிறது. பகவானே அப்போதெல்லாம் எத்தனை காற்று வீசும்? அப்பா தில்லிக்குப் போய்விடுவார். அம்மாவும் பெருத்துக் கொண்டேயிருப்பாள். நான் வீட்டின் நாலாப்பக்கமும் சுற்றிக்கொண்டிருப்பேன். பிறகு ஒரு நாள் மிஸ் ஜோசுவா வின் தபால்பெட்டியைத் திறந்தேன். வாசற்கதவைப் பிடித்தபடி குட்டி கீழே நின்றிருந்தான். எதையாவது பார்க்க முடிந்ததா? ஆமாம். பறவைகளின் வெள்ளை நிறத்தில் காய்ந்துபோன எச்சங்களையும் குப்பைகளையும் பார்க்க முடிந்தது. அந்தக் குப்பைகளுக்கிடையில் என்னையே உற்றுப் பார்த்தபடியிருந்த ஒரு கண். ஒரே ஒரு கண். நாள்முழுக்க தபால்பெட்டியில் ஒட்டிக்கொண்டு வெளிஉலகத்தை ஒற்றறிவது போல ஒரு கண். உனக்கு நம்பிக்கையில்லையா மங்கது? நான் உளறுகிறேன் என்று நீ நினைக்கிறாய். ஆனால் அது இப்போதும் அங்கே இருக்கிறது. உனக்கு நம்பிக்கையில்லாவிட்டால் கீழே சென்று வாசற்கதவைத் திறந்து கதவில் தொங்கவிடப் பட்டிருக்கும் தபால்பெட்டியைப் பார். அந்தத் தபால் பெட்டியின் கதவு ராத்திரி முழுக்கத் திறந்தேதான் கிடக்கிறது. அந்தக் கண் இப்போதும் அங்கேயேதான் இருக்கும். தூசு தும்புகளுக்கு நடுவே மூப்படைந்தபடி வெண்மையாகப் பளிச்சென்று அந்தக் கண் விழித்த படியேதான் இருக்கும். அது இப்போதும் அங்கேயேதான் இருக்கும். எப்போதுமே அங்கேதான் இருந்துகொண் டிருக்கிறது.

“யாரு காயா?” மங்கதுவின் குரல் எங்கோ தூரத்திலிருந்து ஒலிப்பது போலிருந்தது. “யாரு?”

தவலையில் தண்ணீர் கொதிக்கத் தொடங்கியது. மேலெழுந்த நீராவிக்குப் பின்னே மங்கதுவின் உருவம் நெளிவது போல இருந்தது. காயாவுக்குத் திடீரென்று தான் தன்னுடைய அறையில் இல்லாது வீட்டின் கடைக்கோட்டில் உட்கார்ந் திருப்பது நினைவுக்கு வந்தது. அடுப்புப்புகை வெளியேறு வதற்காக மங்கது ஜன்னலைத் திறந்துவைத்தான். நேரெதிரில் ஜாகு மலை தெரிந்தது. அதன்மீது அக்டோபர் மாதத்தின் குளிர்ந்த நீலவானத்தில் மங்கலான நட்சத்திரங்கள் கண் சிமிட்டிக் கொண்டிருந்தன. லேசான காற்றில் குபானிமரம்

சரசரத்தது. அந்தக் காற்றைப் பற்றிக்கொண்டு இன்னொரு மரம் ஆடிற்று. கொஞ்ச நேரத்துக்கெல்லாம் காடு மொத்தமும் இருளில் சுவாசித்து நிற்பது போலிருந்தது.

மங்கது தவலையை அடுப்பிலிருந்து இறக்கி கொதிக்கும் வெந்நீரைப் பிளாஸ்டிக் பாட்டில்களில் ஊற்றினான். பாட்டிலின் கழுத்துவரை நீரை நிரப்பி மூடியைப் போட்டு மூடினான். கைக்குழந்தையை ஆட்டித் தூங்கச் செய்யும் தொட்டில்போலத் துணியால் சுற்றினான்.

“நீ தனியா போயிருவியா? கூட நான் வரட்டுமா?”

காயா பாட்டிலை மார்போடு அணைத்தபடி நின்றிருந்தாள். அவள் எதுவும் தீர்மானிக்கும் முன்பே மங்கது சமையலறையின் உள்கதவைத் திறந்துவைத்தான். அதற்குள் காயா சமையலறையிலிருந்து வெளியே வந்து, புகைப்போக்கி வழியாக உள்ளே வந்த புகை பரவியிருந்த கூடத்தை அடைந்தாள். வீட்டில் யாரும் அதிகமும் புழங்காத அந்த அறை வறண்ட பாலைவனம் போல வெறிச்சோடிக் கிடந்தது. அங்கே மின் விளக்கைப் போடுவதும் கிடையாது, யாரும் வந்து உட்காருவதும் கிடையாது. அப்பா போனதுமே அது வெறுமையடைந்து போகிறது. சோபாவையும் நாற்காலிகளையும் போர்த்தி வைத்துவிடுகிறார்கள். கணப்பு உபயோகிக்கப்படுவதில்லை. தரைவிரிப்புச் சுருட்டி மூலையில் வைக்கப்பட்டுவிட்டது. தரையில் ஒரு சாதாரண நீலநிற விரிப்பு விரிக்கப்பட்டுள்ளது. காற்றில் எழும்பி ஆடும்போது அது விரிப்பைப் போலன்றி நீலக் கடல்போலத் தெரிகிறது. குட்டி அதனுள் நீந்துவது போல விளையாடுகிறான். காற்றடிக்கும் வரையிலோ அல்லது மிஸ் ஜோசுவா குச்சியை எடுத்துக்கொண்டுவந்து “நிறுத்துடாப்பா . . . உன்னோட பூகம்பத்தைக் கொஞ்சம் நிறுத்து” என்று கத்தும்வரையிலோ அவன் நீந்தி விளையாடுகிறான். அவள் கீழே நின்றபடியே கத்துவாள். அவளுடைய வெள்ளை முடிக்கற்றைகள் தொப்பிக்கு வெளியே அலைந்திருக்க அவள் பாலைவனத்தின் தேவதையைப் போல நின்றிருப்பாள். வெள்ளை முடி காற்றில் அலைந்திருக்க குச்சியைச் சுழற்றியபடி அச்சுஅசலாக அவள் ஒரு தேவதைப் போலத்தான் தெரிவாள். “மேல என்ன செய்யறீங்க?” என்று அரைகுறையாகக் கீச்சிட்டுக் கத்துவாள். குட்டி பயந்தபடியே ஜன்னலுக்குக் கீழே பதுங்கியபடி “மிஸ் ஜோசுவா, நா நீந்திட்டு இருக்கேன்” என்பான். அவன் எப்போதுமே உண்மைதான் சொல்லுவான். “நான் விரிப்பு மேல நீந்திட்டிருக்கேன்.” உருட்டும் கண்களுடன் மிஸ் ஜோசுவா குட்டியைப் பார்ப்பாள். “நீந்தறியா. அறைக்குள்ளேயா? அங்க என்ன நீச்சல் குளமா வெட்டி வெச்சுருக்கு?”

"இல்ல மிஸ் ஜோசுவா." குட்டியின் சொற்கள் தொண்டைக்குள் சிக்கிக்கொள்ளும். "தரைவிரிப்புக் காத்துல ஆடுதா . . . அதுமேல நான் நீந்தினேன்" என்பான். மிஸ் ஜோசுவா தலையைப் பிடித்துக்கொண்டு முற்றத்திலேயே உட்கார்ந்துவிடுவாள். மெல்ல முனங்கிக்கொண்டிருப்பாள். குட்டி அவள் முனகுவதை அப்பாவியைப் போலப் பார்த்துக்கொண்டிருப்பான். தரை விரிப்புக்கும் நீலக்கடலுக்கும் அவளுடைய முனகல்களுக்கும் என்ன சம்பந்தம் என்றோ, அவற்றை ஒன்றோடு ஒன்று எவ்வாறு தொடர்புபடுத்துவது என்றோ அவனுக்குப் புரிவதில்லை.

சமையலறையை ஒழித்துவிட்டு வெளியே வந்த மங்கது சூடான பாட்டிலை மார்பில் அணைத்தபடி கூடத்தின் நடுவில் காயா நின்றிருப்பதைக் கண்டான்.

"காயா நீ இங்கியா இருக்கே? நா அங்க உன்னைக் காணோம்னு பாத்துட்டிருந்தேன்." கோபத்துடன் சொன்னான்.

அவள் அப்படியே விழித்திருந்தாள். தினமும் இரவில் பெரிய அறையைக் கடந்து வந்து அங்கே நின்றுவிடுகிறாள். கடந்த வருடங்களின் அனைத்துக் கொந்தளிப்புகளும் அந்த ஒரு கணத்தில் திரும்ப வந்தன. இருண்ட மூலையில் நின்ற பிரேதம் முன்னகர்ந்து வந்து அவளை வழிமறித்தது. அவள் பலமுறை கேட்டுச் சலித்த அதே விஷயத்தை அவள் காதில் குசுகுசுத்தது.

அவள் அவற்றைக் கடந்து வருகிறாள். கதவுக்குக் கீழே வெளிச்சக் கீற்றுத் தென்படுகிற அறைக்கு இடது பக்கமாய்த் திரும்புகிறாள். கதவைத் தட்டுகிறாள். பிறகு இடைவெளியில் நுழைந்து உள்ளே செல்கிறாள்.

கண்கள் எப்போதும் படுக்கையிலேயே நிலைத்துவிடுகின்றன. மேசை விளக்கின் ஒளியில் அம்மாவின் தலையணை. அதில் சாய்ந்திருக்கும் அவளது தலை. சுவரின் மீது அவளை விட அசலானதாகவும் உண்மையானதாகவும் தென்படக்கூடிய அவளது நிழல்.

"வந்திட்டயா?" தலையணையிலிருந்த அம்மாவின் தலை திரும்பியது. காயாவின் பக்கமாய் நிமிர்ந்தது. "இன்னிக்கு என்ன ரொம்ப நேரமாயிருச்சு?"

குரலில் எந்தவித புகாரும் இல்லை. கோபமும் இல்லை. கூடுதலோ குறைவோ இல்லாத அவளது கிடப்பின் அளவுக்கு மட்டுமேயான, ஒரு களைப்பு மட்டுமே தொனித்தது. அந்தப் படுக்கையே களைப்பாக உருமாறியது போல இருந்தது. அதன்

பக்கமாய்க் காயா சாய்ந்து நின்றதும் இரண்டு கைகள் நீண்டு தண்ணீர் பாட்டிலை வாங்கிக்கொண்டன. உடல் இரண்டாக மடிந்துகொள்ள முகம் நிமிர்ந்தது. தளர்ந்த புன்னகை வெளிச்சத்தில் பளிச்சிட்டது. "கால்பக்கமாய் வையேன். அங்க ரொம்ப சில்லுன்னு இருக்கு" என்றாள். காயா வெந்நீர் பாட்டிலை அவளது காலடியில் வைத்தாள். அப்போது அம்மாவின் கால்கள் எத்தனை சின்னதாக உள்ளன என்ற ஒரு விநோதமான உணர்வு ஏற்பட்டது. அவளுடையதைவிடவும் சிறிய கால்கள். குளிரில் நடுக்கத்துடன் ஒன்றுடன் ஒன்று பின்னியிருந்த அவற்றுக்கு இடையில் அந்தச் சிவப்பு வெந்நீர் பாட்டில் ஆறுதலாக அமைந்தது. பாதங்களில் குளிரை விரட்டும் ஒரு இதமான வெதுவெதுப்பான தீபம்போன்று அது கிடந்தது. காயாவுக்குத் தன்னுடைய அறைக்குத் திரும்புவதற்குப் பதிலாக அங்கேயே அந்தப் பாதங்களுக்கு நடுவிலேயே ரஜாயின் வெதுவெதுப்புக்குள் இருந்துவிட வேண்டும் என்ற விசித்திரமான எண்ணம் தோன்றியது. ஆனால் அவள் அப்படியே நின்றுகொண்டிருந்தாள். கைகள் பாட்டிலிலிருந்து விலகிக் கொண்டன. அவள் மீண்டும் நடுநடுங்கும் குளிருக்குத் திரும்பியிருந்தாள். அம்மாவின் குரலும்கூட அதனிடையில் அடையாளம் தெரியாது போகும். யாரோ ஒருவர் இருட்டில் அவளுடைய அறைச்சுவரைத் தட்டிக்கொண்டிருப்பது போலிருந்தது.

"குட்டி தூங்கிட்டானா?" அம்மா கேட்டாள்.

"ம். தூங்கிட்டான். நான் சமையல்கட்டுல இருந்தேன்."

"தனியா படுத்திருக்கான். பயமா இருக்காதா?" அம்மா நடுக்கத்துடன் கேட்டாள். அம்மாவுக்குத் தன்னுடைய பயத்தை எண்ணி வெட்கமாயிருந்தது. சின்னச்சின்ன விஷயத்துக்கெல்லாம் பயப்படுவாள். நாய்களிடம் பயம். லாமா சிப்பிகளிடத்தில் பயம். துணி விற்கும் சீனி பாபாவிடம் பயம். அவளுடைய அறைக் கதவு தட்டப்பட்டு யாரையாவது திடீரென்று பார்க்க நேரும்போது அவள் முகம் பயத்தில் வெளுத்துப்போய்விடும்

"இப்ப அவன் எந்திரிக்க மாட்டான்" என்றாள் காயா. அம்மாவுக்கு ஆறுதல் சொல்லும்போதெல்லாம் தான் அம்மாவை ஏமாற்றுகிறோம் என்பதுபோன்ற ஒரு கவலை ஏற்படும். அவளிடம் சொல்லும் சிறு பொய்யையும்கூட உண்மையென்றே நம்பிவிடுவாள். ஆதலால் சின்னதாக அவள் சொல்கிற பொய்கூட வாயில் அற்பத்தனமான சுவையை உண்டாக்கி விடுகிறது.

சிவப்புத் தகரக் கூரை

"தபால் எதுவும் வரலையா?"

"என்ன தபால்?"

"அதான்..." அவள் சற்றே தயங்கியபின்றாள். "உங்க அத்தைகிட்ட இருந்து ரொம்ப நாளாத் தகவலே இல்லையே..?"

"அவங்க இங்க வர்றதாச் சொல்லிருக்காங்களா?" காயாவின் மனம் படபடத்தது.

"இங்கயா?" அம்மா குதூகலத்துடன் அவளைப் பார்த்தாள். "நீ எதுவும் கேள்விப்பட்டியா?" அவள் காயா சொன்னதை அப்படியே நம்ப விரும்பினாள்.

காயா ஆமோதித்தவளாய்த் தலையை ஆட்டினாள். சுவரில் காயாவின் நிழல் ஆடியது. அதன் பிறகு அம்மா தனக்குள் ஆழ்ந்துபோனாள்.

"ஏம்மா..."

அம்மா கண்களைத் திருப்பினாள். "என்ன காயா?"

"அத்தை வரும்போது லாமாவும் வருவா இல்லே..?"

அம்மா தலையாட்டினாள். கம்பளிப் போர்வைக்குள் ளிருந்து கையை வெளியே எடுத்துக் காயாவின் கையைத் தொட்டாள். பிறகு நடுங்கிக்கொண்டே மீண்டும் கையை உள்ளுக்குள் இழுத்துக்கொண்டாள்.

"உனக்கு ரொம்ப குளுருதா?"

காயா சத்தமில்லாமல் உட்கார்ந்திருந்தாள். அம்மா கைநீட்டித் தொட்டதோ, அவளுடைய குரலோ எதுவுமே அவளுக்கு உறைக்கவில்லை. லாமா மீரட்டில் இருப்பாள் என்று எண்ணினாள். மீரட் இங்கிருந்து எவ்வளவு கீழே கல்காவுக்கும் அப்பால் நிலமட்டத்தில் இருக்கிறது. சமதளத்தில் இருக்கிற ஊரில் பெரிய மைதானம் இருக்கும். அன்னாடேல் மைதானத்தைப் போல அகன்ற மைதானம். அங்கே ஒன்றன் பின் ஒன்றாகக் கடலோரம்வரைக்கும் அடுத்தடுத்து ஊர்கள். ஒருநாள் ஜாகு மலையின் மேலே ஏறவேண்டும் என்று வெகு நாட்களுக்கு முன்பிருந்தே அவள் நினைத்துக்கொண் டிருக்கிறாள். நகரத்திலிருக்கும் மிக உயரமான மலைச்சிகரம் அதுதான். அங்கே உள்ள அனுமான் கோயிலில் நின்றுகொண்டு ஊரைப் பார்க்க வேண்டும். பருவநிலை நன்றாக அமைந்து மேகங்கள் இல்லாதிருந்தால், புழுதியில்லாதிருந்தால், மீரட்டை கூட அங்கிருந்து பார்க்க முடியும். லாமாவின் வீட்டையும் கூடப் பார்க்க முடியும். அவள் கைகளை ஆட்டி லாமாவை

அழைப்பாள். இத்தனை உயரத்திலிருந்து கூப்பிடுவது லாமாவுக்குக் கேட்குமா என்ன? கேட்குமாயிருக்கும். மலையிலிருந்து குரலெழுப்பினால் அது வெகு தொலைவுவரை கேட்கும் என்று மங்கது சொல்லியிருக்கிறான். அவனுடைய கிராமத்தில் யாரையாவது ஒருவர் கூப்பிட வேண்டுமானால் அப்படிக் கூப்பிட முடியும். அங்கே நிசப்தமாக இருக்கும். யாரையாவது கூப்பிடும் ஓசை காதில் விழும்படியான ஆழ்ந்த நிசப்தம் இருக்கும்.

நிசப்தம் இங்கேயும்தான் இருக்கிறது. இந்த அறையிலும் தான் இருக்கிறது. ஆனால் அம்மா யாரையும் அழைப்பதில்லை. அப்படியே அவள் அழைத்தாலும் யாருக்கும் காதில் விழுவதில்லை. அவள் எப்போதும் யாரையும் கூப்பிட மாட்டாள் என்று எங்களை நாங்களே சந்தோஷமாக ஏய்த்துக் கொண்டிருக்கிறோம்.

“காயா நீ போம்மா” அம்மா மெல்லச் சொன்னாள். “மணி என்ன இருக்கும் இப்ப?”

கூடாது. இப்போது கூடாது. இந்தச் சமயத்தில் கூடாது. அவள் தனக்குள்ளாகவே திரும்பத் திரும்பச் சொன்னாள். நீண்ட இரவுகளைக் கொண்ட குளிர் பருவத்தின் நாள் அது. மேசை விளக்கின் ஒளி அம்மாவின் திரும்பியிருக்கும் முகத்தில் நேராக விழுகிறது. மிகவும் வெளுத்துத் தெரிகிறாள். அவளுடைய தலைமயிர் தலையணைக்கு அடியில் புதைந்திருந்தது. அவள் அவ்வப்போது கண்களைத் திறந்து காயா இன்னும் உட்கார்ந்திருக்கிறாளா போய்விட்டாளா என்று பார்க்கிறாள். காயாவைப் போகச் சொல்லி அவள் அடிக்கடி சொல்லத்தான் செய்கிறாள். ஆனால் கண்களைத் திறந்து பார்க்கும்போது காயா அங்கேயே உட்கார்ந்திருப்பதைப் பார்த்ததும், அவள் அங்கே உட்கார்ந்திருக்கும் வரையிலும் அச்சுறுத்தும் எந்தவொன்றும் அவளை அண்டாது விலகிப் போய்விடும் என்பது போல அவள் மிகவும் ஆசுவாசம் கொள்கிறாள்.

அதன்பிறகு தன்னுடைய சுயநலத்தை நினைத்து அவள் வெட்கமடைந்தாள். பக்கத்தில் உட்கார்ந்திருந்த காயா வெறுத்துப் போய்விடக்கூடாது என்பதற்காக ஏதாவது அவளிடம் பேச விரும்பினாள். அவள் மிகவும் சிரமப்பட்டுப் புன்னகைத்தாள். “காயா . . . லாமாவுக்குக் கல்யாணம் ஆயிருச்சுன்னு உனக்குத் தெரியும். அவ இப்ப ரொம்ப நல்லாயிருக்கா. இப்பக் குடும்பம் மொத்தத்தையும் அவ ஒருத்தியேதான் சமாளிக்கறா . . .” என்றாள் புன்னகைத்தபடியே. காயா அவளது உதடுகள் அசைவதைப் பார்த்தாள். “நல்லா இருக்கா” என்ற சொற்கள் நம்பும்படியாக

இல்லாததுபோல் வெளிவந்தன. அம்மா முதன்முறையாகப் பொய் சொல்கிறாள் எனப்பட்டது. ஒருவேளை அம்மா சொன்னது உண்மையாகவே இருந்தாலும்கூட அம்மா அனுபவித்திருந்த கொடூரமான, பயங்கரமான, கருணையே இல்லாத வெளியுலகத்தில் லாமாவைப் போன்ற ஒருத்திக்கு அவள் தன்னையே புதைத்துக்கொண்டுவிடும் சுற்றுச்சுவர்கூடச் சந்தோஷமான வாழ்வின் அறிகுறிதான்.

அம்மா எப்போதும் லாமாவைப் பற்றிய அவநம்பிக்கை யுடனே இருந்தாள். இந்தப் பெண்ணுக்கு எதைப் பற்றியும் கவலையே கிடையாது என்று எண்ணினாள். மேகத்தைக் கிழித்து அதற்கு ஒட்டுப் போடவும்கூட இவளால் முடியும் என்று நினைத்தாள். "எந்தப் பையன் கிடைச்சாலும் சரி, இவளக் கட்டிக் குடுத்துரு. அப்பறமா நீ வருத்தப்படுவே" என்று அம்மா தனக்குள் இருக்கும் பயத்தைக் கொண்டு அத்தையைப் பயமுறுத்துவாள். "பசங்க எங்க இருக்காங்க?" என்று அத்தை சலித்துக்கொள்வாள். இவர்கள் பேசுவதைக் கேட்டுக்கொண்டிருக்கும் காயாவுக்குக் குழப்பமாயிருக்கும். தெருவில் விளையாடிக்கொண்டும் பள்ளிக்கூடத்துக்குப் போய்க் கொண்டும் எத்தனை பையன்களைத் தினம்தினம் பார்க்க முடிகிறது. அத்தைக்கு ஒரு பையன் கூடவா கிடைக்கவில்லை?

காயா அம்மாவைப் பார்த்துவிட்டுக் கையை எடுத்துக் கொண்டாள். உள்ளுக்குள்ளிருந்து சினம் படமெடுத்தது. உள்ளேதான் எத்தனை கோபம்? அம்மா சண்டை போடாமல் இருந்திருந்தால் லாமா இப்போதும் இந்த வீட்டிலேயே இருந் திருப்பாள். இப்போது இருட்டில் விசிலடிப்பதுபோல ஒலியெழுப்பிக்கொண்டிருக்கும் அந்த அறையிலேயே இருந் திருப்பாள். அவள் போய்விட்டாள். ஒருநாள் கதவு திறந்தது. எதுவுமே இல்லாது போனது.

ஆனால் ரயில் தண்டவாளங்களுக்குப் பின்னால் லாமா இப்போதும் இருக்கிறாள். புதர்களுக்கு மத்தியிலிருந்து மதியப்பொழுது எழுகிறது. மதிய வெளிச்சத்தில் மங்கலான வறண்ட மலைகள் தலைகுனிந்துள்ளன. பசிய தாவரங் களின் இலைகள் மினுக்கின்றன. அவைகளுக்குப் பின்னால் நான் போகிறேன். தாவரங்கள் சரசரத்திருக்க அவளைத் தேடிச்செல்கிறேன். அவ்வப்போது அவளுடைய கால்கள் தென்படுகின்றன. அவள் தனது சல்வாரை கணுக்கால் வரை உயர்த்தி உடுத்தியிருக்கிறாள். துப்பட்டாவை உடல் முழுக்க சுற்றியிருக்கிறாள். தோள்பட்டை வரையிலும் அசைந்தாடும்படி தலைமுடியை அவிழ்த்துப் போட்டிருக்

கிறாள். புதர்களிலிருந்து வெளியே வந்து தண்டவாளத்தின் மீது நடக்கத் தொடங்குகிறாள். இரும்புத் தண்டவாளங்கள் இரண்டும் வெயிலில் மின்னுகின்றன. நடுவில் சுரங்கப்பாதை வரும்போது நாங்கள் தண்டவாளங்களிலிருந்து இறங்கி மேலே ஏறிக்கொள்வோம். சுரங்கப் பாதையின் மீது வெயிலில் காய்ந்து அசையும் புற்கள். மேலே எழுகிற ஒரு உள்ளங்கையைப் போல சிறு குன்று மலைகளின் முதுகுப்புறமாய் எழுகிறது. அதற்குக் கீழாகச் சுரங்கத்தின் அடர்ந்த இருட்டு.

அந்தச் சிறு குன்றில் ஏறுவது மிகவும் கடினம். லாமா முதலில் அதன்மீது ஏறிக்கொண்டு கைநீட்டி என்னை மேலே இழுத்து ஏற்றிவிடுவாள். அப்போது ஒருகணம் நான் அவள் மடியில் புதைந்துவிடுவதுபோல இருக்கும். ஆனால் ஒரு நொடிக்குள்ளாக நான் மேலே ஏறியிருப்பேன். பிறகு கீழே வரும்போது இரண்டு பக்கங்களிலும் காய்ந்த புற்களின் நடுவிலிருந்து அவளுடைய கண்கள் என்னைப் பார்த்துக்கொண்டிருப்பது போலத் தோன்றும். ஆனால் மேலே மலைகள் மட்டுமே உள்ளன. கீழே தண்டவாளங்கள். காய்ந்த புல்மேட்டில் காதுவைத்துக் கேட்கும்போது கீழே சுரங்கத்துக்குள் வீசும் காற்றின் ஓசை கேட்கிறது. பிறகு நாங்கள் ரயில் வண்டி வருமென்று எதிர்பார்த்த படியே படுத்திருந்தோம். பிறகு ஒருநாள் இதேபோல நாங்கள் படுத்திருந்தபோது அவள் என் கைகளைப் பற்றியிருந்தாள். கத்திக் கத்தி என்னவோ என்னிடம் சொன்னாள். ஆனால் எதுவுமே என் காதில் விழவில்லை. ஏனெனில் கீழே தடதடத்தோடும் ரயில்பெட்டிகளின் சத்தம். அப்போது அவள் என்னிடம் ஏதோ ஒரு முக்கிய மான விஷயத்தையே சொல்ல விரும்பியிருக்கிறாள் என்றும் இன்றுவரை அதை அவள் என்னிடம் சொல்லவே யில்லை என்றும் எனக்குத் தோன்றியது. ஆனால் அவளுடைய குரல் ரயில்பெட்டிகளின் சத்தத்தினூடேயே தொலைந்து போயிற்று. சுரங்கத்தைக் கடந்து ரயில் போன பிறகு மலைகளுக்கான அடர்த்தியான நிசப்தம் மறுபடியும் வந்திருந்தது. லாமா, நீயென்னவோ சொல்லிட்டிருந்தியே? ஒண்ணுமில்லையே என்றாள் அவள். நீயெதுவும் கேக்கலையா? அவள் சிரிக்கத் தொடங்கினாள். நான் ஒண்ணுமே சொல்லலையே?

லாமாவின் சிரிப்பின் நடுவிலேயே தான் ஆடித் திரிகிறோம் என்று அப்போதுதான் காயாவுக்குத் தோன்றியது. அம்மாவின் உடம்புச் சூடு, வெந்நீர் பாட்டிலிலிருந்த சூட்டை

விடக் கூடிப்போயிருந்தது. யாருமற்ற இருண்ட ரயில்சுரங்கத்தினுள் அம்மாவின் மூச்சுக்காற்று மட்டுமே இருந்தது. அம்மாவின் முகத்தைக் கையில் அணைத்தபடி இருக்கும் காயாவுக்கு மங்கதுவின் அழைப்பொலி மீண்டும் கேட்கிறது. வெகு தொலைவிலிருந்து, அவளைக் கீழே விழச்செய்யும்படியாக லாமா எழுப்பும் சத்தத்திலிருந்து அவளைப் பற்றியிழுத்துப் பிரிக்கும்படியாக வரும் அழைப்பு அது.

"காயா போய் உன்னோட படுக்கையில படுத்துக்க . . ." அவள் மெதுவாகக் கடிந்துகொள்கிறாள். "ராத்திரி முழுக்க இப்படியே அம்மாகிட்டயே உக்காந்திருக்கப் போறியா?" காயா எழுந்து நிற்கிறாள். நாற்காலியிலிருந்து எழுந்து எப்போதாவது அவள் அம்மாவுடன் அவளது தலையணையில் தலைவைத்துப் படுத்திருக்கிறாளா என்று யோசித்தாள். அவளுக்கு அப்படியொரு சந்தர்ப்பமே நினைவுக்கு வரவில்லை. தூக்கத்தின் கரடுமுரடான மலையிலிருந்து மறுபடியும் சுமுகமான பூமிக்கு இறங்கி வந்தாள். மங்கதுவின் கையைப் பிடித்துக் கொண்டு நடக்கத் தொடங்கினாள். மீண்டும் கூடத்தையும் முற்றத்தையும் கடந்து வீட்டின் இன்னொரு கடைசிக்கு வந்து சேர்ந்தாள். அங்கே அவளது அறையில் யாருமற்ற குளிர்ந்த படுக்கை மஞ்சள் நிலவொளியில் பளிச்சிட்டுக் கிடந்தது. குட்டி சோம்பல் முறித்தான். ஒருமுறை கண்களைத் திறந்து பார்த்தான். நான் எங்க இருக்கறேன்? காயா எங்க இருக்கறா? ஆனால் குளிர் காலத் தூக்கத்தில் இப்படித் திடுக்கென்று எழுவதும்கூட ஒரு கனவாகிவிடுகிறது. கனவுகூட இல்லை. ஒரு சிறிய இடைவெளி அல்லது தடை மட்டுமே. தூக்கம் அதை ஒரு பாய்ச்சலில் தாண்டிப் போக அவன் மீண்டும் தூங்கத் தொடங்குகிறான்.

ஆனால் காயாவுக்குத் தூக்கம் போய்விட்டது. நாள் முழுக்க இருந்த தனிமையும் கோபமும் வெறுப்பும் சலிப்பும் ஒன்றுடன் ஒன்று கலந்து பிசையப்பட்டு ஒரு இருள் பந்தாக உள்ளுக்குள் அடைத்துக்கொண்டிருக்கிறது. கண்ணீரால் கரைத்து வெளியே தள்ளிவிடுமளவுக்கு அந்த இருள் பந்து கரையக்கூடியதாகவோ மென்மையானதாகவோ இல்லை. அவளருகில் வந்தமர்ந்து புத்திசாலித்தனமும் தன்மையுமான ஒரு ஆறுதலாக மாறிவிடும்படியாக உருவம் கொண்டதாகவும் இல்லை. படுக்கையில் பரவிக்கிடக்கும் நிலவொளியைப் போல அந்த இருள்பந்து உள்ளுக்குள் பரவிக்கிடக்கிறது. மங்கது கம்பளியைப் போர்த்திவிட்டு நகரும்போது கடைசியாக ஒருமுறை அவனது மேல்கோட்டின் நுனியைப் பிடித்துக் கொள்கிறாள் காயா. இரு. இப்பப் போகாதே. இப்ப வேண்டாம்

என்கிறாள். இரண்டு படுக்கைகளுக்கும் நடுவில் அடர்ந்த நிலவொளியில் மங்கது நிற்கிறான். மேல்கோட்டின் நுனிக்கும் அதைப் பற்றியிழுக்கும் காயாவின் கைக்கும் இடையில் மங்கதுவின் முதிர்ந்த எலும்புகள் நடுங்கத் தொடங்கியிருந்தன. என்ன பொண்ணு நீ? ஏதாச்சும் பயமா இருக்கா? எங்க? என்ன? எங்கயும் ஒண்ணுமில்ல. அவன் மெல்லக் கண்டிப்புடன் சொல்கிறான். காயாவை அவ்வாறு சமாதானப்படுத்தி நிற்பது மங்கது இல்லை. பழம் கந்தல்களில் புதைந்திருக்கும் அவனது ஆத்மாதான் இப்படிக் கண்டிப்புடன் பேசுகிறது என்று பட்டது காயாவுக்கு. "காயா. இங்க பாரு. ஒரு பயமும் இல்ல. எங்கயும் எதுவும் இல்ல..." அவன் இந்த ஒரு வாக்கியத்தையே மந்திரம் போலத் திரும்பத் திரும்பச் சொல்லத் தொடங்கியிருந்தான். அப்படி அவன் சொல்வது காயாவுக்காக இல்லாதது போலவும் அவன் தனக்காகவே அவ்வாறு பிரார்த்தித்துக்கொண்டிருப்பது போலவும் இருந்தது. அவனுடைய மந்திரம்போன்ற மயக்கம் நிறைந்த தூக்கம் வரவழைக்கும் குரலின் இதமான வருடலில் காயாவின் பிடிவாதம் தளர்ந்துபோக அவளுடைய கை மங்கதுவின் மேல்கோட்டை விடுத்துப் படுக்கையில் விழுந்து தொங்கியது. மூடியிருந்த உள்ளங்கை திறந்துகொண்டது. முடிந்துபோன அன்றைய நாள் அவளுடைய விரல்களிலிருந்து நழுவி மணல்தாரை போலக் கீழே உதிரத் தொடங்கிற்று.

இரண்டு

அவர்கள் மேலே ஏறிக்கொண்டிருந்தனர். களைத்துப்போகும்போது அத்தை இளைப்பாறும் மண்டபத்தில் உட்கார்ந்துவிடுகிறாள். ஒவ்வொரு மண்டபத்திலும் அவள் தங்கிவிடுகிறாள். மரப் பெஞ்சில் உட்கார்ந்து வெற்றிலைச் செல்லத்தை எடுத்துப் புகையிலையை வாய்க்குள் போட்டுக் கொண்டு இடுப்பில் இருக்கும் மூட்டையை இறுக்கிக்கொள்கிறாள். பிறகு வெளியே வருகிறாள். மறுபடியும் மேலேறத் தொடங்குகிறாள்.

அவர்கள் பாக்லேண்டில் இருக்கும் சித்தப்பா வின் வீட்டுக்குப் போய்க்கொண்டிருந்தார்கள்.

அத்தை அவளுடைய விரலைப் பிடித்திருந் தாள். சிறிது முன்னே பின்னே போய்விட்டாலும் கூட அவள் கத்துகிறாள். "என்கூடவே வா காயா. ஏன் இப்படி கீழயும் மேலயும் ஓடிட்டுக் கெடக்கற" என்று மூச்சு வாங்கியபடியே சொல்கிறாள். மீனைப்போன்று அவளது வாய் திறந்து மூச்சிறைக் கும் போது இத்தனை சின்ன உடம்பிலிருந்து இவ்வளவு மூச்சு ஒன்றாக எப்படி வெளியேறி, பிறகு உள்ளே போகிறது என்று காயாவுக்குக் குழப்பமாக இருக்கும். எப்போதாவது காற்றுப் பலமாக வீசும்போது ஒரு மரத்தைப் போலச் சுழன்றபடியே அத்தை நிற்க, காயா பலத்தை யெல்லாம் ஒன்றுதிரட்டி அவளைப் பற்றிக்கொள் கிறாள். மேலே ஏறிச் செல்லும் படிகளிலிருந்து காற்று, அத்தையைக் கீழே கொண்டு செல்ல முயல்வது போலவும் காயாவோ அவளை மேலே

ஏற்றிச் செல்ல முயல்வது போலவும் இருக்கும். இந்தப் போட்டாபோட்டிக்கு நடுவே அத்தை கீழேயும் சாயமாட்டாமல் மேலேயும் போகாமல் அப்படியே நின்றிருப்பாள். அப்போது அத்தையின் புடவை காற்றில் மேலே உயரவும் அவளது கறுத்தத் தொடைகள் வெளியே தெரியும். காயாவின் முகம் கூச்சத்துடன் சிவக்கும். "புடவையக் கீழ எறக்கு அத்தே" என்று கோபத்துடன் கத்துவாள். "அடப் பொண்ணே. இத்தனக் கூச்சமா உனக்கு? இங்க யாரு வந்து பாக்கப் போறா?" அவள் காயாவுடைய கையைப் பிடித்து மேலே இழுக்கத் தொடங்குவாள். ஊமை வெயிலடித்திருக்கும் மதியவேளை யில் ஏறுகிறார்கள். பலத்த மலைக்காற்றில் ஜாதி மரம் அசைந்திருக்கும். அத்தையை யாரும் அவளுடைய அம்மா என்று தவறாக நினைத்துவிடுவார்கள் என்ற எண்ணத்தில் படிகள் முடிந்துபோனதும் அத்தை அவள் கையை விட்டுவிட்டு, அவள் வேறு நான் வேறு என்பதுபோலத் தனியாக நடக்கத் தொடங்கிவிடுவாளோ என்று காயா நினைத்தாள். பிறகு கொஞ்ச தூரம் போனதும் அவள் அத்தையைப் பார்த்தாள். என்னவோ இந்த உலகத்தில் தனக்கென்று யாருமே இல்லாதது போல அவள் தனியாக நடந்துகொண்டிருப்பது சகித்துக் கொள்ள முடியாதது போல இருந்தது. கோபத்துடன் ஓடிச் சென்று அத்தையின் கையைப் பிடித்துக்கொண்டு சத்தம் போடுகிறாள். "எனக்கு ரொம்ப களைப்பா இருக்குப் பாருங்க. என்னால முடியலை" என்கிறாள். இந்தக் கோபத்தைக் கொண்டு சற்று முன்பு அத்தையின்பால் ஏற்பட்ட பரிதாப உணர்வி லிருந்து தன்னை விடுவித்துக்கொள்ள முயல்கிறாள். "அத்தே நான் சொல்றத கேளுங்க. எங்கயாச்சும் உக்காருங்க. என்னால நடக்க முடியலை." அத்தை இளைப்பாற நிற்கும்போது அவளது புடவையும் காற்றில் பறந்து மேலேறும் என்றும் அவளது தொடைகள் மீண்டும் வெட்கத்தின் எல்லை தாண்டி எட்டிப் பார்க்கும் என்றும் அதன்பின் அவள் ஏதேனுமொரு இளைப்பாறும் மண்டபத்தில் உட்கார்ந்துவிடுவாள் என்றும் காயா நன்கறிவாள்.

இருவரும் ஒரே பெஞ்சில் உட்கார்ந்தார்கள். அத்தை பாதையைப் பார்த்துக்கொண்டிருக்க காயா எதிர்பக்கமாய்ப் புதர்களையும் மரங்களையும் லோயர் பஜாரின் கூரைகளை யும் ரிட்ஜின் தேவாலயத்தையும் எல்லாவற்றுக்கும் மேல் ஜாகுமலைச் சிகரத்தையும் ஊர்முழுவதையும் காட்சிப் படுத்துகிற உயரமான மலைத்தொடர்களையும் பார்த்துக் கொண்டிருந்தாள். ஊர் மொத்தமும் வெயிலும் நிழலுமெனப் பிரிந்துகிடந்தது. ஒருபுறம் கறுப்பும் மறுபுறம் வெண்மையுமென

ஒவ்வொரு மலையின் மீதும் சதுரங்கக் காய்கள் இறைந்து கிடப்பது போலிருந்தது.

"செத்துப்போன ஊரில்லையா இது? இதெல்லாம் ஒரு ஊரா என்ன?" என்றாள் அத்தை.

"எப்பிடி செத்துப் போனதுன்னு சொல்றீங்க?" எனக் கேட்டாள் காயா.

"வேறெப்படி? எந்தப் பக்கம் பாத்தாலும் மலைகள் மலைகள்னு ராட்சசங்க மாதிரி வாயைத் தெறந்துட்டு நிக்குது. உங்கம்மா ரொம்ப பொறுமைசாலிதான். எப்பிடித்தான் இந்த ஊர்ல பன்னெண்டு மாசம் இருந்தாங்களோ?"

பனிரெண்டு மாதங்கள். காயாவுக்கு வேதனையாக இருந்தது. வெயிலும் வெப்பமும் இலைகள் உதிர்வதும் அதன் பின் பெருமழை நாட்களில் கூரைகளின் மீது ஆலங்கட்டிகள் விழுவதும் அதன் பிறகு பனி விழத் தொடங்கியதுமான நாட்கள். இரவுகளும்கூட வெண்மையாகத் தெரிந்த அந்த நாட்களில் அவர்கள் ஜன்னலருகில் உட்கார்ந்துகொண்டு ஒவ்வொரு பனி உருண்டையும் இரவின் அமைதியில் ஒன்று திரள்வதைப் பார்த்திருந்தது என எல்லாமே வெறும் பனிரெண்டு மாத இடைவெளியில் புதைந்துபோயினவா?

இல்லை. அவை முடிவற்றவை. பெயரற்றவை. எண்ணிக்கைக்கு அப்பாற்பட்டவை. அந்த மாதங்களின்போது கீழே நகரங்களில் இருந்து மேலே வந்தவர்கள் மட்டுமே இருந்தார்கள். இங்கே அவர்களுக்கென்று எந்த வேலையுமின்றி ஓய்வெடுக்கவே வந்தார்கள். அத்தை சமவெளிப் பிரதேசத்தில் உள்ள மீரட்டிலிருந்து வந்திருக்கிறாள். மீரட்டில் அத்தையின் கணவன் விட்டுச்சென்ற ஒரு வீட்டில் அவளும் லாமாவும் வசித்தார்கள். வருடத்தில் இரண்டு முறை தைரியத்தை வரவழைத்துக்கொண்டு இங்கே வந்துவிடுவாள். நாட்களைக் கணக்கிட்டு மாதத்துக்கு ஒரு சகோதரன் வீட்டில் எனக் கணக்காகத் தங்கியிருப்பாள். இந்தியாவில் ஆயிரக்கணக்கான ஊர்கள் இருக்கும்போது அவளது இரண்டு சகோதரர்களும் வீட்டையும் சொந்தங்களையும் விட்டுவிட்டு மரங்களையும் காடுகளையும் குரங்குகளையும் தவிர எதுவுமே அசையா திருக்கும் இந்த மலைக்கு வந்து ஏன் வசிக்கிறார்கள் என்பது அவளுக்கு விளங்கிக்கொள்ள முடியாத ஒன்று. பாழாய்ப் போன இந்தக் காட்டு நகரத்திலேயும் அவளது இரண்டு சகோதரர்களும் தனித் தனியாக வசிக்கிறார்கள் என்பது எல்லாவற்றையும்விட வேதனை தரும் ஆச்சரியமான ஒன்று. தனித்தனியாக என்றால் ஒருவன் மலைக்கு மேலேயும் மற்றவன்

அடிவாரத்திலுமாக. ஒரு சகோதரனின் வீட்டிலிருந்து இன்னொருவனது வீட்டுக்குப் போவதற்குள் மொத்த உடம்பும் ஆடிப்போய்விடும். உடம்பின் ஒவ்வொரு மூட்டும் ஒடிந்து போகும். அத்தையின் வாழ்க்கை மிகவும் கடினமானதாக இருந்தது. கணவனின் மரணம் தொட்டு லாமா வரைக்கும் அவளுடைய வாழ்க்கை கடினமான உயரமான மலையைப் போன்றது. ஆனால் இந்த மலைகளுக்கு முன்னால் அதுவே சுலபமானதாகச் சிறு குழந்தைகளின் விளையாட்டுப் போலத் தெரிந்தது. இளைப்பாறும் மண்டபங்கள் அவளை ஆசுவாசப் படுத்துகின்றன. அந்த மண்டபங்களும் காயாவின் துணையு மில்லாதுபோயிருந்தால் அவள் உண்மையிலேயே நொறுங்கிப் போயிருப்பாள்.

ரிக்ஷாவுல ஏன் வரலை? சித்தப்பா ஒவ்வொரு முறையும் கேட்பார். ரிக்ஷா? அத்தை சிரித்தபடியே தவிர்த்துவிடுவாள். அவள் எத்தனை முறை ரிக்ஷாக்களை அலற வைத்திருக்கிறாள் என்று காயாவைத் தவிர வேறு யாருக்கும் தெரியாது. இப்போதெல்லாம் ரிக்ஷாக்காரர்கள் அவளை அடையாளம் கண்டுகொள்கிறார்கள். காயாவின் கையைப் பற்றியபடி அவள் வருவதைத் தூரத்திலிருந்து பார்த்தவுடனேயே மணியடித்துக்கொண்டே அவர்களைத் திரும்பித் திரும்பிப் பார்த்தபடியே படுவேகமாகப் புறப்பட்டுப் போய் விடுகிறார்கள். முன்பெல்லாம் அப்படி நடக்கவில்லை. அவர்களைப் பார்த்ததும் ரிக்ஷாக்காரர்கள் சூழ்ந்துகொள்வார்கள். அத்தை பேரம் பேசியபடியே காயாவின் விரலைப் பிடித்தபடி நெப்போலியனைப் போல ஒவ்வொரு ரிக்ஷாக்காரராகச் சுற்றி வருவாள். இரண்டு அணாவில் தொடங்கி எட்டணா வரையிலும் ஒவ்வொரு அணாவாக மெதுவாகக் கூட்டிக் கொண்டு வருவாள். ஆனால் ரிக்ஷாக்காரர்கள் கேட்கும் இரண்டு ரூபாயென்பது எட்ட முடியாத பேரம் என்று தெரியும்போது காயாவின் கண்களிலிருந்து கண்ணீர் பெருக் கெடுக்கும். அத்தே போலாம் அத்தே. நடந்தே போயிரலாம் என்பாள். ஆனால் அவளோ காயாவின் கையைப் பிடித்தபடி அவள் சொல்வதைக் காதில் போட்டுக்கொள்ளாமல் ஒவ்வொரு ரிக்ஷாக்காரரிடமும் சென்று பேரம் பேசுவாள். அவளுடைய புடவை, கறுத்தக் கால்களைக் காட்டியபடி காற்றில் அவ்வப் போது மேலேறியபடியிருக்க, மாராப்புச் சேலையும் அவ்வப் போது நாடக மேடை திரைச் சீலைபோல மேலும் கீழுமாக ஏறியிறங்க, அத்தையே அப்போது ஒரு வேடிக்கையாகி இருப்பாள். அவளிடம் பேசி வெல்ல முடியாத ஏதோவொரு ரிக்ஷாக்காரன் "அம்மா நீங்க ரிக்ஷாவை விட்டுருங்க. உங்களுக்குக் குதிரை தான் செரியா வரும். மலிவாவும் கிடைக்கும். வேகமாவும்

சிவப்புத் தகரக் கூரை

போகும். குதிரையில ஏறிப்போகும்போது சாட்சாத் துர்கா மாதிரியே இருப்பீங்க" என்பான். கொஞ்ச நேரத்துக்குப் பிறகு எல்லா ரிக்ஷாக்காரர்களும் சிதறி ஓடிய பின்புதான் அத்தைக்குத் தெருவே காலியாகியிருப்பது உறைக்கும். காயாவை அவள் வெறுமனே பார்த்தவாறே, "இவங்களுக்குப் பொறுமையே இல்லை. பாரு எல்லாரும் பறந்துட்டாங்க. இன்னும் கொஞ்ச நேரம் பொறுமையா இருந்திருந்தாங்கன்னா இன்னொரு அணா சேத்துப் பேசிருப்பேன்" என்பாள். ஆனால் அத்தை சொல்வதைக் கேட்க யாரும் இருக்கமாட்டார்கள்.

காயா நெடுந்தொலைவு போய்ச் சேர்ந்துவிட்டாள். வெறும் காற்றில் வாய்க்கு வந்தபடி உளறியபடியே அவள் நாலாப் பக்கமும் பார்த்தாள். மலைகள். அவைகளுக்குப் பின்னால் இன்னும் மலைகள். அத்தையின் மனம் இனம்புரியாத அச்சத்தில் குன்றிப்போயிருந்தது. "காயா . . . அடியே காயா" என்று அவள் பலமாகக் கத்துகிறாள். அவளுடைய குரலே மலைகளில் மோதிப் பூதமாகித் திரும்பி வருவதைக் கேட்டு நின்றாள். ஆனால் அதற்குள்ளாகவே காயா அவளிடம் ஓடி வந்து நின்றாள். "அத்தே நாம் பாதி வழி வந்து சேந்துட்டோம். இதப் பாருங்க. இங்கேருந்து காளிகோயில் தெரியுது."

அவர்கள் கோவிலின் முற்றத்தில் உட்கார்ந்திருந்தார்கள். அத்தை தனது மூட்டையைத் தலைக்கு வைத்துக்கொண்டு படுத்திருந்தாள். கோவிலின் வாசலில் பொருத்தியிருந்த குழாயைக் காயா திறந்தாள். பனிபோலக் குளிர்ந்திருந்த தண்ணீர் பெருக்கெடுத்து, இத்தனை தொலைவு ஏறி வந்த களைப்பையெல்லாம் அடித்துக்கொண்டு போனது.

"காயா களைச்சுப் போயிட்டியா?" படுத்தபடியே அத்தை கேட்டாள்.

ஆமாம் என்பது போலவும் இல்லை என்பது போலவுமாக அவள் மையமாகத் தலையாட்டினாள். இல்லையென்று சொன்னால் பொய் சொல்வது போலாகிவிடும். ஆமாம் என்று சொல்வதற்குப் பயமாக இருந்தது. ஏனென்றால் சித்தப்பாவின் வீட்டுக்குப் போவதற்குள் அவள் மிகவும் களைத்துப் போய்விடுகிறாள் என்று அத்தைக்குத் தெரிந்து போய்விட்டால் அதன் பிறகு அவள் காயாவை உடன் அழைத்துப் போக மாட்டாள். இப்படி உடன் வருவதென்பது சாத்தியமில்லாமல் போய்விடும். இதிலிருந்து தப்புவதற்காக அவள் புத்திசாலித்தனமாக ஆமாம் என்றும் இல்லாமல் இல்லை என்றும்

சொல்லாமல் பொதுவாக "அத்தே . . . எனக்குக் களைப்பாதான் இருந்துச்சு. ஆனா எல்லா எடத்துலேயும் இல்லை" என்றாள்.

"எல்லா இடத்துலேயும் இல்லேன்னா என்ன அர்த்தம்?"

"கால்கள்ல மட்டுந்தான்" என்றாள். "கால் மட்டுந்தான் களைச்சுப் போயிருக்கு. மத்த எடமெல்லாம் ஒண்ணும் பிரச்சினையில்லை."

"காலிலே மட்டுந்தானா?" எப்போதுமே சிரிக்காத, இனந்தெரியாத கவலையிலேயே மூழ்கியிருக்கும் முகத்துடன் இருக்கும் அத்தை இருந்திருந்தாற்போலக் குலுங்கிக் குலுங்கிச் சிரித்தாள். அதே சமயம் சட்டென்று காயாவுக்கு இன்னொரு சிரிப்பும் நினைவுக்கு வந்தது. கோவிலின் சுவர்களில் மோதி எதிரொலித்த அத்தையின் சிரிப்பைத் துரத்திச் சென்றவள், வியப்புடன் அத்தையின் முகத்தைக் கூர்ந்து பார்த்தாள். அவள் அப்படியே லாமாவைப் போலவே சிரித்துக்கொண்டிருந்தாள்.

"என்ன பாக்கற?" முழங்கையில் சாய்ந்தவாறு தலையைத் தூக்கினாள்.

"ஒண்ணுமில்ல அத்தே . . . லாமா இருக்கும்போது நாங்க இந்தக் கோயிலுக்கு வருவோம் . . ."

"ஓகோ" அத்தை மறுபடியும் படுத்துக்கொண்டாள். கண்கள் அசையாதிருந்தன. முற்றத்தின் மேலிருந்த கோயில் மணி காற்றில் ஒலிக்கத் தொடங்கியது.

"என்ன பண்ணுவீங்க?" மிக மெல்லிய குரலில் அத்தை கேட்டாள்.

"விளையாடுவோம்" என்றாள் காயா. "லாமா உங்ககிட்ட சொன்னதேயில்லையா?"

குளிர்கால சாயங்காலங்களில் அவர்கள் மூவரும் இங்கே வருவதுண்டு. அப்போதெல்லாம் கோயில் பாழடைந்திருந்தது. பூசை முடிந்ததும் எல்லோரும் போய்விடுவார்கள். ஒரேயொரு பூசாரி மட்டும் காளி சிலைக்கு முன்னால் வெகுநேரம்வரை உட்கார்ந்திருப்பார். மண்டபத்தின் நாலாப்பக்கமும் சந்துகள் உண்டு. அந்த இருட்டில் அவர்கள் ஒளிந்து விளையாடுவார்கள். பைத்தியங்கள் போலச் சிலையின் நாலாப்பக்கமும் ஓடித் திரிவார்கள்.

அவளுக்கு இப்போதும் அந்த மாலைப்பொழுது நினைவுக்கு வருகிறது. பூசைக்குப் பிறகு அவர்களுடைய ஆட்டம் தொடங்குகிறது. லாமாவை அவர்கள் தேடிக் கண்டுபிடிக்க

வேண்டும். காயாவும் குட்டியும் சந்தின் மூலைகளிலெல்லாம் தேடித் திரிகிறார்கள். ஆனால் அவள் எங்கேயும் காணவில்லை. களைத்துப்போய் பூசாரியின் அருகில் சென்று குட்டி உட்கார்ந்து கொள்கிறான். யாரும் எங்கேயும் இல்லை. காயாவும் கடைசி முறையாகச் சுற்றிவிட்டுத் திரும்புகிறாள். அப்போதுதான் லாமா மாடப் பிறையில் உட்கார்ந்திருக்கக் கூடும் என்று அவளுக்குத் தோன்றுகிறது. அங்கே அவளைப் பார்த்து நின்று விடுகிறாள். "லாமா, நீ இங்கயா உக்காந்திருக்கே?"

"இங்க வா..." லாமா அவளையே கூர்ந்து பார்த்தபடி சொல்கிறாள்.

காயா அருகில் சென்றாள். லாமாவுக்கு நேர் எதிரில் நின்றாள்.

"நீ ஒரு வேலை செய்யமுடியுமா?"

"என்ன லாமா?"

அவளுக்காக எதுவும் செய்ய முடியும்.

லாமா தன் மூடிய உள்ளங்கையிலிருந்து ஓர் உறையை எடுத்து அவளிடம் நீட்டினாள். "நான் போன பிறகு இதை எங்கம்மாகிட்ட குடுத்திருவியா?"

"இதென்ன எதாச்சும் கடுதாசியா?"

"நீ சும்மா குடுத்தா மட்டும் போதும். அப்பறம் இதை நான் குடுத்தேன்னு சொல்லக்கூடாது."

"என்னன்னு சொலறது?"

"யாரோ ஒரு ஆள் இதை உங்கிட்ட குடுத்தான்னு சொல்லு."

அவள் பார்த்துக்கொண்டே நிற்க லாமா அவளைத் தன்பக்கமாய் இழுத்துக்கொள்கிறாள்.

"நாளைக்கு நாம ரயில் தண்டவாளம் பக்கமாப் போலாம்." பிறகு எதையோ யோசித்தவளாய் சொன்னாள்: "கின்னியையும் கூடக் கூட்டிட்டுப் போலாம். நீ வருவேல்ல?"

மூன்று

மேகமூட்டமான நாள் அது. காற்று வீசுவது நின்றுபோயிருந்தது. மலைகள் கற்பாறைகளைப் போல நின்றிருந்தன. நகரம் முழுக்க ஒருவிதமான பிசுபிசுப்பான வெளிச்சம் பரவிக்கிடந்தது.

நாங்கள் கீழே இறங்கிக்கொண்டிருந்தோம்.

நான் அப்படியே நின்றிருந்தேன். பிசுபிசுப்பான சோர்வான வெயில். மேலே காய்ந்த புல்வெளியில் மேலெழுகிற சுரங்கப் பாதை. கீழே தண்டவாளத்தில் சென்றுகொண்டிருக்கும் கின்னி. ஒவ்வொரு முறையும் புதியதொரு பாதையிலிருந்து அந்தக் கனவு மீண்டும் மீண்டும் என்னிடம் வருகிறது.

நான் அப்போதிருந்த காயாவேதான் என்று என்னால் நம்பவே முடியவில்லை.

கீழே ரயில் நிலையத்தின் நீண்ட கூரை கண்ணில் படுகிறது. மின்கம்பங்கள் மரங்களோடு சேர்ந்து சற்றுத் தூரம் சென்று பிறகு காட்டில் மறைந்துவிடுகின்றன. அவர்களுக்கு முன்னால் தண்டவாளங்கள் மட்டுமே தென்படுகின்றன. அதனுடைய ஒரு சிறிய பகுதி வெயிலில் மின்ன, அதன் முனைப்பகுதி பாம்பைப் போல மேலேறிச் சுரங்கத்துள் மறைந்துபோயிற்று.

நான் நடுவில் நின்றிருந்தேன். எனக்கு முன்னால் கின்னி சென்றுகொண்டிருக்கப் பின்னால் வெகு தொலைவில் லாமா வந்துகொண்டிருந்தாள். லாமா விசிலடித்தபடி வந்தாள். காற்றில்

அவளது விசிலோசை ஒரு நீண்ட துளையிட்டபடி அவ்வப் போது வெகு அருகில் ஒலிப்பது போலவும் சிலவேளைகளில் அவள் மிகவும் பின்தங்கிவிட்டது போலத் தொலைவிலும் ஒலித்திருந்தது. நான் திரும்பிப் பார்த்தபோது அவள் அருகில் வந்திருந்தாள். துப்பட்டாவைக் கழுத்தில் சுற்றியிருந்தாள். சின்னஞ்சிறு நெற்றி. அதன் மேலே தலைமயிரின் ஒரு சிறு கற்றை வெயிலில் வெள்ளை நிறம்போலத் தெரிந்தது. புருவங் களும் வெள்ளையாகவே தெரிந்தன. கண்ணிமைகள் வேகமாக இமைத்துத் தூசிகளை ஒதுக்கிப் பறக்கவிட்டன. நடுவில் அவளது கண்கள். உலகத்தை எங்கோ வெளியிலிருந்து பார்த்துக்கொண் டிருப்பது போன்ற கண்கள். உருவமற்ற ஒரு பரப்பில் விரிந்ததாய்க் கூர்மையான, தூய, எதையும் கேட்காமல், எதையும் அளிக்காமல் இருக்கும் கண்கள்.

அந்தப் பாறையருகில் வந்ததும் நாங்கள் இருவரும் நின்று விட்டோம். என்னவோ எங்களுக்கும் பாறைக்கும் இடையில் சொல்லப்படாத ஓர் ஒப்பந்தம் இருப்பது போல, தான் பழகிய இடம் வந்ததும் குதிரை நின்றுவிடுவது போல, அந்த இடம் வந்ததுமே நாங்கள் நின்றுவிடுகிறோம். எத்தனை முறை இப்படி நின்றிருக்கிறோம். மத்தியானத்திலிருந்து சாயங்காலம் வரை உட்கார்ந்திருக்கிறோம். சிம்லாவுக்கும் கால்காவிற்கும் இடையிலான பேருந்து வந்து போய்க்கொண்டிருக்கும். அவற்றின் புகை ஒரு சமயம் எங்கள் பக்கமாக வந்துபோகும். சில சமயங்களில் கீழே பள்ளத்தாக்குகளில் இறங்கிப் போய்விடும். அந்தப் பாறை தூரத்திலிருந்து பார்க்கும்போது ஒரு பெரிய பாறையைப் போலத் தெரியும். ஆனால் அவ்வளவு பெரிய பாறை அல்ல. எங்களால் அதன் மீது ஏறிவிட முடியும். கின்னி மட்டுந்தான் கீழேயே இருக்கும். பாறையின் நாலாப்பக்கமும் வாலை ஆட்டியபடி சுற்றிக்கொண்டிருக்கும் அது அடிக்கடி மேலே வருவதற்காகத் தாவிப் பார்க்கும். உள்ளங்கைகளால் பாறையைப் பற்றித் தாவ முயலும். எதுவும் செய்ய இயலாது போகும்போது சோர்ந்துபோய்ப் படுத்துக் கொள்ளும். நெடிய அதன் உடலில் முடிக்குப் பதிலாகக் கறுப்பு வெள்ளைப் புள்ளிகள் மட்டுமே உண்டு. கழுத்துப் பகுதியில் அந்தப் புள்ளிகள் பிறைச் சந்திரன் போல அமைந் திருக்கும். அதனுடைய தலை எப்போதும் குனிந்தே இருக்கும். களைப்பின் காரணமாக அல்ல. எதையோ எப்போதும் மோப்பம் பிடிக்கும் பரபரப்புடன் அவ்வாறிருக்கும். பூமிக்குள் புதையல் எதுவோ ஒளிந்திருப்பது போல, கின்னி அதை ஒவ்வொரு அடியிலும் மோப்பம் பிடித்துத் தன்னுடைய உள்ளங்கையால் தோண்ட விரும்பும். இந்த உத்தேசத்துடனான எல்லையற்ற தேடுதலில் நாக்கு வெளியே வந்து வெற்றிலைப் போட்டது

போலச் சிவந்து தொங்கியபடி இருக்க அதன் நுனியிலிருந்து எச்சில் துளிகள் சொட்டிக் கொண்டிருக்கும். அதை எச்சில் என்றோ நாக்கின் வியர்வை என்றோ வைத்துக்கொண்டால் கின்னி எந்தப் புதரிலோ மறைவிடத்திலோ ஒளிந்திருந்தாலும் இந்தத் துளிகளைப் பின்தொடர்ந்து சென்று கண்டுபிடித்து விட முடியும்.

அந்நாட்களில் ஏராளமான நாய்கள் கேட்பாரின்றிச் சுற்றிக்கொண்டிருந்தன. அவற்றின் எஜமானர்கள் அவற்றை விட்டுவிட்டு டெல்லி சென்றுவிட்டனர். இருக்கவும் படுக்கவும் இடமில்லாது அவை காலி கட்டடங்களின் முற்றங்களில் அடைக்கலமாகிவிடும். குளிர் காலத்தின் நீண்ட ராத்திரிகளில் அவை சத்தமாக ஊளையிடும். அதைக் கண்டுகொள்ளாமல் மூடிக்கிடக்கும் ஒவ்வொரு அறையின் மீதும், ஒவ்வொரு பாதுகாப்பான கட்டடத்தின் சுவர்களின் மீதும், அந்த நாய்கள் தலையை முட்டிக்கொண்டிருக்கும்.

கின்னியின் கழுத்தில் ஒரு வெள்ளை மாலையைப் போல இருந்த பிறைச்சந்திரனை முதன்முதலாக நான் பார்த்தேன். அப்போது அது மிஸ் ஜோசுவாவின் முற்றத்தில் படுத்திருந்தது. குற்றுயிராய் வாடிப்போய் ஒரு வெள்ளைப் பொட்டலம் போலிருந்தது. நான் அதைக் குளியலறைக்கு இழுத்து வந்தேன். கொதிக்கும் வெந்நீரில் அதைத் தேய்த்துக் கழுவினேன். ஆனால் அந்தப் பிறைச்சந்திரன் மறைவதற்குப் பதிலாக இன்னும் வெள்ளையாய்த் துலங்கி எழுந்தது. கழுத்தில் தொடங்கி நெற்றிவரைக்கும் நீண்டது. என்னவோ கின்னி நெற்றியில் வெள்ளைப் பொட்டு இட்டுக்கொண்டு இந்த உலகத்தில் பிறந்தது போல. அதன் பிறகு அது எப்போதும் மறையவே யில்லை. கொளுத்தும் வெயிலிடையே, மனிதர்களின் உலகத்தில், மற்ற ஜீவராசிகளுக்கு இருப்பது போலவே, அதற்கென்று ஓர் இருப்பிடம் இருந்திருக்க வேண்டும். ஆனால் வெந்நீரைக் கொண்டு அதை நான் கழுவ முனைந்த அந்த நாளிலேயே அந்த உலகத்தைப் பற்றிய மாயக் கற்பனைகளெல்லாம் எப்போதைக்குமாகக் கரைந்துபோயிருக்கும்.

அவ்வப்போது நாங்கள் அதன் கண்களைத் திறக்க முயலும் போது அது நடுநடுங்கத் தொடங்கும். குட்டி அதன் கிடுகிடுக்கும் கால்களைப் பிடித்துக்கொண்டிருப்பான். லாமா அதன் இமைகளைத் திறக்க, ஈரமிக்க ஒரு ஒளி அதன் கருவிழியின் மேல் நீந்தியிருக்கும். அந்த ஒளியில் எங்கள் முகங்களைக் காண்போம். அந்த முகங்களும் ஒளியில் நீந்தும். கண்களில் நீந்தும் இந்த ஒளி என்ன தெரியுமா? அதுவே கின்னியின் ஆத்மாவாக்கும். லாமா அப்படிச் சொல்லும்போது நான்

சிவப்புத் தகரக் கூரை

யோசிப்பேன். கருவிழிகளின் மீது நீந்தும் இந்த ஒளியாகிய ஆத்மா என்பது என்ன மாதிரியானது? கால்களில் உள்ள நடுக்கமா, இல்லை நீந்திக்கொண்டிருக்கும் ஒளியா? கிணற்றுக் குள் உயிரற்றதாய்த் தயக்கத்துடன் நின்றுகொண்டிருக்கும் அந்த ஆத்மாவைக் கின்னியின் கண்களுக்குள் வலுக்கட்டாய மாய்க் கொண்டுவருகிற, எந்தப் பிராயசித்தமும் இல்லாத, ஒரு துஷ்ட காரியத்தை நாங்கள் செய்வது போலிருந்தது.

ஆனால் கின்னிக்கு இதைப் பற்றி எந்த வருத்தமும் இல்லை. அதனுடைய ஆத்மா என்னவோ லாமாவின் கையில் தான் இருப்பது போல அது லாமாவின் பின்னாலேயே சுற்றிக்கொண்டிருந்தது. ராத்திரி ஆகிவிட்டால் பிற எல்லா அறைகளையும் விட்டுவிட்டு முற்றத்தின் கடைசியில் இருக்கும் லாமாவின் அறைக்கு முன்னால் வந்து படுத்துக்கொள்ளும். லாமா அதை எப்போதுமே உள்ளே வர அனுமதித்ததில்லை. ஆனாலும் ஏதோவொரு புரியாத நம்பிக்கையின் நுனியைப் பற்றியபடி அது தன்னுடைய கைகளால் கதவைச் சுரண்டிய படியே இருக்கும். இரவு முழுவதையும் கதவருகிலேயே நடுங்கிய படி கழித்திருக்கும்.

வீட்டில் உள்ளே திறந்தேயிருக்கும் மற்ற அறைகளை விட்டுவிட்டு எப்போதும் சாத்தியே இருக்கும் லாமாவின் கதவருகே கின்னியைக் காத்திருக்கச் செய்யும் அந்த ஈர்ப்பு தான் என்ன?

ஆனால் அன்றைக்கு மதியம் கின்னி நேராகக் கீழே இறங்கிக்கொண்டிருந்தது நாங்கள் மீண்டும் அந்தப் பாறையின் மேல் உட்காருவோம் என்று அது எண்ணியிருக்கும். அது எங்களுக்காக நிற்கவில்லை. புதர்களை நோக்கி, சுரங்கத்தை அடுத்து வெயிலில் ரயில் தண்டவாளங்கள் மின்னியிருக்கும் இடத்தை நோக்கி, அது இறங்கிக்கொண்டிருந்தது. அதனுடைய உடல் உருண்டுச் செல்வதைத் தொலைவிலிருந்து பார்க்கும் போது ஏதோவொரு கம்பளிப் பந்து உருண்டு போவது போலிருந்தது. பிறகு அதுவும் கண்ணுக்குத் தெரியவில்லை. எதுவுமே இல்லை. புதர்களும் இரண்டு மலைகளுக்கு நடுவில் ஓசையற்று நகர்ந்த, மெல்ல மெல்ல ஒட்டுமொத்த மலைத் தொடரையும் தனக்குள் சுருட்டிக் கொள்வதுபோன்ற மேகங் களின் நிழல்களையும் தவிர ஒன்றுமேயில்லை.

விசிலடிக்கும் ஓசை நின்றுபோய்க் காற்றின் ஓசை மட்டுமே கேட்பது போலிருந்தது எனக்கு.

"நீ கடுதாசியைக் குடுத்துட்டியா?"

அவள் மிக மெதுவாக ஆனால் திடீரென்று எதிர்பாராத விதமாய்க் கேட்டாள். காளி கோயிலில் முன்னெச்சரிக்கை எதுவுமேயின்றி அவள் திடுதிப்பென்று முன்னால் வந்து நிற்பது போலவே இப்போதும் இருந்தது.

நான் தலை நிமிர்த்திப் பார்த்தேன். சுரங்கத்தின் பக்கமாய் முகத்தைத் திருப்பியபடி அவள் பாறையின் மீது உட்கார்ந் திருந்தாள்.

"அவங்க நம்பலை லாமா" என்றேன் நான்.

அவள் என்னைப் பார்த்தாள். வெள்ளைப் புருவங்கள் சற்றே மேலுயர்ந்தன. ஆனாலும் கண்கள் சாந்தத்துடன் இருந்தன.

"ஒருநாள் நம்புவாங்க" என்றாள். "நிச்சயமா ஒரு நாள் நம்புவாங்க."

ஒருநாள். ஆனால் அதற்கெங்கே நேரம் இருந்தது? அவள் என்றைக்கு வேண்டுமானாலும் மீரட் போய்விடக்கூடும். நாங்கள் தினந்தினம் நாட்களை எண்ணிக் கொண்டிருந்தோம். லாமா தன்னுடைய அறைச் சுவரில் தொண்ணூறு கோடுகளைப் போட்டுவைத்திருந்தாள். ஒவ்வொரு நாளும் முடியும்போது ஒரு கோட்டை அடித்துவிடுவாள். இப்போது சுவர் முழுக்க அடிக்கப்பட்ட கோடுகள்தான் தென்படுகின்றன. இதற்குப் பிறகு கோடை கால நாட்கள். மிக நீண்ட பகல்பொழுதுகள். எனக்கு நினைவிருக்கிறது. லாமா வரும்போது மிஸ் ஜோசுவா வின் ப்ளேன் மரங்களில் இலைகள் துளிர்க்கத் தொடங்கி விடும். அந்த இலைகள் சிவப்பு நிறத்தில் தென்படும். பழுப்பாய்ப் பழுத்து உதிர்ந்தபடி இருக்கும். அடிக்கப்பட்டிருக்கும் கோடு களுக்கும் விழுந்துகொண்டிருக்கும் இலைகளுக்கும் நடுவில் அத்தையின் கடிதம் வந்தது. அவ்வளவுதான், எல்லாமே முடிந்துபோனது. மாப்பிள்ளை கிடைத்துவிட்டான். லாமா ஊருக்கு வந்தவுடன். அத்தையை அழுத்திக்கொண்டிருக்கும் பெரும் சுமையிலிருந்து விடுதலை கிடைத்துவிடும். எத்தனை பெரிய சுமை. எத்தனை கடினமான ஒன்று. இங்கே அவளுக்கு மாப்பிள்ளைப் பையன் கண்டுபிடிக்க முடியாதா என்ன? அம்மாவிடம் நான் கேட்டபோது அவள் சிரித்தாள். பைத்தியம், மலைப்பிரதேசத்துல மாப்பிள்ளைப் பையன் கிடைப்பானா? ஆனால் எல்லா இடங்களிலும் நிறைய பையன்களைப் பார்க்கிறேன். பள்ளிக்கூடத்திலிருந்து வருகிற, கடைத்தெருவில் ஈக்களைப் போலத் தொணதொணத்தபடி இருக்கும் நிறைய பேர்களைப் பார்க்கிறேன். அப்போது எத்தனை பையன்கள் தான் இருந்தார்கள்? ஆனால் லாமாவுக்கென்று ஒருவரும் கிடைக்கவில்லை.

சிவப்புத் தகரக் கூரை

“லாமா” பாறையருகே நகர்ந்துவந்த நான் கேட்டேன். “நீ கடுதாசி எழுதினியா?”

“ஏன்? உங்கிட்ட அம்மா கேட்டாளா?”

“ஒரு ஆள் எங்கிட்ட குடுத்தான்னு நான் சொன்னேன். ஆனா அவ நம்பலை. அப்பறம் அவ அதை மிஸ் ஜோசுவா கிட்ட காட்டினா. அதப் படிச்சிட்டு மிஸ் ஜோசுவா எல்லாமே பொய்னு சொன்னா.”

“பொய்.” லாமாவின் முகத்தில் விநோதமான அச்சம் தரும் பிரகாசம் துலங்கியது. “அந்த வெள்ளக்கார கெழவிக்கு என்ன தெரியும்?” பிறகு அவள் என் தலை மீது கை வைத்தாள். கொஞ்ச நேரத்துக்குப் புதர்கள் காற்றில் அசையும் ஓசையைத் தவிர வேறெதுவும் கேட்கவில்லை.

“கடுதாசி உங்கிட்ட இருக்கா?”

“ஆமா லாமா. அத நா ஒளிச்சி வெச்சிருக்கேன்.” என்னிடம் அந்தக் கசங்கிய கடித உறை இருந்தது. என் சட்டைப்பையி லிருந்து அதை வெளியே எடுத்து அதை லாமாவிடம் நீட்டினேன். ஆனால் அவள் அதைத் தொடக்கூட இல்லை. வெறுமனே தலையாட்டிவிட்டுப் “படி” என்றாள்.

“அப்படின்னா நீ இதை எழுதலியா?” நான் உற்சாகத் துடன் அவளைப் பார்த்தேன். ஆனால் அவள் வெற்றுப் பார்வையுடன் கீழேயிருந்த தண்டவாளங்களைப் பார்த்துக் கொண்டிருந்தாள்.

“லாமா படிக்கவா?”

அவள் தலையசைக்க அந்த சூன்யமான மதிய வேளை யில் பாறைக்கெதிரே இருந்து நான் படிக்கத் தொடங்கினேன்.

> *யாரோ உங்களை ஏமாற்றுகிறார்கள். உங்களுக்குத் தெரியாமல் இருக்கக்கூடும். உங்கள் பெண்ணை யாருக்கு மணம் முடித்துத் தர எண்ணியுள்ளீர்களோ அவன் படு கிழவன். அவனுக்குக் கண் தெரியாது. காதும் கேட்காது. அவனுடைய முதல் மனைவி ஆறு மாதங்களுக்கு முன்பு தான் செத்துப்போனாள். பாவப்பட்ட அந்தப் பெண் இவனிடம் எத்தனை துயரம் அனுபவித்தாள் என்பது அனைவரும் அறிந்ததே. கண்ணில் கறுப்புத் துணியைக் கட்டிக்கொண்டு தன் பெண்ணை இந்த நரகத்தில் தள்ளிவிடக் காத்திருக்கும் இந்தப் பெண்ணின் அம்மாவைத் தவிர எல்லோருக்கும் தெரியும். தன்னுடைய மனைவி செத்துப்போய் ஆறே மாதத்தில் இன்னொரு பெண்ணைத்*

திருமணம் செய்துகொள்ளத் தயாராக இருக்கும் இந்த மனிதன் இந்தப் பெண்ணை மட்டும் சந்தோஷமாக வைத்துக்கொள்வான் என்பது என்ன நிச்சயம்? செத்துப் போன அந்தப் பெண்ணின் ஆத்மா ஆவியாகி அந்த வீட்டில் சுற்றிக்கொண்டிருக்கிறது. திருமணம் முடிந்ததும் அது இவளை விழுங்கிக்கொண்டுவிடும். இப்போதும் ஒன்றும் கெட்டுப்போய்விடவில்லை. இந்தப் பெண் நன்றாக இருக்க வேண்டும் என்று நீங்கள் விரும்பினால் இவளை நீங்கள் மீரட்டுக்கு அனுப்பாதீர்கள். நினைவில் வைத்துக்கொள்ளுங்கள். இவளை மீரட்டுக்கு அனுப்புவது என்பது தெரிந்தே இவளை மரணத்தின் வாயில் தள்ளி விடுவது போன்றதாகும். இதைவிடப் பெரிய பாவம் வேறெதுவும் இல்லை. இந்தப் பாவத்தைச் செய்ய நீங்கள் அஞ்சுவீர்களானால் இவளை நீங்கள் அனுப்ப வேண்டாம். ஏனெனில். நினைவில் வைத்துக்கொள்ளுங்கள். மீரட் என்றால் மரணம்.

அடியில் ஒரு படம் வரையப்பட்டிருந்தது. பல்லிளிக்கும் மண்டையோடு. அதற்கு நேர் எதிரில் ஒரு நீண்ட கோடு இழுக்கப்பட்டிருக்க அதன் முடிவில் "மீரட்" என எழுதப் பட்டிருந்தது.

"அவ்ளோதானா?" கடிதம் இத்தனை சீக்கிரம் முடிவடைந்து விட்டதா என்ற குழப்பத்துடனும் வேறு எதுவும் எழுதப்பட வில்லையா என்பதுபோலவும் கொஞ்சம் உற்சாகத்துடன் லாமா என்னைப் பார்த்தாள்.

"லாமா. இதுனால அவங்க இப்ப உன்னை அனுப்ப மாட்டாங்களா?"

"ஏன்?"

"இதுமாதிரி ஒரு ஆள்கிட்டபோய்..?" அவளிடம் ஏதோ ஒரு அஸ்திரம் இருக்கிறது. அந்த அஸ்திரத்தை அவள் கடைசி நேரத்தில் கையிலெடுப்பாள் என்பது போல அவளை நான் பார்த்தேன். ஆனால் அவள் எங்கேயும் பார்க்காது துடிப்பற்ற வளாய்ப் பாறையின் மேல் ஒரு பாறையாக அமர்ந்திருந்தாள்.

வெகு நேரத்துக்குப் பிறகு அவள் என்னைப் பார்த்தாள். மெல்லிய ஒரு புன்னகை அவளது உதடுகளில் பரவியிருந்தது.

"பொய்" என்றாள். "எல்லாமே பொய்."

அவள் என்னிடமிருந்து கடித உறையைப் பறித்துக் கடிதத்தை வெளியே எடுத்தாள். பிறகு அதைத் துண்டு

துண்டாகக் கிழிக்கத் தொடங்கினாள். வெகுநேரம்வரை மெல்ல மெல்ல அதைக் கிழித்தபடியேயிருந்தாள்.

காகிதத் துண்டுகள் காற்றில் பறந்து தண்டவாளத்தின் மீது விழுந்தன.

என் பார்வை சுரங்கத்தின் மீது நின்றது. ஒரு மதிய வேளையில் நாங்கள் அங்கே அமர்ந்திருந்தோம். லாமா என்னிடம் என்னவோ கத்திச் சொன்னாள். ரயில் பெட்டி களின் தடதடக்கும் ஓசையில் அவள் சொன்னது கரைந்து போனது. என்னால் எதையும் கேட்க முடியவில்லை. ஆனால் லாமா சொல்வதை நான் ஒருபோதும் கேட்க முடிந்ததில்லை. உண்மையில் அவள்தான் இந்த மலை நகரத்தில் இருப்பவள் போலவும் நாங்கள்தான் வேறு இடத்திலிருந்து இங்கே வந்திருப்பவர்கள் போலவும் அவ்வப்போது எனக்குத் தோன்றும். காளிகோவில், ரயில் தண்டவாளங்கள், நாலாப் பக்கமும் விரிந்துகிடக்கும் காடு என எல்லாவற்றையும் விட்டுவிட்டு ஒருநாள் அவள் போகப் போகிறாள் என்பதும் எனக்குப் புரியாத ஒன்றாய் இருந்தது.

"நா போகமாட்டேன்."

அன்றிரவு இருண்ட முற்றத்தில் அவள் என்னிடம் சொன்னாள். நாங்கள் திரும்பி வந்திருந்தோம். கின்னி லாமாவின் அறைக் கதவருகே உட்கார்ந்திருந்தது. மாடிப்படி வழியாக நாங்கள் மேலே வந்துவிட்டோம். கீழே மிஸ் ஜோசுவாவின் அறையில் எரிந்த விளக்கின் வெளிச்சம் மரங்களின் மேல் விழுந்திருந்தது.

"காயா... நீ என்னுடைய அறைக் கதவை எப்பவுமே மூடிவைக்கக் கூடாது. எப்பவுமே நான் இங்கதான் இருப்பேன்."

"நீ மீரட்டுக்குப் போமாட்டியா?"

"போவேன்..." என்னைப் பார்த்தாள். "ஆனா இங்கயும் இருப்பேன். அவங்களுக்குத் தெரியாது."

"நாங்க உன்னப் பாக்க முடியுமல்ல?" கேட்டேன் நான்.

"ஏன் பாக்க முடியாம?" அவள் கேட்டாள். "நீயும் குட்டியும் உங்க அறையில இருக்கும்போது நானும் இருப்பேன். நான் வருவேன். தினந்தினம் ராத்திரில உங்க அறைக்கு வந்துட்டுப் போவேன்."

எங்கேயும் எந்தச் சத்தமும் இல்லை. முற்றத்தின் மரச் சட்டங்கள் மட்டும் அவ்வப்போது சரசரத்தபடி இருந்தன. லாமாவின் அறைக் கதவுக்கு முன்னால் மினுமினுக்கும் கண்களுடன் கின்னி எங்களைக் கூர்ந்து பார்த்திருந்தது. இடையிடையே, மரங்களின்மீது ஏதோ நிழலைக் கண்டது போல, அது பயந்த குரலில் குரைத்தது. பிறகு திடீரென்று குரைப்பதை நிறுத்திக்கொண்டது. லாமாவைக் கண்டதுமே அதற்கு இனம்புரியாத ஆறுதல் கிட்டியது.

"கையைத் திற" என்றாள். நான் என் இரண்டு உள்ளங்கைகளையும் திறக்க அவள் என் கைகளைப் பற்றித் தன் கைகளால் மூடிக்கொண்டு சொன்னாள். "யார்கிட்டயும் நீ எதுவும் சொல்லக் கூடாது... சத்தியம் பண்ணு." அவள் மெல்லக் குசுகுசுப்பாய்க் கேட்டாள். "எதைப் பத்தி லாமா?" என் கண்களில் மிகுந்த வருத்தம் தென்பட்டிருக்க வேண்டும். முகம் முழுக்கப் பரவியிருந்த ஆழ்ந்த வருத்தம் அவளையும் தொற்றிக்கொண்டது. அவள் சற்று நேரம்வரை இருட்டில் என்னைக் கண்ணிமைக்காது பார்த்துக்கொண்டிருந்தாள். "உனக்கு ஆன்மாவின் மீது நம்பிக்கை இருக்கா?" எனக் கேட்டாள். நான் தலையசைத்தேன். அந்த நாட்களில் நான் யாவற்றையும் நம்பினேன். ஏனெனில் அதுவே எளிதாக இருந்தது. அப்படிச் சொல்வதன் மூலமாக நான் தப்பித்துக் கொள்ளவும் முடிந்தது. "நான் சொல்றதக் கேளு. கின்னியோட கண்களைத் தெறந்து பாரு. அதுல எதாச்சும் தெரியுதா?" என்று கேட்டாள். அப்படி அவள் கேட்ட அந்தக் கணத்தில், தப்பித்துக்கொள்வது மட்டுமே விஷயமில்லை, நமக்குள்ளும் நமக்கு வெளியேயும் தப்பித்துக்கொள்ளத் துடிக்கிற இன்னும் வேறு சில விஷயங்கள் உள்ளன என்பதை நான் உணர்ந்தேன். "உனக்குத் தெரியுமா? கின்னி ராத்திரி பகலாத் துடிச்சிட்டு இருக்கு. ஒவ்வொரு நாள் ராத்திரியிலயும் என்னோட அறைக் கதவுகிட்ட நின்னு கத்திட்டிருக்கு. நீ கேட்டிருக்கியா? இல்லை காயா. உனக்கு எப்பிடி காதுல விழும்?" அவள் மெல்லச் சிரித்தாள். அந்தச் சிரிப்பு அவளுக்குள்ளிருந்து வராமல் ஏதோ வெறும் காற்றில் இருந்து வருவது போல எனக்குப் பட்டது. "நீ ரொம்ப சுயநலமான பொண்ணு. எப்பவும் விட ரொம்ப சுயநலமா இருக்கே நீ. உனக்கு எப்படி காதில விழும்?" அவள் என்னுடைய கைகளை அழுத்தியபடியே சொன்னாள். "எனக்கு எப்பிடி எல்லாத்தையும் விட்டுட்டுப் போகணுமோ அதேபோல கின்னிக்கும் போகணும். தெரியுமா? அப்படிப் பட்ட விடுதலை எப்பிடிக் கிடைக்கும்னு உனக்குத் தெரியுமா?" அப்போது எனக்குள் அனைத்துமே உறைந்தது போல

உணர்ந்தேன். எனக்குள்ளிருந்த வெம்மையை, கொஞ்சநஞ்சம் இருந்த சந்தோஷத்தை இடுக்கியால் எடுத்துத் தண்ணீருக்குள் போட்டது போலிருந்தது. விடுதலை? அது கிடைப்பதில்லை. தரப்படுகிறது.

"ரயில் வரப் போகுது" என்றாள் லாமா. மலைகளுக்குப் பின்னாலிருந்து மெல்லிய மந்தமான ஓசை கேட்டது. நம்மால் பார்க்க முடியாத ஆனால் நாலாப்பக்கமும் எதிரொலிக்கிற, ஏதோவொரு பெரிய பாறை மெல்ல மெல்ல உருண்டு அருகில் வருவது போல அந்த ஓசை இருந்தது.

பாறையின் மேலிருந்து இறங்கி நாங்கள் சுரங்கத்தை நோக்கிச் சென்றோம். நாலாப்பக்கமும் உயரமான காட்டுப் புல் அடர்ந்துகிடந்தது. அந்நாட்களில் அவை பழுப்பு நிறத்தில் இருந்தன. புற்களின் மீது ஜாதிமரத்தின் ஊசி இலைகள் இறைந்துகிடந்தன. அதன் மீது கால்வைக்கும் போதெல்லாம் கால்கள் வழுக்கின. நாங்கள் மிக மெதுவாகக் கீழே இறங்கினோம்.

இப்போது பாறை எங்கும் தென்படவில்லை. புற்களும் புதர்களுமே தென்பட்டன. இடையிடையே ஜாதி மரங்கள் தெரிந்தன. அவைகளும்கூட அசைவற்றிருந்தன. மதியவேளையின் மிகச் சாந்தமான பொழுது அது. மலை நகரங்களின் மீது ஒருவிதமான தூக்கக்கலக்கமுடன் பரவிக் கிடந்தது. காற்றின் ஓசையும் கேட்கவில்லை. காற்றுத் தீண்டியிருக்கும் பொருட் களின் ஓசையும் கேட்கவில்லை.

"கின்னி எங்க?" அவளுடைய உதடுகள் மிக மெதுவாக அசைந்தன. இருமுவதற்கு முன்பாகக் குழந்தைகளிடமிருந்து எழும் குரலைப் போலிருந்தது. அதைக் கேட்டவுடன் தொலைவிலுள்ள பொருட்களும் இருண்ட அறையும் கொதிக் கும் மதியவேளையும் நினைவில் வந்தன.

அது சுரங்கத்தைப் பார்த்தவாறு தலையைத் தொங்கப் போட்டுக்கொண்டு கண்களை மூடியபடி உட்கார்ந்திருந்தது. நாக்கு ஒரு பக்கமாகத் தொங்கி வெளியே வந்தது. பாதித் திறந்த வாயிலிருந்து ஒரு நீண்ட பல் வெளியே தென்பட்டது. அது கவலையற்றதாகத் தெரிந்தது. ஏனெனில் நாங்கள் எங்காவது பக்கத்தில்தான் இருப்போம் என்று அதற்குத் தெரியும். எங்களது காலடியோசையைக் கேட்டதும் அதன் மூச்சு ஒரு கணம் தயங்கி நின்றது. நாங்கள்தான் என்று தெரிந்ததும் நின்றிருந்த சுவாசம் மீண்டும் தயக்கமின்றித் தொடர்ந்தது.

கின்னி, கின்னி என்று அழைத்தாள் லாமா. மீண்டும் ஒருமுறை அவளது குரல் விநோதமாகத் தெரிந்தது. எப்போதுமே அவள் இப்படி அழைப்பதுதான் வழக்கம். மதியவேளையின் சாந்தமான பொழுதில் என்னைக் கலவரப்படுத்த வேண்டும் என்று அவளுக்கு எண்ணமில்லை. திடீரென்று தன் பெயரைக் கேட்டதும் அது தன்னுடைய சோம்பலான உடலை ஒன்றிரண்டு முறை உலுக்கிக்கொண்டு நின்றுவிட்டது. தன்னை அழைத்த குரல் எங்கிருந்து வந்தது என்று தேடுவது போல ஒருமுறை நிச்சயமற்ற பார்வையுடன் நாலாப்பக்கமும் பார்த்தது. பிறகு அது மெல்ல மெல்லச் சுரங்கத்தின் பக்கமாக நடக்கத் தொடங்கியது.

அது சரிவிலிருந்து கீழே இறங்கியது. தூக்கத்தில் நடப்பது போலவும் தன் நிழலோடு அது ஒட்டிக்கொண்டு நடப்பது போலவும் இருந்தது. சுரங்கத்தின் அருகில் வந்ததும் நின்று விட்டது. காற்றில் எதையோ தேடுவது போல இரண்டு பக்கமும் பார்த்தது. அப்போதுதான் எனக்கு முதன்முறையாக என்னைப் பற்றிய நினைவே வந்தது.

பின்னால் திரும்பிப் பார்க்கும்போது லாமா அங்கில்லை. புற்களும் புதர்களும் மரங்களின் நீண்ட நிழல்களுக்குக் கீழாக இலைகளும் என எல்லாமே ஒரு கணத்திற்கு முன்பு நான் கண்டதைப் போல அப்படி அப்படியே இருந்தன. காற்றில் மட்டும் லேசான நடுக்கம் தென்பட்டது. மலைகளுக்கு அப்பால் இருந்த நட்சத்திரங்கள் உயிர்கொண்டு எழுந்தது போலவும் அவைகளுக்குள்ளிருந்து ஒரு வெற்று ரீங்காரம் புகைபோல எழுந்து மலை முழுவதும் பரவியது போலவும் இருந்தது.

எனக்கும் கின்னிக்கும் இடையில் குறைவான தூரமே இருந்தது. பிறகு அந்தத் தொலைவு கூடியபடியே இருந்தது. இயந்திரத்தால் இயக்கப்பட்டது போல அது என்னை முற்றிலு மாக மறந்ததாய் சுரங்கத்தின் இருட்டிலிருந்து வரும் அந்த ஓசையை நோக்கிக் கீழே இறங்கிக்கொண்டிருந்தது. ஓசையின் ஈர்ப்பில் இழுக்கப்பட்டதாய் இங்கும் எங்கும் பார்க்காமல், வெகு காலமாக மறைந்திருக்கும் புதையலைத் தேடிச் செல்வது போலச் சென்றது திடீரென்று சுரங்கத்துக்குப் பக்கத்தில் நடுங்கி அசையும் புதர்களில் அதற்குத் தான் தேடி வந்த வாசனை கிடைத்துவிட்டது போலிருந்தது. அந்த ஒரு கணத்தில் என்னுடைய கூசிய கண்களுக்கு முன்னால் ஒன்றுமே இருக்க வில்லை. கின்னியின் உடல் மீது வெயிலில் மின்னிய அந்தக் கறுப்பு வெள்ளைப் புள்ளிகளைத் தவிர வேறெதுவுமே இருக்க வில்லை. சுரங்கத்திலிருந்த ஒலித்த அந்தக் குழப்பமான அழைப்புக்

குரலில் அதட்டலும் கொஞ்சலும் அழைப்பையும் தவிர இன்னொன்றும் மறைந்தொலித்தது. அது என்ன என்று அந்தத் தருணத்தில் என்னால் அறிய முடியவில்லை. ஆனால் பல வருடங்களுக்குப் பிறகு அதை என்னுடைய நினைவில் தேடிக்கொண்டிருக்கையில் திடீரென்று ஒருநாள் அதைக் கண்டுபிடித்துவிட்டேன். இரக்கமும் இல்லாது வேதனையும் இல்லாத எதனோடும் தொடர்பற்ற சாவுக்கும் சாகடிப் பதற்கும் இடையிலான பாலைவனக் காற்றைப்போல எழுந்து அங்கேயே அப்போதே முடிந்துபோகும் ஒரு எல்லையற்ற அமானுஷ்யமான கருணையே அது.

ஆனால் அந்த மதியவேளை எனக்குச் சற்றும் விளங்காத ஒன்று. ஒரு மலையிலிருந்து இன்னொரு மலைவரையிலும் இரண்டு கம்பங்களுக்கு இடையில் அசைந்திருந்த கம்பிகளை யும் அதன்மீது பறந்தமர்ந்த பறவைக் கூட்டங்களையுமே நான் பார்த்துக்கொண்டிருந்தேன்.

என்னால் அந்தக் காட்சியை இப்போதும் பார்க்க முடிகிறது. நினைவுபடுத்த முடிகிறது. திரும்பச் சொல்ல முடிகிறது. கீழே இறங்கிக்கொண்டிருந்த கின்னி, ரயில் தண்டவாளங்களுக்கு முன்னால் சென்றபோது அதன் பாதங்கள் அந்த இடத்திலேயே சிக்கிக்கொண்டதுபோல நின்றுவிட்டது. அந்தச் சத்தம் வந்துகொண்டிருந்த சுரங்கத்தின் பக்கமாக அது தன்னுடைய முகத்தைத் தூக்கிவைத்திருந்தது. கின்னி. கின்னி. கின்னி. அந்தக் குரல் ஒரு கயிற்றைப் போல அதைப் பற்றியிழுத்தது. உறைந்துபோனதுபோல அது சுரங்கத்தின் இருட்டைப் பார்த்து நின்றது, அவ்வப்போது அதனுடைய காதுகள் அசைந்தன. வால் அடிக்கடி ரயில் தண்டவாளத்தில் மோதி ஆடியது. யாரது? சுரங்கத்தின் அப்பாலிருந்து யார் அதை அழைக்க முடியும்?

நான் நின்றுகொண்டிருந்தேன். நின்ற இடத்திலேயே கால்புதைந்துபோனவளாய் மந்திரத்தில் கட்டுண்டவளாய் இழந்துபோனவளாய் நின்றுகொண்டிருந்தேன். என்னவோ அந்தக் குரல் ஒரு நியதியைப் போலவும் அதன் ஒரு முனை கின்னியிடம் கட்டப்பட்டும் மறுமுனை என் கால்களில் கட்டப்பட்டும் இருக்க எங்கள் இருவரில் யாரும் துளியும் அசைய முடியாதது போலவும் இருந்தது. திடீரென்று உடலின் அனைத்து நரம்புகளையும் ஒன்றுகூட்டி யாரோ கத்துவது போல இருந்தது. நான் கத்துவதை வெளியிலிருந்து நானே கேட்டுக்கொண்டிருக்கிறேனா இல்லை என்னை நானே ஊடுருவிக்கொண்டிருக்கிறேனா என்று எனக்குப் பெரும் குழப்பமாயிருந்தது. இருந்தபோதும் இப்போது எந்தச் சத்தமும்

கேட்கவில்லை. வெயில் மட்டுமே இருந்தது. வெகுதொலைவில் குன்றுகளின் மீது பரவிக்கிடந்த மௌனம் இருந்தது. மலையடர்ந்த ஆகாயத்தின் முடிவற்ற மௌனம். ஒரு கணம் சுரங்கத்துக்கு வெளியே தடதடத்துவந்த ரயிலின் காட்சி தென்பட்டது. சக்கரங்களின் பெரும் ஓசை. மேலெழும் புகை. சுரங்கம் தன்னுள்ளிருந்து சீறும் பாம்பைத் துப்புவது போலிருந்தது. பிறகு ஒரு மின்னல் பொழுதில் அடுத்த மலையின் பின்னே ஓடி மறைந்தது அது. அதன் பிறகு எதுவும் மிச்சமிருக்கவில்லை. கதியற்ற கதி மட்டுமே இருந்தது. அங்கே காலமும் இல்லை. மரணமும் இல்லை. இரவும் இல்லை. பகலும் இல்லை. தண்டவாளங்களுக்கு நடுவே பிரிந்துபோகும் ஓர் உயிர் மட்டுமே இருந்தது. சதைக் கோளம் ஒன்று மட்டுமே மிஞ்சிக்கிடந்தது. காற்றில் பிறைச்சந்திரனின் கணப்பொழுதுத் தோற்றம். ரத்தம் தோய்ந்ததாய், நினைவிழந்ததாய்க் கிடந்தது. சுயநினைவை இழப்பதற்கு முன்பான அந்த நினைவு எனக்கு ஒரு மிகப் புராதனமான இரவுப் பொழுதின் கனவாக மாறிப் போனது. திரும்பத் திரும்ப நான் அங்கே வந்தபடியே இருந்தேன். உட்கார்ந்திருந்தேன். எதிர்பார்த்துக் காத்திருந்தேன். சுரங்கத்தின் வாயில் திறந்துகிடக்கிறது. முதலில் புகை வெளியே வருகிறது. பிறகு சக்கரங்களின் சத்தம். பிறகு கின்னி கின்னி எனப் புதர்களுக்குப் பின்னிருந்து வரும் வேதனையும் பயமும் கலந்த அழைப்பு. பின்பு அது மெல்ல மெல்ல ஒரு தேயும் கிசுகிசுப்பாக மாறிப்போகிறது.

வெகுநேரம்வரைக்கும் ஒன்றும் நடக்கவில்லை. நான் எங்கிருந்தேனோ அங்கேயேதான் உட்கார்ந்திருந்தேன். மதிய வெயில் மங்கத் தொடங்கியிருந்தது. காற்று வீசாதிருந்த போதும் அருகிலிருந்த பிற அனைத்துமே அசைவற்றிருந்தும்கூடச் சுரங்கத் தின் பின்னாலிருக்கும் புதர்கள் அசைந்ததுபோலிருந்தது. அந்தப் புதருக்குப் பின்னாலிருந்து லாமாவின் தலை நிமிர்ந்ததைக் கண்டேன். பிறகு அவள் முகம் தெரிந்தது. அன்றைய மதியப் பொழுதில் அப்போதுதான் நான் லாமாவைப் பார்ப்பது போலிருந்தது. நாங்கள் மறைந்திருந்த அந்த அடர்ந்த காட்டுக்குள் திரியும் காட்டு விலங்கு ஒன்றைக் காண்பது போல இருந்தது. அவரவர் கனவிலேயே நடைபோட்டிருக்கும் சுமையற்ற கவலையற்ற மனிதர்களின் உலகத்திலிருந்து முற்றிலும் வேறுபட்ட தனித்த அந்த ரயில் தண்டவாளத்தில் அவள் நடந்துகொண் டிருக்கிறாள் என்றும் எனக்குத் தோன்றியது. அவள் எப்போதும் போலத் தனது துப்பட்டாவைத் தலையில் உருமாலை போல் கட்டியிருக்கிறாள். சல்வாரின் கால்பகுதி சேற்றில் துவண் டிருக்கிறது. அவளுடைய கையில் கின்னியின் கழுத்துப் பட்டை

சிவப்புத் தகரக் கூரை

அது ரத்தத்தில் நனைந்துகிடக்கிறது. அதில் கின்னியின் வெள்ளை மயிர்க்கற்றைகள் இப்போதும் ஒட்டிக்கொண்டிருக்கின்றன. புல்லின் துகள்கூட அழுக்கு நீர் வெள்ளத்தில் காய்ந்த சருகாய்த் தோற்றமளிப்பது போல, ஒட்டிக்கொண்டிருந்த தோலின் மேலே அந்த மயிர்க் கற்றைகளின் வெண்மை மேலும் துலங்கி எழுந்திருந்தது என அப்போதுதான் எனக்குத் தோன்றியது.

அவள் நிற்கவில்லை. திரும்பியும் பார்க்கவில்லை. நானும் அவளை அழைக்கவில்லை. வேறொரு நாளாக இருந்திருந்தால் நானும் அவள் பின்னாலேயே ஓடியிருப்பேன். ஆனால் அன்றைய மதிய வேளையில் அவ்வாறு செல்லாமல் நான் அங்கேயே உட்கார்ந்துவிட்டேன். வெயில் பொழுது முடியப் போகிறது, அவளுக்குப் பின்னால் செல்வதில் எந்த அர்த்தமும் இல்லை என்று அந்த மதியப் பொழுதில் எனக்குத் தோன்றியது.

நான்கு

அந்த நாளுக்குப் பிறகு பகல் பொழுதுகள் சுருங்கத் தொடங்கின. மலைகளின் நிறம் பழுப்பேறத் தொடங்கியிருந்தது. மதியம்வரை வெளிச்சம் இருந்தது. பின்னர் மேகங்கள் கவியத்தொடங்கின. இருட்டு முந்திக்கொண்டு வந்துவிடப் பிறகுதான் இரவு வந்தது. கீழே ஒற்றையடிப் பாதைகளில் திரியும்போது கணவாய்களில் இன்னும் வெயிலடித் திருப்பது போலத் தோற்றம் தரும். ஆனால் மேலே வரும்போதுதான் அது மறையும் சூரியனின் ஒளியென்று தெரியவரும். மதியப் பொழுது சூரியனை விட்டுச் சென்றுவிடும் அதேசமயம் வந்து சேரும் இரவோ அவனைச் சேர்த்துக் கொள்வதில்லை. செப்டம்பர் மாதத்தின் இலையுதிர் காலப் பளபளப்பு ஊர் முழுக்கப் பரவிக்கிடந்தது.

நாள் முழுக்க அவள் வெளியிலேயே இருந்தாள். லாமா போன பிறகு மொத்த வீடும் வெறிச்சோடிக் கிடக்கிறது. அம்மா இப்போது அறையை விட்டு வெளியே வருவதே கிடையாது. அவளைக் கண்டதுமே பார்வையைத் திருப்பிக்கொள்ளுமளவு அவள் பெருத்துவிட்டாள். அவள் வேறு யாரோ போலத் தெரிகிறாள். முகம் மட்டுமே அவளுடைய தாகவும் பாக்கி உடல் மொத்தமும் வேறு யாருடையதோ போலவும் இருக்கிறாள். முன்பின் தெரியாத யாருடைய வீட்டிலோ அவள் இருப்பது போலப் பட்டது.

அவ்வப்போது மாலைப் பொழுதின் மங்கலான ஒளியில் வீடும்கூட அறிமுகமற்ற ஒன்றாகத்

தெரிந்தது. நாள் முழுக்கச் சுற்றித் திரிந்துவிட்டு வீடு திரும்பும் சமயத்தில் கால்கள் அப்படியே நின்றுவிடும். மரத்தாலான இரண்டடுக்குக் கட்டடம். கீழே மிஸ் ஜோசுவாவின் காலி முற்றம். அடைக்கப்பட்ட ஜன்னல்கள். மேலே சிவப்பு நிறத்தி லான சரிவான கூரை. கூரையின் மீது தலை தூக்கியிருக்கும் கறுப்புநிறப் புகைப்போக்கி. ஆமாம். இது அவளுடைய வீடுதான். அப்பாவின் அறை மூடிக்கிடக்கிறது. லாமாவின் அறைக்கதவு காற்றில் அவ்வப்போது திறந்தும் மூடிக்கொண்டும் இருக்கிறது. அது திறந்து மூடும் சத்தம் வீடு முழுக்க எதிரொலிக்கிறது . . .

அந்திப்பொழுதின் அமைதியினூடே அசையும் கதவுகளின் ஓசையைக் கேட்கும்போது யாருமற்றதாய் உள்ளது வீடு என்று ஓர் எண்ணம் சட்டென்று தோன்றும். பாழடைந்த ஒன்றாக, யாருமற்ற ஒன்றாக, வீடுகளின் சொந்தக்காரர்கள் குளிர்காலங் களில் நீங்கிப்போன ஊரிலுள்ள பிற வீடுகளைப் போலவே அதுவும் இருந்தது. ஒருவேளை அவள் திரும்பி, வேறு பாதை யில் போனாலும்கூட அவளை அழைப்பதற்கு ஒருவரும் இல்லை என்ற பயங்கரமான எண்ணம் எழுந்தது. ராத்திரி முழுக்க அவள் வீட்டுக்கு வெளியே இருட்டில் நின்றிருந்தாலும் கூட அவள் வீட்டில் இல்லை என்று யாருமே கவலைப்பட மாட்டார்கள். நாலாப் பக்கமும் சூழ்ந்து நின்று சிறிதளவும் அசையாது யாவற்றையும் பார்த்தபடி இருக்கும் மலைகள் எத்தனைக்கெத்தனை அவளைப் பற்றி அக்கறையின்றி உள்ளனவோ அதேயளவு அக்கறையின்மையுடனே அந்த வீடும் இருந்தது. அன்றுதான், அந்தக் கும்மிருட்டில்தான், காயா தன்னுடைய தனிமையை முதன்முறையாக உணர்ந்தாள்.

அவளுக்குப் பயமாய் இருக்கவில்லை. விநோதமான குதூகலம் மட்டுமே இருந்தது. தனிமை என்பது ஏதோவொரு நோய். உள்ளுக்குள் முற்றியபடியே இருக்க வெளியில் யாருக்குமே எதுவும் தெரிவதில்லை. குட்டிக்கோ அம்மாவுக்கோ மிஸ் ஜோசுவாவுக்கோ எதுவும் தெரியாது. அம்மா பெருத்துக் கொண்டே வருவதைப் போலவே அவளுக்குள்ளும் அந்தத் தனிமையெனும் நோய் பெருத்துக்கொண்டே வருவதாய் உணர்ந்தாள் அவள். என்ன, அம்மாவை எல்லோராலும் பார்க்க முடியும். அவளுக்குள் உள்ள பெருகும் தனிமையை யாரும் பார்க்க முடியாது.

அன்று மாலை வீடு திரும்பியபோது அவள் குழப்பத்துடன் நின்றுவிட்டாள். ஒருபோதும் அப்படி ஆனதில்லை. எல்லா அறைகளிலும் விளக்குகள் எரிந்து கொண்டிருந்தன. வராந்தாவில் அசைந்தாடும் நிழல்களைப் பார்த்தபோது இந்த ராத்திரி

நேரத்தில் யார் வந்திருக்கக் கூடும் என்று அவளுக்கு அனுமானிக்க முடியவில்லை. எந்த நேரத்திலும் மூடப்பட்டே இருக்கும் மிஸ் ஜோசுவாவின் கதவுகூட விரியத் திறந்திருந்தது.

படிகளில் ஏறி முற்றத்துக்கு வந்தபோதுதான் அவன் கண்ணில் பட்டான். ஜன்னல் கம்பிகளை ஒட்டி அவன் உட்கார்ந்திருந்தான். எப்போதும் போல அவன் தலை ஆடிக் கொண்டேயிருந்தது. மருத்துவச்சியுடனேயே எப்போதும் அவன் வருவதுண்டு. ஆனால் என்றுமே வீட்டுக்குள் நுழைய மாட்டான். வெளியே வராந்தாவில் அவன் உட்கார்வதற்கு சாக்குத் துண்டைப் போட்டுத் தருவான் மங்கது. சிவந்த முகமும் மழிக்கப்பட்ட தலையுமாகக் குள்ளமான சாதுவைப் போல இருந்தான் அவன்.

காயா அவனருகே வந்து மண்டியிட்டு அமர்ந்தாள்.

"போலு, எப்ப வந்தே? எவ்வளவு நேரமா இங்க உக்காந் திருக்கே?"

அவன் புன்னகைப்பவன் போல உதடுகளைத் திறந்தான். கண்ணிமைகள் மேலுயர்ந்தன. கழுத்து அசைந்தது. அவ்வளவு தான். அவன் பேசுவது இவ்வாறுதான். கேட்ட கேள்விக்கு அவன் ஒருபோதும் பதில் சொன்னதாக நினைவில்லை. இடைவிடாது தொடர்ந்து வேகமாக முணுமுணுத்துக்கொண் டிருப்பவன்தான் என்றாலும் எப்பொழுதும் முழுசாக ஒரு வார்த்தைகூட வாயிலிருந்து வராது. எப்போதாவது அதிசயமாய் ஒரு சொல் அகோரமான மண்ணாங்கட்டியைப் போல வெளியே வந்துவிட்டாலும் கூட அது அவன் வாயிலிருந்து வரும் சத்தத்தைப் போன்று மௌனத்தை எதிரொலிக்குமே தவிர எந்தவொரு அர்த்தத்தையும் சுட்டி நிற்காது. மருத்துவச்சி உள்ளே இருக்கக் கூடும். வெளியே அவளுடைய பையன். அவன்தான் தன்னுடைய அம்மாவை உடன் அழைத்து வருகிறானா, இல்லை உலகம் மொத்தத்திலிருந்தும் அவனைப் பாதுகாப்பதற்காக அவனை அவள் தன்னுடன் பிணைத்து வைத்திருக்கிறாளா என்று காயாவுக்குப் புரியவில்லை.

காயா அவனெதிரில் உட்கார்ந்திருந்தாள். அவனால் எதுவும் பேச முடியாது என்பது அவளுக்கு ஆறுதலாயிருந்தது. இருண்ட வராந்தாவில் அவன் இருப்பதே அவளுக்குப் போதுமானதாக இருந்தது. அவனுடன் எதுவும் பேச வேண்டிய கட்டாயம் இல்லை. அவனுடன் இருக்கும்போது. கின்னியுடன் இருக்கும் சமயத்தில் இருப்பதைப் போலப் பாதுகாப்பாய் இருப்பதாகப் பட்டது. கின்னியின் நினைவு வந்ததும் உடலெங்கும் ஜில்லென்று நடுக்கம் பரவியது.

சிவப்புத் தகரக் கூரை

அவனிடம் நிறையக் கேட்க விரும்பியவளாக "போலு, போலு" என்று அழைத்தாள். அவனிடத்தில் அவனுடைய தெளிவற்ற குரலில், சொற்களால் அடைந்துவிட முடியாத அபயத்தின் ஏதோ ஒரு சாவி இருப்பது போல உணர்ந்தாள். ஆனால் போலு அவள் அழைப்பைக் கேட்கவே இல்லை. கின்னியால் கேட்க முடிகிற அளவுக்குக்கூட அவனால் கேட்க முடியவில்லை. உணர்ச்சியற்ற ஊமைப் பார்வையுடன் அவளைப் பார்த்துக்கொண்டிருந்தான். ங்கோ...ங்கோ...ங்கோ எனச் சன்னமான குரலில் முணுமுணுத்தபடி இருந்தான். தலை மேலும் கீழுமாய் ஆடிக்கொண்டிருந்தது. அந்த இருட்டில் அவனது முணுமுணுப்பு ஏதோவொரு ஆறுமாதக் குழந்தை, மழலையில் பிதற்றுவது போல இருந்தது.

அவள் வெகுநேரம் அங்கே உட்கார்ந்திருந்தாள். அறைக் குள்ளிருந்து தொடர்ந்து விநோதமான மெதுவான சத்தம் மட்டும் வெளியே கேட்டபடி இருந்தபோதும் உள்ளே செல்ல வேண்டும் என்கிற ஆசை விட்டுப்போயிருந்தது. அது முழுக்கச் சத்தமாகவும் இல்லை, முழுக்க அமைதியாகவும் இல்லை. ஓர் அறையிலிருந்து மற்றொரு அறைக்கு நகரும் காலடிகளின் சத்தமே கேட்டுக்கொண்டிருந்தது.

யாரோ அவளுடைய தோளில் கை வைத்தார்கள். அவள் திடுக்கிட்டுப் போனாள். திரும்பினாள். குட்டியின் சின்னஞ்சிறிய நிழல் முற்றத்தில் தென்பட்டது. அவனுடைய மூச்சு அவளுடைய வெறுங் கழுத்தைத் தொட்டது. அவனுடைய கையிலிருந்த வெம்மையைவிட அவனது மூச்சில் சூடு அதிகமாயிருந்தது. அவள் எழுந்து நின்றாள்.

"என்ன குட்டி?"

சற்றே தயங்கியபடி அவன், "இங்க பாரு...ரூமுக்குள்ளே வர்றியா?"

ஒரு கணம் அவள் குட்டியின் முகத்தையே பார்த்துக் கொண்டிருந்தாள். அந்நாட்களில் அவன் காயாவின் உலகத்தி லிருந்து விலகி, தனித்தே இருந்தான். இரவு தூங்குவதற்கு முன்பாக மட்டுமே அவன் அவளிடம் வந்தான். ஆனால் லாமா சென்ற பின்பு படுக்கைக்கு வந்து எதுவும் பேசாமல் படுத்துக்கொள்கிறான். இரவு நெடுநேரம்வரை இருவரும் காற்றில் லாமாவின் அறைக் கதவு சத்தம்போடுவதைக் கேட்டபடியே படுத்திருப்பார்கள்.

"மருத்துவச்சி எப்ப வந்தா?"

“இன்னிக்கு மத்தியானம். அப்ப நீ வெளியில போயிருந்த . . .” என்றான் குட்டி. அம்மாவைப் பற்றி இன்னும் என்னவோ அவனிடம் கேட்க வேண்டும் என்று அவளுக்கு ஆவல் ஏற்பட்டது. ஆனாலும் புரியாத ஒரு தயக்கம் இடையிலேயே அவளைத் தடுத்துவிட்டது. அவள் ஒன்றும் பேசாமல் தன்னுடைய அறையை நோக்கிச் செல்லலானாள்.

அப்பாவின் அறை எப்போதும் போல மூடியே கிடந்தது. ஆனால் வராந்தாவினைக் கடக்கும்போது அம்மாவின் அறையைப் பார்க்க முடிந்தது. உள்ளே கணப்பு எரிந்துகொண்டிருந்தது. அதன் எதிரே நாற்காலியில் மிஸ் ஜோசுவா உட்கார்ந்திருந்தாள். தரைவிரிப்பில் மருத்துவச்சி உட்கார்ந்திருந்தாள். பின்னால் அம்மாவின் படுக்கை இருந்தது. ஆனால் அவளது முகம் தெரியவில்லை. மிஸ் ஜோசுவாவை அவள் முதன்முதலாகத் தன்னுடைய வீட்டில் பார்க்கிறாள். படிகளில் ஏறி அவள் எப்படி வந்திருப்பாள் என்று அவளுக்குத் தெரியவில்லை.

குளிர்காலத்தின் ஆரம்ப நாட்களின் அந்த இரவு, ஒரு பழைய புகைப்படத்தைப் போல, காயாவுக்கு எப்போதுமே நினைவில் இருக்கிறது. அதன் உருவங்களும் நிறங்களும் வெளுத்துப்போயிருந்தாலும்கூட அந்த முக்கியமான தருணம், அந்தச் சந்தர்ப்பம், அந்த நாள் மிகத் தெளிவாகக் கல்லில் இட்ட கோட்டைப் போல ஒளிவிடுகிறது அந்தப் புகைப்படத்தில். போலு வராந்தாவில் உட்கார்ந்திருக்கிறான். அம்மாவின் அறைக்குள் குனிந்திருக்கும் மருத்துவச்சியின் தலையும் மிஸ் ஜோசுவாவின் தலையும் நெருப்பு ஜ்வாலையில் ஒளிர்கின்றன. குளிர்காலத்தின் முதல் மாலை அது. மங்கது எல்லா அறைகளிலும் விளக்கேற்றியிருந்த நாள்.

உள்ளே வந்து விளக்கை ஏற்றியபோது காயாவுக்குத் தன்னுடைய அறை மிகவும் வெறிச்சோடிக்கிடப்பதாகத் தோன்றியது. குளிர்கால விடுமுறை தொடங்கியதுமே அவள் தன்னுடைய நோட்டுப்புத்தகங்களைக் கட்டி மேசைக்கு அடியில் வைத்துவிட்டாள். அதே மேசைக்கு அடியில்தான் கின்னியும் தான் வெளியிலிருந்து சேர்த்துக்கொண்டு வந்தவற்றைப் பத்திரப்படுத்தியிருக்கிறது. மேசைக்கு எதிரில் சுவரில் ஒரு படத்தை ஒட்டிவைத்திருக்கிறான் குட்டி. ஏதோவொரு பயணிகள் வழிகாட்டிப் புத்தகத்திலிருந்து கிழித்த நகரத்தின் படம் அது. பனிமூடிய ஜாகு மலைக் கோவில், ரிட்ஜில் உள்ள தேவாலயத்தின் மண்டபங்கள், கீழே உள்ள கடைத்தெருவின் கூரைகள் என எல்லாமே அதில் உள்ளன. ஆனால் இவை

எல்லாவற்றையும்விடப் படத்தின் குறிப்பிட்ட இடத்தில் துலங்கித்தெரியும் சிவப்பு நிறத்திலான ஒரு புள்ளிதான் அந்தப் படத்தில் முக்கியமானதாக இருந்தது. அந்தப் புள்ளியைக் குட்டி தன்னுடைய பள்ளிக்கூடம் என்று கருதியிருந்தான். அந்தப் படம் இன்னும் சுவரில் ஒட்டிக்கொண்டிருப்பது ஆச்சரியமான ஒன்றுதான். ஏனெனில் மாடியின் பால்கனி ஜன்னல் எப்போதுமே திறந்திருக்க, அதிலிருந்து வரும் காற்றின் வேகத்தில் அந்தப் படம் நாள் முழுக்கப் படபடத்தபடியே இருந்தது. குட்டியின் பள்ளிக்கூடமும் விழுந்தும் விழாமலும் படபடத்தபடியே இருந்தது.

ஆனால் அன்றிரவு வெகு நாட்களுக்குப் பிறகு காற்று உறைந்துபோயிருந்தது. வீட்டின் கூரையும்கூட மிகவும் அமைதியாக இருந்தது. வெளியில் இலை அசைகிற சத்தம்கூட இல்லை. மிஸ் ஜோசுவாவின் மரம் அசையாது நின்றிருந்தது. அறைக்குள் வந்ததுமே அவள் தன்னுடைய படுக்கையில் படுத்துக் கொண்டாள்.

"மிஸ் ஜோசுவா எப்படி வந்தாள்?" சற்று நேரத்துக்குப் பிறகு அவள் கேட்டாள்.

"மங்கது அவளுடைய கையைப் பிடித்து மேலே அழைத்து வந்தான்" என்றான் குட்டி. "இன்னிக்கு முழுக்க நீ எங்க போயிருந்தே? எல்லா எடத்துலயும் நான் உன்னைத் தேடினேன்."

"ரயில் தண்டவாளத்துக்கிட்ட" என்றாள். குட்டியைப் பார்த்தாள். அவன் தன்னுடைய கட்டிலுக்கு எதிரில் நின்றிருந்தான்.

"நீயேன் உக்காராம நின்னுட்டு இருக்கே?"

ஏனென்று தெரியவில்லை. அந்த ஒரு கணத்தில் குட்டி நின்றுகொண்டிருப்பதை அவளால் சகித்துக்கொள்ள முடிய வில்லை. அவன் உட்கார்வதால் மட்டுமே நாள் முழுக்க உணர்ந்த சுமை இறங்கும் என்று தோன்றியது.

வெளியே அக்டோபர் மாதத்தின் இருட்டுக் கவியத் தொடங்கியிருந்தது. வெளிச்சமாயிருந்த குறிப்பிட்ட சில இடங்களில் மட்டும் ஒரு மரம் இன்னொரு மரத்தின் நிழல் போலத் தென்பட்டது. பால்கனிக்கு அப்பால் மலைகளின் மீது மெல்லிய திரைபோன்று இருட்டு இறங்கியிருந்தது. தண்டவாளங்களின் மேலும் இருட்டு கவிந்திருக்கும் என்று காயா யோசித்தாள். இருட்டில் ரத்தம்கூடக் கண்ணுக்குத் தென்படாது என்பது விநோதமாக இருந்தது.

வெளியே வராந்தாவில் போலுவின் குரல் சத்தமாக ஒலித்துப் பிறகு ஓய்ந்தது. கண்ணாடி ஜாடிக்குள் சுற்றும் ஈயின் ரீங்காரம் போலிருந்தது. தூக்கக் கலக்கத்துடனான தாறுமாறான லயத்துடன் அவனது சத்தம் இருந்தது.

"குட்டி யாராவது செத்துப்போறது நீ பாத்துருக்கியா?"

நெருப்பின் மிதமான வெதுவெதுப்பில் பாதிமூடிக் கிடந்த குட்டியின் கண்கள் விழித்துக்கொண்டன. எத்தனை முறை பார்த்திருக்கிறான். புதர்களில் விறைத்துக்கிடக்கும் பறவைகள். நாய்களின் எலும்புக் கூடுகள். மண்ணில் உருண்டு கிடக்கும் எறும்புகள். மழை நாட்களில் பெருக்கெடுத்தோடும் வெள்ளத்தில் மிதக்கும் மூஞ்சூறுகள். மண்ணுள்ளிப் பாம்புகள். ஆனால் அவையெல்லாம் ஏற்கனவே செத்துப் போனவை. செத்துக் கொண்டிருந்தவை அல்ல. சாவுகூடக் கிடையாது. அதற்குப் பிறகான விஷயம். உயிரற்ற உருவமற்ற பிணங்கள். உயிரோ டிருப்பதற்கும் சாவதற்கும் எந்தத் தொடர்புமற்றவை. இல்லை. சாவது கிடையாது. செத்துக்கொண்டிருந்தவையும் இல்லை. திடீரென அவனுக்கு மிஸ் ஜோசுவா சொன்னது நினைவுக்கு வந்தது. சில வருடங்களுக்குப் பிறகு அவளும் சஞ்செளலியில் உள்ள கல்லறைக்குப் போய்விடுவாள் என்று சொன்னாள். கீழே பூமி. மேலே கல்தளம். அந்தக் கல்லின் மீது, தபால் பெட்டியில் எழுதியிருப்பது போன்று, அவளுடைய பெயர் செதுக்கப்பட்டிருக்கும். ஆனால் குட்டியைப் பொறுத்தவரை அதுவும்கூடச் சாவது கிடையாது. அக்கம்பக்கம் இருப்பவர்கள் குளிர்காலத்தில் தில்லிக்குப் போவது போல, அதுவும் ஒரு இடத்திலிருந்து இன்னொரு இடத்துக்குப் போவது மட்டுமே.

"நீ தூங்கிட்டியா?"

கண்களை மூடியபடி அசைவில்லாது காயா படுத்திருப் பதைக் குட்டி பார்த்தான். அவளுடைய உடல் முற்றிலுமாகத் தளர்ந்துபோயிருந்தது. கலைந்துபோய்ப் புழுதி படிந்த அவளது தலைமுடி நெற்றியின் இருபுறமும் புரண்டு விழுந்திருப்பது விளக்கின் மஞ்சள் ஒளியில் தெரிந்தது.

அவள் கண்களைத் திறந்தாள். ஏதோவொரு உலுக்கல் போலிருந்தது. அவள் தன்னுடைய அறையில் இருந்தாள். அம்மா தனது அறையில் இருக்கக்கூடும். மங்கது சமைய லறையில். மாலைப்பொழுதின் இக்கணத்தில் எல்லோருமே அவரவருக்குப் பாதுகாப்பான மூலைகளில் பதுங்கிக்கொண் டிருப்பார்கள். ஆனால் காயாவுக்கு எங்கேயும் பாதுகாப்புக் கிடையாது. அருகில் எப்போதுமே ஏதேனுமொன்று இருந்து கொண்டுதான் இருக்கிறது. லாமாவைப் போல அவள்

எப்போதுமே உள்ளுக்குள் இருக்கும் சங்கிலியைப் போட்டுக் கொண்டு தன்னையே பூட்டிக்கொண்டுவிட முடியாது. அதிலும் அவளை உள்ளுக்குள் பூட்டிவைக்கும் சங்கிலி மிகவும் நீண்டது. அவளுடைய வயதையும்விடப் பெரியது. ஒருபோதும் அதை அவள் தீண்டிப் பார்க்கவும் துணிந்தது கிடையாது. கை விரல்கள் சிவந்துபோய்த் திரும்பிவிடுகின்றன.

"காயா நீ பாத்துருக்கியா?"

சட்டென்று எழுந்து அமர்ந்தவள் குட்டியைப் பார்த்தாள்.

"என்ன பாத்திருக்கியான்னு கேட்டே குட்டி?"

"சாகறது..." என்றான் குட்டி.

"இல்ல குட்டி. நா பாத்ததில்லை..." தேர்ந்த அமைதியான குரலில் காயா சொன்னாள். "ஆனா அது வர்ற சத்தத்தை நா கேட்டிருக்கேன்."

"எப்ப காயா?"

"ஒண்ணுமே நடக்கல குட்டி..." அன்றைய மதியவேளைக்கு மறுபடியும் திரும்பிச் செல்பவள் போல வறண்ட குரலில் சொன்னாள். "நான் தண்டவாளத்துக்குப் பின்னால நின்னுட் டிருந்தேன். அந்தப் பக்கமா புதருங்க இருந்துச்சு. அதுகல்லாம் அசைஞ்சுட்டிருந்துது. அசையறத நான் பாத்தேன். அதுக்கப் பறம்... அதுக்கப்பறம் யாரோ கூப்பிடற மாதிரி இருந்துச்சு. கூப்படற அந்தச் சத்தத்தை நான் கேட்டேன்."

"யாரையாவது நீ பாத்தியா காயா?"

"இல்லை... யாரையும் பாக்கலை... சுரங்கத்துக் குள்ளருந்து சத்தம் மட்டும் வந்துச்சு. கின்னி தண்டவாளத் துக்குப் பக்கத்துல உக்காந்திருந்துச்சு..."

வேறு ஒன்றுமே இல்லை. ஆனால் எத்தனையெல்லாமோ மீதியிருந்தது. லாமா கின்னியைக் கூப்பிடாது இருந்திருந்தால் ஒன்றுமே நடந்திருக்காது. திகைத்துப்போய் அது தண்டவாளத் துக்கு அருகில் வந்து உட்கார்ந்திருந்தது. லாமாவின் குரலில் கட்டுண்டு போய்ச் சுரங்கத்துக்குள்ளிருந்து வந்தது. செய்வதறியாது திகைத்த அது பின்னாலும் போக முடியவில்லை, முன்னாலும் வரமுடியவில்லை. அப்போது குட்டியின் எதிரில் உட்கார்ந் திருந்த அவள், என்னவோ கின்னி செத்துப்போய்விடவில்லை என்பது போலவும் அவளை அழைப்பது போலவும் திடீரென்று திடுக்கிட்டுப் போனாள்.

யார் அழைத்தார்கள்? லாமாவா இல்லை, வேறு யாரோவா? கடைசிவரை அந்த நபரை அவளால் பார்க்கவே முடியவில்லை.

அவள் படுக்கையிலிருந்து கீழே இறங்கிவந்து மெல்லக் கதவைத் திறந்தாள். குபானி மரத்திற்கு மேலாக இருட்டில் விளக்கைப்போல மின்னியபடி நிலவு வந்திருந்தது. குடியிருப்பின் ஜன்னல் கம்பிகளில் மங்கது உலர்த்தியிருந்த துணிகள் லேசான மஞ்சள் நிறத்தில் ஒளிர்ந்தன. ஊரின் மேலாக மெல்லிய வெளிச்சம் கவிந்திருந்தது.

அவள் வெளியே வந்தாள். இனம்புரியாத ஒரு குழப்பத்துடன் அவளது மூச்சுத் திணறத் தொடங்கியது.

வராந்தாவில் போலு உலாவிக்கொண்டிருந்தான். காலடி ஓசை ஒரு ஓரத்திற்கு வந்து, நின்று, பிறகு திரும்பிச் சென்றது. இதற்கு நடுவில் விசித்திரமான ஒரு கரகரப்புச் சத்தம் துலங்கி எழுந்து, பிறகு மெல்ல மெல்ல ஏதோவொரு இருண்ட குகையில் மூழ்கி மறைந்தது.

"அவன் ராத்திரி முழுசும் முழிச்சிருப்பானா?" குட்டி அவள் பின்னாலேயே வந்திருந்தான். அவனுக்கு எப்போதும் போலு என்றாலே பயம். அவன் எதிரில் இருந்தாலே ஓடிப் போய்விடுவான். அவனருகில் வர ஒருபோதும் அவன் துணிந்ததில்லை.

காயா எதுவும் பேசாமலிருந்தாள். அவளுடைய சுவாசமே அவளுக்குச் சகிக்க முடியாததாக இருந்தது. குட்டி அங்கே இருப்பதும்கூட அவளுக்குப் பிடிக்கவில்லை. ஆனால் கூடவே வராந்தாவில் தான் தனியாக இல்லை என்பது ஆசுவாசமாக இருக்க, அந்த ஆசுவாசம்கூட அவளுக்குப் பிடிக்காததாக இருந்தது.

"அதுக்கு ஒண்ணும் ஆகாது" என்றாள். இதைச் சொல்லும் போதே இனம்புரியாத ஒரு பாசம் அவளுக்குள்ளிருந்து பொங்கி வந்தது. அந்தப் பாசம் பயம்கொண்டது. வீணானது. அது எதுவுமில்லாதது. எதற்காகவும் இல்லாதது.

"காயா நீ பயப்படமாட்டியா?"

"எதுக்கு? எந்த மாதிரி பயம்?"

"நீ அவன்கிட்ட உக்காந்திருந்தியே. அவன் உங்கிட்ட ஒண்ணுமே சொல்லலியா?"

"அவன் யார்கிட்டயும் எதுவும் சொல்லமாட்டானே!"

"ஆனால் அவனால் பேச முடியும். கேட்டியா நீ..?"

அவன் திரும்பிவந்துகொண்டிருந்தான். வராந்தாவைச் சுற்றிக்கொண்டு ஜன்னல் பக்கமாய்ச் சென்று கொண்டிருந்தான். காற்றைப் போல அவனுடைய சத்தம் மேலெழுந்து வந்தது. ஆனால் எதிரொலிக்கவில்லை. எந்த மிச்சத்தையும் தடயத்தையும் அது விட்டுச்செல்லவில்லை. எல்லா விதத்திலும் முழுமையானது போலவும் முடிவானது போலவும் அதன் பிறகு வேறொன்றுமே இல்லை என்பது போலவும் இருந்தது. அந்த அழைப்புக் குரல்கூட வேறொருவரும் புரிந்துகொள்ள முடியாதது போலத்தான் இருக்கும் என்று காயாவுக்குத் தோன்றிய அதே சமயம் கூடவே அன்றைய மதியப் பொழுதில் தண்டவாளத்துக்கு அருகில் அப்படியான அழைப்பைத்தான் கின்னியும் கேட்டிருக்கக்கூடும் என்றும் அவளுக்குத் தோன்றியது.

தனித்த மஞ்சள் நிலாவைத் தவிர வேறெதுவும் இல்லாத, வேறு ஒருவரும் இல்லாத இருண்ட அந்த வராந்தாவில் போலு அழைக்கிறானா என்ன?

அதன் பிறகு காயா அறிந்துகொள்ள முடியாதபடி ஒன்று நடந்தது. வராந்தாவில் நேராகச் செல்வதற்குப் பதிலாகப் போலு இடையிலேயே நின்றுவிட்டான். அவன் போக வேண்டாத அல்லது அவன் போக இருந்த அந்த இடத்தை நோக்கித் திரும்பினான். காயா அங்கே நின்றிருந்தாள். கொஞ்ச நேரம்வரை அவனெதிரிலேயே நின்றாள். இருவரும் எதிரெதிராக, அடுத்தவர் மூச்சுச் சத்தத்தைக் கேட்டபடி நின்றிருந்தனர். பிறகு இருட்டைத் துழாவியவாறே கையை நீட்டினான் போலு. காயா அப்படியே அசையாது நின்றிருந்தாள். முதன்முதலாக அந்நிய ஆடவனொருவனின் விரல்கள் அவள் முகத்தைத் தொடுகின்றன. தடவுகின்றன. இருட்டில் தடவும் விரல்கள், அவற்றுக்குத் திசைகள் எதுவும் இல்லை. வேகமும் இல்லை. ஏறக்குறைய அசைவற்றவையாய், உறைந்துபோனவையாய். இருப்பினும் நடுங்கியபடி காயாவின் முகத்தை வருடின. அவளுடைய கண்களை, புழுதி படிந்த புருவங்களை, நெற்றியை, நெற்றியில் புரண்ட வறண்ட முடிக்கற்றைகளைத் தடவின. அவன் விரல்கள் தன்னுடைய காயங்களை வருடிக்கொடுப்பது போலிருந்தது. அவளுடைய கண்ணீரும்கூட அவன் விரல்களின் ஒரு பகுதி என்பது போலிருந்தது. அந்தக் கண்ணீரும் அவளுடைய கண்களிலிருந்து இல்லாது போலுவின் விரல்களிலிருந்து பெருகி அவளுடைய முகத்தைக் குளிப்பாட்டுவது போல உணர்ந்தாள். கடந்த நாட்களின் நிம்மதியற்ற தாங்க முடியாத வலியை அவன் விரட்டுவது போலவும் அப்போது காயாவுக்குத் தோன்றியது.

திடீரென்று அவன் பின்னால் விலகி நின்றான். அவளது கண்ணீர் அடையாளம் காட்டியிருக்கக்கூடும். போலுவையும் அதுவே விழிக்கச் செய்திருக்கும். ஒருகணம் அவன் தன் உலகத்திலிருந்து வெளியே, ஏமாற்றத்தை அடையாளப்படுத்தும் தவறான பாதையில் வந்துவிட்டான். அவன் பின்னால் திரும்பினான். கொஞ்ச நேரம்வரை நின்றுபோயிருந்த, நெஞ்சுக் குழியிலிருந்து எழும் அந்த முணுமுணுப்பு, திரும்பவும் எல்லையற்ற பாலைவனத்தில் வளரத் தொடங்கிற்று.

பின்னால் திரும்பிப் பார்த்தபோது குட்டி அங்கே இல்லை. காயா இருட்டில் புன்னகைத்தாள். இந்தக் குட்டிதான் எத்தனை பயப்படுகிறான். போலுவைக் கண்டதுமே மாயமாய் மறைந்து போகிறான். போலுவிடம்போய் என்ன பயம்? மற்றவர்களைக் கண்டு பயம் வருகிறதுதான். ஏனெனில் அவர்கள் மனிதர்களின் வேடத்தில் இருக்கும் மிருகங்கள். அந்த மிருகம் எப்போது வெளியில் வரும் என்று தெரியாது. லாமாவும் இதையே சொல்வதுண்டு. ஆனால் போலு எந்த வேடத்தையும் போட்டுக் கொள்ளவில்லை. குழந்தையாயிருந்தபோது எப்படியிருந்தானோ அப்படியேதான் இப்போதும் இருக்கிறான். மனிதர்களின், மிருகங்களின் உலகத்திலிருந்து விலகி வேறாக இருக்கிறான். சிறுபிள்ளையாயிருந்தபோது மரங்களைத் தொட்டதுபோலத் தான் அவன் அவளைத் தொடுகிறான். அவரவர் தனிமையில் அவரவர்கள் வாழ்ந்து கொண்டிருக்கிறார்கள்.

அவளுடைய கண்ணீர் உலர்ந்துபோனது. போலு சென்ற பிறகு திடீரென்று இருட்டும்கூடப் பளபளப்பாகிவிட்டதோ என அவளுக்குச் சற்று ஆச்சரியமாயிருந்தது. அவளுடைய பிரமைதான் அது. உண்மையில் அப்படி ஒன்றுமில்லை. அதே விளக்குகள், அதே மரங்கள், அதே இருட்டு என எல்லாமே முன்பு போலவேதான் இருந்தன. கண்கள் மட்டுமே துவண்டு போயிருந்தன. கண்ணீர் எப்போதோ உலர்ந்து போய்விட்டது. ஆனாலும் அதன் ஈரத்தால் ஏற்பட்ட மினுமினுப்பு இன்னும் மிச்சமிருந்தது.

அவள் மனம இபபோது லேசாக இருந்தது. சற்று முன்பு அறைக்குள் இருந்தபோது அவளை அழுத்திக்கொணடிருநத குழப்பம் இப்போது ஒன்றுமில்லாமல் ஆகியிருந்தது. இப்போது அவள் மிகவும் லேசாக உணர்ந்தாள். காயமில்லை. வலியில்லை. நினைவுமில்லை. வராந்தாவில் அவள் மட்டும் நின்றிருக்கிறாள். மலைகளின் மேல் வெண்ணிலவு. கொஞ்சம்போல இருட்டு. மிஸ் ஜோசுவாவின் இலைகளற்ற மரக்கிளைகள் வெளுத்த புஜங்களைப் போலத் தென்பட்டன.

வெளுத்த அந்த புஜங்களைப் பார்க்கும்போது அம்மாவின் நினைவு வந்தது. கொஞ்ச நாட்களுக்கு முன்பு அம்மா அவளை அழைத்திருந்தாள். அவளுடைய அறைக்குள் நுழைந்தவுடனே காயாவின் பார்வை முதலில் அவளுடைய புஜங்களின்மீதே விழுந்தது. போர்வைக்கு வெளியே அவை இப்படித்தான் நீண்டிருந்தன. வெண்ணிறமாய் மெலிந்து கிடந்தன. அவளுடைய வளையல்கள் நழுவி மணிக்கட்டைத் தாண்டிக் கீழே விழுந்து விடுமோ என அஞ்சும் அளவுக்கு மெலிந்திருந்தன. ஆனால் அவை விழவில்லை. அம்மாவின் எல்லாப் பொருட்களையும் போலவே அவை கைகளில் அசைந்தவாறிருந்தன.

"இங்க பக்கத்துல வா."

அம்மா அவளை அழைத்தாள். காயா அவளுடைய படுக்கை யருகில் வந்ததும் அவளைத் தன் தலையணையருகே உட்கார வைத்தாள்.

"எங்க சுத்திட்டிருந்தே?" அம்மா நிச்சயமில்லாத பாவத் துடன் பார்த்தாள்.

"எங்கயும் இல்லியே." கவலைப்படாதவளாய்க் காயா பதில் சொன்னாள். அம்மாவின் எண்ணங்கள் எப்போதுமே அவளை வாடச் செய்துவிடும்.

"காயா நீ தினமும் ரயில் தண்டவாளத்துக்குப் பக்கத்துல சுத்திட்டிருக்கேங்கறது உண்மையா?"

"உனக்கு யார் சொன்னா?"

அமமா அவளைப பாாததுககொணடேயிருநதாள. ஒரு கணம் இவள் தன்னுடைய மகள் என்று நம்ப முடியவில்லை. மயிர்க்கற்றைகள் நெற்றியில் புரண்டுகிடக்கின்றன. வெளுத்துப் போன முகம். பசித்திருக்கும் பெரிய கண்கள். பிளந்து வெளுத்த உதடுகளுக்கு மேலாக அவளை எப்போதுமே அலைபாய் பவளாகக் காட்டும் லேசான சஞ்சலம்.

"காயா ..." அம்மா நிமிர்ந்து பார்த்தாள். "இங்க உனக்கு ரொம்பவும் தனியா இருக்கறமாதிரி இருக்கு ... அப்பாவும் இல்ல. லாமாவும் இல்ல. நான் இப்படிப் படுத்துக்கெடக் கறேன் ..." அவளுடைய குரல் மெல்லமெல்லத் தேய்ந்து ஒரு பெருமூச்சில் முழுகிப்போனது.

"நீ சீக்கிரமா சரியாயிடுவேம்மா ... இல்லையா?" காயா அவசரமாகக் கேட்டாள்.

"எனக்கு எந்த பயமும் இல்லை ... எனக்கு எந்த வியாதியும் இல்ல காயா."

அவள் சந்தேகத்துடன் அம்மாவைப் பார்த்தாள். பெருத்துக் கொண்டே இருப்பது வியாதி இல்லையென்றால் வேறென்ன? அவளால் புரிந்துகொள்ள முடியவில்லை. இருந்தபோதும் அம்மா முதன்முறையாக அவளிடம் தன்னைப் பற்றிச் சொல்லி யிருக்கிறாள் என்பதில் அவளுக்குச் சற்றே ஆசுவாசம் கிடைத்தது.

"நான் உங்கிட்ட சொன்னேனில்ல . . . இன்னும் ரெண்டு மூணு நாள்ல அத்தை வருவாங்க. அவங்ககிட்ட இருந்து கடுதாசி வந்திருக்கு." அம்மா மெல்லப் புன்னகைத்தாள். அவளுடைய முகம் முழுக்கப் பெரும் கனிவு கொண்டது.

"இந்தத் தடவை அத்தை வரும்போது அவங்ககூட நீ சித்தப்பா வீட்டுக்குப் போலாம்னு நெனக்கிறேன். இங்க தனியா இருந்துட்டு என்ன பண்ணப் போறே?"

அவளுடைய இதயம் படபடக்கத் தொடங்கிற்று. சித்தப்பா வின் வீடு ஒரு கனவு போன்றது. வருடத்தில் ஒன்றிரண்டு முறைதான் சென்று வருகிறாள் அவள். திரும்பி வந்த பிறகு பல மாதங்கள் வரை அதைப் பற்றியே யோசித்துக்கொண் டிருப்பாள். பீருவைப் பற்றி, அவனுடைய அறையைப் பற்றி, சித்தப்பாவின் நூலகம் பற்றி நினைத்துக்கொண்டிருப்பாள். அந்த வீடு நகரங்களுக்கு மேலாக ஏதோ மலையுச்சியில் மேகங்களில் அமைந்த மந்திர மாளிகை என்பது போல வியந்திருப்பாள்.

"அத்தையும் வருவாங்களா?" என்று கேட்டாள்.

"அவங்க ஒரு நாள் மட்டுந்தான் இருப்பாங்க. நீ வேணா கொஞ்ச நாள் இருந்துட்டு வா. அப்பா தில்லியிலிருந்து திரும்பி வரும்போது உன்னையும் கூட்டிட்டு வந்துருட்டும்."

"அப்பறம் நீங்க?"

"எனக்கென்ன?" அம்மா சந்தோஷத்துடன் அவளைப் பார்த்தாள்.

"நீ தனியா இருப்பியா?"

அம்மா சற்றே கூச்சத்துடன் காயாவைப் பார்த்தாள்.

"நான் அதுக்குள்ள செரியாயிடுவேன் . . . அப்பறம் மங்கது இங்கதான இருக்கான். கொஞ்ச நாளக்கி அத்தையும் இருப்பாங்க. இல்ல காயா. நான் தனியா இருக்கமாட்டேன்."

கொஞ்ச நேரம்வரை அவள் காயாவையே பார்த்துக் கொண்டிருந்தாள். அவளுக்குள் எப்போதுமே இந்தப் பெண்ணைக் குறித்து இனம்புரியாத ஒரு வலி ஏற்படும். ஆனால்

அந்த வலி ஒருபோதும் தன் மீது கைவைக்க விடாது. இன்னதென்று புரிந்துகொள்ளவும் விடாது. என்ன மாதிரியான வலி அது? அவள் ஏதோ அந்நியமான ஒரு பெண் என்பது போலவும் இந்த வீட்டில் அடைக்கலமாகியிருக்கிறாள் என்பது போலவும் அவளால் எந்த உதவியும் செய்ய முடியாது என்பது போலவும் ஒருவித வெறுமை வந்து கவிந்துவிடுகிறது.

சிலர் எப்போதுமே உதவிக்கு அப்பால்தான் இருக்கிறார்கள். காயாவும் ஒருவேளை அப்படித்தானோ?

“இங்க பாரு . . .” அவள் கையை நீட்டி காயாவின் தலை முடியைக் கோதத் தொடங்கினாள். “நீ போய் ஆகணும்னு ஒரு கட்டாயமும் இல்லை. வேணும்னா நீ இங்கியே இருக்கலாம்.”

காயா குழப்பத்துடன் தலையசைத்தாள்.

“நா போறேன். ஆனா . . .”

திடீரென்று ஒரு பயங்கர சந்தேகம் அவளைப் பற்றிக் கொண்டது. “அப்பா என்னைக் கூப்பிட வருவாரில்ல . . .”

“நான் உன்கிட்ட பொய் சொல்லுவேனா . .?” அம்மா அவளைக் குற்றம் சுமத்தும் தொனியுடன் கேட்டாள்.

இல்லை. பொய் சொல்லவில்லை. இருந்தாலும் சந்தேகம் ஏற்படத்தான் செய்தது. அவர்கள் அவளிடமிருந்து விடுபட விரும்புகிறார்கள் என்று தோன்றியது. சித்தப்பாவின் வீட்டுக்கு அனுப்பிவிட்டால் நிம்மதியாக இருப்பார்கள். நான் இங்கே தான் இருப்பேன். எங்கேயும் போகமாட்டேன். எங்கேயும் போக வேண்டாம் என அம்மாவிடம் சொல்லிவிடலாம் என மனதிற்குள் எண்ணம் எழுந்தது.

பிறகு குளிர்காலத்தின் நாட்கள் நினைவுக்கு வந்தன. இருட்டில் லாமாவின் அறை. காற்றில் திறந்து மூடியபடி இருக்கும் அறைக் கதவு. ரயில் தண்டவாளத்தில் கின்னியின் துயரம். இவைகளுக்கு நடுவே நான் எத்தனை பயனற்றவள். சம்பவங்கள் நடந்தவண்ணமே இருந்தன. ஆனால் அந்த நாட்களில் கரையில் கிடக்கும் கற்களையும் இலைகளையும் ஒடிந்துபோன கிளைகளையும் போல வெறுமனே கிடந்தன அவை. நான் அவற்றைத் திரும்பிகூடப் பார்க்கவில்லை. எப்போதாவது திடீரென்று வெறுமைகொண்ட மதியத்திலோ ராத்திரி தூங்குவதற்கு முன்பாகவோ அவை கரையிலிருந்து எழுந்து என்மீது பறக்கத் தொடங்கும். பயமுறுத்தும் சத்தங்கள், திடுக்கிடச் செய்யும் ஓசைகள், ஊர்ந்து ரீங்கரிக்கும் நினைவுகள் என இவை அனைத்துமே முன் ஜென்மத்தில் நடந்தவையென எனக்குத் தோன்றும்.

லாமா வந்திருந்தது, அப்பா தில்லி சென்றுவிட்டது, அத்தையுடன் பாக்லண்ட் சென்றிருந்தது என நான் கரையிலேயே விட்டுவந்த இவை அனைத்தும் மீண்டும் ஒவ்வொன்றாக வரிசையாக என்னுடைய பாதையில் வரத் தொடங்கும். மறுபடியும் தலைதூக்கி என்னையே உற்றுப் பார்த்திருக்கும். அவை ஒவ்வொன்றையும் என் மூங்கில் பெட்டியிலிருந்து வெளியே எடுத்து, இது சென்ற ஆண்டு குளிர்காலத்தின் போது நடந்தது, இது அதற்கும் முந்திய வருடம் நடந்தது என முத்தமிடத் தொடங்குவேன்.

இவ்வாறு பின்னகர்ந்து செல்லும் நான் காலமும் சந்தோஷமும் வலியும் தனித்தனியே பிரித்துவைக்கப்படாத ஜொலிக்கும் ஒரு புள்ளியைச் சென்றடைவேன். அங்கே எந்த நினைவுகளும் கிடையாது. அனைத்துமே ஒரு ஒழுங்கில் தத்தமது பழைய உருவத்திற்குத் திரும்பியிருக்கும். ஒளி தனது ஒளியிலும் இருட்டுத் தனது இருட்டிலும் நின்றிருக்கும். மேலும் அங்கே ஒளிக்கும் இருட்டுக்கும் பேதம் காணவே முடியாது. இலையுதிர்காலத்தின் போது அவ்வப்போது மலைமுகடுகளில் குறிப்பிட்ட சமயத்தில் வெளிச்சமும் இருட்டும் ஒன்றிணைந்து காட்சிப்படுவது போல. ஆனால் என்னால் அங்கே இருக்க முடியாது. நான் மறுபடியும் திரும்பி வரவே துடித்துக் கிடப்பேன். குட்டி எங்கே இருக்கிறானோ அந்த இடத்திற்கு. மங்கதுவின் சமையலறைக்கு, இரவும் பகலுமாக அப்பா வரும் பாதையை எதிர்பார்த்திருக்கும் இடத்திற்கு . . .

அன்றைய நாள் இரவுக்குப் பிறகு அவள் அம்மாவின் அறைக்குச் செல்லவேயில்லை. அவள் போக விரும்பினாலும் கூட சாத்திய மற்றதாக இருந்தது. அந்த அறை இப்போது நாலாப்பக்கமும் சூழப்பட்டுவிட்டது போலிருந்தது. இரவும் பகலுமாக விளக்கு எரிந்தபடியே இருந்தது. மங்கது இப்போதெல்லாம் தனது வீட்டுக்குச் செல்வதில்லை. சமையலறையிலேயே படுத்துக் கொள்கிறான். அம்மாவின் அறையில் மருத்துவச்சி, மருத்துவ மனையின் வயதான செவிலியைப்போல, எப்போதும் இருக்கி றாள். வெள்ளைத் துணியாலான கட்டுகள். கொதிக்கும் தண்ணீரின் கொப்பளிப்புச் சத்தம். நாலாப்பக்கமும் பரவி யிருக்கும் விநோதமான நாற்றம்.

அவளும் குட்டியும் அறையில் உட்கார்ந்திருந்தனர். யார் வருகிறார்கள் யார் போகிறார்கள் என்று அவர்களுக்கு எதுவுமே தெரியாது. காலடிச் சத்தத்தை வைத்து இப்போது

மங்கது படிகளின் வழியாகக் கீழே இறங்கிச் செல்கிறான் என்று அறிந்துகொள்வார்கள். வராந்தாவில் மரத்தளத்தின் ஓசையை வைத்து இப்போது மிஸ் ஜோசுவா மேலே வருகிறாள் என்று தெரியும். இந்தச் சத்தங்களைத் தவிர வேறெதுவுமே காதில் விழுவதில்லை.

ஒரே ஒருநாள் மட்டும் புதிய காலடியோசை கேட்டது. அவர்கள் வராந்தாவுக்கு ஓடி வந்தார்கள். காயா ஆச்சரியத்துடன் பார்த்தாள். ரிக்ஷா என்று சொன்னாலே முகம் சிவந்து பதட்டமடைந்துவிடும் அத்தை அவசரமாக ரிக்ஷாவிலிருந்து இறங்கிக்கொண்டிருந்தாள். கறுத்துப்போன அதே கால்கள். களைத்துப்போன முகம். என்னவோ மீரட்டிலிருந்து ரிக்ஷாவிலேயே மலைகளைத் தாண்டி வந்தது போலிருந்தது. சித்தப்பா வீட்டுக்கு எப்போதுமே தூக்கிக்கொண்டு போகும் அதே சின்ன மூட்டை அவள் கையிலிருந்தது. படிகளில் ஏறி வராந்தாவுக்கு வந்தவள் விரிந்த கண்களுடன் காயாவைப் பார்த்துக்கொண்டு நின்றாள்.

“உங்கம்மா எப்பிடி இருக்கா?”

காயா பதில் சொல்வதற்கு முன்பே அவள் சொல்வது எதையும் கேட்காதவளாய், பதிலுக்காகக் காத்திருக்காதவளாய் அத்தை அம்மாவின் அறைப் பக்கமாய்ச் சென்றாள்.

“லாமா வர்லையா?”

குட்டி ஏமாற்றத்துடன் கேட்டான். தானும் இதைத்தான் யோசித்துக்கொண்டிருப்பதாகக் காயாவுக்குத் தோன்றியது. அத்தை ரிக்ஷாவிலிருந்து இறங்கியபோது லாமாவும் பின்னாலேயே வந்துவிடுவாள் என்று அவளுக்குள் பெருத்த ஒரு எதிர்பார்ப்பு இருந்தது. கூலிகளுக்குப் பின்னாலிருந்து, இடுப்பில் சுற்றிக் கட்டிய துப்பட்டாவுடன், அகன்ற நெற்றியில் புரளும் மயிர்க்கற்றைகளுடன், நிமிர்ந்த தோள்களுடன் அவள் திடுதிப்பென்று தோன்றுவாள் என நினைத்திருந்தாள். ரிக்ஷா சென்ற பின்னும்கூட வெகுநேரம் வரை எதுவுமற்ற வெயிலில் யாருமற்ற கடைத்தெருவைப் பார்த்துக்கொண்டு நின்றாள்.

அவர்கள் இப்போதும் எதிர்பார்த்திருந்தார்கள். குளிர் காலத்தின் நீண்ட ராத்திரிகளில் நெருப்பு மூட்டி உட்கார்ந்திருக்கும்போதுகூட, அவள் எப்போதும் வருவதுபோல, யாரும் அறியாத ஒரு காட்டு விலங்கு தன்னுடைய இருட்டிலிருந்து எழுந்து நெருப்பின் வெம்மையால் ஈர்க்கப்பட்டதாய் யாரையும் பார்க்காமலே எல்லோரையும் தன்பால் கவர்ந்திழுத்துச் சத்தமில்லாமல் வருவதுபோல, கொஞ்ச நேரத்தில் லாமா

வெளியிலிருந்து வருவாள் எனத் தோன்றியது. அவர்கள் வராந்தாவைப் பார்த்துக்கொண்டிருந்தார்கள். லாமாவின் அறை இருண்டிருந்தது. கதவுச் சத்தம் கொஞ்சமாய்க் கேட்கும் போதுகூடக் காயாவின் உடல் நடுங்கியது. குட்டி இன்னும் அருகில் நெருங்கி உட்கார்ந்தான். எந்தச் சத்தமும் இல்லை. உலர்த்தியிருக்கும் துணிகளின் படபடப்புச் சத்தம் மட்டும் ஜன்னல் வழியாகக் கேட்டது.

வெகுநாட்களுக்குப் பிறகு அன்று காற்று வீசியது.

"உனக்கு ஏதாச்சும் கேட்டுதா?" குட்டி பயம் தெரியும் கண்களுடன் காயாவை நோக்கினான்.

"ஒண்ணுல்லே. துணிதான். காத்தடிக்குது" என்றாள் காயா.

"இல்ல காயா... அம்மாவோட ரூமுலேர்ந்து சத்தம் வருது" என்றான் குட்டி.

என்ன சத்தம்?

எதையும் தெரிந்துகொள்வது இயலாததாக இருந்தது. வீட்டின் கடைசியிலிருந்த அறையில் இருந்தார்கள் அவர்கள். இன்னொரு கடைசியில் அம்மாவின் அறை. அவ்வப்போது வராந்தாவில் மருத்துவச்சியின் நிழல் மட்டுமே தென்பட்டது. அவள் சமையலறைக்குள் சென்று மங்கதுவிடம் என்னவோ சொல்லிவிட்டு மறுபடியும் அம்மாவின் அறைக்குள் நுழைந்து கொண்டாள். ராத்திரி முழுக்க அம்மாவின் அறையிலிருந்து யாருமே வெளியில் வரவில்லை. உள்ளே என்னவோ ஒன்று, அவர்கள் இருவரையும் முற்றிலுமாகத் தனிமைப்படுத்துகிற ஏதோ ஒன்று, நடந்துகொண்டிருக்கிறது.

"காயா அம்மா மயங்கிப்போயிட்டாங்களா?" என்று கேட்டான் குட்டி.

"ஏன் மயங்கிப்போணும்?" காயா சினத்துடன் குட்டியைப் பார்த்தாள். அவன் கோபித்துக்கொண்டவனாய்க் கதவருகில் சென்று உட்கார்ந்தான்.

காயா அவனருகில் சென்றாள். கையைப் பிடித்து அவனை எழுப்பினாள். படுக்கைக்கு இழுத்துவந்து படுக்க வைத்தாள். "இப்ப நீ தூங்கு. இல்லைனா நான் போலுகிட்ட போயிடுவேன்" என்றாள்.

போலு மங்கதுவின் வீட்டில் இருந்தான். மருத்துவச்சி ராத்திரி இங்கே வீட்டில் இருக்க நேரும்போது போலு மங்கதுவின் வீட்டில்தான் படுத்துக்கொள்வான். குட்டி எதுவும்

பேசாது படுத்திருந்தான். காயா அவனை விட்டுவிட்டுக் கீழே போய்விடுவாள் என்று அவனுக்கு உள்ளபடியே பயமாயிருந்தது. முன்பு எப்போதோ அப்படி நடந்திருக்கிறது. ராத்திரியில் கண்விழிக்கும்போது அறையில் காயா இல்லாவிட்டால் அவன் அம்மாவின் அறைக்கு ஓடிச் சென்றுவிடுவான். இப்போது அப்படிச் செய்யமுடியாது.

கதவுக்கு அப்பால் மாடிப்படியருகில் இருந்து சத்தம் கேட்டது. "காயா . . . ஏண்டி காயா . . ."

அவள் திடுக்கிட்டு எழுந்து உட்கார்ந்தாள். வெளியே வந்து பார்த்தபோது வராந்தாவில் மங்கது மிஸ் ஜோசுவாவின் கையைப் பிடித்தபடி நின்றிருந்தான்.

"காயா எனக்குச் சமையல்கட்டுல வேலையிருக்கு. நீ கொஞ்சம் இந்தம்மாவைக் கீழே கொண்டுபோய் விட்டுர்றியா?"

மிஸ் ஜோசுவா தன் கைத்தடியால் படிகளைத் தடவிக் கொண்டிருந்தாள்.

அவள் மெல்ல அவளுடைய கைகளைப் பற்றினாள்.

மிஸ் ஜோசுவா நம்ப முடியாதவளாய் அவளைப் பார்த்தாள்.

"நீ முதல்ல எறங்கு. அப்பறம் பாரு என்னோட கை இரும்புல செஞ்சது இல்ல. கொஞ்சம் மெதுவா புடி."

அவர்கள் படிகளில் இறங்கினார்கள். காயா முன்னாலும் மிஸ் ஜோசுவா ஒரு படி பின்னாலுமாக.

படிகளில் நாள் முழுக்கப் படிந்த தூசி அடைந்திருந்தது. காற்றடித்தபோது காயாவின் கண்கள் மூடித் திறந்தன. மிஸ் ஜோசுவா மூச்சுவாங்குவதற்காகச் சுவரோரமாய் நின்றுவிட்டாள். மூச்சுச் சீராகும்வரை பேசிக்கொண்டேயிருந்தாள்.

"உங்கப்பா வரமாட்டாங்களா?"

"இல்ல மிஸ் ஜோசுவா. அவங்க டிசம்பர் மாசம் வரைக்கும் வரமாட்டாங்க."

"ஆனா இது மாதிரி சந்தர்ப்பங்களிலே கூட இருக்கணு மில்ல . . ." அவள் சற்றுக் கோபத்துடன் சொன்னாள். பிறகு தடதடவென்று சில படிகள் இறங்கினாள்.

"அவருக்குத் தகவல் சொல்லிருக்கில்ல?" படிகளில் இறங்கிக் கீழே வந்தவள் காயாவைப் பார்த்தாள்.

"என்ன விஷயம் மிஸ் ஜோசுவா?" திடுக்கிட்டவளாய்க் காயா கேட்டாள்.

மிஸ் ஜோசுவா இவள் நடிக்கிறாளா இல்லை உண்மையிலேயே இவளுக்கு ஒன்றுமே தெரியாதா என்பதுபோலப் பொறுமையற்றவளாய்க் காயாவை ஏறிட்டாள்.

படிகளருகில் இருந்து தள்ளிவந்தவுடன் மிஸ் ஜோசுவா தன்னுடைய கைகளைக் காயாவின் கையிலிருந்து விடுவித்துக் கொண்டாள்.

"இனி நான் போய்க்குவேன் ..." அவளது குரலில் இன்னும் கோபம் இருந்தது.

காயா அவளுடன் சென்றாள். நாலாப்பக்கமும் நிலவொளி இருந்தது. ஆனால் மரங்களுக்குக் கீழே இருட்டு. மிஸ் ஜோசுவாவால் தனியாகப் போக முடியாது என்று காயாவுக்குத் தெரியும். மேலும் காற்றடிக்கும் வேகத்தில் அவளுடைய கண்களும் மூடித் திறந்தபடி உள்ளன. அவர்கள் பூக்கள் கொட்டிக் கிடக்கும் சுவரோரமாய் நகர்ந்தனர். கீழே இருக்கும் அன்னாடேல் மைதானமும் மேலே உள்ள ஜாகு மலைச் சிகரமும் மிஸ் ஜோசுவாவின் தோட்டத்திலிருந்து தெளிவாகத் தெரிந்தன. வெளியே கதவில் மாட்டியிருந்த தகரத்தாலான தபால்பெட்டி காற்றில் ஆடிச் சத்தமெழுப்பியபடி இருந்தது.

தன்னுடைய அறைக் கதவருகே வந்து மிஸ் ஜோசுவா நின்றுவிட்டாள். "உள்ள வரயா?" தனது கோபத்தை எண்ணி அவளே வெட்கமடைந்ததுபோல அவளுடைய குரல் இப்போது மிகவும் இளகியிருந்தது. "எனக்கு டீ போடப்போறேன். உனக்கு ஓவல்டின் போடட்டுமா?"

ஒரு நிமிடம் உள்ளே போகலாம் என மனம் எண்ணியது. மிஸ் ஜோசுவா தரும் ஓவல்டினின் மணம் நன்றாக இருக்குமளவு, அதன் சுவை இருக்காது. மேலும் குட்டி மேலே பயந்துபோய் உட்கார்ந்திருப்பான் என்ற எண்ணமும் வந்தது.

"மிஸ் ஜோசுவா, நான் அப்பறமா வரேன்" என்றாள்.

"நீ பாக்லேண்ட போப்போறியா?"

காயா ஆமாம் என்பது போலத் தலையாட்டினாள்.

"உங்க சித்தப்பா கிட்ட சொல்லு நான் இன்னும் உசுரோட தான் இருக்கேன்னு." அவள் மெல்லச் சிரித்துவிட்டு அறையை நோக்கித் திரும்பினாள்.

காயா அவளையே பார்த்துக்கொண்டிருந்தாள். நிலவொளி வீசும் இரவில் மிஸ் ஜோசுவாவின் சிரிப்பு அவளுக்கு அச்சம் தருவதாக இருந்தது. அவள் அங்கே நின்றுகொண்டிருக்கும்

வரையிலும் மிஸ் ஜோசுவா கதவைத் திறந்து தன்னுடைய தனித்த இருண்ட வீட்டுக்குள் போக மாட்டாள்.

பாதி ராத்திரியில் காயாவின் கண்கள் திறந்துகொண்டன. அவள் விளக்கை அணைத்துவிட்டுத்தான் படுத்திருந்தாள். ஆனால் இப்போது அறையில் உள்ள எல்லாப் பொருட்களும் கண்ணுக்குத் தெரிந்தன. தூங்கிக்கொண்டிருக்கும் குட்டியின் முகம், மேசையின் மீது ஒட்டியிருக்கும் படம், புத்தகக் கட்டுகள் எனப் பால்கனி வழியாக உள்ளே வந்த நிலவொளி எல்லா வற்றின் மீதும் பரவிக்கிடந்தது.

என்னவோ நடக்கிறது என்று அவள் எண்ணினாள். என்னவோ நடந்துகொண்டிருக்கிறது. அவள் விழித்துக் கொண்டாள்.

படுக்கையிலிருந்து இறங்கிக் கதவைத் திறந்து வெளியே எட்டிப் பார்த்தாள். மரங்களின் நிழல்கள் சுவரில் சரிந்து கிடந்தன. அவ்வப்போது அசைந்தன. நிலவொளியில் வராந்தா மொத்தமும் ஒளி வீசியிருந்தது. வராந்தாவிலும் பிற அறை களிலும் சத்தமில்லாமல் இருக்க அம்மாவின் அறையிலிருந்து மட்டும் மெதுவான ஓசைகள் கேட்டன. சமையலறையின் விளக்கு இந்த நேரத்திலும் எரிந்துகொண்டிருந்தது.

முதலில் வராந்தாவுக்கு வந்தவள் பிறகு நின்றுவிட்டாள். யாராவது அவளை அங்கே பார்த்துவிட்டார்கள் என்றால் மீண்டும் அவள் தன்னுடைய அறைக்குத் திரும்ப நேரிடும் என அஞ்சினாள். ஏதாவது ஒரு மூலையில் ஒளிந்துகொள்ளவும் முடியாது. ஏனெனில் எல்லா இடத்திலும் நிலவின் ஒளி இருந்தது.

அவள் மீண்டும் பின்னால் திரும்பினாள். அறைக்குள் வந்து குளியலறைக் கதவைத் திறந்து வீட்டின் பின்பக்கமாக ஒரு சிறிய பெட்டிபோல இணைந்திருக்கும் குறுகலான சிறிய பால்கனிக்கு வந்தாள். முன்பக்கமாக முற்றம். பின்னால் பால்கனி. இரண்டிற்கும் நடுவில் வீட்டின் அறைகள். குளிர்கால விடுமுறை நாட்களில் அம்மாவுக்குத் தெரியாமல் மங்கதுவின் வீட்டிற்குப் போகும்போது இந்தப் பால்கனி வழியாகத்தான் செல்வாள். அதற்கெனப் படிகள் உண்டு. அவை நேராக வீட்டிற்குப் பின்னால் தோட்டத்திற்கு இட்டுச் செல்லும். மிஸ் ஜோசுவா அங்கே செல்வது கிடையாது. ஏனெனில் வீட்டின் குப்பைகள் எல்லாம் அங்கேதான் எறியப்படும்.

நிர்மல் வர்மா

வீட்டுக்கும் மங்கதுவின் குடியிருப்புக்கும் நடுவில் குபானி மரம் உண்டு. அதன் கிளைகள் பால்கனிவரையிலும் நீண்டிருக்கும். ஆனால் இடையிலுள்ள சில கிளைகள் குடியிருப்பின் கூரைமீது உரசிக்கொண்டிருக்கும். இரவில் காயாவின் தூக்கம் கலைந்துவிடும்போது, அப்போது காற்றடிக்கும் பருவமாக இருந்தால், இந்தக் கிளைகள் மொட்டைமாடியோடு உரசி விளையாடும் சத்தத்தைக் கேட்டுக்கொண்டிருப்பாள்.

காயா கொஞ்ச நேரம்வரையில் குளியலறைக்குப் பின்னால் நின்றிருந்தாள். அவ்வளவாகக் குளிர் இல்லை என்றபோதும் அவள் வெளியில் வந்ததுமே உடல் நரம்புகள் முழுக்கக் கிடுகிடுக்கும் அளவுக்குக் காற்று இருந்தது. சென்ற வருடம் இதே பால்கனியில் துணிகளை அவிழ்த்துவிட்டு உட்கார்ந்து காளி மாதாவைப் பிரார்த்தித்தது இப்போது நினைவுக்கு வந்ததும் நரம்புகள் அனைத்தும் சில்லிட்டுப் போயின. உடலெங்கும் புல்லரித்தது.

அவள் மெல்ல நகர்ந்து முன்னால் சென்றபோது அவளுக்குள்ளிருந்த நடுக்கம் அவளை ஏமாற்றியது. கால்கள் பினாயில் பாட்டிலின் மீதும் வாளியின் மீதும் மோதின. அப்போது மங்கதுவிலிருந்து அத்தைவரைக்கும் வீட்டில் உள்ள எல்லோரும் வந்து அவளைப் பிடித்துக்கொள்ளப் போகிறார்கள் என்று தோன்றியது. கொஞ்ச நேரம்வரையில் இருட்டில் தடவியவாறே நின்றிருந்தாள். பிறகு மெல்லக் கால்களை உரசியபடி நகர்ந்தாள். வராந்தாவிலிருந்த அறையின் பின்புறமாக வந்தபோது இருந்தாற்போலக் கண்கள் ஜன்னலில் நின்றன. காற்றில் தரைவிரிப்பு அலை எழுப்பியதுபோல் அசைந்தது. அதைத் தன்னுடைய 'நீச்சல் குளம்' என்பான் குட்டி, அலமாரிகளுக்கும் மேசைகளுக்கும் நாற்காலிகளுக்கும் இடையில் நிலவொளியில் பளபளப்புடன் அலையெழுப்பியபடி இருந்தது அந்தக் குளம்.

அப்போது அவளுடைய கைகள் ஜன்னலில் ஒட்டிக்கொண்டன. அவள் அந்த விநோதமான சத்தத்தைக் கேட்டாள். அதைக் கத்தியது என்று சொல்வதும் கடினம். வீறிடும் சத்தம். கத்தியின் கூர் முனையிலிருந்து எழும் சத்தம். பிறகு எங்கும் அமைதி. காற்றின் சரசரப்பு மட்டுமே எஞ்சியிருந்தது. இது அம்மாவின் சத்தமா? அவளால் அப்படி முழுவதுமாக நம்ப முடியவில்லை. அது வேறு யாருடைய சத்தமாக இருக்கக் கூடாதா? இந்த முறை அது நிற்கவில்லை. அவள் வேகமாக ஓடிவந்து அம்மாவின் அறை ஜன்னலைப் பிடித்துக்கொண்டாள். பலமாக ஜன்னலைத் தட்டினாள். ஆனால் எதுவும் பலனில்லை.

அது உட்புறமாகத் தாளிடப்பட்டிருந்தது. ஜன்னல் கண்ணாடியில் தன்னுடைய உள்ளங்கையை அழுத்தினாள். குளிரில் விரல்களின் நுனிகள் வெளுத்துச் சிவந்தன. எந்தப் பலனும் இல்லை. அவளுக்குச் செவிமடுப்பவர்கள் யாருமில்லை. அவள் அங்கேயே நின்று கவனிக்கத் தொடங்கினாள். அந்தச் சத்தம் எங்கிருந்து வருகிறது? அந்தக் கத்தல்? காற்றைக் கிழிக்கும் அந்தக் கத்தி? உள்ளே எட்டிப் பார்த்தாள். உள்ளேயிருந்த திரையின் ஒரு நுனி சற்றே மேலே உயரவும் வெளிச்சம் தெரிந்தது. திரை உயர்ந்த அளவுக்கே வெளிச்சம் தெரிந்தது. வெளிச்சம் கூட இல்லை. ஒரு புள்ளி. அவளுடைய சூடான மூச்சில் அந்தப் புள்ளியும்கூடத் தெளிவற்றுத் தெரிந்தது. அவள் மீண்டும் மீண்டும் தன்னுடைய விரல்களில் எச்சில் தொட்டுத் தொட்டுக் கண்ணாடியைத் துடைத்தாள். அந்தப் புள்ளியைத் திரும்பவும் பார்வைக்குக் கொண்டுவர முயன்றாள். உள்ளுக்குள் நிகழ்ந்திருந்த அதைப் பார்க்க முயன்றாள்.

கணப்படுப்புக்கு எதிராக மூன்று காலி நாற்காலிகள். அதற்குப் பின்னால் சுவரில் ஓவியம். அதனுடைய சிவந்தமலர் நெருப்பின் ஒளியில் பளபளத்திருந்தது. திரைச்சீலையின் நுனிப் பக்கமாகப் படுக்கை தென்பட்டது. அங்கே அம்மாவின் கால்கள் மட்டுமே தெரிந்தன. முகம் மறைந்திருந்தது. பால்கனியில் விளையாடும்போது இங்கே வந்து அவள் எத்தனை முறை ஜன்னல் வழியாக அம்மாவைப் பார்த்திருக்கிறாள். தன்னுடைய பொருட்களுக்கு நடுவில் தனியாக நிலையாக ஒரு வெள்ளைப் பொம்மையைப் போல ஒரு சிறிய உணர்ச்சித் துளியென இருக்கும் அவளைத் தனக்குள் அணைத்தபடி நாலாப்பக்கமும் திரிந்திருக்கிறாள் காயா. நாலாப்பக்கமும் சிதறுண்டு கிடக்கும் அம்மாவின் நினைவு திடீரென்று ஒருநாள் இரவு படுக்கையில் அசைவற்றுப் போய்விடும் என்று அப்போது எண்ணியதில்லை. வெட்டப்பட்ட மரம் போன்ற உடலும் திறந்துகிடக்கும் கால்களுமாக அவளை இருட்டில் ஜன்னலில் எட்டிப் பார்ப்போம் என்று நினைக்கவில்லை.

அவளை யாரும் தடுக்கவில்லை, பார்க்கவில்லை என்று பதற்றமாக இருந்தது. யாரும் அவள் கையைப் பிடித்துப் பின்னால் இழுக்கவில்லை. அவள் சுதந்திரமாக இருந்தாள். கைதியாக இருந்தாள். யாருமற்ற இடத்தில் நின்றிருந்தாள். மாடியின் மரப்பலகைகளுக்கு நடுவில் உள்ள இடைவெளிகள் வழியாகக் காற்று மேலே வருகிறது. அவளுடைய வெறும் கால்களை நடுங்கச் செய்கிறது. உடலின் சருமத் துளைகளில் ஊசியைப் போலக் குத்துகிறது. அவள் சிரமப்பட்டு ஜன்னலின் மூடிய கதவைக் கையால் பற்றியிருக்க ஜன்னலுக்கு அருகில் ஒரு நிழல் நகர்ந்து வந்தது.

இல்லை. ஒன்றுமில்லை. அவள் கண்ணாடியை மறுபடியும் துடைத்துப் பார்த்தபோது மருத்துவச்சி தென்பட்டாள். அவள் வெந்நீர் பாத்திரத்தைப் படுக்கையருகில் கொண்டு வந்தாள். அத்தை சற்றே நகர்ந்து மருத்துவச்சியிடம் ஏதோ சொன்னாள். அசையும் அவளுடைய உதடுகள் மட்டுமே தெரிந்தன. பேசியது ஊமை ஜாடையாக இருந்தது. மருத்துவச்சியின் கையிலிருந்து பாத்திரத்தை வாங்கி அவள் படுக்கைக்குக் கீழே வைத்தாள். அவளுடைய முகம் முழுக்கச் சாந்தமிருந்தது. ரிக்ஷாக்காரர் களிடம் பேரம் பேசுகையில் காண முடிவது போன்ற சாந்தம்.

மறுபடியும் அந்த அலறல் சத்தம் கேட்டது. காயாவின் தலை வெடுக்கென்று திரும்பியது. அந்த அலறல் சத்தமே சமாளிக்க முடியாத ஒரு உதறல் போலாகி ஒலித்தது. ஒரு கணம் அந்த அலறல் அறைக்குள்ளிருந்து வெளியே வந்ததா, இல்லை வெளியில் எங்கிருந்தாவது கேட்டதா என்று அவளுக்குத் தெரியவில்லை. மாடியிலிருந்தபடி வெளியே பார்த்தாள். இருண்ட பெரும் அமைதி. மரங்களின் சரசரப்பு. மலைகள் நிலவொளியில் நனைந்து நின்றன. அவளை இரண்டாகக் கூறு பிளக்கும் அந்த அலறல் கேட்டு மலைகள் அசையாது, சத்தமெழுப்பாது, சலனமற்று இருப்பது சாத்தியமற்றது எனத் தோன்றியது. அவை தத்தமது இடத்திலிருந்து சற்றும் அசையாது நின்றன. மேலும் அச்சமூட்டும் இந்த அலறலால் இதுவரையி லும் எந்த மலைகளை அவள் தன்னுடன் இருப்பவை என்று நினைத்திருந்தாளோ அவை யாவும் முதன்முறையாக அந்த இரவில் முன்பின் அறிமுகமற்றவைகளாகத் தோன்றின. அவளோடு அவற்றுக்கு எந்த சம்பந்தமும் இல்லை என்பது போல, எந்த ஒட்டுதலும் இல்லாது தனியாக இருட்டிலும் ஒளியிலும் நனைந்தபடி இறுகிப்போய் உதாசீனத்துடன் நிற்பது போலிருந்தது. உடல் முழுக்கக் குளிர்கூடிய நடுக்கம் பரவிட அவள் தன் முகத்தை ஜன்னல் பக்கமாய்த் திருப்பிக்கொண்டாள்.

வெள்ளைத் தசையிலான கத்திரிக்கோலைப் போல இரண்டு கால்கள் படுக்கையில் விரிந்துகிடந்தன. இவை அம்மா வுடையதா? காயா தன்னுடைய தகிக்கும் கன்னத்தைக் கண்ணாடியோடு ஒட்டிக்கொண்டாள். அம்மாவின் முகத்தை மருத்துவச்சியின் உருவம் மறைத்து நின்றது. இன்னொரு பக்கம் அவளுடைய தூய, உடையற்ற, களங்கமற்ற உடம்பு நீல நரம்புகள் அங்கங்கே மினுமினுக்கத் தென்பட்டது. அப்போது தான் காயாவுக்குத் தன் கண்கள் தன்னை ஏமாற்றுகின்றனவோ எனத் தோன்றியது. எது அம்மாவின் கால்கள்? எந்தப் பக்கத்துக் கைகள் எங்கே கிடக்கின்றன என்றே தெரியவில்லை. என்னவோ அவளுடைய உடம்பு மெழுகுப் பொம்மை போலவும்

அதனுடைய கைகால்கள் தாறுமாறான விளையாட்டில் இடம் மாறிவிட்டது போலவும் தோன்றின.

அம்மாவுக்கு ஒன்றும் ஆகவில்லை. அம்மாவிடம் என்னவோ நடக்கிறது.

யாரோ கதவைத் திறந்தார்கள். எச்சரிக்கை அடைந்தவளாய், சமையலறைக் கதவுக்கும் ஜன்னலுக்கும் சம்பந்தமில்லை என்றாலும் அவள் ஜன்னலுக்குப் பின்னால் நகர்ந்து கொண்டாள். மங்கது அறைக்குள் வருவதைப் பார்த்ததும் ஆசுவாசமடைந்தவளாய்ப் பெருமூச்சுவிட்டாள். மங்கது உள்ளே வந்து படுக்கைப் பக்கமாய்ப் பார்க்காமல் மருத்துவச்சி அருகில் வந்தான். அத்தைக்கும் மருத்துவச்சிக்கும் முன்னால் அவன் ஏதோ பீமகாய சூரனைப் போல இருந்தான். அவனைப் போன்ற படத்தை அவள் புத்தகங்களில் பார்த்திருக்கிறாள். அவன் தொப்பி அணிந்திருந்தான். அதற்கு வெளியே அவனது தலைமயிர்க் கற்றைகள் லாமா சிப்பியின் மயிர்க்கற்றைகள் போல அசைந்திருந்தன. அறையில் எதுவும் மாறி இருக்க வில்லை. எல்லாமே முன்பு போலவே இருந்தன. மங்கது பஞ்சையும் பழம் புடவைகளின் கந்தல்களையும் படுக்கையின் மேல் வைத்தான்.

தன்னுடைய அறைக்குத் திரும்பிப் போய்விடலாம், குட்டியிடம் போய்விடலாம் என அவள் நினைத்தாள். ஆனால் கைகள் கண்ணாடியோடு ஒட்டிக்கிடந்தன. அவளுடைய உடம்பிலிருந்து தனியாக, படுக்கையில் மேலுயர்ந்து நிற்கும் அம்மாவின் கைகளின் நிழல்போல, அவள் நினைத்தாலும் கூட விலக்க முடியாதவைகளாய் அவளுடைய கைகள் இருந்தன. அவள் அவற்றைத் தன்னோடு சேர்த்துக்கொள்வதற் காகத் தன்பக்கமாய் இழுத்தாள். சரியாக அதே கணத்தில் படுக்கையிலிருந்த கைகள் அசைவதைக் கண்டாள். தங்க வளையல்கள் மினுமினுத்தன. நீல நரம்புகளிலிருந்து தன்னையே விடுவித்துக்கொண்டு துடித்தபடி அசைந்தன. தனக்குள்ளே முழுமையான உலகமாக இருந்த அது அறையின் நாலாப் பக்கமும் சுழன்றிருந்தது. முழுமையான வலியைக் காயா இதுவரை கண்டதில்லை. மந்திரத்தில் கட்டுண்டவள் போல, கண்ணிமைக்காமல், கட்டிலின்மீது நடுங்கித் துடிக்கும் தேகத்தை, கல்லுக்குக் கீழே சிக்குண்டு துடிக்கும் புழுவைப் பார்ப்பதுபோல, அவள் பார்த்துக்கொண்டிருந்தாள். யாருமே அண்ட முடியாத ஏதோவொரு இருண்ட குகைக்குள் வலியின் ஒரு பெரும் உதை அம்மாவை உதைத்துத் தள்ளியது. மருத்துவச்சி யின் விரல்கள் மட்டும் அம்மாவின் தொடைகளுக்கிடையில் நகர்ந்தன. முறுக்கும் அவளுடைய உடம்பை மாயவித்தை

நிர்மல் வர்மா

செய்யும் தன் உள்ளங்கைகளால் தடவியபடியே அதை வெளியே எடுத்தாள். இல்லை. இல்லை. இல்லை. அவள் அலறத் தொடங்கினாள். விரல் நகங்களால் ஜன்னல் கண்ணாடிகளைக் கீறினாள். மரச்சட்டங்களின் மீது தன்னுடைய பிளந்து வறண்டு துடிக்கும் உதடுகளைத் தேய்த்தாள். கருப்பு வண்ணத்தின் துவர்ப்புச் சுவை அவளது நாவில் இறங்கியது. அவளும் இறங்கினாள். மொட்டை மாடிக்கு நடுவே, நிலவொளியின் மீது, அறை வெளிச்சத்தின் ஒரு பகுதி ஜன்னலின் வழியாக வெளியே உறைந்தது போல் விழுந்திருந்தது. அப்போது அவளுக்கு விநோதமான ஒரு எண்ணம் ஏற்பட்டது. அம்மா உள்ளே இல்லை, வெளியே மர நிழலில் காற்றாடப் படுத்திருக்கிறாள் என்று தோன்றியது. அதுபோல எப்போதாவது வெகு காலத்துக்கு முன்பு, அவள் குழந்தையாக இருந்தபோது, காலத்தின் கயிற்றால் நினைவுகள் கட்டப்பட்டிருக்காதபோது, ஏதோவொரு பூர்வ ஜென்மத்தில் அவ்வாறு நடந்திருக்கக்கூடும். சலசலக்கும் செஸ்ட்நட் மரத்தின் இலைகளுக்குக் கீழே வெயில் காய்ந்தவாறு அம்மா படுத்திருப்பாள். வெகு தொலைவிலிருந்து வரும் காயா ஓடி அவளருகே வருவாள். ஏதோவொரு இனந்தெரியாத துக்கத்தால் விசனப்பட்டவளாய் அழுதபடியே அவளது மார்பில் கிடந்திருப்பாள்.

ஐந்து

அன்றிரவு அவள் எத்தனை நேரம் முற்றத்தில் உட்கார்ந்திருந்தாள் என்று அவளுக்குத் தெரிய வில்லை. தனது கொதிப்பில் ஆழ்ந்துபோனவளாய் அவள் உட்கார்ந்திருந்தாள். அவள் தன்னுடைய அறைக்கும் படுக்கைக்கும் தூக்கத்திற்கும் அப்பால் இருந்தாள். இங்கே என்னை யாரும் பார்க்க முடியாது. சத்தமெழுப்பும் கூரை, செஸ்ட்நட் மரம், சுழன்றடிக்கும் காற்று என யாவற்றையும் தனக்குள்ளாகச் சமாளித்து உட்கார்ந்திருந்தாள். அறைக்குள்ளே அனைத்துமே அடங்கியிருந்தன. ஐந்து நிமிடம், பத்து நிமிடம்வரை அவள் இங்கே காத்திருப்பாள். விளக்கு அணைக்கப்படப் பார்த் திருப்பாள். வீடு முழுக்க இருண்டுபோன பின்பு சத்தமில்லாது அறைக்குள் சென்றுவிடுவாள். யாருக்கும் எதுவும் தெரியாது. அன்றிரவு அவள் வெளியில் இருந்தாள், இருண்ட முற்றத்தில் ஜன்னலோடு ஒட்டிக்கொண்டு உட்கார்ந்திருந்தாள் என்று யாருக்கும் தெரியாது.

என்னவோ சத்தம் கேட்டது. கண்ணாடித் துண்டால் அவளுடைய ஆத்மாவைக் கீறுவதான ஒரு சத்தம். அவள் திடுக்கிட்டு எழுந்து உட்கார்ந் தாள். பதற்றத்துடன் ஜன்னலருகே வந்து நின்றாள். அம்மாவை ஒரு பெரும் சூறாவளி கடந்து சென்றிருக்க வேண்டும். கத்திரிக்கோலைப் போலப் பிளந்த கால்கள். அவற்றின் மேல் மருத்துவச்சி யின் தலை. அதன்பிறகு அவள் தடுமாறி, காலி சாக்குப் பையைப் போல, உயிர்வற்றிப்போன வளாய், காற்றில் ஓசையெழுப்பியிருந்த மரக்கட்டை

களாலான தரையில் விழுந்தாள். காயா நீ இங்க இருக்கியா? இந்த ராத்திரி நேரத்துல? மங்கது அவளது முகத்தை நிமிர்த்தினான். அவன் அவளது இரண்டு தோள்களையும் பிடித்து உலுக்க, அவளோ குடிகாரியைப் போல ஆடினாள். மங்கதுவிடமிருந்து வரும் நாற்றம் அவளைச் சூழ்ந்தது. உனக்குக் கொஞ்சங்கூட வெட்கமா இல்லியா? காயா கண்களை இமைத்தவாறு மங்கதுவைப் பார்த்தாள். வெட்கம்? எத்தனை முறை இந்த வார்த்தையை அவள் கேட்டிருக்கிறாள். ஆனால் ஒரு முறைகூட அதோடு சம்பந்தப்படுத்திக்கொள்ளவே முடியவில்லை. அம்மாவின் ஆடையில்லாத துடிக்கும் உடலில், விரிந்துகிடக்கும் கால்களுக்கு நடுவே நிரம்பியிருந்த உலகம் உண்மையானது. வெட்கத்திற்கு அப்பாற்பட்டது.

மங்கது அவளை நேற்று முன்தினம் தன் மடியில் இழுத்து உட்காரவைத்ததுபோல, இழுத்து எழுப்பினான். அவளை இழுத்தபடி அவன் நகரத் தொடங்கியபோது காயா திடீரென்று தன்னிலைக்கு வந்தாள். வேகமாகத் தன் கால்களை வலிப்பு நோயாளியைப் போல அடித்தாள். மாடியின் மரப்பலகைகள் அதிர்ந்தன. மாட்டேன், நான் மாட்டேன். அவள் அலறத் தொடங்கினாள். நான் அறைக்குள்ளே போகமாட்டேன். உள்ளுக்குள் புகைபோல ஏதோவொன்று எழுந்து பிறகு கலைந்தது. இருட்டின் எல்லாப் பக்கங்களிலும் மலைகள் அவளது அலறலின் லயத்துடன் இணைந்து சுழன்றுகொண்டிருந்தன. பைத்தியம் . . . முட்டாள் . . . இதப் பாரு, நான் அறைக்குப் போகமாட்டேன். மங்கது தன் கைகளால் அவளது கால்களை இறுக்கிப் பிடித்திருந்தான். அவன் முற்றத்துப் படிகளில் இறங்கியபோது காயாவின் உடல் அமைதியானது. கைகால்கள் தளர்ந்து போயின. மங்கது அவளைத் தன்னுடைய குடியிருப்புக்குத் தூக்கிச் சென்றான். அவள் அவனுடைய தோள்களில் சாய்ந்திருந்தாள். இப்போது எந்தப் பயமும் இல்லை. இப்போது அவள் பாதுகாப்பாய் இருக்கிறாள். மாடிப்படியின் ஒவ்வொரு படியும் அவளைப் பாதுகாப்பான இடத்திற்கு இட்டுச் சென்றது.

கீழே வேலைக்காரர்களுக்கான வீடுகள் இருந்தன. ஒவ்வொரு வீட்டோடும் சேர்ந்ததுபோல ஆனால் வீட்டுக்கு வெளியே இருந்த அவற்றை அவுட்ஹவுஸ் என்று சொன்னார்கள். புகையால் கறுத்துப்போன அறைகள். அவற்றில் கதவுகளுக்குப் பதிலாகக் கோணித்துணியாலான திரைகள் அசைந்திருந்தன. குளிர்காலத்தின் யாருமற்ற மதியங்களில் வீட்டிலிருந்து மங்கதுவின் வீட்டுக்கு ஓடிவரும் போது இந்தக் கோணித் திரைகளின் அசைவுகள் புலப்படாத ஆறுதலைப் போல

அவளைச் சமாதானப்படுத்தத் தொடங்கும். ஆனால் அதன் பிறகு, கப்பல் பயணிகள் கடல் ஓசையை மறந்துவிடுவதுபோல, அவள் அந்தச் சத்தத்தை மறந்துவிடுவாள். அவள் அரையிருட்டில் படுத்திருக்கிறாள். மூட்டைப்பூச்சிகளும் நனைந்து நைந்திடத் தொடங்கிய மரக்கட்டைகளின் நாற்றமும் அவளைச் சூழத் தொடங்கின. வெளியே அக்கம்பக்கத்து அமைதியைக் குலைத்த படி சில்வண்டுகள் ரீங்கரித்திருந்தன. ஆடிப்போன அமைதி பயந்துபோய் வெளியிலிருந்து உள்ளே பாய்ந்து வந்தது. அவள் மங்கதுவின் கம்பளியில் தன்னைச் சுற்றிக்கொண்டாள். நில்லு . . . அவள் மெல்ல மெல்ல உளறத் தொடங்கினாள். பக்கத்துல வராத. நான்தான். அவள் சிறிதாகிப்போனாள். ஒடுங்கிப் போனாள். காயா என்று அவளுடைய பெயர் எழுதப்பட்டிருக் கும் அவளுடைய இருப்பின் கடைசி சுவர் வரைக்கும் அவள் சிறுத்துப் போனாள். நான்தான், காயா. அவளுடைய பெயரைக் கேட்டதும் அந்த அமைதி பின்னகர்ந்தது. கோணித் திரைகளுக்குப் பின்னால் வெளியே இருட்டுக்கு நழுவியது. வெளியில் வந்த அமைதியை அங்கே கண்டதும் சில்வண்டுகள் மீண்டும் இரைச்சலிட்டு ரீங்கரிக்கத் தொடங்கின.

எங்கிருக்கிறது என்று யாருக்குமே, லாமாவுக்கும் குட்டிக்கும்கூடத், தெரியாத ஓர் இடம் இது. தனக்கு மட்டுமே யான ரகசியம் என்பதால் அவள் அதை அவர்களிடமிருந்து மறைக்கவில்லை. மங்கதுவின் வீட்டுக்கு அவளை இழுத்துக் கொண்டுவரும் அந்த ரகசியம் அவளுக்கே பிடிபடாதிருந்தது. அங்கே அவள் தனியாக இருந்தாள். ராத்திரி சாப்பிட்டு முடித்ததும் அனைவரும் அவரவர் அறைக்குப் போய்விடுவார் கள். அவள் குட்டியோடு தன்னுடைய அறைக்கு வருவாள். அவசர அவசரமாகத் துணியை மாற்றிக்கொண்டு தூங்குவது போலப் பாசாங்கு செய்வாள். பெருமூச்செறிந்து பின் சீராகி, பொய்யான தூக்கத்தில் ஆழ்ந்துபோவாள். சிறிது நேரத்துக்குப் பிறகு குட்டி உண்மையிலேயே தூங்கிப்போனதும் புரிந்து கொள்ள முடியாத அசிங்கமான ஒரு ஈர்ப்பு அவளுடைய உடலை இறுக்கிக்கொள்ளும். ஜன்னலுக்கு வெளியே மலை களின் மீது பித்துக்குளித்தனமாகப் புகை. அதுதான் அவளது கண்ணிலிருக்கும் தூக்கம் என்பது போலவும் தனக்கான இடத்தை மறந்துவிட்டு இங்கும் அங்கும் அலைந்திருப்பது போலவும் சுழலத் தொடங்கும். உடனடியாக அவள் படுக்கையி லிருந்து எழுந்து தன்னுடைய இரவு உடைகளுக்கு மேலாக, போன வருடப் பிறந்தநாளுக்காகக் கிடைத்த, தோலால் ஆன மேல்கோட்டை அணிந்துகொள்வாள். பிறகு கதவைத் திறந்து சத்தமில்லாமல் அடியெடுத்து முற்றத்தைக் கடந்து கீழே இறங்கித் திறந்தவெளிக்கு வந்தபின்பும்கூட அவளது

பயம் விட்டுப்போயிருக்காது. மூச்சுவிடுவதற்காகத் தலையை மேலே தூக்கும்போது, மங்கதுவின் வீட்டுக் கூரைக்கும் இந்த வீட்டின் புகைபோக்கிக்கும் மேலே, சிறிதளவு வானம் தென்படும்.

அந்த இடத்தில் அவளது மூச்சு தடைபட்டுவிடும். நடுவில் மிஸ் ஜோசுவாவின் தோட்டம் யாருமற்ற நிலமென விரிந்து கிடக்கும். இங்குமல்லாது அங்குமல்லாது வெண்ணிற மரங்கள் அசைந்தபடியிருக்கும். இருட்டுத் தீவாக, அகன்ற இலைகளின் மீது நிலவொளிக் கற்றைகள் ஆடிக்கொண்டிருந்தாலும் கீழே கும்மிருட்டாகவே இருக்கும். மிஸ் ஜோசுவா இந்த ஊருக்கு முதன்முதலாக வந்தபோது தன்னுடைய சிறு வயதில் இந்த மரங்களை நட்டுவைத்தாள் என்று காயா கேள்விப்பட்டிருக் கிறாள். அந்த மரங்களும் மெல்ல மெல்ல மிஸ் ஜோசுவாவுடன் சேர்ந்து மூப்படைந்து விட்டன. அந்த மரங்களுக்கு அடியில் நடக்கும்போது அவளுடைய இதயம் வெகுவேகமாகத் துடிக்கும். அவளுடைய இதயம் துடிக்கும் சத்தத்தைக் கேட்டே மிஸ் ஜோசுவா கதவைத் திறந்துகொண்டு வெளியே வந்து வழியிலேயே அவள் கையைப் பிடித்துவிடுவாள் என்று காயாவுக் கும் பயமாக இருக்கும். அப்போது அவள் தன் மார்பை இரு கைகளால் இறுக்கிக்கொண்டு மரங்களின் சலசலப்பைக் கிழித்தபடி, பாலத்தினை ஒட்டிக் காற்றில் ஆடி நிற்கும் இரண்டு மூங்கில்களை நோக்கி ஓடத் தொடங்குவாள்.

இப்போது நான் இங்கிருக்கிறேன். அவள் தனக்குள்ளாகவே சொல்லிக்கொண்டாள். நீ உனக்குள்ளயே பேசிக்கிறியே? குட்டி கேட்டிருக்கிறான். அவன் தூங்கிப் போயிருப்பான். அவன் கையைத் தூக்கிப்போடும்போது நான் படுத்திருந்த இடம் காலியாக இருக்கும். அவனுடைய கைகள் ராத்திரி முழுக்க இரண்டு கட்டில்களுக்கு நடுவில் ஆடிக்கொண்டே தான் இருக்கும். அவன் விழித்துக்கொள்ளும்போது நான் அங்கே இருக்கமாட்டேன். என்ன மாதிரியான வேதனை இது? காயா பாலத்தின் மூங்கில் கழிகளை இரண்டு கைகளாலும் பற்றிக்கொண்டாள். இத்தனை நீண்ட இரவில், இத்தனை அடர்ந்த இருட்டில் அவள் ஏதோவொரு உயிரற்ற பொருளைப் பற்றிக்கொள்ள விரும்புகிறாள். அதைப் பற்றிக்கொண்டு இதுதான் வேதனை, இதுதான் நான், இதுதான் அச்சம் என்று சொல்ல முடிகிறது. ஆனால் அவள் மூங்கிலைப் பிடித்ததுமே பாலம் ஆடத் தொடங்கிற்று. நிலவு மரங்களுக்கு மேலாக வந்திருந்தது. புதர்களுக்கு நடுவே பளபளக்கும் வகிடுகள் போலப் பள்ளங்கள் தெரிந்தன. அங்கிருந்து சன்னமான சீறல்கள் எழுந்தன. காற்று ஒரு மலையிலிருந்து அடுத்த மலையின்

பக்கமாய் வீசி நகர்வதுபோல இருந்தன. இரவுப் பொழுது அமைதியாகவும் எதிலும் ஒட்டுதலின்றியும் நின்றபோது அந்தச் சீறல் மெல்ல மெல்ல விம்மல்களாகி ஒலித்தன. இந்த விம்மல்கள் எங்கிருந்து வருகின்றன என்று காயாவால் அறிந்துகொள்ள முடியவில்லை. புதர்களிலிருந்தா? இலைகள் மோதுவதாலா? அல்லது தனக்குள்ளிருந்தா?

அவள் குளிரால் ஒடுங்கிப்போயிருந்தாள். பின்னால் திரும்பித் தன் வீட்டைப் பார்த்தாள். இரண்டு புகைபோக்கிகள். ஒரு குபானி மரம். எல்லாமே ஒன்றைவிட்டு ஒன்று விலகி நின்றன. அவை அனைத்தையும் ஒன்றுசேர்க்கும் 'வீடு' என்பது இருட்டில் மூழ்கிக்கிடந்தது. முற்றத்து விளக்கு மட்டும் இப்போதும் எரிந்துகொண்டிருந்தது. மங்கது பாத்திரங்களைத் தேய்ப்பான். சமையலறையைக் கழுவுவான். பிறகு லாந்தரை எடுத்துக்கொண்டு வீடு முழுக்கச் சுற்றி வருவான். இதற்கிடை யில் அவளது கண்கள் மூடத்தொடங்கின. அவள் மேல்கோட்டை கம்பளிபோல இழுத்துப் போர்த்திக்கொண்டு சுவரோரமாய்ப் படுத்துக்கொண்டாள். தன்னுடைய அறையில் தூங்காது மங்கதுவின் வீட்டில் கிடக்கிறாள் என்ற எண்ணமே பெரும் துக்கம் தருவதாக இருந்தது. எது மாதிரியான ஒரு தனிமையில் இருக்கிறாள் என்று எல்லோரும் பார்க்க வேண்டும் என்று ஆசை எழுந்தது. கோணித் திரையைத் தூக்கிவிட்டுச் சற்று நேரம்வரை வாசலிலேயே உட்கார்ந்திருந்தாள். இல்லையில்லை. அவள் ஒன்றும் தனியாக இல்லை. எதிரில் மலைகளின் மீது மினுமினுத்துக் கண்சிமிட்டிய வெளிச்சங்களைப் பார்த்தபோது எங்கெல்லாம் விளக்குகள் உள்ளனவோ அங்கெல்லாம் யாரோ ஆட்கள் இருக்கிறார்கள் என்ற எண்ணம் எழுந்தது. அவர்களும் அவளைப் போலவே விழித்துக்கொண்டுதான் இருக்கிறார்கள். எப்படி அவள் பல மைல்களுக்கு அப்பாலிருந்து அவர்களைத் தேடுகிறாளோ அதேபோல வேறு யாரோவும்கூட இடையி லிருக்கும் காற்றையும் இருட்டையும் மீறி அவளைப் பார்க்க முடியும் என்பது அவளால் நம்ப முடியாததாக இருந்தது. அடுத்தவரைப் பற்றிய கற்பனை எழுந்ததுமே உடல் நடுங்கியது. இனம்புரியாத ஒரு துக்கம் தலைதூக்கியது. கண்மூடித்தனமான கருணை பெருகிற்று. காட்டின் தடங்கலற்ற தனிமையில் ஒரு பறவையின் குரல் கேட்டு மற்றொரு பறவை பதில் குரல் எழுப்புவது போல இருந்தது அது. அவள் அசைந்தாள். முன்னும் பின்னுமாக. தூக்கம் வரவும் அதைத் தன்னைத் தழுவச் செய்தாள். எங்கேயோ தொலைவில் புகைமூட்டத்தின் கடைசியில் மங்கது வரக்கூடும் என்ற எண்ணம் லேசாக மினுமினுத்திருந்தது. இப்போது மங்கது வந்துகொண்டிருக்கக்

கூடும். அவன் வருகிறவரையிலும் இந்தத் தூக்கத்தை ஒத்திப் போட வேண்டும் என்றுதான் முயற்சித்திருந்தாள்.

ஆனால் அன்றிரவு தூக்கம் எங்கேயுமே இல்லை. மங்கது அவளை எப்படி வீட்டில் விட்டுவிட்டு வந்தானோ அதுபோலவே அவள் உட்கார்ந்திருந்தாள். ஜடம்போல ஸ்தம்பித்துக் கண் களைச் சிமிட்டியபடி. கொஞ்ச நேரத்துக்கு முன்பு படிகளில் இறங்கும்போது அவள் கைகால்களை அடித்துக்கொண்டும் அலறிக்கொண்டும் இருந்தாள். ஆனால் மங்கது போனவுடனே அவள் திடுதிப்பென்று ஊமையாகிப் போனாள். பார்வை யாளர்களுக்கு முன்னால் கத்திக்கொண்டும் அலறிக்கொண்டும் கைகால்களை அசைத்து ஆடிக்கொண்டிருந்துவிட்டுத் திரை விழுந்ததும் முற்றிலுமாக ஏதுமற்றவனாய் வெறுமையுற்றுவிடும் சிரிப்பு நடிகரைப் போல ஆனாள். நான் ஜன்னலுக்குப் பின்னால் நின்றிருந்தேன். ஒரு அறை. மங்கலான வெளிச்சம். மருத்துவச்சியின் கையில் வெந்நீர் பாத்திரம். அதிலிருந்து எழும் ஆவி. அந்த ஆவியைத் தள்ளியும் பிடித்தும் விடுவித்த படியும் இருக்கும் அம்மாவின் கைகள். முறுக்கி நிற்கும் விரல்களில் பளபளத்து ஆடும் வலியின் ஜ்வாலை. எல்லா வற்றையும் நான் பார்த்து நின்றேன். இவையனைத்தும் இப்போது முடிவடையாது, தொடர்ந்து நடந்துகொண்டிருப்பது என்றே அவளுக்குத் தோன்றியது. அவள் வாழ்நாள் முழுக்க இருட்டில் ஜன்னலுக்குப் பின்னால் நின்றிருப்பாள். பளபளத்து ஆடும் வலியின் ஜ்வாலையைப் பார்த்துக்கொண்டிருப்பாள்.

அவள் திடுக்கிட்டு எழுந்து உட்கார்ந்தாள். மங்கதுவின் கம்பளியை விலக்கி எறிந்தாள். மேல்கோட்டை கழற்றினாள். அது வேர்வையில் நனைந்திருந்தது. காற்று வீசவில்லை. கோணித் திரையிலிருந்து தப்பிய ஒரு மெல்லிய பழுப்பு நிற நிலவொளிக் கற்றை உள்ளே வந்துகொண்டிருந்தது. அது நகர்ந்தபடியே வீட்டின் சுவர் வரைக்கும் வந்திருந்தது. என்னவோ சத்தம் கேட்டது. சுவருக்குப் பின்னால் யாரோ மெதுவாகப் பாடிக் கொண்டிருந்தார்கள். அந்தக் குரல் புகையைப் போல ஒரு வட்டத்தில் சுற்றிக்கொண்டிருக்க அதன் எந்த இடத்திலிருந்தும் அதைப் பிடித்துவிட முடியும் என்று தோன்றியது.

அவள் எழுந்து சத்தமெழுப்பாது வெளியே வந்தாள். மலையடிவாரங்களில் வயல்களின் சின்னச் சின்னப் பகுதிகள் ஒளிவீசின. கீழே பள்ளத்திலிருந்து இருட்டு மேலெழுந்து வந்திருந்தது. ஆனால் காற்று வீசுவது நிற்கும்போது இருட்டும் பாதியிலேயே நின்றுபோனது. இதனால் மலையின் ஒரு பாதி நிலவொளியிலும் மறுபாதி இருட்டிலுமாகத் தென்பட்டது. காயா இவை எதையும் பார்க்கவில்லை. அவளது நிழல்போல

சிவப்புத் தகரக் கூரை   107

இன்னொரு சிறுமி குபானி மரத்தின் மீது ஏறிக்கொண்டிருப் பதையும் அவள் பார்க்கவில்லை. அவள் மாடிமீது இரண்டு அடிகள் வைத்து மற்றொரு அறைக்கு எதிரில் வந்து நின்றாள். அந்த அறை எப்போதுமே காலியாகத்தான் இருக்கும். ஆனால் மருத்துவச்சி இரவில் தங்க நேரும்போது அங்கே போலு தூங்கிக்கொண்டிருப்பான்.

ஆனால் அன்றிரவு அவளுக்குக் கொஞ்சம்கூடப் பயமா யிருக்கவில்லை. முதலில் அச்சத்தின் கோடுகள் கிழிக்கப் பட்டிருக்க, அவற்றை ஒவ்வொன்றாகத் தாண்டித் தாண்டி வரவேண்டும் என்கிற அந்த விளையாட்டிலிருந்து திடீரென்று அவள் வெளியே வந்துவிட்டாள். அன்றிரவு ஜன்னலுக்குப் பின்னால் பார்த்த காட்சிகளுக்கு முன்னால் அனைத்துமே ஒன்றுமில்லாதவையாக, துச்சமானவையாகத் தெரிந்தன. வலிக்கு முன்னால் பெரியவை எல்லாம் சிறியவையாகிவிட, அவள் பெரியவளாகிவிட்டாள். அதனால் அவள் போலுவின் அறைக்குப் பக்கத்தில் வந்தபோது முதன்முதலாக அவள் அந்த மனிதனைக் கவனத்தோடு பார்த்தாள். அவன் அங்கேயேதான் இருந்தான். மற்றவர்களைப் போலவேதான் இருந்தான்.

அவன் பாடிக்கொண்டிருந்தான்.

அவள் முன்னகர்ந்து வந்தாள். படிகளுக்கும் முன்னால், அறையின் மத்தியில் ஒரு லாந்தர் எரிந்துகொண்டிருந்தது. மேலே கருத்த மரக்கட்டைகளாலான கூரை மெல்ல மெல்ல ஆடிக்கொண்டிருப்பது போல ஒரு பிரமை. லாந்தர் விளக்குச் சற்றே மங்கியபோதும் ஒளி வட்டத்தின் உள்ளே இருந்த ஒவ்வொரு பொருளும் விலகியோட அடம்பிடித்தன. ஆனாலும மலைகளின் நிழல்கள், வீடுகளின் கூரை, சுவர்களில் புகையின் கருமை என எல்லாமே அங்கேயேதான் இருந்தன. போலுவின் தலை மட்டும் மேலும் கீழுமாக, கீழும் மேலுமாக ஓர் எல்லையற்ற லயத்துடன் ஆடிக்கொண்டிருந்தது. போலு இங்கே பார். நான்தான். பாரு. நான் காயா வந்திருக்கேன். என் மூஞ்சியை நீ தொட்டுப் பாத்தியே. அவளுடைய உதடுகள் துடிக்கத்தொடங்கின. அவள் இப்போது லாந்தருக்கும் மருத்துவச்சியின் மகனுக்கும் நடுவில் நின்றிருந்தாள். போலுவின் தலை குனிந்திருந்தது. அவனது கண்கள் மேலே பார்த்தன. மூக்கிற்கும் முகவாய்க் கட்டைக்கும் நடுவே அவனது வாய் ஓர் இருண்ட குகையைப் போலத் திறந்திருந்தது. ஆனால் அவன் எதையுமே பார்த்துக்கொண்டிருக்கவில்லை. அவனைப் பொறுத்தவரை காயா காற்றில் பறந்து வரும் இறகு போன்றவள். திடீரென்று அவனது பார்வையில் பட்டவள். அர்த்தமற்ற

ஒரு தற்செயலான சந்திப்பு மட்டுமே. வேண்டுமெனில் அதை வெறும் இமைத் துடிப்பைக்கொண்டு அள்ளிக்கொள்ள முடியும். அவனுடைய கண்களில் எந்தவிதமான ஆவலோ ஏற்கனவே தெரியும் என்பது போன்ற பாவமோ சற்றும் தென்படவில்லை. அவள்தான் காயா. அவனெதிரில் இப்போது நிற்கிறாள். சாயங்கால இருட்டு வேளையில் இவளுடைய கண்ணீரைத் தான் துடைத்தோம் என்பதெல்லாம் எதுவுமே இல்லை. போலுவைப் பொறுத்தவரை எந்தவொரு சம்பவமும் இன்னொரு சம்பவத்தோடு சம்பந்தப்பட்டது என்றில்லை. ஏனெனில் அவன் காலத்துக்கு அப்பாற்பட்டவனாக இருந்தான். அவனைப் பொறுத்தவரை ஒவ்வொரு முறை பார்ப்பதுமே முதன்முறையாகப் பார்ப்பதுதான். எனவே அவனுக்கு எந்த வொன்றும் மறுபடி நிகழ்வதில்லை. எல்லா அனுபவங்களுமே முழுமையானவை. ஒவ்வொரு வலியுமே இறுதியானது. எதனோடும் எங்கேயும் எதற்கும் தொடர்பில்லாத, எதிலிருந்தும் விடுபடாத குழந்தையைப் போன்றவன் அவன்.

நீ பாடினியா போலு? நீ பாடறத நான் கேட்டேன். நான் மங்கதுவோட அறையில் இருந்தேன். உன்னோட குரலைக் கேட்டு வந்தேன். அவள் சொல்லிக்கொண்டிருந்தாள். ஒவ்வொரு சொல்லுக்கும் இடையில் பாலைவனத்தைக் கடப்பது போன்ற இடைவெளியுடன் பேசினாள். அப்படிப் பேசும்போது ஒவ்வொரு சொல்லுக்குமான ஏதேனும் நினைவுக்குறிப்பு அவனுக்குக் கிடைத்து, சொல்வதை அவன் புரிந்துகொள்வான் என்பதற்காக அப்படிப் பேசியது போலிருந்தது. போலுவின் தலை, தரப்பட்ட சாவி தீர்ந்த பின்னும் பழைய விசையில் அசையும் சில பொம்மைகள் போல, கைப்பாவையைப் போல, ஓரிரண்டு முறை மேலும் கீழுமாக ஆடியது. பிறகு நின்றுவிட்டது. காற்றில் புகை போன்று ஜாடை செய்தான். கையின் இரண்டு விரல் களால் ஏதோ ஒரு பொருளை இழுத்துவருவதுபோல, இருட்டிலிருந்து வெளியேற்றுவது போலச் சைகை செய்தான். அவன் எதை அத்தனை சிரமத்துடன் வெளியே இழுத்து வருகிறான் என்று அப்போதுதான் காயா பார்த்தாள். வேறெதுவு மில்லை. அவன் தன்னுடைய குரலைத்தான் அவ்வாறு சுட்டினான். புதர்களில் சிக்கிக்கொண்ட பறவையைப் போல அவனுடைய தொண்டையிலிருந்து அவனுடைய குரல் வெளிவந்தது. கோ . . . கோ . . . கோ . . . என்பதுபோன்ற குரலில் தொடக்கம் முதல் இறுதி வரையிலும் ஏதோ அர்த்தத்தை இழுத்துவந்திருந்தது. ஆனால் உண்மையில் அதில் எந்த அர்த்தமும் இருக்கவில்லை.

அவள் மேலும் அருகில் நகர்ந்து வந்தாள். லாந்தர் விளக்கின் அருகில், போலுவின் நிழல் சுவரிலிருந்து நழுவி தரையில் பரவியிருந்த இடத்திற்கு வந்தாள். மிதமான வெம்மை அவளைச் சூழ்ந்தது. நாள் முழுக்க இருந்த துயரம் தூசியைப் போல விடுபடத் தொடங்கிற்று. கதவிற்கு வெளியே மலைகள் இருந்தன. நிலவு இருந்தது. ரயில் தண்டவாளத்தின் இரண்டு பக்கங்களிலும் இப்போதும் புதர்களின் சலசலப்பு இருந்தது. அவள் அவற்றிற்கிடையில் தன்னை மறந்து உட்கார்ந்திருந்தாள். அவள் இவை யாவற்றையும் மறந்து மருத்துவச்சியின் மகனது ஊமையான காலத்தை மீறிய உலகத்திற்கு – போலு தன்னோடு எடுத்துவரும் அதை நாம் உலகம் என்று பெயர் சொல்ல முடியுமென்றால் – வந்துவிட்டாள். அவனுடைய வாய் திறந்திருந்தது. அதிலிருந்த வெள்ளைக் கொட்டைப் பற்கள் முன்னால் நீட்டிக்கொண்டிருந்தன. காயா இதற்கு முன்பு இத்தனை வெண்மையான கறையற்ற பற்களைக் கண்டதில்லை. கின்னிக்கு இது போன்ற பற்கள் இருந்தன. அவற்றை அவள் கடைசி தடவையாக ரயில் தண்டவாளத்திற்கு அருகில் வாய் திறந்திருந்தபோது, புரியாத ஏதோ அச்சத்தால் வாலாட்டியபடி நிற்கையில் பார்த்திருந்தாள். செத்துப் போவதற்குச் சில நிமிடங்களுக்கு முன்னால். கின்னியை உன்னால் காப்பாற்றி இருக்க முடியுமா? புதர்களின் நடுவிலிருந்து லாமாவின் சிரிப்பொலி கேட்டது. பைத்தியம். என்னமாதிரி முட்டாள் நீ? இங்க பாரு. இது உன்னோட கின்னிதான். அதனுடைய வெள்ளை மயிர்க்கற்றைகள் கொண்ட தோல் ரத்தத்தில் நனைந்து கிடக்கிறது பார். ரயில் தண்டவாளத்தில் அதனுடைய முடிக் கற்றை காற்றில் பறந்தபடி இருக்கிறது பார்.

காயா கண்களைத் திறந்தாள். எதுவும் இருக்கவில்லை. எங்கேயும் எப்போதும் எதுவும் இல்லை. வாயைத் திறந்தபடி போலு மட்டுமே அவளைப் பார்த்துக்கொண்டிருந்தான். அப்போதுதான் அன்றைய இரவில் முதன்முறையாகக் காயாவினுள் பெருத்த சந்தோஷம் பொங்கத் தொடங்கியது. பிரகாசமான சமத்காரமான சந்தோஷம். ஒளிமயமான அந்தச் சந்தோஷத்தின் பொங்கும் அலைகளில் அவள் மிதந்திருந்தாள். வெகு உயரத்திலிருந்து பார்க்கும்போது கீழேயிருந்த மணலும் கற்களும் கின்னியும் உடம்பும் அம்மாவின் திறந்த களங்கமற்ற தொடைகளும் என யாவுமே பளிச்சென்ற வெயிலில் தெளிவாகத் தென்பட்டன. கரைமீது உலர்ந்துகொண்டிருக்கும் மிகப் பழைய எலும்புக்கூட்டைக் கடக்கும்போது அதைக் கண்டுகொள்ளாது முன்னகர்ந்து விடுவதுண்டு. இந்த எலும்புகளுக்குப் பின்னால், முன்னொரு

சமயத்தில் படபடக்கும் உதடுகளும் துடிக்கும் உயிரும் இருந்திருக்கும் என்று ஒரு நிமிடம் நாம் யோசிப்பதில்லை. இந்த விநோதமான, குரூரமான, அச்சம் தரும் சந்தோஷத்தின் துள்ளலில் காயா போலுவின் இரண்டு கைகளையும் தன்னுடைய விடுதலைக்கான இந்தப் பலவீனமான தருணத்தை அவனோடு பங்கிட்டுக்கொள்பவள் போல, பற்றிக்கொண்டாள். போலு எதாச்சும் பேசு என்று கிசுகிசுத்தாள் அவள். பயப்படறதுக்கு ஒண்ணும் இல்லே. உங்கம்மா மேல இருக்காங்க. இங்க உன்னை யாரும் எதுவும் பண்ண முடியாது. நான்தான் காயா. காயா தெரியுதா? நீ கன்னத்தத் தொட்டுப் பாத்தியே அதே பொண்ணு தான். போலு அசையும் அவளது உதடுகளை, மாறாது தொடர்ந்து கண்ணிமைக்காது உற்றுப் பார்த்தான். பிறகு அவன் தலையை உயர்த்தினான். அவனது மொட்டைத் தலை லாந்தரின் வெளிச்சத்தில் முற்றிலும் நீலமாகத் தென்பட்டது. திடீரென்று என்ன நினைத்தானோ, இரண்டு உள்ளங்கை களையும் தரையில் ஊன்றினான். இருக்கும் இடத்திலிருந்து அவன் சற்றும் அசைய முடியாது என்றபோதும் எழுந்திருப் பதற்கு முயல்வது போலிருந்தது. பிறகு தலையை ஆட்டிக் கதவுப் பக்கமாக ஜாடை செய்தான். அவள் பின்னால் திரும்பினாள். எங்கும் எதுவும் தென்படவில்லை. பாதி ராத்திரி சமயத்தில் மலை நகரங்களின்மீது சுற்றியலையும் ஒருவித பிரகாசம் புகையிருட்டுக்கும் ஆகாயத்துக்கும் நடுவே தெரிந்தது. இதைத்தான் போலு சுட்டுகிறானா? அவனால் காண முடிகிற – ஆனால் காயாவால் பார்க்க முடியாத – அந்த ஒளியைத்தான் அவன் ஜாடை காட்டுகிறானா?

திடீரென்று காற்று வீசியது. அறைக்கு மேலே நிலவின் பாதி உருவம் குபானி மரத்தோடு ஒட்டிக்கொண்டு நகர்ந்து வந்திருந்தது. ஒரு மரம் அசைந்தது. பிறகு இன்னொன்று. காற்றின் சமிக்ஞை கிடைத்தது போன்று காடு மொத்தமும் சலசலக்கத் தொடங்கியது. மிஸ் ஜோசுவாவின் தபால்பெட்டி யின் கதவு படீரென்று திறந்துகொண்டது. லண்டனிலிருந்து வரும் சஞ்சிகைகள் அவற்றில் நிரம்பியிருந்தன. எத்தனை நாட்களாக மிஸ் ஜோசுவா அவற்றை வெளியில் எடுக்காமல் இருக்கிறாள் என்று தெரியவில்லை. காற்றடிக்கும்போது தபால் பெட்டியின் கதவு திறந்துகொள்ளக் கடகடவென்று தாளம் ஒலிக்கிறது. பிறகு அமைதியடைகிறது. சற்று நேரம் கழித்து மீண்டும் தாளம் போட்டுப் பிறகு அமைதியாகிறது. அவள் கைகளை நீட்டிக் கதவைப் பற்றினாள். அறை மொத்தமும் காற்றில் உடைந்த கூண்டுபோல ஆடத் தொடங்கிற்று.

கோணித்திரை அவ்வப்போது மேலெழுவதும் அறைக்குள்ளாகச் சுருண்டு பறப்பதுமாக இருந்தது. நீ இங்க உக்காந்திருக்கியா? இந்த எடத்துல?

அவள் பின்னால் திரும்பியபோது மங்கது அவளுடைய இரண்டு தோள்களையும் பிடித்துக்கொண்டான். நீ இதுக்குள்ள தூங்கிருப்பேன்னு நெனச்சேன். அவனுடைய குரலில் காயாவினாலும் இரவினாலும் தலையாட்டும் போலுவினாலும் ஏற்பட்ட சலிப்பும் களைப்பும் இருந்த அளவிற்குக் குற்றம் சாட்டும் தொனி இருக்கவில்லை.

மங்கதுவுக்குப் பெரிய உருவம். பாதத்திலிருந்து தலை வரையிலும் பருத்த அவனது உடல் ஒழுங்கில்லாத, சரியாக மடிக்க வராத ஒரு படுக்கையைப் போல இருக்க, அதன் ஏதோவொரு மூலையிலிருந்து கைகள் வெளியே நீட்டியிருப்பது போலவும் இன்னொரு மூலையிலிருந்து காதுகள் வெளியே பிதுங்குவது போலவும் இருக்கும். அவனுடைய குரல் மட்டுமே சாந்தமானதாகவும் சீரானதாகவும் இருக்கும். எனவே மங்கதுவின் உடம்பு வேறு அவனுடைய குரல் வேறு என்பது போலவும் இரண்டையும் ஒன்றாக இணைக்கும் கயிறு எதுவும் கண்ணுக்குத் தெரியவில்லை என்றும் காயாவுக்கு அவ்வப்போது எண்ணத் தோன்றும்.

மங்கது மெல்லமெல்லத் தன்னுடைய கனத்த காலடிகளுடன் முன்னகர்ந்தான். காயா வாசலில் நின்றிருந்தாள். வேடன் ஒருவன் சத்தமில்லாது அடியெடுத்து மிருகமொன்றின் குகைக்குள் செல்வது போலிருந்தது. அந்த மிருகம் சுத்தமாக ஏதும் அறியாமல் தன்னுடைய யோசனையில ஆழந்திருந்தது. சற்று நேரம்வரை இருவரும் எதிரெதிராக ஒருவர் மற்றவரைப் பார்த்துக்கொண்டிருந்தனர். பிறகு மங்கது கீழே குனிந்து கொண்டான். அவனுடைய முடிக்கற்றைகள் போலுவின் முகத்தின்மீது அசைந்தாடத் தொடங்கின. மெல்ல அவனது கைகளைத் தரையிலிருந்து எடுத்தான். பிறகு அவனது காதுகளில் என்னவோ சொன்னான். அவன் சொன்னதைக் காயாவால் கேட்க முடியவில்லை. ஆனால் திடீரென்று போலுவின் பற்கள், பளபளக்கும் கறையற்ற பற்கள், வெளியில் தெரிவதை அவள் கண்டாள். என்னவோ அவன் புன்னகைப்பதைப் போன்று இருந்தது.

இதுவரையில் அவனால் அறிய முடியாத ஒன்றாக இருந்த ஏதோ ஒரு பொருள், சட்டென்று அவனால் கண்டுகொள்ள முடிகிற வட்டத்துக்குள் ஒளிவீசியிருந்ததைப் போல இருந்தது. ஒன்றுமறியாத ஒரு குழந்தையைப் போல, மங்கது விரும்பியதை,

சொன்னவாறு செய்துகொண்டிருந்தான். ஒவ்வொன்றாக அவன் தன்னுடைய எல்லாத் துணிகளையும் கழற்றிப்போட்டான். இப்போது அவனுடைய உடம்பில் ஒரு அரைக்கைச் சட்டையும் லங்கோடுமே இருந்தது. அப்போது மங்கது அவனைப் படுக்கையில் படுக்கவைத்தான். பிறகு அவனிடம் ஒருமுறை, இரண்டுமுறை சத்தமாக என்னவோ சொன்னான். காயாவால் இப்போது அதைக் கேட்க முடிந்தது. ஆனால் மலைப் பிரதேசத்துப் பாஷை அவளுக்குப் புரியவில்லை. இருப்பினும் மங்கது ஒரேயொரு வார்த்தையைத்தான் மந்திரம்போலத் திரும்பத் திரும்பச் சொல்லுகிறான் என்று பட்டது. அப்போது ஏதோவொரு பாம்பு தானாகவே கூடைக்குள் அடங்குவது போலப் போலுவின் உடல் தளர்ந்து அடங்கத் தொடங்கியது. பிறகு அவன் லாந்தரை அணைத்தான். அறை முழுக்க இருட்டுப் பரவியது. மங்கது ஒன்றும் சொல்லாது அவளது கைகளைப் பிடித்தான். ஆனால் ஒரு விநோதமான ரோஷத்துடன் அவள் தன் கைகளைச் சட்டென்று விடுவித்துக்கொண்டாள். வாசலுக்கு வெளியே வந்தாள். அப்போதும் வெகுநேரம்வரையிலும் போலுவின் கண்கள் இருட்டில் திறந்தேதான் இருந்தன என்றும் அவை அவள் செல்வதைப் பார்த்துக்கொண்டிருந்தன என்றும் தோன்றியது.

"நீ இப்ப வரியா?"

"எங்க?"

"உன்னோட ரூமுக்குத்தான். வேறெங்க?" மங்கது அவளுக்குப் பின்னாலேயே தன்னுடைய அறைக்கு வந்தான். அவள் துவண்டுபோயிருந்தாள். மேலே அறைக்குப் போவதற்கான தெம்பு இல்லை. குட்டியிடம் சென்று படுத்துக்கொள்ள விருப்பம் இல்லை. இனம்புரியாத ஒரு பிடிவாதம் மார்புக்கு நடுவே அடம்பிடித்து நின்றது.

"மங்கது, நான் இங்கயே தூங்கட்டுமா?" என்று மெல்லக் கேட்டாள். மங்கது அவளைப் பார்த்தான். அவள் சின்னக் குழந்தையாக இருந்தபோதிருந்து அவன் அவளை இப்படிப் பார்த்துக்கொண்டுதான் வருகிறான். இடைப்பட்ட காலத்தில் அவள் எத்தனை பெரியவளாகிவிட்டாள் என்று மங்கது தெரிந்துகொள்ளவேயில்லை. ஆனால் அவள் எப்போதுமே சின்னப் பெண்ணாகவே இருப்பாள் என்ற எண்ணமும் இல்லாது போயிருந்தது. இப்போதெல்லாம் அவன் தன்னுடைய கிராமத்தில் கல், மரம், மலை போன்ற சாஸ்வதமான, சிறியதுமல்லாத பெரியதுமல்லாத, இருந்தும் எப்போதும் கண்ணெதிரிலேயே இருக்கும் பொருட்களிடம், எப்படி நடந்துகொள்வானோ

அப்படித்தான் நடந்துகொள்கிறான். உனக்குப் பயமா இருக்கா காயா? அவன் மெதுவாக அவளது தலைமயிரைத் தொட்டான்.

சில்லென்ற ஒரு நடுக்கம் அவளுடைய தொண்டையி லிருந்து இறங்கி முதுகில் ஊர்ந்தது. அந்தக் குரலில் அழைத்தது தெம்பாக இருந்தது. அவள் அவனை நம்பலாம். நெடுநேரம் வரை இருவரும் எதுவும் பேசாது அமர்ந்திருந்தனர். போலுவின் அறையிலிருந்து இப்போது எந்தச் சத்தமும் தூங்குகிற சத்தமோ இல்லை மூச்சுவிடும் சத்தமோ வரவில்லை. அங்கே யாருமே இல்லாதது போலிருந்தது. வீட்டின் மேல் பகுதி இப்போது இருட்டில் மூழ்கியிருந்தது. மிஸ் ஜோசுவாவின் அறையில் மட்டும் விளக்கெரிந்தது. அது ராத்திரி முழுக்க எரிந்துகொண்டு தான் இருக்கும்.

"அம்மா அழுதிட்டிருந்தா ... நீ பாத்தியா?" காயா சந்தேகத்துக்கும் நம்பிக்கைக்கும் நடுவே நடுங்கும் பாதங்களை, அம்மாவின் பொருட்கள் கண்ணாடித் துண்டுகளென விழுந்திருந்த ஒரு சாண் பூமியில், முன்னகர்த்தினாள்.

"உனக்கு எப்படித் தெரியும்?" மங்கது ஆச்சரியத்துடன் அவளைப் பார்த்தான்.

"நான் ஜன்னல் பின்னாடி நின்னுட்டிருந்தேன். எல்லாத்தையும் பாத்துட்டிருந்தேன்."

ச்சே ... ச்சே ... ச்சே ... மங்கதுவின் உடம்பிலிருந்து கனத்த வேதனை புகையைப் போல, உலர்ந்துபோன நாட்பட்ட எலும்புகளுக்கிடையே வழி ஏற்படுத்தியபடி, வெளிவந்தது. அவன் சேவலைப் போலக் குந்தியிருந்தான். உள்ளங்கையால் தன் முகவாயைத் தேய்த்தான்.

"எல்லாத்தையும் நீ பாத்துட்டியா?" கரகரத்த குரலில் அவன் கேட்டான்.

"ஆமாம். நான் ஜன்னலுக்குப் பக்கத்துல நின்னுட் டிருந்தேன்."

"நீ அதையும் பாத்தியா?" மங்கதுவின் கை ஒரு கணம் முகவாயில் நின்றது.

"ஆமாம். அதையும்தான்." காயா இப்போதும் அதைப் பார்த்துக்கொண்டிருப்பது போலச் சொன்னாள். "அது மேல வந்துச்சு. மருத்துவச்சியோட கையில ..." நீல ஒளிவீசும் ஒரு பொட்டலம் அம்மாவின் தொடையிலிருந்து வெளியே வர சிவந்து நெளியும் நுரைப் பிண்டம், ஒரு கனவு, தொட்டாற் சிணுங்கியைப் போன்ற ஏமாற்றம். அம்மாவை இத்தனை

'பெருத்த' வளாக்கிய அந்தப் பொருள் எத்தனை சிறியதாக இருந்தது. எத்தனை மோசமானதாக இருந்தது!

வெளியில் காற்றுச் சத்தமிட்டது. மங்கதுவின் வேதனை கூடிய அலறல். "ஒரு தடவக்கூட மூச்சுவிடலை." மங்கது மீண்டும் தன் முகவாயை நசுக்கத் தொடங்கினான். "ஒரு தடவ மூச்சுவிட்டிருந்தா அது அடுத்த மூச்சையும் இழுத்துட்டு வந்துருக்கும். அப்பறம் அது தொடர்ச்சியா வந்திருக்கும்..."

சுவாசங்கள். வெயிலில் பளபளக்கிற சுவாசங்கள். அவள் கண்களை மூடிக்கொண்டாள். கின்னி வெயிலில் கிடக்கிற ரயில் தண்டவாளத்தின்மீது அவள் நடக்கத் தொடங்கினாள். ஒன்று இரண்டு மூன்று... ரயிலின் சக்கரங்களைத் தாங்கிய எண்ணற்ற மரக்கட்டைகள். எதுவரை அவள் அதன்மீது நடக்கிறாளோ அதுவரையிலும் கின்னி சுவாசித்தபடிதான் இருக்கும் என்று அவளுக்குத் தோன்றியது.

மங்கது எழுந்தான். ஒவ்வொரு விரலாகச் சொடுக்கெடுத்தான். பிறகு அவன் தன்னுடைய கால்களில் சுற்றியிருந்த துணிகளைக் கழற்றத் தொடங்கினான். அவற்றை அவன் தரையில் குவித்தான். காயாவுடைய, லாமாவுடைய, குட்டியுடைய பழைய துணிகளிலிருந்து வெட்டியெடுத்து வைத்திருந்த துணிப்பட்டிகள் அவை. அவற்றை ஒவ்வொன்றாக அவன் கழற்றக் கழற்ற காயா மூச்சடைத்துப்போய்த் தரையில் அவன் குவிக்கும் குவியலைப் பார்த்துக்கொண்டிருந்தாள். கடைசித் துணிப்பட்டையையும் கழற்றிய பிறகு இரண்டு தொடைகள் வெளித் தெரிந்தன. இரண்டு கால்கள். அவற்றின் பாதங்கள் வெடித்திருந்தன. மங்கது வெடித்துப் பிளந்த அத்துண்டுகள் ஒவ்வொன்றிலிருந்தும் வலியை வெளியே எடுத்து ருசி பார்ப்பது போலத் தன்னுடைய கைகளால் அழுத்தினான். பிறகு மெழுகுவர்த்தியை ஏற்ற, அறை முழுக்கப் பிரகாசமானது. மலைகளின் நிழல் திரைச்சீலை வழியாக நுழைந்து சுவர் மீது ஏறியது. மெழுகுவர்த்தியின் ஜ்வாலை அந்தப் பக்கமும் இந்தப் பக்கமும் அசைந்தாடியதால் உருகிய மெழுகு அவன் பாதத்தின் மீது சொட்டத் தொடங்கியது. ஆ... ஆ... ஆ மங்கதுவின் உதடுகளிலிருந்து கனத்த தொடர்ச்சியான வேதனை ஓசை. அதில வேதனை கலந்த ஒரு சுகமும் தெரிந்தது. பாதங்களின் வறண்டு வெடித்த பாளங்கள், சொட்டும் வெதுவெதுப்பான மெழுகுத் துளிகளை விழுங்கத் தொடங்கின. மங்கதுவின் சத்தங்கள் அடங்கிப்போயின. இப்போது அவனுக்கு அது வலிக்கவுமில்லை, இதமாகவும் இல்லை. இப்போது அது ஒன்றுமில்லாமல் ஆகியிருந்தது. சாய்த்துப் பிடித்திருந்த மெழுகு வர்த்தியை அவன் நேராக்கினான். மலைகள் சுவரிலிருந்து

இறங்கிப் பின் இருட்டுக்குத் திரும்பின. மங்கது வலி குறைஞ் சிருச்சா? அவள் கரிசனையுடன் அவன் பாதங்களைப் பார்த்தாள். எங்க குறையுது? மங்கது கொஞ்சம் நிராசையுடன் சொன்னான். கொஞ்சம் கீழே போயிருச்சு அவ்வளவுதான். காயா கீழே பார்த்தாள். கறுத்து வெடித்த பாளங்கள் வெள்ளையாய்க், கெட்டித்துப்போன மெழுகிற்கு அடியில் மறைந்து போயிருந்தன. இப்போது வலி வெளியே வராது என்று அவள் எண்ணினாள். இப்போது அவன் சற்று நிம்மதியடைவான். படுத்துக்கொள்வான். இருவரும் தரையில் கால்நீட்டிப் படுத்துக்கொண்டனர்.

கோணித்திரை காற்றினால் சுருண்டு மேலெழுந்தது. அவள் வெகுநேரம்வரை வெளியே பார்த்துக்கொண்டிருந்தாள். தொலைவிலுள்ள மலைகளின் நீண்ட தொடர் ஒரேயடியாக நகர்ந்து பக்கத்தில் வந்துவிட்டதோ என்று விநோதமான ஒரு கற்பனை எழுந்தது. ஒரு நீலநிறக் காடு. அதன் பின்னால் மரங்களுக்கு நடுவில் சித்தப்பாவின் வீடு மறைந்திருக்கிறது. அது கண்ணுக்குப் படவில்லை என்றாலும் தூய பௌர்ணமி இரவுகளில் அவ்வப்போது தீக்குச்சியின் நெருப்புத்துளி போல ஒரு சிறு ஒளி காயாவுக்கு நிச்சயமாய்த் தெரியும். அந்த ஒளி சித்தப்பாவின் வீட்டிலிருந்துதான் தெரிகிறது என அவள் எண்ணினாள். பாக்ஸ்லேண்ட். அதனுடைய பெயர்கூட எத்தனை புதுமையானதாக இருக்கிறது! சில வருடங்களுக்கு முன்பு அவள் அம்மாவுடன் அங்கே செல்வதுண்டு. பரந்த, யாருமற்ற, சத்தமெழுப்பும் காடு. அதற்கு நடுவில் சித்தப்பா வின் வீடு. சென்ற மாதம் அவள் பாக்ஸ்லேண்ட் போகலாம் என்று சொன்னபோது அம்மா சிரித்துக்கொண்டே காயா சொன்னதை மறுத்துவிட்டாள். நாட்கள் ஏறிவிட்டதால் அவளால் உயரத்தில் எப்படி ஏற முடியும்? நாட்கள் எப்படி ஏறுகின்றன என்பதை அவளால் கொஞ்சங்கூடப் புரிந்து கொள்ளவே முடியவில்லை. அவை எங்கே ஏறிச் செல்கின்றன?

மங்கது ..! என்றாள். அவள் சொன்னதைக் கேட்க முடியாத அளவுக்கு மெதுவாக அழைத்தாள். ஆனால் அவளுக்கு அவன் பெயரை உச்சரிப்பதால் தைரியம் கிடைக்கும். மங்கது விழித்திருக்கவில்லை. அவனுடைய தூக்கம் கால்களில் கட்டி யிருக்கும் துணிகளில் புதைந்திருக்கிறது. லேசான சத்தம் கேட்டாலும் அவன் விழித்துக்கொள்வான். பிறகு தனது பொந்திலிருந்து வெளியே பாய்ந்து யாரு? காயா, நீ இன்னும் தூங்கலியா? என்று கேட்பான்.

இல்லை. அவள் தூங்கவில்லை. ஆனால் அவனருகில் இருக்கிறாள். அவள் இன்னமும் மங்கதுவின் அருகில் ஒட்டிக்

கொள்ள வேண்டுமென்றுதான் விரும்புகிறாள். ஆனால் மங்கதுவின் உடம்பிலிருந்து எழும் வாடை ஒரு சுவர்போல இடையே நின்று அவளைத் தடுத்தது. அந்த வாடை அவள் அறிந்ததுதான் என்றாலும் அதைத் தாண்ட முடியவில்லை. ஆனால் அன்றிரவு அவளுக்கு எதுவுமே தெரியவில்லை. அவள் தன்னுடைய போர்வையிலிருந்து மங்கதுவின் கம்பளிக்கு நகர்ந்தாள். முதன்முறையாக அவளுடைய கால்கள் மங்கதுவின் கால்களில் பட்டன. ஆனால் ஏதோவொரு சில்லென்ற கெட்டியான ஒன்றின் மீது மோதி நடுவிலேயே நின்றுவிட்டன. மங்கது... அவள் மெல்லக் கிசுகிசுத்தாள். அடங்கிக்கிடந்த கனத்த மூச்சின் சீற்றம் மங்கதுவின் மூக்கிலிருந்து வெளியேறியது. அறையின் தரை சரசரத்தது. மரக்கட்டைகளின் இடைவெளி யில் காற்றுப் புகுந்து வந்து நேராக எலும்புகளைத் துளைத்தது.

உன்னோட கால்ல என்ன இது? அவன் தன் கால்களைத் திரும்பவும் இழுத்துக்கொண்டான். சில்லென்ற ஒரு குறுகுறுப்பு இப்போதும் இருந்தது. ஏன் நீ பாத்ததே இல்லே? மங்கது தூக்கக் கலக்கத்துடனான குரலில் கேட்டான். செம்பு வளையம். துணிப்பட்டிக்குக் கீழே இருக்கறதால கண்ணுக்குப் படாது. குளிர்ச்சியான கனத்த கணுக்கால்களில் உரசியவாறே இருக்கும் வளையங்கள். மங்கது கண்ணுக்குத் தெரியாதில்ல? அவள் சிரித்தாள். இருமலுக்கு நடுவே மங்கதுவின் உடல் கிடுகிடுத்தது. அவன் எழுந்து உட்கார்ந்தான். அரையிருட்டில், இரண்டு பக்கமும் தலைமுடியை விரித்துப்போட்டுப் படுத்திருக்கும் காயாவைப் பார்த்தான். சின்ன வயசுலேயே போட்டது காயா. மலைப் பிரதேசத்துல கிராமங்களிலே இப்படித்தான் செய்வாங்க. பொறந்தவுடனே காலிலே போட்டுருவாங்க அப்பறம் சாகற வரைக்கும் போட்டுட்டேதான் இருக்கணும்.

சாகறவரைக்குமா? காயா தலையைத் தூக்கினாள். நடுவுல மாத்தறது கிடையாதா? காலை வெட்டி எடுத்தாத்தான் மாத்த முடியும். இல்லை. இல்லை நான் சொல்றத நீ புரிஞ்சிக்கல. வாடையைப் பொருட்படுத்தாது அவன் கால்களுக்கு அருகில் இன்னும் நெருங்கிவந்தாள். வளர்ந்து பெருசாகறபோது அது சின்னதாயிடும் இல்ல? கால்ல அழுந்தாதா? என்ன அழுந்தா தான்னு கேக்கற காயா? மங்கது தூக்கத்திலிருந்தான். நடுநடுவே அவன் காயாவோடு பேசிக்கொண்டிருக்கிறோம் என்பதையே மறந்திருந்தான். அறையின் இருட்டில் அவன் தன்னையே உணர்ந்துகொள்ளாதது போல இருந்தான். இந்த வளையம் இருக்கில்ல. மனுசங்க பெருசாகும்போது என்னாகும்? காயா கோபத்துடன் கேட்டாள். மங்கது தூக்கத்திலிருந்து திடுக்கிட்டு எழும் அளவுக்கு அவளுடைய குரலில் சத்தம் இருந்தது.

கால்களோட சேந்து இதுகளும் பெருசாயிட்டே இருக்கும். இதப் பாரு. என்னோட கால்ல. வளையம் இருக்கற அளவுக்குத் தான் காலும் இருக்கு. மங்கதுவின் தலை மயிர் பின்னல்கள் காயாவின் கழுத்தின் மீது ஆடத் தொடங்கின.

தானாவே வளர்ந்துட்டிருக்கும்; கைகளைப் போல, நகங்களைப் போல இந்தத் தண்டைகளும்கூட. இதுகளுக்கும் உசுரு இருக்கு. இந்த உசுரு ஒவ்வொரு மனுசனோடவும் சேத்து வச்சிருக்கு.

அப்பறம்? என்று கேட்ட காயா பாதியிலேயே நிறுத்திக் கொண்டாள்.

அப்பறம் ஒண்ணுமில்லை என்றான் மங்கது. அவனுடைய தலை சுவரில் சாய்ந்திருந்தது. கண்கள் மூடியிருந்தன. அப்பறம் என்ன ஆகும்? மனுசன் செத்துப் போகும்போது என்னாகும்? மங்கது பெருமூச்சுவிட்டான். செத்துப்போகும்போது அதுக மறுபடியும் சின்னதாயிரும். சின்னச் சின்ன மோதிரங்கள் மாதிரி ஆயிரும். குழந்தைகளோட கால்கள போல அவ்வளவு சின்னதாயிரும். அதுகளைக் கழட்ட முடியாது. உடம்பு முழுக்க எரிஞ்சு போனதுக்கப்பறமும் அதுக கால்களோட எலும்புல ஆடிட்டேதான் இருக்கும்.

அவள் மெல்லத் தன் கால்களை மங்கதுவின் கால்களின் மீதிருந்து விலக்கிக்கொண்டாள். அவள் தன்னுடைய இடத்திற்குத் திரும்பி மங்கதுவிடமிருந்து தனியாக ஒரு மூலையில் நேராகப் படுத்துக்கொண்டாள். அவள் தனியாக இருக்கிறாள். சற்று நேரம்வரைக்கும் அவளுடைய உடம்பு தனியாக உள்ளது. அவளுடைய கால்களும் தனியாக உள்ளன என்றும் இந்த மூன்றுக்கும் நடுவே தரைப்பலகைகளின் வழியாக நுழைந்து மேலே வரும் காற்று மட்டுமே இருக்கிறது என்றும் தோன்றியது.

அப்படியே ஒன்று இரண்டு மூன்று எனக் கணக்கற்றுத் தொடர்ந்து சுவாசம் சீராகிட அவள் புரண்டுபடுத்தாள். அவள் ஜன்னலுக்குப் பின்னால் நின்றிருக்கிறாள். இரண்டு சின்னஞ்சிறு கால்கள். அம்மாவின் திறந்த தொடைகளுக்கு நடுவே. எலும்புகளில் சதைகளில் அசையும் வளையங்கள். கால்களின் அளவுக்கே சிறிய அளவிலானவை. யாரும் அவற்றைக் கழற்றமுடியாதபடி, காற்றில் எழுந்து பறக்கும் சாம்பலில் இரவு முழுக்கக் கணகணவென்று ஓசையெழுப்பிக்கொண்டிருக்கும்.

மங்கது. அது ஒரு தடவைகூட மூச்சுவிடலியா?

சத்தியமா. லேசாக்கூட மூச்சுவிடலை.

ஆறு

எது வழியா வருவே? என்று கேட்டான் குட்டி.

— படிகள் வழியா என்றாள் காயா.

— சரி. அப்படின்னா நான் ஒத்தையடிப் பாதை வழியா போறேன். நீ முதல்லே போயிட்டேன்னா நா வர்றவரைக்கும் நிக்கணும்.

காயா அவனைப் பார்த்துக்கொண்டிருந்தாள். அவன் ஓடினான். இடையில் ஒரு குறுகிய ஒற்றையடிப் பாதை வருகிறது. கோயிலின் பின் பக்கமாய், அணிலைப் போல அது மேலே போகிறது. அதில் குதிரைகளின் கால்தடங்களோடு கோவேறு கழுதைகளின் கால்தடங்களும் பதிந்திருக்கும். குட்டி தன்னுடைய சின்னஞ்சிறு கால்களை அந்தத் தடங்களின் மீது பதித்துக்கொண்டே ஓடுவான்.

காளிகோயிலுக்குச் செல்லும் இந்த இரண்டு பாதைகளும் எத்தனை வருடங்களாக ஒன்றை யொன்று பிரிந்துகிடக்கின்றன என்று தெரியவில்லை. யாத்திரிகர்கள் படிகளில் ஏறிச் செல்வார்கள். சாலை வழியாக வரும் ஒற்றையடிப்பாதையில் மட்டக் குதிரைகளும் கோவேறு கழுதைகளும் செல்லும். இரண்டுக்கும் நடுவே உயரமான ஜாதிமரம். அதனுடைய பாதி இலைகள் படிகள் மீதும் பாதி இலைகள் ஒற்றையடிப் பாதையின் மீதும் உதிர்ந்தபடியே இருக்கும்.

கொஞ்ச தூரம்வரைக்கும் குட்டி பின்னால் திரும்பித் திரும்பி காயாவைப் பார்த்துக்கொண்டே

ஓடினான். அவள் படிகளின் மீதுதான் உட்கார்ந்திருந்தாள். ஒன்றிரண்டு முறை முழுமூச்சோடு அவளுடைய பெயரைச் சொல்லி அழைத்தான். பெயர் பாதியிலேயே காணாமல் போய், சத்தம் மட்டும் அருகிலிருந்த மலைகளில் மோதி திரும்பி வந்தது. காயா கண்ணில் படாது மறைந்துபோனாள். வெறும் படிகள் மட்டுமே மதியப்பொழுதின் வெயிலில் வெள்ளையாகச் சுத்தமாக ஒன்று மற்றொன்றின் மீது தலை சாய்த்தபடி பளிச்சிட்டிருந்தன.

அது நவம்பர் மாதத்தின் மதியப்பொழுது. வீட்டில் ஒன்றுமே இல்லாததால் இருவரும் புறப்பட்டு வந்துவிட்டார்கள். அன்றைய இரவுக்குப் பின் அம்மா படுக்கையிலேயே தான் இருந்தாள். மங்கது ஒரு அறையிலிருந்து இன்னொரு அறைக்கென அலைந்துகொண்டிருந்தான். ஒருமுறை அவள் மிஸ் ஜோசுவாவின் வீட்டுக்குச் சென்றிருந்தாள். கதவு சாத்தியிருந்தது. கொஞ்ச நாட்களாகவே யாரும் அதைத் திறக்காதது போல இருந்தது. தபால்பெட்டி ஆங்கில சஞ்சிகைகளால் நிரம்பி வழிய அதனுடைய இரண்டு கதவுகளும் காற்றில் தாளம்போட்டிருந்தன. எப்போதாவது ராத்திரி நேரங்களில் தபால்பெட்டியின் சத்தத்தைக் கேட்கும்போது சஞ்சிகைகள் எல்லாம் கூண்டுக்குள் அடைபட்டு வெளியே பறக்கத் துடித்துச் சிறகடிக்கும் புறாக்களைப் போலப் படபடத்துக்கொண்டிருக்கின்றன என்று தோன்றும்.

ஆனால் வாரம் ஒருமுறை மருத்துவச்சி தவறாது வந்துகொண்டிருந்தாள். பொட்டலத்தில் அம்மாவுக்கென நிறைய பொருட்களைக் கொண்டுவந்தாள். பாதாம், உலர்திராட்சைகள், விநோத வாசனை கொண்ட வேர்களும் மூலிகைகளும். அவளுடைய மகன் போலு இந்தப் பொருட்களைப் பற்றிய கவலை இல்லாது வராந்தாவில் உட்கார்ந்திருப்பான். ஒருபோதும் முடிவடையாத லயத்துடன் தனக்குள்ளாக முணுமுணுத்தபடி இருப்பான். அன்றொரு நாள் வராந்தாவின் இருட்டில் இப்படி முணுமுணுத்தவாறே அவளருகில் வந்து கண்ணீரில் நனைந்த அவளது கன்னங்களைத் தனது விரல்களால் தொட்டுத் தடவிய அந்தச் சாயங்கால நேரம் போலுவுக்குச் சுத்தமாக நினைவில்லாது போயிருக்குமா என்று காயா எண்ணிப் பார்த்தாள். போலு இப்போது அவள் பக்கமாய்ப் பார்ப்பதுகூட இல்லை. அப்படிப் பார்க்கும்போதும் கூடக் காயாவின் உருவம் அவனது ஞாபகத்தைத் தீண்டாத ஒன்றாய் மறைந்துபோய்விடுகிறது.

அப்போது ஒரு நாள் மங்கது திடீரென்று அவளுடைய அறைக்குள் வந்தான். உன்ன மருத்துவச்சி கூப்பிடறா . . . சீக்கிரம் வா காயா. அவங்க உன்னை ரொம்ப நாளாவே தேடிட்டு இருக்காங்க. ஆச்சரியத்தில் விரிந்த கண்களுடன் அவள் மங்கதுவைப் பார்த்தாள். என்னைக் கூப்பிடறாங்களா? அவளால் நம்பவே முடியவில்லை. அந்த நாள் இரவுக்குப் பிறகு வெளி யுலகத்தின் எந்தவொரு மனிதனாலும் அவளுக்குள் பிடிப்பை ஏற்படுத்த முடியாமல் போய்விட வெளியில் செல்வதே இல்லை என்கிற அளவுக்கு அவள் தனக்குள் ஒடுங்கிப்போய்விட்டாள். மருத்துவச்சியோ அவள் உலகத்தில் இல்லவே இல்லாது போனாள். அவள் குள்ளமானவள். கதைகளில் ஏதாவது ஒரு ராட்சசியோ அல்லது மந்திரவாதியோ தன்னைச் சுற்றி ஒரு மாய உலகத்தைப் பின்னிவிடுவது போன்று மருத்துவச்சியும் தன்னுடைய சிறிய பூஞ்சையான உடம்பில் யாரும் அணுக முடியாத உலகத்தைக் கொண்டு வருகிறாள். வந்தவுடன் நேராக அம்மாவின் அறைக்குள் புகுந்துவிடுகிறாள்.

கடந்த சில நாட்களாகத்தான் அப்படி. முன்பெல்லாம் அவள் எப்போதும் மாடிப்படிகளில் வராந்தாவில் நின்று அவளைக் குறுக்கிடுவதுண்டு. அப்ப நீதான் காயா தேவியா? சன்னமான ஒரு புன்னகை அவளுடைய முகத்தில் பரவிட முகச்சுருக்கங்கள் மறைந்துவிடும். காயாவின் தலைமீது ஏதோவொரு கண்ணுக்குத் தெரியாத ஜந்து உட்கார்ந்திருப்பது போல அவளுடைய தலையையே பார்த்திருப்பாள். பிறகு அதோடு பேசுவது போல அங்கேயே பார்த்தபடி பேசுவாள். உனக்குத் தெரியுமா? நீ எவ்வளவு பெரியவளாயிட்டேன்னு. என்னைவிட உசரமாயிட்டே. அவள் சிரிப்பாள். நான்தான் உன்னை எடுத்துட்டு வந்தேன். உனக்குத் தெரியுமா? நான் உன்னை மலைகளுக்குப் பின்னாடி இருந்து எடுத்துட்டு வந்தேன். நீ ஒரு வாய்க்கால்ல கெடந்தே. தன்னந்தனியா. அப்ப நீ இத்துணூண்டுதான். அப்போது மருத்துவச்சி தன்னுடைய துப்பட்டாவின் உள்ளேயிருந்து தன் கையை வெளியே நீட்டுவாள். ஒரே ஒரு கையை மட்டும். மொட்டையான உலர்ந்த வெறும் மரக்கிளையைப் போன்று நீளும் அதைப் பார்க்கும்போது இந்த மரக்கிளைக்குப் பின்னால் அசலான கை இருக்கிறதோ எனக் காயாவுக்குத் தோன்றும். கண்ணுக்குத் தெரியாத ஆனால் உண்மையான ஏதோவொன்று இந்தப் பொய்யான கையை ஆட்டுவிக்கிறது. மருத்துவச்சி அப்போது தன்னிடம் அல்லாது தன் தலை மீது உட்கார்ந்திருக்கும் ஜந்துவிடமே பேசிக்கொண் டிருக்கிறாள் என்று காயாவுக்குத் தோன்றும்.

அவள் மந்திரத்தில் கட்டுண்டவள் போல மங்கதுவின் பின்னாலேயே சென்றாள். தன்னுடைய வீடே தனக்கு அந்நியமானது போலத் தோன்றியது. மங்கதுவின் கனத்த கால்களுக்குக் கீழே மரக்கட்டைகளாலான தரைத்தளம் கிறீச்சிட்டது. அவளுக்குள்ளிருந்து லேசாக ஒரு சந்தேகம் எழுந்தது. மருத்துவச்சி அவளை ஒருபோதும் அம்மாவின் அறைக்குள் வரும்படி கூப்பிட்டதில்லை. அன்றிரவு அவள் ஜன்னலுக்குப் பின்னால் ஒளிந்திருந்தது அவளுக்குத் தெரிந்திருக்கக்கூடும். அன்றைய இரவில் பார்க்கக்கூடாத அனைத்தையும் அவள் பார்த்துவிட்டாள். அவை அவளுடைய வயதின் வரம்புக்கு அப்பாற்பட்டவை. இப்போது அதற்காக விசாரணை நடக்கும். இதை யோசித்தபடியே வந்தவளுக்குக் குமட்டல் எடுத்தது. திரும்பிப் போய்விடலாமா என்று ஒருமுறை தோன்றியது. வீட்டுக்கு வெளியே ஓடிப்போய்விடலாம். மங்கது திரும்பிப் பார்க்கும்போது அவள் அங்கே இருக்கமாட்டாள். குட்டியின் கட்டிலுக்கு அடியில் சென்று படுத்துக்கொள்ளலாம். அங்கே யாரும் அவளைத் தேடமாட்டார்கள். எல்லோரும் தேடிவிட்டுப் பிறகு மறந்துவிடுவார்கள். எல்லோரும் எதையும் சீக்கிரமாகவே மறந்துவிடுகிறார்கள் என்று அவளுக்குத் தெரியும். எப்படி இவ்வாறு நடக்கிறது? அவளால் எதையுமே மறக்க முடிவதில்லை. ஒவ்வொன்றும் அதனதன் இடத்தில் அப்படியப்படியே தொற்றிக்கொண்டு இருக்கிறது.

அவள் ஓடிப்போகவில்லை. மங்கதுவின் பின்னால் பதுங்கியபடி வந்தாள். அம்மாவின் அறை வீட்டின் கடைசிப் பகுதியில் இருக்கிறது. எல்லோரும் அதை ஆடும் மலை என்று சொல்லுவார்கள். அங்கிருந்து பார்க்கும்போது மலைகளின் மேலிருந்து அடிவாரம்வரைக்கும் காடுகள் மட்டுமே தென்படும். காற்று வேகமாக வீசும்போது மரங்களும் வேகமாக ஆடுவதால் மலைகள் மொத்தமும் ஆடுவதுபோன்று தோன்றும். ஆங்கிலேயர்கள் இதற்கு அசையும் மலைகள் என்று பெயரிடுவதற்கு ஒருவேளை இவை அசைந்துகொண்டிருந்ததுதான் காரணமாக இருக்கலாம். ஆனால் குளிர்காலத்தில் இந்த மலைகள் முற்றிலும் அசைவற்று நிற்கும். வாசலைக் கடந்த பின்புதான் இவை கண்ணுக்குத் தென்படும். எப்போதும் அவள் அறைக்குள் நுழைந்ததுமே மலைகளைப் பார்த்துப் பழகியிருந்தாள். அதனால் இந்த முறை அறைக்குள் நுழைந்தவுடனே மலைகள் கண்ணில் படாததால் மறந்துபோய் அவள் வேறு அறைக்குள் வந்துவிட்டாள் என்று ஒரு நிமிடம் நினைத்தாள். ஒரு கணம் அவள் வாசலிலேயே நின்றுவிட்டாள். ஜன்னல்கள் மூடியிருந்தன. அதோடு அசையும் மலைகளும்கூட

நிர்மல் வர்மா

அவற்றின் இடத்தில், வராந்தாவுக்கு நேர் எதிரில், இப்போது அம்மாவின் கட்டில் போடப்பட்டிருந்தது. அன்றிரவு காயா அங்கிருந்துதான் அவள் துடிப்பதையும் அலறுவதையும் பார்த்திருந்தாள். இப்போது அங்கே வெயில் அடித்தது. அம்மாவின் முழு உடம்புமே பளபளக்கும் ஒரு பொட்டலம் போலப் படுக்கையின் ஓரத்தில் சோர்ந்து கிடந்தது.

இங்கே. இந்தப் பக்கமா வாம்மா. பயப்படாத. நான்தான். மருத்துவச்சி அவள் தோளைப் பற்றி இழுத்துப் படுக்கையின் கால்மாட்டில் உட்காரவைத்தாள். படுக்கை அசைய அம்மாவின் கண்கள் திடுக்கென்று திறந்தன. அவள் ஒன்றும் சொல்லாது காயாவையே உற்றுப் பார்த்தாள். பாசத்தினாலோ அல்லது கவலையினாலோ அல்லாது தனது தனிமையின் அலைவுறும் ஜ்வாலையே காயாவைக் கடுமையாகச் சோதித்தது. பாரு. இங்க பாரு. மருத்துவச்சியின் கிசுகிசுக்கும் குரல் காதில் விழுந்தது. காயாவின் முகவாயைச் சற்றே முரட்டுத்தனமாக மேலே தூக்கினாள். பகல் முழுக்க எங்க சுத்திட்டு இருந்தே? எங்கிட்ட தப்பிச்சுட்டு எங்க போயிருவே? அவள் சிரிக்க வயிறு குலுங்கியது. உடம்பின் மேல் பாதி அசைவற்றிருக்கக் கீழே கால்கள் பச்சை நிறப் பாவாடையில் மூடப்பட்டிருந்தன. அவளது வயிறு மேலிருந்து அடிவரைக்கும் சுருக்கங்களுடன் இருந்தது. மருத்துவச்சியின் வயிற்றில் மூன்று கட்டிகள் இருப்பதால் அவளால் மேலே எழுந்திருக்க முடியாது என்று லாமா சொன்னது காயாவுக்கு நினைவு வந்தது. சிரிக்கும் போது அவை முன்னும் பின்னும் ஓடுகின்றன. உடம்பிற்குள்ளாகக் கண்ணாமூச்சி ஆடுகின்றன. அவள் எப்போதும் அவற்றைப் பார்த்ததில்லை. அம்மாவின் அம்மணத்தைப் பலமுறை கண்டிருக்கிறாள். மருத்துவச்சியை ஒருமுறைகூட இல்லை. மருத்துவச்சி உடுப்பைக் கழற்றும்போதே மாமிசக் கட்டிகள் உருண்டு வெளியே குதித்துவிடும் என்று அவள் எண்ணினாள். முதன்முறையாக நேரடியாகக் குறுகுறுக்கும் பார்வையுடன் அவள் மருத்துவச்சியைப் பார்த்தாள்.

அவளுடைய கைகள் துப்பட்டாவிற்குள் மறைந்திருந்தன. பாவாடைக்கு மேலாக லேசான அசைவு தெரிந்தது. கைகள் உள்ளுக்குள் எதையோ தேடியது. பிறகு மெல்ல வெளியே வந்தது. வெள்ளி இழைகளால் கோக்கப்பட்ட நட்சத்திரங்களுடன் கூடிய சிவப்பு நிற வெல்வெட் பை அவள் கையில் இருந்தது. அவளுடைய சிறிய கை, பைக்குள் புகுந்தது. இங்க பாரு காயா? இதுக்குள்ள என்ன இருக்குத் தெரியுமா? இதுதான் பவள மாலை. ஒரு சன்னமான சிரிப்பு வயதின் வலையைக் கிழித்துக்கொண்டு வெளிவந்தது. இவள் சூனியக்காரி இல்லை.

மருத்துவச்சி. காற்றில் மாலையை அசைத்தபடி மருத்துவச்சி தான் சிரித்துக்கொண்டிருக்கிறாள். இந்தா புடி. இந்தப் பவள மாலையை வெச்சுக்க. பயப்படாத. இது உன்னை ஒண்ணும் முழுங்கிடாது. இதப் புடிச்சு அம்மாவோட தலைய மூணு தடவை சுத்து. எண்ண வருமில்ல. என்னோட காயாதேவி ரொம்ப புத்திசாலி. அவ்வளவுதான். இப்ப நீ கீழே கொண்டுவா. இந்தத் தோளுக மேல. கழுத்துல. நெஞ்சுல. நெஞ்சுக்குக் கீழே வயித்து மேல அப்பறம் ரெண்டு தொடைக மேலயும். கால்கள்ல... அப்படியே சுத்திட்டே வா... உடம்புல எந்த இடத்தையும் விட்றாதே. அவள் சுற்றிக்கொண்டே வர அம்மா ஒரு பொம்மையைப் போல வெறித்துப் பார்க்கும் கண்களுடன் அவளையே பார்த்துக்கொண்டிருந்தாள். பையின் வெள்ளி இழை கோத்த நட்சத்திரங்கள் வெயில்பட்டு அடிக்கடி கண் களைக் கூசச் செய்தன. மருத்துவச்சியின் குரல் தொடர்ந்து ரீங்கரிக்கும் ஈயைப் போலக் கேட்டுக்கொண்டேயிருந்தது. பல வருடங்களுக்குப் பிறகு காயாவுக்கு இந்தக் காட்சி ஒரு கனவைப் போலத் தெரிந்தது. கனவும் இல்லை. ஆனால் அவளது குழந்தைப் பருவத்தின் வேதனையளிக்கும் அந்தத் தருணம், ஏதோ அவளுடைய முன் ஜென்மத்தில் நடந்தது போல, இந்த ஜென்மத்திலிருந்து மிகவும் அப்பாற்பட்டதாகத் தோன்றியது. மதியவேளையின் வெயில். ஜன்னலுக்குப் பின்னால் சயனித்திருக்கும் மலைகள். அம்மாவின் களைத்த உடம்பு. அதன் மீது அசைந்தாடும் பவளமாலை. உங்கம்மா செத்துப் பொழச்சிருக்கா. மருத்துவச்சி அவளுடைய கைகளைத் தன் உள்ளங்கைக்குள் பொத்திக்கொண்டாள். உள்ளங்கையில் முத்துக்கள் அழுந்தின. லேசான கிளுகிளுப்புக் காயாவின் உடலெங்கும் பரவியது. அவற்றின் மீது ஆழ்ந்த பிடிப்பு ஏற்பட்டது. இந்த மாலையைப் பாத்தியா. இது எல்லாத்தையும் உறிஞ்சிடுச்சி. இப்பப் பயப்படறதுக்கு ஒண்ணுமில்லே. இப்பக் கேளு. நான் சொல்றத கவனமாக் கேளு. நான் சொல்ற ஒவ்வொரு வார்த்தையும் முக்கியம். அவள் தன் உள்ளங்கையைத் திறந்தாள். வேர்வையில் நனைந்த பவள மாலை மருத்துவச்சி யின் உள்ளங்கையில், நீல நரம்புகளுக்கு நடுவே ஒரு சின்னஞ்சிறு பாம்பு சிவந்த நாக்கை வெளியே நீட்டியபடி சுருண்டு படுத்திருப்பது போலிருந்தது. காளிகோயில் தெரியுமில்ல. லாமாவோட நீ ஒளிஞ்சு வெளையாட போவயில்ல. எனக்கு எல்லாம் தெரியும். அவள் சிரிக்கத் தொடங்கினாள். பொக்கை வாயில் ஒரு பல்கூட இல்லை. மருத்துவச்சியின் வாய் ஒரு இருண்ட குகையெனத் திறந்திருந்தது. அங்க கொண்டுபோய் நீ இத வீசிட்டு வரணும். பூசாரிகிட்ட காட்டக் கூடாது. யாருகிட்டயும் காட்டக் கூடாது. காளியோட காலடியில

போடணும். நான் சொன்னது புரிஞ்சுதா என் செல்லக்குட்டி? அவள் சிரித்தபடியே எச்சரித்தாள். அவளைப் பயப்படுத்தாதே. அம்மா திடீரென்று எழுந்து உட்கார்ந்திருந்தாள். வேகமாக மூச்சுவிட்டபடியிருந்தாள். அவள் காயாவின் தலையைத் தன்னுடைய கைகளால் தடவினாள். உனக்குப் புரிஞ்சுதா? பயப்படக்கூடாது. குட்டிய உன்கூடக் கூட்டிட்டுப் போ. எனக்கு ஒண்ணும் ஆகாது. அம்மாவின் குரல் நெருங்கி அருகில் வந்து பின் விலகிப்போனது. அந்த இரவுக்குப் பிறகு முதன் முறையாக அம்மா அவளிடம் பேசுகிறாள். முதன்முறையாக அவள் தன் கையால் காயாவைத் தொடுகிறாள். ஏராளமான, யாரும் கேட்டிராத கதைகளின் கண்ணீர் மொத்தமும் திரண்டிருந்த அந்த இடத்தை அம்மாவின் கைகள் தீண்டியதும் அவை பொங்கி வழியத் தொடங்கின. காயாவின் பார்வை அம்மாவின் உடம்பைக் கடந்து ஜன்னலைத் தாண்டி வெயிலில் மலைகள் நிற்கும் இடத்தில் நிலைத்தது. வெகுநேரம்வரைக்கும் அம்மாவின் கைகளுக்குள் மெல்ல அசைந்திருக்கும் அவளது உடம்பு அவளுடையதுதானா அல்லது கண்ணீருக்கு நடுவில் நடுங்கி நிற்கும் 'அசையும் மலைகளின்' மலைகள்தானா என அவளுக்குத் தெரியவில்லை.

அவள் இப்போதும் தனது உள்ளங்கையில் பொத்தி வைத்திருக் கிறாள். அந்தப் பவள மாலையை உள்ளங்கைக்குள் மறைத்து வைத்திருக்கிறாள். குட்டி அடிக்கடி அவளது மூடியிருக்கும் உள்ளங்கையைப் பார்க்கிறான். ஆனால் கேட்பதற்கான தைரியத்தை அவனால் ஏற்படுத்திக்கொள்ள முடியவில்லை. அவன் கொஞ்சம் ஆசைப்பட்டாலும்கூடக் காயா உள்ளங்கை யைத் திறந்து காட்டிவிடுவாள். மருத்துவச்சி சொன்ன எல்லா விஷயத்தையும் ஒவ்வொன்றாக அவனிடம் சொன்னாள். பயப்படவோ அது ரகசியமானது என்றோ இல்லாது குட்டியை இழுத்துக்கொண்டு வந்துவிட்டாள். அவள் அடிக்கடி யோசித் திருக்கும் சண்டிகா தேவியின் அம்மணமான கருத்த சிலை இருக்கும் இடத்திற்கு வந்துவிட்டாள்.

இல்லை. அவள் யோசித்ததில்லை. அவள் அபிநயித்தாள். குளிர்காலத்தின் யாருமற்ற நீண்ட பகல் பொழுதில் அப்பா தில்லிக்குச் சென்றுவிட்ட பின்பு வீட்டில் யாரைப்பற்றியு மான பயம் இல்லாதபோது அவள் வீட்டின் பின்பக்க பால்கனி யில் உட்கார்ந்துகொள்வாள். கண்களை மூடி உட்கார்ந்திருப் பாள். சிறிய குறுகிய கூரை காற்றில் ஆடியபடியிருக்கும். தொண்டைக்குள் ஒரு வறண்ட திருப்தியற்ற நெருப்பு எரியத் தொடங்கும். சண்டிகா தேவி. காளிம்மா. வா. என்கிட்ட

வந்துரு. வா. வந்து பாரு. நான் உனக்காக உக்காந்துருக்கேன். உனக்காக நான் எல்லாத்தையுமே விட்டுருவேன். நீ எங்க சொல்றியோ அங்க நான் வந்துருவேன். ஒரு பைத்தியக்காரத் தனமான புன்னகையில் அவளுடைய உதடுகள் திறந்துகொண்டு வேகமாய்த் துடிக்கத் தொடங்கும். எத்தனைக்கெத்தனை அவள் தன் உடலைத் துன்புறுத்திக்கொள்கிறாளோ அத்தனைக் கத்தனை காளி மாதாவுக்கு அவள்மீது நம்பிக்கை கூடும் என்று அவள் எண்ணினாள். தொடக்கத்தில் எதை ஒரு நாடகமாக ஆரம்பித்தாளோ அது உண்மையின் சக்கரத்தில் சிக்கிக்கொண்டு வேகமாகச் சுழலத் தொடங்கியது. அவளுக்குத் தன் மீதான கட்டுப்பாடே இல்லாதுபோயிற்று. உள்ளுக்குள் எல்லாமே சூன்யமாகி விட்டது. அவளுடைய கைகள் தன்னுடைய பாவாடையை அவிழ்த்துப்போட்டது. உள்ளே இருக்கும் உள்ளாடையையும். சல்வாரையும்கூட. மாடியில் அவளது துணிகள் குவியலாகின. பாதிக் கண்களைத் திறந்து அந்தக் குவியலை அவள் அகங்காரத்துடன் பார்ப்பாள். பிறகு இமைகளை மூடிக்கொள்வாள். சண்டிகா தேவி. நான் சொல்லலை . . . செஞ்சு காட்டறேன். என்னுடைய எல்லாத்தை யும் உனக்கு அர்ப்பணம் செய்யறேன். இப்ப என்னுடையதுன்னு எதுவுமே இல்லை. இப்ப நான் முழுக்கத் தனியா இருக்கேன்.

துணிகளை அவிழ்த்ததுமே அவள் உண்மையில் தனித்த வளானாள். மாடியில் சத்தத்துடன் வீசும் காற்று. துணிகளின் படபடப்பு. இலையைப் போன்ற அம்மணம். வெட்கமற்ற உடல் நடுங்கத் தொடங்கும். எனக்குச் சளி பிடிக்கட்டும். நிமோனியா வாட்டும். காளி மாதாவிற்காக என்னுடைய உயிர் போகும் என்றெல்லாம் நிறைய குழப்பமான எண்ணங்கள் ஏற்பட்டுப் பிறகு மெல்லமெல்லத் தன்னுடைய அம்மண உடலைத் தடவத் தொடங்குவாள்.

தடவும் அந்தக் கைகள் அவளுடையது அல்ல. காளி மாதாவினுடையது என்று விநோதமான பிரமை உண்டாகும். எத்தனை துணிச்சலான பக்தை இவள். அம்மணமாகக் காற்றில் உட்கார்ந்திருக்கிறாளே பாவம். தலைமுடி விரிந்துகிடக்க, கைகள் கழுத்திலிருந்து இறங்கி, சின்ன மார்புகளின் மீது மூடின. மெல்ல மெல்ல அவற்றைப் பிறாண்டின. போதையின் அலைகள் உடல் முழுவதிலும் எழத் தொடங்கின. எப்போது அவள் அந்த நாடகத்தின் எல்லையைத் தாண்டி தானே தனக்குச் சாட்சியாக உள்ள, அவளது ஏமாற்றுத்தனத்தைக் கிழித்து “ஏய் காயா . . . ஏய் . . . உனக்குக் கொஞ்சம்கூட வெக்கமா இல்லையா? இத்தன வளந்ததுக்கப்பறமும் இதென்ன சின்னக் குழந்தை வெளையாட்டு?” என எள்ளலுடன் சிரித்து நிற்கும்

தனது ஒழுங்கற்ற உலகத்துக்கு வந்து சேர்ந்தாளென்று அவளுக்குத் தெரியவில்லை. அவள் சண்டிகா தேவியை அப்படியே விட்டு விட்டுத் தன்னுடைய குரலைக் கேட்கத் தொடங்கிவிடுவாள். கண்கள் திறந்துகொள்ளும். உடனடியாகத் தன்னுடையத் துணிகளை அணிந்துகொள்வாள். பிறகு அச்சத்துடனும் நிராசை யுடனும் நாலாப்பக்கமும் பார்க்கத் தொடங்குவாள். எங்கே இருக்கிறேன் நான்? எந்தப் பக்கம்? மலைகளுக்கு நடுவே குளிரில் நடுங்கிக்கிடக்கும் வெயிலைக் கண்டதும் நான் நன்றாகவே இருக்கிறேன். நல்லபடியாகவே இருக்கிறேன். எனக்கு எதுவும் ஆகாது. எனக்கு ஒருபோதும் ஒன்றும் ஆகாது என்ற எண்ணமேற்படும்.

கோயிலுக்கு எதிரில் வந்து கீழே எட்டிப் பார்த்தான் குட்டி. காயாவைக் காணவில்லை. கோவிலின் முற்றத்திலும் இல்லை. படிகளிலும் இல்லை. ஒற்றையடிப் பாதையில் அவன் ஓடிவந்து சேர்ந்திருந்தான். ஆனால் அதற்கு முன்பே அவள் கோயிலுக்குள் சென்றுவிட்டிருந்தாள்.

அவன் இப்போதும் வியப்புடன் நின்றிருந்தான். கோவிலின் நாலாப்பக்கத்திலும் வெவ்வேறு நிறங்களிலான கந்தல் துணிகள் படபடத்திருந்தன. பக்கத்துக் கிராமங்களிலிருந்து வருபவர்கள் தங்களது நினைவுச் சின்னங்களாய் அவற்றைத் தொங்கவிட்டுச் செல்கிறார்கள். கட்டிவைத்த புதிதில் அவை பளபளக்கும் கொடிகள் போலவே இருக்கும். ஆனால் நாட்பட நாட்படப் பனியும் வெயிலும் காற்றும் அவற்றின் நிறங்களை எங்கோ சிதறடித்துவிடுகின்றன. அழித்துவிடுகின்றன. இப்போது அவை கோவிலின் சுவரில் வெறுமனே சத்தமெழுப்பிக் கொண்டிருக் கின்றன.

குட்டி உள்ளே வந்தான். கோவிலின் முற்றம் வெறிச்சோடி யிருந்தது. மேலே காற்றில் ஆடும் ஒரு மணி ஒலிக்க மலைகள் அதை எதிரொலித்தன. மணியைப் பார்ப்பதும் பின்பு மலை களைப் பார்ப்பதுமாக நின்றான் குட்டி. பள்ளத்தாக்கில் மூச்சுவிடுவதுபோல ஓசையெழுப்பிற்று காடு. அவன் ஊரென்ற அச்சின் உச்சாணியில் உட்கார்ந்திருக்க, கீழே பெருமூச்செறி யும் கானகமும் மேலே ஆகாயமும் மட்டுமே இருந்தன. வேறு எதுவுமே இல்லை என்று அவனுக்குத் தோன்றியது. அவனுடைய வீடு வெகு கீழே இருந்தது. பிறகு அவன் யாவற்றை யும் மறந்துவிட்டான். காயா கோயிலுக்குள் இருக்கிறாள் என்பதையும். அவளுக்காக அவன் வெளியே காத்திருக்கிறான் என்பதையும்கூட மறந்துவிட்டான்.

திண்ணையிலிருந்து கீழே இறங்கினான் குட்டி. கோயிலின் நாலாப்பக்கமும் சுற்றத் தொடங்கினான். அவனுக்குத்

தன்னுடைய நிலையை எண்ணி வெட்கமாயிருந்தது. அவன் ஒருவித ரெண்டுகெட்டான் வயதில் இருந்தான். தன்னைவிட வயதில் பெரியவர்களோடு அவர்களுக்குப் பின்னாலேயே வால்பிடித்தவாறிருக்க, அவர்களோ தங்களது உலகத்திற்கான வாசல் வந்ததும் அவனை விட்டுவிட்டுப் போய்விடுகிறார்கள். நீ இதுவரைக்கும்தான் வரலாம். இதற்கு மேல் போகக்கூடாது என்று யாரோ அவனுடைய கையைப் பிடித்து நிறுத்திவிடுவது போல் இருக்கிறது. அவன் பரிதாபத்திற்குரியவனாகி நிற்க, யாரும் அவன்மீது பரிவு காட்டுவதில்லை. காயா அடியோடு பரிவு காட்டுவதில்லை. அவன் பாவம் என்று குட்டிக்கேகூடச் சிலசமயங்களில் தெரியாமல் காயாவின் நிழல்போலவே அவள் பின்னால் ஓடுகிறான். ராத்திரி நேரங்களில் கண்விழித்துக் கொள்ளும்போது பக்கத்துப் படுக்கை காலியாக இருக்கக் காயா அவனை ஏமாற்றிவிட்டு மங்கதுவின் குடியிருப்புக்கு ஓடிப்போய்விட்டாள், தான் தனியாக இருக்கிறோம் என்று அவன் தெரிந்துகொள்ளும்போதுகூட, ஒருபோதும் தன்மீதே அவனுக்குப் பரிதாபம் ஏற்பட்டதில்லை. அவனுடைய உலகில் எதுவும் நிகழக்கூடும். ஒருமுறை ஏதேனும் நடந்தால் அது தவிர்க்க முடியாதது என்றே தோன்றும். அவன் பேராசைக்காரன் இல்லை. காயா அவனோடு இல்லாத சமயங்களில், கண்ணுக்குத் தெரியாத மாமிசத்தின் வாடையில் பழைய நினைவுகளைக் கிளறியபடி வெளுத்துப்போன எலும்புத்துண்டுகளை நக்கித் திரியும் நாயைப் போல, அவள் விட்டுச்சென்ற அனுபவங் களின் மிச்சங்களோடும் கிழித்துக் குதறிய எச்சங்களோடும் அவன் விளையாடியிருப்பான்.

கோயிலுக்குள்ளே குனிந்து பார்த்தபோது காயா சிலைக்கு முன்னால் தானும் ஒரு சிலையாக உட்கார்ந்திருந்தாள். ஆடவில்லை. அசையவில்லை. ஒன்றிரண்டு முறை பயந்து போய் அவன் கத்தினான். காயா... ஓ... காயா. ஆனால் தூங்கிக்கொண்டிருந்த பூசாரியும் எழுந்துகொள்ளவில்லை. காயாவும் பின்னால் திரும்பிப் பார்க்கவில்லை. அவனது அழைப்பைக் குரங்குகள் கேட்டதுபோலவும் பதிலுக்கு ஒரு உத்தரத்திலிருந்து இன்னொன்றுக்குத் தாவிக் குதித்து ஓசையெழுப்பியது போலவும் மரத்தாலான மேற்கூரை சத்தமெழுப்பியது.

பிறகு மணியடிக்கும் ஓசையை அவன் கேட்டான். யாரோ வந்திருக்கிறார்கள் என்ற நம்பிக்கை எழுந்தது. கோயிலுக்குள் வருவதற்கு முன்பு. காளி மாதாவுக்குத் தங்களது வருகையை அறிவிப்பதுபோல. மணி அடிப்பது வழக்கம்.

வாசலுக்கு ஓடிவந்தான் குட்டி. ஆனால் அங்கே ஒருவரும் இல்லை. காற்று வீசக் கண்டாமணி அசைந்து கணகணத்தது. கானகத்தின் சலசலப்போசை கீழேயிருந்து மேலெழுந்து வந்து கோயிலை அடையும்போது சின்னச் சின்னத் துண்டுகளாக உடைந்துபோனது. ஒரு துண்டு கூரையிலும் இன்னொன்று கண்டாமணியை ஆட்டிக் கொண்டும் மற்றொன்று தண்ணீர்ப் பாத்திரங்களின் அருகில் விளையாடியபடியும் இருந்தன. எத்தனை ஆழமான அமைதி. சன்னமான ஒரு அச்சம் அவனைச் சூழவும் அவன் முற்றத்தில் இருந்து வளவளப்பான நாற்கோணக் கற்களில் ஏறி விளையாடத் தொடங்கினான். ஒவ்வொரு கல்லிலும் கால்வைக்கும்போது இது மீரட். இங்கே தான் லாமா இருக்கிறாள் என்றும் இது தில்லி, இங்கேதான் அப்பா போயிருக்கிறார் என்றும் அவன் யோசித்தபடியே விளையாடினான். முற்றத்தின் கடைசியிலிருந்த கல்லை அடைந்ததும் இதுதான் சமர் மலை. இங்கேதான் சித்தப்பா வின் வீடு இருக்கிறது. பீரு இருக்கிற இந்த இடத்துக்குத்தான் காயா போகப்போகிறாள் என்று குட்டி நினைத்தான்.

காயா எங்கே செல்லப்போகிறாள் என்ற இந்த எண்ணம் நடக்காத ஒன்றாகப் பட்டது. வெகுநேரம்வரை அவனது பாதங்கள் உடல் மொத்தத்திலிருந்தும் தனித்துக் கல்லின் மீது நின்றிருந்தது. இதுதான் சமர் மலை. தில்லியிலிருந்து திரும்பி வருகையில் ரயில்வண்டி சமர் மலையில் மூன்று நிமிடங்கள் மட்டுமே நிற்கும். அவனும் காயாவும் ரயிலின் ஜன்னல் வழி எட்டிப் பார்ப்பார்கள். இங்கே எங்கோதான் நடை மேடைக்குப் பின்பக்கமாய் மரக்கூட்டத்துக்கு நடுவில் சித்தப்பாவின் வீடு இருக்கக்கூடும். அடுத்த குகைப் பாதைக்குள் ரயில்வண்டி நுழைந்து மறைகிறவரையிலும் அவர்கள் பின்னால் திரும்பி அந்த மலைகளையே பார்த்திருப்பார்கள்.

காயா போய்விடுவாள் என்ற அச்சம் கல்லுக்குப் பின்னால் நின்றிருக்கும் குட்டியைப் பார்த்துக்கொண்டிருந்தது. ஆனால் அவனால் அதைப் பார்க்க முடியவில்லை. வேடனிடமிருந்து தன்னைக் காப்பாற்றிக்கொள்ள நிறம் மாற்றிக்கொள்ளும் விலங்கைப் போல அது அவனிடமிருந்து தன்னை மறைத்து நின்றது. இப்போது அது எல்லா இடங்களிலும் இருந்தது. கூடவே அது எங்கும் இருக்கவும் இல்லை. பெரியவர்களின் உலகத்தில் சொல்லப்படுகிற மரணம் என்கிற ஒன்றைப் பற்றிக் குட்டிக்கு இதுவரைக்கும் எதுவும் தெரியாது. ஆனால் யாரோ இல்லாமல்போவதும் யாரோ விடைபெற்றுச் செல்வதும்கூட மரணத்துக்குக் குறைவானதாக இல்லாத பருவத்தில் அவன்

சிவப்புத் தகரக் கூரை   129

இருந்தான். கண்ணுக்குத் தெரியாத ஒரு வலையைப் போல அது காற்றில் அசைந்தபடியே அவனைத் தொட்டுச் செல்ல, அவன் பதற்றத்துடன் நாலாப்பக்கமும் பார்த்து எங்கே? யாரது? என்று அலறுகிறான். அது திரும்பத் திரும்ப அவனைத் தொட்டு விட்டு மறைந்துவிடுகிறது. பிறகு வலையின் தொடுகையோ அச்சத்தின் உருட்டும் கண்களோ எதுவுமே அவனுக்கு நினைவிருப்பதில்லை. இலக்கற்ற கோபத்தின் ஒரு கணு மட்டும் கண்களின் கண்ணீர் பிரவாகத்தைத் தடுத்திருக்க, யாருமற்று ஓசையிடும் மதியப்பொழுது நினைவில் நின்றுவிடுகிறது. பிறகு சமர் மலையென அவன் உருவகித்திருந்த அதே கல்லின் மீது கால்கள் நடுங்க நின்றபடி அவன் கத்தத் தொடங்குகிறான். "காயா... ஓ காயா... காயா."

காயா கண்களை இறுக மூடிக்கொண்டு உட்கார்ந்திருந்தாள். சிவப்பும் நீலமுமான புள்ளிகளுக்கு நடுவில் குட்டியின் குரல் வட்டமிட்டுக்கொண்டிருந்தது. காளி மாதாவின் முகம் அந்தக் குரலின் பின்னால் மறைந்துபோனது. வெளியே போய் குட்டியின் வாயைக் கிள்ளவேண்டும் போலத் தோன்றியது. ஆனாலும் மனதைக் கட்டுப்படுத்திக் கொண்டாள். எதிரி லிருக்கும் சிலை ராட்சசர்களின் மண்டையோடுகள் ஆடிக் கிடக்கும் தன் கழுத்துமாலையில் குட்டியின் குரலையும் பின்னிக்கொண்டு சிரிப்பது போல இருந்தது. வேர்வையில் பிசுபிசுத்த உள்ளங்கையைத் திறந்தாள். அவளது உள்ளங்கை யில் முத்துமாலை வாடிக்கிடந்தது.

அவளுக்கு மருத்துவச்சியின் வார்த்தைகள நினைவுக்கு வந்தன. அம்மாவுக்கு இருந்த விநோதமான நோய், பயத்துடன் பொங்கிவரும் அவளது சுவாசம், திறந்த அவள் கால்களுக் கிடையில் பளபளத்த மாமிசப் பிண்டம் இவை அனைத்துமே அந்த மாலையின் ஒவ்வொரு மணியிலும் கட்டிவைத்திருப்பது போலத் தோன்றியது. இவை எல்லாவற்றையும் அவள் காளி மாதாவிடம் விட்டுச் செல்லப் போகிறாள் என்று யாருக்கும் தெரியாது. அவள் எல்லாவற்றையும் ஒன்றுசேர்த்துத் தனக்குள் ளாகப் புதைத்துக் கொள்வாள். அதன் பிறகு அவர்கள் எல்லோரும் குளிர்காலத்தின் பயங்கரமான அந்த நீண்ட நாட்களிலிருந்து விடுதலையடைவார்கள். திடீரென்று அவளது கண்கள் திறந்துகொண்டன. தப். தப். தப் என்ற காலடியோசை யில் அவளது கவனம் சிதறிப்போனது.

அதன் பிறகு அவள் தன் உள்ளங்கையைக் கவனித்தாள். இப்போது அது காலியாக இருந்தது. நடுங்கிக்கொண்டிருந்தது.

அச்சத்தினாலோ அல்லது குளிரினாலோ அல்ல. பனிக் கட்டி விழுந்தவுடன் மரத்தின் கிளைகள் ஆடுவதுபோல, ஏதோ ஒரு பொருள் திடீரென்று லேசாகிவிடுவதுபோல அந்த நடுக்கம் இருந்தது. அவளது கண்கள் பரபரப்புடன் சுற்றுமுற்றும் பார்த்தன. வாசனை வீசும் பூக்கள். பிரசாதங்கள். உலர்ந்த பொட்டு. இவற்றுக்கு நடுவே காளி மாதா தனியாகச் சத்தமில்லாது நின்றிருந்தாள். பயம் கலந்த ஆர்வத்துடன் அவளைப் பார்த்துக் கொண்டிருந்தாள். அவள் பாதங்களுக்குக் கீழே பாம்பைப் போன்ற ஒரு வளையம் கிடந்திருக்க அவளது உள்ளங்கையின் வேர்வை அதன் மீது இப்போதும் மினுமினுத்துக்கொண் டிருந்தது.

அவள் மீண்டும் ஒருமுறை தன்னுடைய உள்ளங்கையைப் பார்த்தாள். திறந்த உள்ளங்கையிலிருந்து காற்றின் ஒரு பலத்த அலை வெளியே வந்தது. காயா... ஓ காயா... காயா!

வெளியே குட்டியின் அலறல் சத்தம் ஒரேயடியாக ஓய்ந்தது போலிருந்தது. கோயிலின் சுவர்கள் அதைத் தமக்குள் உறிஞ்சிக் கொண்டதுபோலத் தோன்றியது. இந்த அழைப்புக் குட்டி யுடையது இல்லை. வெளியிலிருந்தும் வரவில்லை என்றும் வீட்டின் பால்கனியில் அவள் எதிர்பார்த்துக் காத்திருந்த ஏதோவொரு ரகசிய அழைப்பு இது என்றும் அவளுக்குப் பட்டது அந்த ரகசிய அழைப்பு. ஒருவித ஆசுவாசத்தை, ஆறுதலை, விருப்பத்தைக் கொண்ட அந்த அழைப்பை எல்லோரும் கேட்டபோதும்கூடக் கேட்காததாய்ச் சொல்கிறார் கள். ஆனால் அந்த அழைப்பு அவளுடைய ரத்தநாளங் களோடும் துடிப்புகளோடும் பின்னிப் பிணைந்ததாக இருக்கிறது. அவள் அவற்றை இழக்க மாட்டாள். மீரட்டிலிருந்து லாமா திரும்பிவரும் நாளில் என்னைப் பார்த்து அசந்து நின்று விடுவாள். ஒன்றும் சொல்லமாட்டாள் என்றாலும் இவள் எத்தனை மாறிப் போய்விட்டாள் என்று நிச்சயமாய் யோசிப் பாள். கோயிலின் மங்கலான மதிய வெளிச்சத்தில் அவளுக்கு உண்மையில் அவள் இன்னொரு காயாவோ என்ற பிரமை ஏற்பட்டது. எல்லோருடைய கண்களையும் ஏமாற்றிவிட்டு நழுவி ஊர்ந்து தன்னுடைய பழைய உடம்பிலிருந்து வெளியே வந்து விட்டாள் அவள். பாதி ராத்திரியில் தன்னுடைய வீட்டுப் பால்கனியில் நிர்வாணமாக ஆடாமல் அசையாமல் தனியாகப் படுத்திருக்கிறாள். அங்கே அவள் தன்னிலிருந்தே தனியாகக் கிடக்கிறாள். யோசிக்க முடியாத ஆனால் அக்கம் பக்கத்து அமைதியினைப் புதர்களின் சலசலப்பை அல்லது தனக்குள்ளான புரளலை ஒரு புதிய இடத்திலிருந்து நுகரத்

தொடங்கும் காட்டு விலங்கைப் போல அவள் தன்னுடைய உடம்பின் அழைப்பை இன்னொரு உடம்பிலிருந்து கேட்கிறாள். இந்த அமைதியும் இந்தச் சலசலப்பும் இந்தப் புரளலும் மாயாவின் இச்சையும் இச்சையின் எல்லையற்ற ஆதங்கமும் உள்ள இன்னொரு உலகத்தினுடையது என்று நினைக்கிறாள். இதற்கு மேல் காயாவினால் செல்ல முடியாது. எப்போதெல்லாம் அவள் மேலே ஒரு அடி எடுத்து வைக்கிறாளோ அப்போதெல்லாம் தலை சுற்றத் தொடங்கும். மூச்சு நின்றுவிடும். அவள் உடனடியாகத் தன்னுடைய அச்சத்தின் சிவப்புக் கொடியை ஆட்டிக்கொண்டு கீழே இறங்கிவிடுவாள்.

படிகளின் மீது குட்டி உட்கார்ந்திருக்கும் இடத்திற்கு வந்தாள்.

அவள் வெளியே வந்தபோது மதிய வெயில் மங்கிப் போயிருந்தது. கோயிலின் படிகள்மீது மரங்களின் நிழல்கள் ஒன்றோடு ஒன்று ஒட்டிக்கொண்டிருந்தன. ஒன்றும் பேசாது கோபத்துடன் குட்டி அங்கே உட்கார்ந்திருந்தான். உள்ளுக்குள் சுருங்கிப்போனவனாய் இருந்தான். அவளும் குட்டியின் பக்கத்தில் படிகளிலேயே உட்கார்ந்து கொண்டாள். கொஞ்ச நேரம்வரை இருவரும் தலைக்கு மேல் வீசிய காற்றின் சத்தத்தைக் கேட்டுக்கொண்டிருந்தார்கள்.

— தூங்கிட்டிருக்கியா? எனக் கேட்டாள் அவள். பிறகு மெல்ல அவன் தலை முடியைக் கோதினாள். என்னால ரொம்ப நேரமாயிருச்சா?

குட்டி எதுவும் பேசவில்லை. பெருகியோடும் கோபம், தனது தனிமையின் ஒரேயொரு வெற்றுப் பள்ளத்தை மட்டும் விட்டுவைத்திருக்க மெல்ல மெல்ல அது கோபத்தால் நிறைந்து கொண்டிருந்தது.

— என்ன செஞ்சிட்டிருந்தே? அவன் தலையைத் தூக்கினான். காயாவினுடைய கை அவனுடைய தலைமுடியை அளைந்துகொண்டிருந்தது.

— கேட்டுட்டிருந்தேன் என்றாள் காயா.

— நான் கூப்பிட்டது கேட்டுதா உனக்கு? குட்டி சற்றே உற்சாகமடைந்தவனாய்க் கேட்டான்.

— உனக்கென்ன பைத்தியமா? எங்காச்சும் அப்பிடி கத்துவாங்களா?

குட்டி அவளுடைய கையைத் தலையிலிருந்து தட்டி விட்டான். காயாவை இங்கேயே விட்டுவிட்டு ஒவ்வொரு

நிர்மல் வர்மா

படியாக இறங்கிப்போய்விடலாம் என்று அவனுக்குள் எண்ணம் எழுந்தது. ஆனால் அவனுக்கு முன்னால் அவனுடைய தனிமை கிடந்திருக்கும் அந்தப் பள்ளம் தென்பட்டது. தன்னுடைய எண்ணத்தை வலுக்கட்டாயமாகக் கீழே உதைத்துத் தள்ளினான்.

— நான் விளையாடிட்டிருந்தேன் என்றான் மெதுவாக.

— ஓ . . . அப்பிடியா? காயா பார்வையை உயர்த்தி மலைகளைப் பார்த்தாள்.

— அந்த இடத்துல ஊரெல்லாம் இருந்துச்சு . . . காயா. நான் அந்தக் கல்லுகளோட வெளையாடிட்டு இருந்தேன்.

— நான் கேட்டுட்டுத்தான் இருந்தேன் என்றாள் காயா. உள்ளே எல்லாமே கேக்குது என்றவள் இடையிலேயே நிறுத்திக்கொண்டாள். பவள மாலையைப் பற்றிக் குட்டியிடம் சொல்லிவிடலாம் என்று மனதில் தோன்றியது. எப்படித் திடீரென்று அவளுடைய கையில் எதுவுமில்லாதுபோனது. எவ்வாறு காளி மாதா அச்சுறுத்தும் கண்களோடு அவளைப் பார்த்துக்கொண்டிருந்தாள் என்றெல்லாம் சொல்ல நினைத்தாள். ஆனால் அவள் வாயிலிருந்து ஒரு வார்த்தையும் வெளியில் வரவில்லை. அந்த ரகசியம், பிறர் எவரும் உடைக்க முடியாத கட்டுப்பாட்டையும் அதற்குக் கட்டுப்பட்டவரையும் போல, அவளுக்கும் காளி மாதாவிற்கும் நடுவில் மட்டுமே.

படிகளின் மீது எந்தச் சத்தமும் இல்லை. பள்ளத்தாக்கில் பரவிக்கிடந்த காடு, சலனமற்ற குளத்து நீரில் யாரோ கல்லெறிந்ததைப் போல, எப்போதாவதுதான் அசைந்தது. மரங்களின் தளிர்கள் இறகுகளைப் போலத் திறந்துகொள்ள உள்ளிருந்து சில பறவைகள் திடுதிப்பென்று வெளியே தாவி அசைவற்ற நிலையில் மரங்களுக்கு மேலாக வட்டமிடத் தொடங்கின.

— வீட்டுக்குப் போக வேணாமா? குட்டி உள்ளுக்குள் நடுங்கத் தொடங்கியிருந்தான்.

— போலாம். என்றாள் காயா. ஆனால் அவள் அசைய வில்லை. படியில் உட்கார்ந்த இடத்திலேயே இருந்தாள். மேலே கோயிலின் கண்டாமணியின் ஓசை காற்றில் அலைந்தபடி அவர்களிடம் வந்தது.

குட்டி ஒரு விஷயம் சொல்லுவேன். கேப்பியா?

என்ன விஷயம் காயா?

நான் போனதுக்கப்பறம் என்னோட சாமான்களையெல் லாம் பத்திரமா பாத்துக்குவியா?

போன வருஷம் மாதிரியா? என்று கேட்டான் குட்டி.

காயா குட்டியை ஒரு கணம் உற்றுப் பார்த்துவிட்டு அவனுடைய தோளில் தலைசாய்த்துக்கொண்டாள்.

— நீ எப்பத் திரும்பி வருவே காயா?

— ஒரு மாசத்துக்கு அப்பறம், அப்பா தில்லியிலேர்ந்து திரும்பி வரும்போது. இப்படிச் சொல்லும்போது அந்த வார்த்தைகளில் வழியும் நம்பிக்கை எங்கும் சிந்திவிடக் கூடாது என்பதுபோல மிக மெதுவாகச் சொன்னாள் காயா. சித்தப்பா வின் வீட்டில் ஒரு மாதத்தைக் கழிப்பது என்பது பரந்த ஒரு பாலைவனத்தில் இருப்பது போன்றது. ஆனால் அப்பாவின் வருகை என்பது ஒரு சம்பவம். தில்லிக்கும் சிம்லாவுக்குமான தூரம் என்பது குறைவானதுதான். அவளுடைய அறையும் அவளுடைய பொருட்களும் ஒரேயிடத்தில் தங்கிவிடும். இவை எல்லாமே அவளோடு இருப்பவை. அவற்றின் உதவியோடு அவள் எந்தவொரு பாலைவனத்தையும் கடந்துபோய்விட முடியும்.

— என்னோட சாமான்களையெல்லாம் பத்திரமா பாத்துக்குவே இல்லியா?

— பாத்துக்குவேன். ஆனால் லாமா வந்து கேட்டா?

காயா தலையைத் தூக்கினாள். அக்டோபர் மாதத்தின் மங்கலான வெயில் கம்பிகள் போலாகி மலை நகரத்தின் மீது சிதறிக்கிடந்தது.

— அவ இப்ப வரமாட்டா. குட்டிக்கு எதுவுமே காதில் விழாதது போல அவள் மெதுவாகச் சொன்னாள். ஆனால் அவளுடைய மனம் தைரியமிழந்தது. அவளுடைய சாமான் களை எல்லாம் லாமா தன்னுடைய உடமையாக்கிக் கொண்டு போய்விடுவது போல எண்ணம் வந்தது. காயாவினால் காலத்தைச் சின்னச் சின்னப் பகுதிகளாகப் பிரித்துப் பார்க்க முடியும். இது ஒரு நாள், இது ஒரு மாதம் என்று. அப்படிச் செய்வதால் அவளுக்கு ஆறுதல் கிட்டும். ஆனால் குட்டியைப் பொறுத்தமட்டிலும் காலம் எல்லையற்றது. எது நடந்தாலும் அது எப்போதைக்குமாகவே நடக்கிறது. எது முடிந்துபோகிறதோ அது எப்போதைக்குமாகவே முடிந்துபோகிறது. ஆகவே அவன் ஆறுதலுக்கு அப்பாற்பட்டவனாக இருந்தான். அவனுக்கு எந்த நம்பிக்கையும் இல்லை.

உள்ளுக்குள் ஏதோ ஒரு கொதிப்பு மூண்டது. காயா சட்டென்று அவனுடைய முகத்தைத் தன் பக்கமாய்த் திருப்பினாள். குட்டியின் பெரிய கண்கள் மின்னிக் கொண்டிருந்தன.

— நா சீக்கிரமா வந்துருவேன். உனக்குத் தெரியாமலே வந்துருவேன். கவிந்துகொண்டிருக்கும் அந்தியோடு குட்டியின் ஒளிவீசும் கண்களை ஒப்பிட்டுப் பார்ப்பது போன்ற ஒரு தயக்கம் ஏற்பட்டது அவளுக்கு. "உனக்கு எதுவுமே தெரியாம போகும்."

— சித்தப்பா உன்னை வர விட்டுருவாரா? அவன் வெகு நேரம் கழித்துக் காயாவை நேராகப் பார்த்தபடி கேட்டான்.

— ஏன் விடமாட்டாரு? இந்த முறை காயாவின் குரலில் ஆச்சரியமான ஒரு கோபம் தொனித்தது. "அவர் அப்பாவைத் தடுக்க முடியாது." அது சரிதான். அப்பாவை யாரும் தடுத்து நிறுத்த முடியாது என்று குட்டி எண்ணினான். தில்லியிலிருந்து திரும்பும்போது அவர் முதலில் சித்தப்பாவின் வீட்டுக்குப் போய் அங்கிருந்து காயாவை அழைத்துக்கொண்டு வருவார். அவன் வராந்தாவில் நின்று பார்த்துக்கொண்டிருப்பான். அப்பா பின்னால் வர அவருடைய கைத்தடியைப் பற்றியபடி காயா முன்னால் நடந்து வருவாள். குட்டி ஒரு மாதம் முழுக்க யோசித்தபடியே இருக்கும் அந்த நினைவின் ஒரு பகுதிதான் இது. இதை ஞாபகம் என்றுகூடச் சொல்ல முடியாது. குட்டியைப் பொறுத்தவரை அதுவொரு மைல்கல். அங்கிருந்து அவர்களுடைய வீடு மீண்டும் திறக்கிறது. அப்பாவின் அறையும் காயாவின் அலமாரியும்கூட. மங்கது முதன்முறையாக அறைகளினுடைய கணப்படுப்பில் நெருப்பு மூட்டத் தொடங்குகிறாள்.

— நீ போனதுமே பனிவிழ ஆரம்பிச்சுருமா? என்று கேட்டான் குட்டி.

இந்த முறை காயா மெல்லச் சிரித்தாள்.

— உனக்கெப்படித் தெரியும்?

போன வருஷம் அதுமாதிரிதான் ஆச்சு.

குட்டிக்கு ஞாபகம் வந்தது. பனி விழத் தொடங்கியது அல்ல. காயா இல்லாத அவளுடைய வெறும் படுக்கை. அவன் ராத்திரியில் திடுக்கிட்டு எழுந்துவிடுவான். வெளியே வெண்ணிறமாய் இருள் பரவியிருக்க அந்த ராத்திரிகளில் அவனுக்கு இருந்தாற்போல வீட்டில் இருப்பவர்கள் எல்லோருமே எங்கோ போய்விட்டதாக ஒரு பிரமை ஏற்படும்.

அவனளவில் பனி விழுவது என்பது காயாவின் காலிப் படுக்கையோடு ஒன்றுசேர்ந்துவிட்டது. ஆனால் காயாவிடம் இதுகுறித்து எதுவும் சொல்ல முடியாத மாதிரி அந்த ஞாபகம் அத்தனை ஊமையாக இருந்தது.

— குட்டி ...

காயாவின் குரல் உலர்ந்துபோனதாய் உயிரற்றதாய் ஒலித்தது. அவன் பயந்துபோனான்.

– எங்கிட்ட எதாச்சும் சொன்னியா?

– இல்லையே ... ஒண்ணும் சொல்லலையே.

– இல்லை. சொல்லு என்றான் குட்டி.

– உனக்கு எப்பவாவது லாமாவோட நெனப்பு வருமா? ஓசையின்மையின் ஒரு ஆழமான அகழியைக் கடந்தபடி காயா கேட்டாள்.

மிகவும் கடினமான ஏதோவொரு புதிரை காயா விடுவிக்கச் சொன்னதுபோலக் குட்டி பேசாமல் இருந்தான். மலை நகரத்தின் மாலைப்பொழுதில் ஊர்ந்து நகரும் மஞ்சள் நிற வெயிலில் லாமா அவர்கள் இருவருக்கும் பின்னால் வந்து மூச்சைப் பிடித்துக்கொண்டு அவர்களிடமிருந்து பதிலை எதிர்பார்த்து நிற்பதுபோல இருந்தது.

நான் வெளிய போகற சமயத்துல என்றான் குட்டி.

வெளிய எங்க?

கீழே ரயில்வே ஸ்டேஷனுக்குப் போகும்போது, அப்ப அவ அங்கதான் எங்கியோ பக்கத்துல இருக்கறான்னு எனக்குத் தோணும்.

ரயில் தண்டவாளத்துக்கு அந்தப் பக்கம்னா சொல்ல வர்றே?

காயா ...

அவள் குட்டியைப் பார்த்தாள்.

கின்னி நெசமாவே செத்துப் போயிருச்சா?

அவர்களுக்குப் பின்னால் அரையிருட்டின் மயக்கத்தில் யாரோ சிரித்தார்கள், அவர்கள் இருவரும் நடுங்கியவாறே உட்கார்ந்திருந்தனர். அவர்களிருவருக்கும் நடுவே யாரோ ஒருவர் இருப்பது போன்ற விநோதமான ஓர் உணர்வு ஏற்பட்டது. ஆனால் அது வெறும் மாயை, அப்படியான மாயைகள்

மலை நகரங்களில் வெயிலும் இருட்டும் கொஞ்ச நேரம்வரை ஒன்று சேர்ந்திருக்கும் தருணங்களில் அடிக்கடி ஏற்படுவதுண்டு. அந்த இடத்தில் யாரும் இருக்கவில்லை. அங்கே யாரும் வரவுமில்லை.

உண்மையிலேயே அது செத்துப்போய்விட்டதா? மரணம் என்பது என்ன என்று அவளுக்குத் தெரியும், ஆனால் அதற்கான நிரூபணம் எங்கும் இருக்கவில்லை, லாமாவிடமிருந்து ஏதேனுமொரு சமாதானத்தையோ சிறிதளவு நம்பிக்கையையோ பெற்றுக்கொள்ள முடியும் என்று அவளுக்கு ஒருபோதும் எண்ணம் ஏற்படடதில்லை, உயிரோடிருப்பதற்கோ அல்லது செத்துப் போவதற்கோ எந்தச் சாட்சியமும் இல்லை, இந்த இரண்டுக்கும் இடைப்பட்ட கோடுகளில் லாமா திரிந்து கொண்டிருக்கிறாள், இந்தக் கோடுகளில் சென்றபடியே இருந்த அவள் ஒரு நாள் கண்ணிலிருந்து மறைந்து போனாள், திடீரென்று ஒரு நாள் எல்லாவற்றையும் துண்டித்துக் கொண்டு அவள் அந்த வீட்டிலிருந்தும் அதன் குளிர்கூடிய சுவர்களிலிருந்தும் விடுதலையடைந்து போய்விட்டாள்.

அவளும் அப்படியொரு விடுதலையைப் பெற்றுவிட முடியுமா?

ஒரு மின்னலைப் போல அவள் மனதுக்குள் இருக்கும் இரு ஒட்டுத் துணிகளை வெட்டிக் கொண்டு சென்ற, முழுக்க உறுதியானதானக இல்லாத அந்த எண்ணத்தினால் அவள் திடுக்கிட்டாள், தன்னையே அஞ்சினாள், தனக்குள்ளாக எந்த ரகசியக் கதவை அவள் திறந்து வைத்தாளோ அது படக்கென்று மூடிக்கொண்டது, அவள் குட்டியை மிகவும் நெருக்கத்தில் இழுத்துக்கொண்டாள், வெயிலின் கடைசி கிரணம், சிவந்த ரத்தத்தில் சொட்டச் சொட்ட நனைந்து மின்னியபடி இருள் நகரத்தின் மீது துடிதுடித்தபடி, மலைகளின் விளிம்பைத் தொட்டிருந்தது.

இருட்டில் வெகுநேரம்வரை அவர்கள் இருவரும் கோயிலின் படிகளிலேயே உட்கார்ந்திருந்தனர்.

காயா... கொஞ்ச நேரத்துக்குப் பிறகு குட்டியின் குரல் கேட்டது, இப்ப யாரு சிரிச்சது?

யாருமில்லை என்றாள் காயா, நான்தான், வேற யாருமில்ல.

அதன்பிறகு அவர்கள் இருவரும் படிகளில் இறங்கலானார்கள்.

சிவப்புத் தகரக் கூரை 137

ஏழு

அவர்கள் தொடர்ந்து மேலே ஏறிக் கொண்டேயிருந்தார்கள்.

காளிமாதாவின் கோயில் பின்னால் போய் விட்டிருந்தது, அவர்கள் கடைசி மலைப் பகுதியை யும் கடந்து விட்டார்கள், இருவரும் பேசாதிருந் தனர், காயாவின் மூக்கிலிருந்தும் கண்களிலிருந்தும் நீர் பெருகியபடியிருந்தது, அத்தையின் சுவாசம் புகையாகி மேலெழுந்தபடி இருந்தது, குளிர் கடுமையாக இருந்த தினம் அது.

மலையுச்சியை அடைந்ததும் இருவரும் மூச்சு வாங்கினார்கள்,

இப்போது ஏறவேண்டிய மலைப் பகுதிகள் எதுவும் பாக்கியில்லை, இந்த இடத்தில் யாவுமே – கீழே சென்ற மால் ரோடு, மேலே ஜாகு மலை, உச்சியின் மீதிருந்த பசுமையான பெஞ்சுகளின் மீது நவம்பர் மாதத்தின் மிதமான மஞ்சள் வெயிலின் பளபளப்பு – விசாலத்துடன் இருந்தன, உள்ளேயிருந்த வெப்பம் எப்போதோ தணிந்து போயிருந்தது, நகரம் முழுவதுமே குளிரில் நடுங்கிக் கொண்டிருப்பது போலிருந்தது.

அவர்கள் நகரத்துக்கு மேலே நின்றிருந்தனர்.

மேலே வெண்மையும் மஞ்சளுமாய் ஆகாயம், காலையில் கண்ணில் தென்படாத மிகவும் லேசான தொட்டாற்சுருங்கி போன்ற மேகங்கள் இப்போது மதியப் பொழுதாகும்போது பனி மூடிய சிகரங் களில் கவிந்துகொண்டிருந்தன, கீழே பள்ளத்தாக்கின்

பொந்துகளிலிருந்து எழுந்த அவை அவர்கள் இருவரும் மேலேறி வந்த பாதையின் வழியாகவே மேலே வந்திருக்க வேண்டும், நகரம் மொத்தமும் தனது கூரைகளை ஒன்று சேர்த்துக் கொண்டு மேகங்களோடு மேலே எழுந்து வருவது போலிருந்தது.

இப்போது அவர்கள் மலையுச்சியின் மத்திக்கு வந்திருந்தார்கள்.

களைத்துப்போன அத்தை ஒரு பெஞ்சின் மீது உட்கார்ந்து விட்டாள். அந்த இடத்தில் நிறைய பெஞ்சுகள் இருந்தன. கோடை காலத்தில் பேண்ட் இசைக்குழு வாசித்திருக்கும் போது சிவப்புநிறச் சீருடையில் கைகளைக் காற்றில் அசைத் திருக்கும் பேண்டு மாஸ்டரையும் அவனது குழுவினரையும் இந்தப் பெஞ்சுகளின் மீது உட்கார்ந்தபடிதான் மக்கள் ரசித்திருப்பார்கள், இப்போது அவை காலியாக இருந்தன, அந்த இடத்தில் இப்போது கூட்டம் இல்லை. கூலிகள் சிலரும் ரிக்ஷாக்காரர்களும் நெருப்பு மூட்டி குளிர்காய்ந்து கொண்டிருந்தார்கள், தூய வெண்ணிறக் காற்றில் நீலப்புகை மேலெழுந்தபடியிருந்தது.

அத்தை கீழே பார்த்துக்கொண்டிருந்தாள், காயா எதிரி லிருந்த தேவாலயத்தைப் பார்த்தபடியிருந்தாள், அதனுடைய ஓரத்திலிருந்துதான் ஜாகு மலைக்கான படிகள் ஆரம்பிக்கின்றன, இடதுபுறத்தில் ஹார்டிக் நூலகம் இருந்தது, அதன் மேல்புற ஜன்னல்கள் மூடியிருக்க அவற்றின் கண்ணாடிகள் மட்டும் வெயிலில் பளபளத்திருந்தன.

போவோமா அத்தை?

கொஞ்சம் இரு, இப்பத்தானே வந்து சேந்துருக்கோம். என்ன அவசரம்?

அவள் காயாவின் முகத்தைத் தன்பக்கமாகத் திருப்பினாள்.

இங்கப் பாத்தியா? இந்த வழியாத்தான் நாம மேல ஏறி வந்துருக்கோம்.

அவளுடைய குரலில் கொஞ்சம்போலச் சந்தோஷம் தெரிந்தது, அது காயாவையும் தொற்றிக்கொண்டது, கண் களைக் கீழே மலைப் பாதையின் மீது திருப்பினாள், இந்த உயரத்திலிருந்து முற்றிலும் வேறான வேறொரு நகரம் அங்கிருப்பது போலிருந்தது, கீழே தனித் தனி மரங்களாகத் தெரிந்தவை இப்போது இந்த உயரத்திலிருந்து பார்க்கும்போது ஒன்றுசேர்ந்து வனமாகத் தெரிந்தது, மரங்களுக்கு நடுவில்

தெரிந்த பாதைகள் இதுவரையிலும் ஏறிக்கொண்டிருப்பது போலத் தெரிந்தவை, இப்போது மலை உச்சியிலிருந்த பார்க்கும் போது கீழே இறங்கிச் செல்பவையாகக் காட்சியளித்தன, கீழ் நோக்கி ஓடும் அணில்களும் அவற்றின் முதுகின் மீது வீடுகளின் கூரைகளும் பளபளத்துத் தெரிந்தன.

"அங்க பாரு, காயா, அதோ அதுதான் சுங்கிகானா" என்றாள் அத்தை. மலைகளுக்கு நடுவில் சிதறிக் கிடக்கும் ஏதோவொரு விடுகதையின் விடையைத் தேடுவது போல அவள் சொன்னாள், "அங்க மலையோட விளிம்புலதான் அன்னாடேல் இருக்கு. இங்க இருந்து பாக்கும்போது தெரியலை, அப்பறம் அந்தப் பக்கம் உங்கப்பாவோட வீடு இருக்குது . . ."

அத்தை பேசாதிருந்தாள், அவளுடைய கண்கள் அந்த ஒரு வீட்டின் மீது நிலைத்திருந்தன.

பின்பக்கமாய் மொட்டைமாடி, கீழே குடியிருப்புகள், நடுவில் இங்கிருந்து பார்க்கும்போது கறுப்புநிறப் புள்ளியாக மட்டுமே தென்பட்ட மிஸ் ஜோசுவாவின் மரம்.

குடியிருப்பின் ஜன்னல் கம்பிகளில் மங்கது துணிகளை உலர்த்துவான், அவை இரவு முழுவதும் காற்றில் படபடத்துக் கொண்டிருக்கும்.

அத்தையின் சுட்டிக் காட்டிய விரலைக் கடந்து அதே சமயம் அதனைப் பின்தொடர்ந்த அவளுடைய பார்வை வெயிலில் கண்ணீர் ததும்பி நின்ற அந்தச் சிவப்புப் புள்ளியின் மீது நிலைத்தது, அந்தப் புள்ளி அணைநதபடியிருந்த வெளிச்சத்தில், பெருகிக்கொண்டிருந்த இருட்டில் மந்திரவாதியின் பளபளக்கும் நெற்றிப் பொட்டுப் போலவும் தெரிந்தது.

இரண்டாம் பகுதி
நகரத்துக்கு மேலே

ஒன்று

தோட்டத்து வாசல் திறந்திருந்தது. இரண்டு கதவுகளும் ஒன்றுக்கொன்று சம்பந்தமில்லாமல் புதர்களுக்குள் மறைந்திருந்தன. எத்தனை காலமாகத் தோட்டத்தின் வாசற்கதவுகள் இரண்டும் ஒன்றை யொன்று தொட்டுக்கொள்ளாது நிற்கின்றன என்று தெரியவில்லை.

வாசற்கதவுக்குச் சற்றுக் கீழே சரிவில் நின்றிருந்தது அந்த மரம். பழைய ஓக் மரம். அதனுடைய நெடிய நிழல், சரளைக்கல் பாதையில் விழுந்திருந்தது. அந்த மரத்தின் பருத்த அடிப் பாகத்தில் ஒரு நீண்ட பலகைத் தொங்கிக்கொண் டிருந்தது. அதன் மீது "பாக்ஸ்லேண்ட்" என வெள்ளை எழுத்துக்களில் எழுதப்பட்டிருந்தது. ஓக் மரத்தின் பழுப்புநிறச் சொரசொரப்பான இலைகள் முதல் சில எழுத்துக்களை மூடியிருக்கப் பலகையின் விளிம்பு "லேண்ட்" என்பதை மட்டுமே சுட்டிக்காட்டியபடி நின்றது.

பிரதான வாயில் கதவு சாலையில் இருந்தது. ஆனால் வீட்டைச் சென்றடைய கீழே இறங்க வேண்டி இருந்தது. கீழே செல்லும் பாதை கற்களாலும் பள்ளங்களாலும் நிரம்பிக்கிடந்தது. அதுகூடப் பரவாயில்லை. அது மனம்போன போக்கில் கீழே செல்வதும் பிறகு மேலே ஏறுவதும் வயல்களை நோக்கிப் போவதும் மேலே இருக்கும் இன்னொரு வீட்டை நோக்கி ஏறுவதுமாக இருந்தது. ஒரேயொரு ஒற்றையடிப் பாதை மட்டும் கொஞ்சம் ஒழுங்காக இருந்தது. அது நேராகப் பாக்ஸ்லேண்டில் சென்று முடிந்தது.

ஒற்றையடிப்பாதையின் இரண்டு பக்கங்களிலும் மரங்களின் நிழல் கூரையைப் போலப் பரவிக்கிடந்தது. பகலிலும்கூட இருட்டாக இருந்தது. அங்கே சில்வண்டுகளின் இடைவிடாத ஈர்த்திழுக்கும் ரீங்காரம் மட்டுமே ஒலித்தது. அதன் துணையோடு வழி தவறிவிடாது நேராக வீட்டை நோக்கிச் செல்ல முடிந்தது.

ஒற்றையடிப்பாதையின் மறு கோடியில் திடீரென்று வெளிச்சம் தென்பட்டது. அந்த இடத்தில் மரங்கள் எதுவும் இருக்கவில்லை. ஆகாயம் பளிச்சென்று தெரிந்தது. சிவந்த வெளிச்சத்தில் வண்ணமயமாக இருந்தது. காற்றில் எரியும் ஒரு ஜ்வாலையைப் போன்று நின்றிருந்தது வீடு.

அவர் வெளியே முற்றத்தில் நின்றிருந்தார். அவர்களை எதிர்பார்த்து நிற்கிறாரா இல்லை ஒவ்வொரு நாள் மாலையிலும் நிற்பது போல வெறுமனே நிற்கிறாரா? இது வரையிலும் காயாதான் முன்னால் சென்றுகொண்டிருந்தாள். ஆனால் இப்போது சித்தப்பாவைக் கண்டதும் அத்தை காயாவை முந்திக்கொண்டு நடந்தாள். படிகளில் ஏறித் தொப்பென்று தன் மூட்டையைக் கீழே போட்டுவிட்டுச் சித்தப்பாவோடு ஒட்டிக்கொண்டாள்.

அவள் அழுதுகொண்டிருந்தாள்.

சித்தப்பா அவளது தலையில் கைவைத்திருந்தார். ஆனால் ஒன்றும் சொல்லவில்லை. வெறுமனே வெளியில் பார்த்துக் கொண்டிருந்தார்.

அவள் படிகளுக்குக் கீழே நின்றிருந்தாள். யாருடைய கவனமும் அவள்மீது விழுந்திருக்கவில்லை. அவள் தளர்ந்து போய் நின்றிருந்தாள். அத்தை அழுதுகொண்டிருப்பது விநோதமாக இருந்தது. ரிக்ஷாக்காரர்களுக்கு நடுவே நெப்போலியனைப் போலத் தென்படுபவள் சித்தப்பாவின் முன்னால் இத்தனை சிறுமியாகிவிடுவாள் என்று அவள் ஒருபோதும் நினைத்ததில்லை.

கடைசியில் சித்தப்பாவின் பார்வை அவள்மீது விழுந்தது. அவள் படிகளில் ஏறி மேலே வந்தாள். சித்தப்பா ஒரு கணம் அவளையே பார்த்துக்கொண்டிருந்தார். அத்தையின் உடம்பு சீரடைந்தது.

"நடந்தேவா வந்தீங்க?" சித்தப்பா மெதுவாக அத்தையிட மிருந்து விலகினார்.

"ரிக்ஷா எங்க கெடைக்குது?" அத்தை சற்றே தயக்கத்துடன் கூறினாள்.

அவளுடைய கண்களும் மூக்கும் முகமும் என அனைத்துமே பளபளத்திருந்தது. வயோதிகமடைந்த உலர்ந்த

நிர்மல் வர்மா

முகச்சுருக்கங் களைக் கண்ணீர் பெருக்கெடுத்து ஒரேயடியாகக் குளிப்பாட்டியது போல இருந்தது.

சித்தப்பாவின் நெற்றி சுருங்கியது.

“ரொம்ப நல்லா இருக்கு. உன்னைப் பத்தி இல்லேன்னாலும் இவளைப் பத்தி யோசிச்சிருக்கலாம்.”

தனக்குக் களைப்பொன்றும் இல்லை என்று சொல்லலாம் என மனதில் தோன்றியது. ஆனால் அத்தைக்குப் பரிந்து பேச நேரமில்லை. சித்தப்பா மூட்டையை எடுத்துக் கொண்டு போனவர் ஏதோ நினைவுக்கு வந்ததுபோல வாசலில் நின்றார்.

“வீட்டுல எல்லா நல்லபடியாத்தானே இருக்கு?”

இந்தக் கேள்வி அத்தையிடம் இல்லை, காயாவிடம்தான் கேட்கப்பட்டது என்பதுபோல, இப்போது அவர் காயாவைப் பார்த்தபடி கேட்டார்.

“உனக்குத்தான் தெரியுமே . . .” என்ற அத்தை மேலும் சொல்லியிருக்கக்கூடும். அவள் சற்று முன்னர் வெளிப்பட்ட கண்ணீரோடு தன் வார்த்தைகளைக் கோத்துக்கொள்ள முயன்றாள். ஆனால் சித்தப்பா நிற்கவில்லை. கதவருகில் வந்தார். மரத்தாலான ஒரு பலகையைத் தூக்கிவிட்டுக் காயாவைப் பார்த்துப் புன்னகைத்தபடியே சொன்னார். “இது குரங்குகளுக்காக வெச்சிருக்கு . . . கதவத் தெறந்துட்டு அதுக வீட்டுக்குள்ள வந்துரும் . . .”

முதன்முறையாகக் காயா தலையைத் தூக்கி நேருக்கு நேராக அவரைப் பார்த்தாள். அவர் அப்பாவைவிடச் சிறியவர். ஆனால் அவரைவிட மிகவும் பெரிய உருவத்துடன் இருந்தார். கைகள், கால்கள், தலை என அவருடைய ஒவ்வொரு அங்கமும் பெரியதாக இருந்தது. ஆனால் எங்கேயும் கனமானதாய்த் தெரியவில்லை. அவர் நடக்கும்போது மிகச் சுலபமாக நடந்தார். அவருடைய உடம்பைவிடவும் பெரியதாய் வேறு ஏதோவொன்று அவரிடம் இருப்பதுபோலத் தோன்றியது. அவர் கதவைத் திறந்தபோது காயா வியந்து நின்றுவிட்டாள். இத்தனை பெரிய கைகளால் இவ்வளவு லேசாகத் தொட முடியும் என்று இதற்கு முன்பு அவள் கண்டதில்லை.

அத்தை சித்தப்பாவின் பின்னாலேயே உள்ளே போய் விட்டாள். அவள் உள்ளே போகும்போது எதிரில் இருந்த கண்ணாடிக்குக் கீழே Attention Please. Steps Ahead என்று எழுதப்பட்டிருந்த வாக்கியத்தைக் கண்டாள். இதற்கு முன்பும் பலமுறை அதைப் பார்த்திருக்கிறாள். இரண்டு படிகள்

இறங்கினால் வரவேற்பறை வந்துவிடும். சென்ற முறை வந்த போது முன்னங்கால்களை ஊன்றிக்கொண்டு எம்பியபடிதான் தன்னுடைய முகத்தைக் கண்ணாடியில் பார்க்க முடிந்தது. இப்போது படிகளிலிருந்து இறங்கியதுமே அவளுடைய உருவம் கண்ணாடியில் தெரிந்தது. அது ஏன் தன்னை ரொம்பவுமே மாறிப் போனவளாகக் காட்டுகிறதென்று தெரியவில்லை. அவளுடைய முகமே முந்தைய தினங்களிலிருந்தது போல் இல்லாமல் இப்போது வேறுமாதிரியாகத் தெரிந்தது. களைத்துப்போன இரண்டு கண்கள் அவளையே உற்றுப் பார்ப்பது போலிருந்தது.

எங்கோ தொலைவிலிருந்து பலத்த அழுகுரல் போலக் கேட்டது. ஒரு அலறல், இன்னொரு அலறலைப் பின்தொடர்ந்து ஒலித்தது.

“ஓநாய்கள்தான். வேறொண்ணுமில்ல. சாயங்காலம் ஆச்சுன்னா அழ ஆரம்பிச்சுரும்” என்றார் சித்தப்பா.

வரவேற்பறையின் நடுவிலேயே அவள் நின்றாள். சித்தப்பா மேலே சென்றுவிட்டார். அத்தை தன்னுடைய படுக்கை அறைக்குச் சென்றுவிட்டாள். காயாவுக்கு எங்கே செல்வது என்று புரியவில்லை. அவள் அங்கேயே ஜன்னலுக்கு அருகிலிருந்த ஒரு நாற்காலியில் உட்கார்ந்துகொண்டாள்.

வெளிச்சம் மங்கிக்கொண்டிருந்தது. ஆகாயத்தின் ஒரு முனையிலிருந்து மறுமுனைவரையிலும் ஒரு சிவந்த கதிர் மட்டுமே மலைகளின் மீது விழுந்திருந்தது. அறைகளில் இன்னும் விளக்கேற்றியிருக்கவில்லை. அவள் உட்கார்ந்திருந்த இடத்தில் மறையும் சூரியனின் மஞ்சள் வெளிச்சம் எதிரிலிருந்த சுவரின் மீது விழுந்திருந்தது. மீதி அறை முழுக்க இருட்டில் மூழ்கி யிருந்தது.

இங்கே என்ன செய்துகொண்டிருக்கிறாள் அவள்? வெளியே அடர்ந்து பரவிக்கிடக்கும் காட்டின் ஓசை. இத்தனை பெரிய வீடு. அழுதுகொண்டிருக்கும் ஓநாய்கள். இங்கிருந்து அவள் வெளியே போகவே முடியாது என்று திடீரென்று அவளுக்குத் தோன்றியது. தினம் தினம் இப்படித் தான் நடக்குமா? இந்தச் சமயத்தில் குட்டி தன்னுடைய அறையில் தனியாக உட்கார்ந்திருப்பான் என்று அவளுக்கு நினைவு வந்தது. அம்மா தன்னுடைய அறையில் படுத்திருப்பாள். கீழே காற்றடிக்கும்போது மிஸ் ஜோசுவாவின் தபால்பெட்டி திறந்தும் மூடியும் சத்தமெழுப்பிக் கொண்டிருக்கும். இங்கே அப்படி அவள் அடையாளம் கண்டுகொள்ளும் எந்தவொரு சத்தமும் கேட்கவில்லை. ஏதேனுமொரு ஞாபகத்துடன்

இணைத்துக் கொள்ளும்படியான எந்தச் சத்தமும் இல்லை. கதவுக்கு முன்னால் எழுதப்பட்டிருக்கும் Attention Please. Steps Ahead என்ற சொற்களைத் தவிர வேறெதுவும் இல்லை.

வரவேற்பறையை ஒட்டியே நூலகம் இருந்தது. அதற்கப்பால் பீருவின் அறை. நடுவில் நீண்ட மேசையும் அதன் இரண்டு பக்கங்களிலும் நாற்காலிகள் போடப்பட்டிருந்தன. நாலாப் பக்கமும் உயரமான கண்ணாடி அலமாரிகள் இருந்தன. அவற்றுக்கு நடுவில் இருந்த படிகள், சித்தப்பாவின் அறையை நோக்கி மேலே சென்றன. சற்று நேரம்வரை அவள் அந்தப் படிகளின் அருகில் நின்றிருந்தாள். வீட்டுக்குள்ளேயே மாடிக்குச் செல்லப் படிகள் இருக்கும் என்பதும் வெளியே போகாமலே மேலே உள்ள அறைக்குச் செல்ல முடியும் என்பதும் அவளுக்கு அதிசயமான ஒன்றாக இருந்தது.

மேலே உள்ள அறையில் சித்தப்பா இருப்பார். ஆனால் இப்போது அவள் மேலே பார்க்கவில்லை. நூலகத்தை ஒட்டியிருந்த அந்த அறைக்கு முன்னால் வந்தாள். கதவு மூடப்பட்டிருந்தது. ஆனால் கதவிற்குக் கீழேயிருந்து ஒளிக் கற்றை வெளியே நூலகத்தின் தரைப் பகுதிவரை நீண்டு விழுந்திருந்தது.

பிறகு அந்த இருட்டில் நின்றபடியே, தனக்குள் அனைத்தையுமே இருத்திவைத்திருந்த அந்த ஓசையை அவள் கேட்டாள். சத்தம் என்று அதைச் சொல்லமுடியாது. யாரோ பெருகியோடும் தண்ணீரைத் தன்னுடைய கையைக் கொண்டு நிறுத்துகிறார்கள். தண்ணீர் அந்தக் கைக்கு மேலாக வழிந்து கீழே இருக்கும் பாறையின் மீது விழுகிறது. பளபளப்புடன் ஊர்ந்து செல்லும் இசை அது. இருண்ட ஒரு அறையிலிருந்து இன்னொரு அறைக்குப் பெருகி ஓடுகிறது.

விளக்கைப் போட்டுக்கொண்டு யார் உட்கார்ந்திருக் கிறார்கள்? கதவைத் திறந்துபார்க்க வேண்டும் என்று தோன்றியது. ஆனால் தைரியம் வரவில்லை. முன்பின் தெரியாத வீட்டின் மூடிய அறை எப்போதுமே அவளுக்குச் சங்கடத்தையே தரும். பனிக்காலங்களில் யாருமில்லாத பக்கத்து வீடுகளும்கூட அண்டமுடியாதவையாகவே இருக்கும். அவளும் குட்டியும் எப்போதுமே அந்த வீடுகளைக் கண்டு பயந்து வந்துவிடுவார்கள்.

அத்தை அவளுக்காகக் காத்துக்கொண்டிருப்பாள் என்று ஞாபகம் வந்து, காயா திரும்பியபோது கதவு மெதுவாகத் திறந்தது. வெளிச்சம் பளீரென்று அவளது கண்களைக் கூசச் செய்யுமளவு முகத்திலடித்தது.

கதவருகே பீரு நின்றிருந்தான்.

சிவப்புத் தகரக் கூரை

அவளுடைய கால்கள் நகர மறுத்தன. நீண்ட அமைதியான ஒரு கணம்வரை இருவரும் ஒருவரையொருவர் பார்த்துக் கொண்டிருந்தனர்.

கதவருகில் நிற்கும் அந்தப் பையன் பீருவாக இருக்கலாம் என்பதில் அவளுக்கு நம்பிக்கையும் இருந்தது, சந்தேகமும் இருந்தது. இந்த இரண்டிற்கும் இடையில் முன்பே பார்த்த ஞாபகமும் படபடத்திருந்தது.

"நீ எப்ப வந்தே?" பீரு கதவு முழுவதையும் திறந்தான்.

"இன்னிக்குச் சாயங்காலம்."

"நீ வருவேன்னு அப்பா சொன்னார்." அவன் கண்கொட்டாது காயாவையே பார்த்துக்கொண்டிருந்தான். "மங்கதுவோட வந்தியா?"

"அத்தை வந்திருக்காங்க."

"லாமாவோட அம்மாவா?"

காயா ஆமோதிப்பது போலத் தலையாட்டினாள்.

"சாப்பாட்டுக்கு இன்னும் நேரமிருக்கு. உள்ள வர்றியா?"

அவன் திரும்பியபோது அறையின் வெளிச்சம் அவனுடைய பாதி முகத்தின் மீது படிந்தது. மிக நீண்ட மென்மையான முகம். கனத்த இமைகளின் நிழல் கண்களுக்குக் கீழாக விழுந்திருந்தது. சித்தப்பாவைப் போலவே நெடிய உயரம். நீண்ட கைகள். சென்ற வருடம் பார்த்த பீரு ஏதோ வேறொரு பையன் என்பது போல இருந்தான். சிறு வயதில் கண்டிருந்த பரிச்சயம் இப்போது சந்தேகமாக மாறிப்போயிருந்தது.

அவள் உள்ளே வந்ததும் அத்தையை மறநதுபோனாள். எரியாத காய்ந்த விறகுகள் வைக்கப்பட்டிருந்த கணப்படுப்பின் மீது அவளது பார்வை விழுந்தது. ஒரு படுக்கை இருந்தது. அதன் தலைப்பக்கம் சுவரையொட்டி இருந்தது. படுக்கைக்கு எதிரில் ஒரு சாய்வு நாற்காலி, ஜன்னலுக்கு எதிரில் ஒரு பியானோவும் அதன் அருகில் ஒரு சிறிய ஸ்டூலும் இருந்தன.

"இத நீதான் வாசிச்சிட்டிருந்தியா?" காயா பியானோவைப் பார்த்தாள். அது திறந்து வைக்கப்பட்டிருந்தது. வரவேற்பறைக்குள் பளபளப்புடன் ஊர்ந்துவந்த அந்த இசை இத்தனை கனத்த பெரிய 'வஸ்து'விலிருந்துதான் வந்தது என்பதில் அவளுக்கு லேசான ஒரு ஆச்சரியம். அவள் இதற்கு முன்பு பியானோவைப் பார்த்ததில்லை.

"அப்பா கொண்டு வந்தாங்க. இது ஒரு இங்கிலிஷ் காரருடையது. ஊருக்குப் போறதுக்கு முன்னாடி அவரு எல்லாத்தையும் வித்துட்டாரு. அவரோட புத்தகங்களையும்

கூட ...” என்றான் பீரு. அவன் தன் படுக்கையில் உட்கார்ந் திருந்தான்.

“எங்க வீட்டுக்குக் கீழேயும்கூட ஒரு இங்கிலிஷ்காரம்மா இருக்காங்க” என்றாள் காயா. ஒரு பழைய கிராமபோனையும் சில இசைத்தட்டுகளையும் தவிர விட்டுச்செல்ல மிஸ் ஜோசுவாவிடம் எதுவுமில்லை என்னும் எண்ணம் தோன்றியது.

கொஞ்ச நேரம்வரைக்கும் இருவரும் பேசாதிருந்தனர். பிறகு பீரு சற்று நிச்சயமற்ற பாவத்துடன் அவளைப் பார்த்தான்.

“உங்கப்பா தில்லிக்குப் போயிருக்காரா?”

“ஆமா...” என்று காயா தலையாட்டினாள்.

“உங்கம்மாவுக்குக் குழந்தை பொறந்துச்சுல்ல ... செத்துப் போயி?”

காயா ஒன்றும் பேசாது அவனைப் பார்த்தாள்.

“நீ பாத்தியா?” என்று கேட்டான் பீரு.

“எதை?”

“குழந்தையை?”

“இல்லே ...” என்று அவள் பொய் சொன்னாள். ஆனால் அது பொய்யும் இல்லை. ஏனெனில் மருத்துவச்சியின் கையில் பார்த்த அந்த அசைவற்ற பிண்டத்தைக் குழந்தையென்று அவளால் சொல்ல முடியவில்லை. கைகால்களுடன் தரை மீது தவழுகிற ஒரு குழந்தைதான் அது என்ற எண்ணமே அவளுக்கு ஏற்படவில்லை. அந்த இரவில் ஜன்னலுக்குப் பின்னால் அவள் கண்ட அந்தக் காட்சியை வார்த்தைகளால் விவரிக்க அவள் முற்படவேயில்லை. துண்டு துண்டாகச் சிதறிப்போன, உருவமற்ற நினைவுகளாலான, இத்தனை காலமும் அவள் வசித்துவந்திருக்கும் அவளுடைய உலகத்துக் கும் பீருவின் கச்சிதமான வார்த்தைகளுக்கும் சற்றும் சம்பந்தமேயில்லை என்று தோன்றியபோது ஆழ்ந்த ஒரு சோர்வு ஏற்பட்டது. குட்டிக்கு முன்னால் வயதில் மூத்தவள் என்று அவள் கட்டமைத்ததெல்லாம் இந்த உயரமான மெலிந்த பையனுக்கு முன்னால் முற்றிலுமாக இடிந்து நொறுங்கியது.

“என்ன யோசிச்சிட்டிருக்கே?”

பீருவின் குரலைக் கேட்டதும் அவள் திடுக்கிட்டாள். இயல்பாகப் புன்னகைத்தாள். “ஒன்றுமில்லை” என்றாள்.

“நீ எத்தன பெரியவளாயிட்டே ... முன்ன இருந்ததைவிட ரொம்ப பெருசா” என்றான் பீரு.

"எனக்குத் தெரியும்." ஏதோவொரு ரகசியத்தைச் சொல்வது போல அவள் மிக மெதுவாகச் சொன்னாள். "இன்னிக்கு நான் உள்ள வந்தப்ப கண்ணாடியில என்னோட முகத்தை முழுசா பாக்க முடிஞ்சிது."

"இதுக்கு முன்னாடி பாதிதான் தெரிஞ்சுதா?"

"இல்லை. முன்னாடி எதுவுமே தெரியாது" என்றாள் அவள். இதைச் சொல்லும்போதே அவளுக்குப் பெருத்த ஆறுதலாயிருந்தது. அவள் இதுபோன்ற விஷயங்களைக் குட்டியிடம் பேச முடியாது. லாமாவோ அவள் சொல்லும் எந்த விஷயத்தையும் அத்தனை அக்கறையுடன் கேட்க மாட்டாள்.

திடீரென்று அவளது பார்வை படுக்கையின் ஓரத்தில் கிடந்த இரண்டு சின்னச் சின்ன ஊசிகளையும் ஒரு கம்பளி நூல்கண்டையும் கண்டது.

"இதெல்லாம் யாருடையது?"

"சாக்ஸ்... பாதிதான் பின்னிருக்கு."

"நீ பின்னுவியா?" காயாவின் கண்கள் ஆச்சரியத்தில் விரிந்தன.

"ஆமா. ஏன்?"

"பையனா இருந்துட்டு...?"

"இதுல பையன் பொண்ணுன்னு என்ன இருக்கு?" பீரு அமைதியாகச் சொன்னான். பிறகு கம்பளிப் பந்தை மிகுந்த உவகையுடன் தடவத் தொடங்கினான். பீருவின் விரல்கள் நீளமாக வெளுத்த மெழுகுவர்த்தியைப் போன்று இருந்தன. அவற்றில் சுருண்ட மயிர்கள் முளைத்திருந்தன. அவற்றைப் பார்த்ததும் காயாவிற்குள் இனம்புரியாத ஒரு குழப்பம் எழுந்தது.

"உனக்குப் பின்ன வருமா?" என்று கேட்டான் பீரு.

காயா தலையாட்டினாள்.

"ரொம்ப நல்லது. நீ நெறையா பொருட்களைப் பின்ன முடியும். சாக்ஸ். மேசை விரிப்புகள். சின்னச் சின்ன ஸ்வெட்டர்கள்..."

"இதையெல்லாம் என்ன செய்வே?"

"ஒண்ணும் செய்யமாட்டேன். பின்னி முடிச்சதுக்கப்பறம் பிரிச்சுப் போட்டுருவேன்" என்றான் பீரு.

காயா கண்களை உயர்த்தினாள். பீருவின் அமைதியான சஞ்சலமற்ற முகத்தைப் பார்த்ததும் அவன் வெகு தூரத்தில்

இருக்கிறான் என்று உடனடியாக ஓர் எண்ணம் ஏற்பட்டது. காயாவின் உலகத்துக்கு வெளியே அவன் இருக்கிறான். பியானோ, சுத்தமான படுக்கை, கம்பளிப் பந்து இவை யாவுமே காயாவினுடைய கடினமான அடர்ந்த கேட்பாரற்ற இருட்டுக்கு அப்பால் இருந்தன.

"நீ இங்க தனியாதான் இருக்கியா?"

"தனியான்னா?" பீரு ஆச்சரியத்துடன் பார்த்தான்.

"யாரும் உன் ரூமுக்குள்ள வரமாட்டாங்களா?"

"ஏன் வரமாட்டாங்க? பகாடி வருவான். ராத்திரில அப்பா வருவாங்க. வாரத்துல ரெண்டு தடவை மாஸ்டர் வருவாங்க. ஏன்?"

"பகாடி யாரு?"

"இங்க வேல செய்யறவன். நீ இன்னும் சமையல் அறைப் பக்கமாப் போகலியா?"

முதன்முறையாகக் காயா அவனது முகத்தில் லேசான ஒரு அதிருப்தியின்மையையும் குழப்பத்தையும் கண்டாள். வேறு யாருடைய முகத்திலும் எதையும் கண்டுபிடிக்க முடியாது. ஆனால் பீருவின் களங்கமற்ற அமைதியான முகத்தில் எல்லா விஷயங்களுமே தத்தமது தடயங்களை விட்டுச்செல்கின்றன.

யாரோ கதவைத் தட்டினார்கள். ஆனால் திறக்கவில்லை. அவள் மிகுந்த ஆர்வத்துடன் அடைபட்ட கதவைப் பார்த்தாள்.

"உன்னைச் சாப்பிடறதுக்காகக் கூப்பிடறாங்க" என்றான் பீரு.

"நீ வரலியா?"

"நான் சீக்கிரமாச் சாப்பிட்டுருவேன். நீ போ."

அவனுடைய குரல் திடீரென்று மாறிப்போனது. அக்கறையற்றதாய், வறண்டு போயிருந்தது. அவளைப் பற்றி எந்தவித கவலையில்லாதவன் போல ஒலித்தது.

அவள் எழுந்து நின்றாள். பிறகு கதவருகில் வந்து தயங்கினாள். இதுமாதிரி போவது கொஞ்சம் அசாதாரண மாக இருந்தது. அவள் இன்னொருமுறை பீருவைப் பார்த்தாள். அவன் மிகுந்த கவனத்துடன் பாதிப் பின்னப் பட்ட சாக்ஸைப் பின்னத் தொடங்கியிருந்தான்.

"நா அப்பறமா வரேன்..." என்றாள் அவள்.

பீரு தலையைத் தூக்கினான். சன்னமான ஒரு புன்னகை அவன் முகத்தில் இருந்தது. "நான் இந்த ரூமுலயேதான்

இருப்பேன்" என்றான். காயா அந்த அறையைவிட்டுப் போகும்வரையிலும் அவளையே பார்த்துக்கொண்டிருந்தான்.

அவள் உணவுக்கூடத்துக்கு வந்தபோது அத்தையும் சித்தப்பாவும் முன்பே அங்கு வந்து உட்கார்ந்திருந்தனர். அவளுக்காகத்தான் காத்திருப்பது போல இருந்தது. காலியாக இருந்த நாற்காலியில் அமர்ந்ததும் அவளது கவனம் அத்தையின் மீது திரும்பிற்று. அவள் முகம் கழுவி வந்திருந்தாள். புடவையையும் மாற்றியிருந்தாள். முதன்முதலாக அத்தை நாற்காலியில் உட்கார்ந்திருப்பதைக் கண்டாள். வீட்டில் அவள் எப்போதும் தரையில்தான் உட்காருவாள். இந்த நினைப்பு அத்தைக்கும் இருந்திருக்க வேண்டும். அவள் ஒடுங்கி உட்கார்ந்தபடியேதான் சித்தப்பாவிடம் பேசிக்கொண்டிருந்தாள்.

"பீருவைப் பாத்துட்டு வரியா?" சித்தப்பா பேச்சைப் பாதியிலேயே நிறுத்திவிட்டுக் காயாவைப் பார்த்தார்.

"ஆமாங்க" என்ற அவள் அவசரமாகக் கவளத்தை விழுங்கினாள். அதனால் கண்களில் நீர் ததும்பவும் அத்தை சித்தப்பா இருவரின் முகங்களும் நீரில் நீந்துவதுபோலத் தெரிந்தது.

"நாள் முழுக்கச் சுத்திட்டேதான் இருப்பா. இப்ப இங்க கொஞ்ச நாளக்கி அமைதியா இருக்கட்டும்" என்றாள் அத்தை.

சித்தப்பா இதைக் கேட்டது போலத் தெரியவில்லை. தலையையும் திருப்பவில்லை. அவருடைய கண்கள் மட்டும் காயாவிடமிருந்து விலகி மேசையின் நடுவில் நிலைத்தன.

"யாரு . . . யாரு சுத்திட்டு இருக்கா?"

"இவதான். வேற யாரு?" ஆனால் இதற்குள்ளாகவே அத்தையின் மனமும் குழப்பத்தில் ஆழ்ந்துபோனது. மலையேறிய களைப்பு அவளுடைய மூப்படைந்த எலும்புகளைத் துவளச் செய்திருந்தது. தட்டை எதிரிலிருந்து நகர்த்திவிட்டுப் பெருமூச்சுவிட்டாள்.

"இந்த வீடுதான் எவ்வளவு அமைதியா இருக்கு?"

"என்னமாதிரி அமைதி?" சித்தப்பா சற்றே கோபப்பட்டவர் போல அத்தையைப் பார்த்தார். பல வருஷங்களாக அவர் இந்த வீட்டில் வசித்துவருகிறார். அவர் இப்போது தன்னுடைய பழைய வாழ்க்கையை மறந்து விட்டிருந்தார். ஒரு காலத்தில் அவருடைய மனைவி – பீருவின் அம்மா – இதே வீட்டில் ஒரு அறையிலிருந்து இன்னொரு அறைக்கு நடமாடிக்கொண்டும் அவருடைய படுக்கைக்கு அருகில் தன்னுடைய படுக்கையைப் போட்டுத் தூங்கிக்கொண்டும் இருந்தாள் என்பதையே அவர்

மறந்துபோயிருந்தார். சிலபேர் அப்படித்தான் இருக்கிறார்கள். செத்துப்போன பின்பு தன்னுடைய இல்லாமையையே அவர்கள் விட்டுச்செல்வதில்லை. தங்களது உடம்போடு சேர்த்து ஞாபகங்களையும் எடுத்துச் சென்றுவிடுகிறார்கள்.

“எல்லாம் சரியாத்தானே இருக்கு ... எப்படி சத்தமில்லாம இருக்கு?”

“இந்த வீட்டையே வாங்கிட்டா என்னன்னு அப்பப்ப யோசனை வருது,” சித்தப்பா அத்தையைப் பார்த்தபடியே சொன்னார். “இங்கயே இருக்கறதுன்னா வாழ்க்கை முழுக்க வாடகை குடுத்திட்டிருந்தா என்னாகறது?”

தூங்கிக்கொண்டிருந்தவள் திடுக்கிட்டு விழித்தவள் போல அத்தை பார்த்தாள்.

“என்னதான் நீ முடிவு செஞ்சிருக்கே? வாழ்நாள் முழுக்க இங்கயே இருக்கப் போறியா?” அவர் மலைமீது ஏன் இருக்கிறார் என்று எப்போதுமே அத்தைக்கு ஆச்சரியமாகத்தான் இருக்கும். அப்பாவுக்கு வேலை இருக்கிறது என்பதால் அவருடைய விஷயத்தைப் புரிந்துகொள்ள முடிகிறது. ஆனால் சித்தப்பா ராணுவத்திலிருந்து பல வருஷங்களுக்கு முன்பே ஓய்வு பெற்றுவிட்டார். அவர் எங்கு வேண்டுமானாலும் கவலையின்றி இருக்கலாம். ஒரு குடும்பஸ்தனுக்கு உண்டான எந்தப் பாரமும் அவருக்கு இல்லை. அதைச் சுமக்க வேண்டிய எந்தப் பிரச்சினையும் இல்லை. அவருக்கு இருப்பது பீரு மட்டும்தான். அவன் எங்கு வேண்டுமானாலும் இருந்து கொள்வான்.

என்ன மாதிரியான ஒரு பிடிப்பு இது? அதையே இறுக்கமாகப் பற்றிக்கொண்டு உட்கார்ந்திருக்கிறார்?

“இங்கிருந்து இப்ப எங்க போவேன் நான். நீயே சொல்லு” என்று கேட்டார் சித்தப்பா.

“நா உனக்குச் சொல்றதா? நீங்க ரெண்டு அண்ணன்களும் என்னைவிட்டுத் தனியா இருக்கீங்க. வருஷத்துல ரெண்டு மூணு தடவை உங்களப் பாக்கறதுக்கு ஓடியோடி வரேன். இதப் பத்தி நீ எப்பவாச்சும் யோசிச்சிருக்கியா?”

அத்தை ஏதோவொரு துயரம் தரும் பழம் நரம்பைத் தொட்டுவிட்டதுபோலச் சித்தப்பாவின் முகம் வெளிறியது. “நீ இங்க வந்து இருந்துருன்னு எத்தனை தடவை நான் சொல்லிருக்கேன். ஆனா எப்பவுமே நீ முடியாதுன்னுதான் இருந்துட்டே. அப்பல்லாம் லாமாவைக் காரணமா சொல்லிட்டிருந்தே ... இப்ப எது உன்னைத் தடுக்குது. இந்த மலை உன்னை என்ன முழுங்கிருமா என்ன?”

மலை! அவளது வாழ்வே ஒரு பெரிய மலையாகிவிட்டது போல அத்தை பெருமூச்சுவிட்டாள். எங்கோ வெகு தொலைவில் இருக்கும் நகரத்தின் தூசியிலும் வெயிலிலும் காலத்தைக் கழித்திருந்தவள் இந்த மலைகளின் தொட்டாச்சிணுங்கித் தனமான சலனங்களைக் கண்டு அஞ்சுவாளா என்ன?

"எனக்கு ஒண்ணும் ஆகாது" என்றாள் அத்தை. "ஆனா ஒருநாள் இதுங்க உங்க ரெண்டு பேத்தையும் வாயில போட்டு முழுங்கிரும்."

அத்தை சொன்னதைக் கேட்டுச் சித்தப்பா சிரித்துவிடுவார் என்று காயா நினைத்தாள். மலைகள் யாரையாவது விழுங்க முடியுமா என்ன? பல்லும் கிடையாது. நாக்கும் கிடையாது. மனிதர்களிடம் அவள் கண்டிருந்த கருணையின்மை மலைகளிடம் கிடையாது. ஆனால் அத்தை சொன்னதைக் கேட்டுச் சித்தப்பா பேசாமல் உட்கார்ந்திருந்தது காயாவுக்குக் குழப்பமாக இருந்தது. அவர் மிகவும் புண்பட்டிருப்பது போல இருந்தது. அவர் இதுவரையிலும் மிகப் பாதுகாப்பாக உணர்ந்திருந்த, பயமே இல்லாத ஆனால் எப்போதும் ஒரு விதமான அபாயம் சுற்றிக்கொண்டேயிருக்கும் குறிப்பிட்ட இடத்தை அத்தை தன் விரல்களால் தொட்டு அழுத்திவிட்டாற்போல இருந்தது.

மிகுந்த பயம் கலந்த பிரியத்துடன் அவர் இப்போது அத்தையைப் பார்த்தார். "எங்கூடத்தான் இருக்க முடியாது. சரி. ஏன் அண்ணனோட இருக்க முடியாது? அவருக்கு அவரோட மனைவி இருக்காங்க. உனக்கும் அவங்ககிட்ட பிரியமும் இருக்கில்ல."

"நீ அவனைக் குடும்பஸ்தன்னு சொல்றியா?" அத்தையின் குரலில் ஒரேயடியாகத் தீவிரம் இருந்தது. "அவனென்னவோ தில்லியில இருக்கான். ரெண்டு குழந்தைகளும் அநாதைக மாதிரி காட்டுல திரிஞ்சிட்டிருக்குங்க. தனியா ஒரு பொம்பளை ராத்திரி பகலா யாருமில்லாத ரூமுக்குள்ள சுத்திட்டுக் கெடக்கறா. இன்னிக்கு நான் உங்கிட்ட சொல்றேன். லாமாவை அந்த வீட்டுக்கு அனுப்பினதுதான் நான் செஞ்ச பெரிய தப்பு. இப்ப நானும் அங்க போயி இருக்கணும்னு நீ ஆசைப்படற."

அவளுடைய முகம் சிவந்துபோயிருந்தது. அவள் இன்னும் சொல்லியிருக்கக்கூடும். ஆனால் காயாவின் முகத்தைப் பார்த்துவிட்டு நிறுத்திக்கொண்டாள்.

ஆனால் இதற்கிடையே காயா அவர்களது உரையாடலுக்கு அப்பால் சென்றுவிட்டிருந்தாள். ஜன்னல்களின் கதவுகள்

வழியாக உள்ளே வந்து கொண்டிருந்த அந்த மேகங்களை நோக்கி அவள் சென்றிருந்தாள். மழை வரும் போலிருந்தது. மேகங்கள் இப்படி வீட்டுக்குள் வரும்போதெல்லாம் எப் போதுமே மழை பொழியும். எதிரிலிருந்த நூலகத்தின் இருட்டில், மின்னலின் வெளிச்சம் புத்தகங்களின் மீதும் நாற்காலிகளின் மீதும் பளிச்சென்று ஒளிர்ந்தது. பீருவின் மூடிய அறைக் கதவின் மீதும் மின்னல் வெளிச்சமிட்டது.

இவை எல்லாவற்றுக்கும் நடுவே ஒரு சிறிய பையன் மேல்மூச்சு வாங்கியபடி உள்ளே வந்து மேசையின் மீது ரொட்டிகளையும் குருமாவையும் வைத்துவிட்டு இருட்டில் மறைந்துபோனான். தூக்கத்திற்கு நடுவே அந்தச் சிறுவனைப் பார்ப்பது போல இருந்தது காயாவுக்கு. அந்தச் சிறுவன் ஒரு நேபாளி. உருண்டையான முகம். குட்டையான தலைமுடி. சிவந்த ஆப்பிளைப் போன்ற கன்னங்கள். அவற்றுக்குக் கீழே அழுக்கின் எண்ணற்ற மடிப்புகள் சேர்ந்திருந்தன. பீரு அவளிடம் சொல்லியிருந்த பகாடி அவனாகத்தான் இருக்க வேண்டும். அவன் ஒரு நிமிடம் கூட மூச்சுவிடுவதை நிறுத்தவில்லை. யாரையும் பார்க்கவுமில்லை. இங்கே புதியவளாக இருந்த போதும்கூடக் காயாவை அவன் பார்க்கவில்லை. அவசர அவசரமாக அவன் ஒரு தட்டிலிருந்து இன்னொரு தட்டில் ரொட்டிகளை நிரப்பி எடுத்துத் திரும்பிவந்தான். அதன் பிறகு படிகளில் அவனது காலடிச் சத்தம் மட்டுமே கேட்டிருந்தது. அவன் மறுபடியும் மூச்சிறைத்தபடி வெளியிலிருக்கும் இருட்டி லிருந்து திடீரென்று ஏதோவொரு குள்ளமான பிரேதம் வந்து நிற்பதுபோல, எதிரில் வந்து நிற்கும் அந்தத் தருணத்தை எதிர்பார்த்தவளாய், காயா காத்துக்கொண்டிருந்தாள். தூக்கத் தில் அவன் ஒரு சமயம் குள்ளமானவனாகவும் இன்னொரு சமயம் நெடியவனாகவும் தெரிந்தான். அத்தைக்கும் சித்தப்பாவுக்குமான உரையாடல் எப்போது முடிந்தது என்று தெரியவில்லை. மாடியில் இருக்கும் ஜன்னல் கண்ணாடிகளில் மிக மெதுவாக டப் டப் என்ற சத்தம் கேட்டது. அப்போது காயாவுக்கு அவளுடைய அறையிலிருந்து அந்த மலைகளைப் பார்த்துக்கொண்டிருப்பது போலவும் அவன் நிறைய ரொட்டி களை எடுத்துக்கொண்டு ஓடிவருவதுபோலவும் அவை அனைத்துமே ஒவ்வொன்றாகத் தண்ணீருக்குள் நனைந்து விழுவது போலவும் விநோதமான ஓர் உணர்வு ஏற்பட்டது.

"இவ தூங்கிட்டிருக்காளா?"

அவள் தலைக்கு மேலாகச் சித்தப்பாவின் குரல் கேட்டது. அவர் நாற்காலிக்கு அருகில் நின்றபடி அவளை உலுக்கிக் கொண்டிருந்தார்.

வெளியே மழை பெய்துகொண்டிருந்தது. அத்தை உணவுப் பாத்திரங்களை ஒன்றுசேர்த்துத் தனியாக வைத்திருந்தாள். சித்தப்பா கொஞ்ச நேரம்வரை காயாவின் தலைமயிரை மெதுவாகக் கோதியபடி வெறுமனே நின்றுகொண்டிருந்தார். பிறகு அவர் திரும்பினார். குடையை எடுத்துக்கொண்டு கீழே படிகளில் இறங்குவதற்கு முன்பாக ஒருமுறை அத்தையைப் பார்த்தார். "நான் இப்ப வந்தர்றேன். நீ போயி தூங்கு. நாள் முழுக்கக் களைப்பா இருந்துருக்கும். என்னை எதிர் பாத்துட்டிருக்காதே."

இத்தனை பெரிய மழையில வெளியில் போகிறாரா?

ஆனால் அத்தை ஒன்றும் கேட்கவில்லை. காயாவின் கையைப் பிடித்து நாற்காலியிலிருந்து இறக்கி அழைத்துக் கொண்டு தன்னுடைய அறையை நோக்கி நடக்கலானாள்.

அவர்கள் இருவரும் ஒரே அறைக்குத்தான் செல்ல வேண்டியிருந்தது.

இப்போது அவள் முற்றிலுமாக விழித்துக்கொண்டாள். அவளது கண்கள் மீண்டும் ஒருமுறை நூலகத்தைத் தாண்டி பீருவின் அறையில் நிலைத்தது. கதவு மூடப்பட்டிருந்தது. எந்தச் சத்தமும் இல்லை. அவன் ஒருவேளை தூங்கியிருக்கலாம். அவள் நிற்க வில்லை. அத்தை அவள் கையைப் பிடித்து இழுத்துச் சென்று கொண்டிருந்தாள்.

அறைக்குள் நுழைந்ததுமே வெதுவெதுப்பான மிருதுவான கம்பளத்தின்மீது கால்கள் பட்டன. ஒரு கணம அவள சித்தப்பாவின் வீட்டில் இல்லாது மிஸ் ஜோசுவாவின் வீட்டில் நுழைந்துவிட்டது போன்றொரு எண்ணம் ஏற்பட்டது. அந்த அறையின் சுவர்களில் ஒட்டப்பட்டிருந்த செடிகொடிகள் அடர்ந்த காகிதம், மூடப்பட்ட அறையில் அடைபட்ட காற்றின் நெடி, அந்த அறை யாருடையது என்றோ எத்தனை நாட்களுக்குப் பிறகு அது திறக்கப்படுகிறது என்றோ தெரிய வில்லை.

அறையில் இரண்டு படுக்கைகள் எதிரெதிராகப் போடப் பட்டிருந்தன. நடுவில் சிறிய மேசை இருந்தது. அதன் மீது தண்ணீர் குடுவையும் இரண்டு தம்ளர்களும் வைக்கப் பட்டிருந்தன. கட்டிலுக்கு அடியில் பழைய பெட்டிகள் இருந்தன. அதனுள்ளிருந்து அவ்வப்போது எலிகள் பிறாண்டும் சத்தம் கேட்டது. சுவர்கள் வெறுமனே இருந்தன. மூலையில் மட்டும் கொசுவலை அசைந்துகொண்டிருந்தது. பல வருஷங்

களாக அந்த அறையில் யாரும் தங்கவேயில்லை என்பது போலத் தோன்றியது.

அத்தையும் கொஞ்ச நேரம்வரை சத்தமில்லாமல் நின்று கொண்டிருந்தாள். பிறகு அவள் காயாவைப் பார்த்தாள். "இங்க வரும்போதெல்லாம் உங்க சித்தியோட நெனப்பு வந்துருது . . ."

"அவங்க இங்கதான் இருந்தாங்களா?" என்று கேட்டாள் காயா.

"ஆமாம். இது அவங்களோட அறைதான். உனக்கெப்படி ஞாபகம் இருக்கும்? அப்பல்லாம் நீ ரொம்ப சின்னப் பொண்ணு."

அத்தை தன்னுடைய மூட்டையை அவிழ்த்தாள். தன் துணிகளையும் காயாவின் துணிகளையும் தனித்தனியாகப் பிரித்துவைத்தாள். மேலே இருந்த தகரத்தாலான கூரை தொடர்ந்து சத்தமெழுப்பியபடி இருந்தது. மழையின் சத்தம். வெளியே இருட்டில் மழை பெய்துகொண்டிருந்தது. அடுத்தவர் வீட்டு மழையும்கூட நமக்கு அறிமுகமற்றதாகி விடுகிறது. நம்முடைய வீட்டுக்கூரையில் மழையின் சத்தம் இப்படி யிருக்காது, வேறு மாதிரி இருக்கும் என்று மனம் ஒப்பிடுகிறது.

அத்தை சற்று நேரம்வரைக்கும் காயாவையே பார்த்துக் கொண்டிருந்தாள். பிறகு கையிலிருந்த துணிகளைப் படுக்கையின் மீது போட்டுவிட்டுக் காயாவின் படுக்கையருகே வந்தாள். மெதுவாக அவளுடைய தோளில் கைவைத்தாள்.

"காயா. உனக்கு என்னாச்சு?"

"என்னாச்சு?"

பயந்துபோன கண்களுடன் அவள் அத்தையைப் பார்த்தாள்.

"காத்துல நீ என்னத்த பாத்துட்டிருக்கே?" அத்தையின் குரல் சட்டென்று மிருதுவாயிற்று. "நான் ரொம்ப நாளா உன்னைக் கவனிச்சுட்டுத்தான் இருக்கேன். அப்பப்ப உன்னைப் பாக்கும்போது கண்ணைத் தெறந்துட்டே தூங்கிட்டு இருக்கியோன்னு தோணும்." அவள் சற்றுநேரம் பேசாதிருந்தாள். ரிருந்த ஆழத்தில் இருக்கும் ஏதோ ஒரு விஷயத்தைச் சிரமப் பட்டு மேலே கொண்டுவருவது போலிருந்தது. "நீ பக்கத்துல இருக்கும்போதே வேற எங்கியோ போகிற மாதிரி . . . நீ நல்லாத்தானே இருக்கே?"

காயா பின்னால் நகர்ந்தாள். அத்தையின் கை அவளுடைய தோளிலிருந்து விலகிப்போனது.

சிவப்புத் தகரக் கூரை

அவள் சிரிக்கத் தொடங்கினாள்.

"நான் இங்கதான் இருக்கேன் அத்தே. உங்களுக்கு முன்னால."

அத்தை மிகுந்த சலிப்புடன் அவளைப் பார்த்தாள். பிறகு பெருமூச்சு விட்டபடி தனது படுக்கையை நோக்கித் திரும்பினாள். அவள் காயாவிடமிருந்து மட்டுமல்லாது உலகம் முழுவதுமிருந்தும் முகம் திருப்பிக்கொண்டு விடைபெற்றுக் கொண்டுவிட விரும்புவது போலிருந்தது.

காயாவும் படுத்துக்கொண்டாள். வெகுநேரம்வரைக்கும் கூரையின் மீது மழைத்துளிகளின் டப் டப் சத்தம் கேட்ட படியிருந்தது. ஜன்னலுக்கு வெளியே எதுவுமே தெரியவில்லை. இருட்டில் மேகங்களின் மடிப்புகள் ஒன்று சேர்ந்திருந்தன. அதனுள் இருட்டுமேகூட மறைந்து போயிருந்தது. வளவளப் பான மங்கலான ஒரு திரை மட்டுமே அசைந்துகொண் டிருந்தது. மின்னல் அடிக்கும்போது கத்தியின் கூரிய நீண்ட ஒருமுனை அந்தத் திரையை முற்றிலுமாகக் கிழித்துப்போட்டது.

"கேக்குதா உனக்கு?"

"என்ன அத்தே?"

"யாரோ படியில ஏறி வராங்க."

ஆரம்பத்தில் எதுவும் கேட்கவில்லை. பிறகு வீடு அசைவது போல இருந்தது. அவள் உட்கார்ந்துகொண்டு கதவுப் பக்கமாகவே பார்த்துக்கொண்டிருந்தாள். வரவேற்பறையில் வெளிச்சம் தெரிந்தது. பிறகு அந்த வெளிச்சமும், யாரோ கைவிளக்கை எடுத்துக்கொண்டு போவது போல அசைந்தது.

"படுத்துக்க..." என்று சொன்ன அத்தையின் குரல் முன்பு போலவே பிரியத்துடன் இருந்தது. "உங்க சித்தப்பாவா இருக்கும்."

"அவங்க வெளியில போயிருக்காங்க இல்ல..."

இப்போது அத்தையின் மூச்சுச் சத்தம் மட்டுமே கேட்டது. முதலில் அவள் பயந்திருந்தாள். ஆனால் இப்போது அவளுக்குள் எந்தவிதமான ஆர்வமும் இல்லை.

இப்போது எதுவும் இல்லை. வீடு அசையாதிருந்தது. வெளிச்சம் வருவதும் பின் இல்லாது போவதுமாய்த் தொடர்ந்தது. அவள் மறுபடியும் படுத்துக்கொண்டாள். இப்போது படுக்கை குளிர்வது போலிருந்தது. வீட்டில் இருந்தால் அவள் குட்டியைத் தன் பக்கத்தில் இழுத்துப் போட்டுக்கொள்வாள். அவன் தூங்கும்போது அவனுடைய உடம்பு எப்போதும்

வெதுவெதுப்பாக இருக்கும். அவள் நடுங்கும் தனது அங்கங்களை எப்போதுமே அவனது உடம்புச் சூட்டில் சூடேற்றிக் கொள்வாள். இங்கே யாரும் கிடையாது. முதன்முதலாகக் குட்டி இல்லாதிருப்பது ஒரு பாவம் போலத் தோன்றியது. ‘பாவம்’ என்பதைக்கூட முதன்முதலாகத் தன்னுடைய தனிமையில் எதிர்கொள்கிறாள் அவள். அதன் பிறகுதான் அத்தை நாளைக்கு ஊருக்குத் திரும்பிப் போய்விடுவாள் என்று ஞாபகம் வந்தது. இதை யோசித்தபடியே இருக்கும்போது குளிர் மிகுந்த உடலின் சுவர்களில் ஒட்டிக்கொண்டிருக்கும் பல்லியைப் போல வயிற்றிலிருந்து கழுத்துவரையிலும் அவளுக்குள்ளிருந்து ஏதோவொன்று திரண்டு மேலெழுவது போல ஒரு உணர்வு ஏற்பட்டது. இரு கைகளையும் விரித்து அதை அவள் தன்னோடு அணைத்துக்கொண்டாள்.

“உனக்குக் குளிரடிக்குதா?” என்று கேட்டாள் அத்தை.

அவள் தூங்கிப்போய்விட்டாள் என்று அத்தை நினைக்கும் படியாகப் பிடிவாதமாய்ப் படுத்திருந்தாள். ஆனால் அவள் நடுங்கிக்கொண்டிருப்பது அத்தைக்குத் தெரிந்தது. இருட்டில் எதுவும் கண்ணுக்குப் புலப்படாது போகலாம். ஆனால் அறைக்குள் எழுகிற ஒவ்வொரு சிறு சத்தமும் புரண்டு படுப்பதும் காதில் விழவே செய்யும். அத்தை எழுந்து தன் படுக்கையிலிருந்து ஒரு கம்பளியை எடுத்துக் காயாவுக்குப் போர்த்தினாள். பிறகு தன் படுக்கைக்குத் திரும்புவதற்குப் பதிலாகக் காயாவின் படுக்கையிலேயே உட்கார்ந்தாள். “காயா நீ இங்க தனியா இருக்கணுமேங்கற மாதிரி கவலை ஒண்ணும் இல்லயே?”

அவள் ஒன்றும் சொல்லவில்லை. பேசாமல் படுத்திருந்தாள்.

“நான் இங்க கொஞ்ச நாள் இருக்கலாம்தான். ஆனா அங்க உங்கம்மா தனியா இருப்பா. அவ என்னை அனுப்பவே மாட்டேன்னுட்டா . . .”

ஆனால் அவளால் என்னை அனுப்ப முடியும். காயாவினுள் கண்மண் தெரியாத ஒரு கோபம் பொங்கத் தொடங்கியது. அவளுடைய அம்மாவின் மீது அல்ல. அவளைத் தனியாக இருக்கச் செய்யும், பேதங்கள் நிறைந்த அத்தனை சமாச்சாரங்கள்மீதும் கோபம் வந்தது. ஆனால் அத்தையிடம் என்ன சொல்ல? அவளுமேகூட அதுபோன்ற சமாச்சாரங்களால்தான் சூழப்பட்டிருக்கிறாள். அது குறித்து அவள் எதுவும் சொல்லாமல் வாயை மூடிக்கொண்டுதானே இருக்கிறாள்.

காயா உண்மையில் தூங்கிவிட்டாள் என்றே அத்தை நினைத்தாள். தன்னுடைய படுக்கைக்குத் திரும்பிவந்து படுத்துக்கொண்டாள். “இந்த மழை எப்ப நிக்கும்னு தெரியலை.

இந்த டப் டப் சத்தத்துல தூக்கமும் வரமாட்டேங்குது.” அவள் வெகுநேரம்வரையிலும் புலம்பிக்கொண்டே இருந்தாள். பிறகு ஒருக்களித்துப் படுத்துக்கொண்டு இருட்டில் காயாவின் முகம் இருக்கும் இடத்தைப் பார்த்தாள்.

காயாவும் கண்களை மூடியபடி விழித்துக்கொண்டுதான் இருந்தாள். இந்த ராத்திரி நேரத்தில் சித்தப்பா எங்கே போயிருக் கிறார், எப்போ திரும்பிவருவார் என்று ஒன்றும் தெரியவில்லை. பிறகு திடீரென்று கீழேயிருந்து ரொட்டிகளை எடுத்துவந்த அந்தச் சிறுவனைப் பற்றி நினைவு வந்தது. சமையலறை கீழே இருக்கக்கூடும் என்று அவள் நினைத்தாள். மங்கது தன்னுடைய குடியிருப்பில் இருப்பது போன்று அவனும் கீழே தன்னுடைய அறையில் இருக்கக்கூடும். அந்த நாட்களில் எல்லா வேலைக் காரர்களின் வீடுகளும் ஒன்றுபோலவே இருந்தன. இருட்டாக, ரகசியமயமானதாக, பீடியின் நாற்றத்தோடு, வெப்பத்தோடே இருக்கும். ஆனால் அந்தப் பகாடி மிகவும் குள்ளமானவனாக இருந்தான். அவ்வளவு சிறிய உருவம் கொண்டவன் வெளியே ஒரு அறையில் தனியாக எப்படி இருப்பான்? குட்டி என்ன செய்கிறான்? அவன் இப்போது அம்மாவின் அறையில் தூங்கிக் கொண்டிருக்கக் கூடும். இந்த நாட்களில் வீடு முழுக்கக் காலியாகவே இருக்கும். அவள் இங்கே இருக்க, அப்பா தில்லியில் இருக்கிறார். லாமாவும் மீரட்டுக்குப் போய்விட்டாள். வரவேற்பறையிலும் உள்ளறைகளிலும் தரைவிரிப்புகள் காற்றில் மேலெழுந்து பிறகு அடங்கியபடி இருக்கும். மிஸ் ஜோசுவாவின் தபால் பெட்டியின் கதவுகள் திறந்தும் மூடிக் கொண்டும் இருக்கும். தூக்கத்தின் எல்லையில் அவளால் அனைத்தையும் பார்க்க முடிநதது. கணகளை மூடியதும் இன்னொரு இருட்டுக் கவிவது போலிருந்தது. அந்த இருட்டு, அறையிலிருந்த இருட்டுக்கு வெளியில் இருந்தது. அந்த இன்னொரு இருட்டில் அவள் விடுதலை அடைந்திருந்தாள். தன்னை மட்டுமே அவள் சார்ந்திருந்தாள். அனைத்துத் தொலைவுகளின் எல்லைகளையும் கடந்து அவளுக்கு எங்கே விருப்பமோ அங்கே செல்ல முடிந்தது. கையை நீட்டிக் குட்டியின் படுக்கையைத் தொட முடிந்தது. அப்பாவைத் தன்னுடைய படுக்கைக்கு எதிரில் காண முடிந்தது. அங்கே அவளே அவளுக்கு எஜமானி. வெட்கமில்லாமல் அழ முடிந்தது. தன்னுடைய அழுகையில்தானே ஆறுதல் கொள்ள முடிந்தது. யோசிக்க முடிந்தது . . .

தூக்கம் வருவதற்கு முன்புதான் எத்தனை யோசனைகள்!

இரண்டு

அத்தையால் அடுத்த நாள் போக முடியவில்லை. சித்தப்பாவின் வேண்டுகோளினாலும் மழை வலுத்துப் பெய்தபடி இருந்ததாலும் புறப்பட முடியவில்லை. அன்று இரவு தொடங்கிய மழை தொடர்ந்து இரண்டு நாட்கள் பெய்துகொண்டேயிருந்தது.

மூன்றாவது நாள்தான் வானம் தெளிந்தது. அத்தை எவ்வளவு மறுத்தபோதும் சித்தப்பா கேட்கவில்லை. அவளுக்காக ரிக்ஷாவை அழைத்துவரச் சென்றிருந்தார். அவர்கள் எல்லோரும் ஒற்றையடிப் பாதையில் தோட்டத்துக் கதவுவரை வந்திருந்தனர். எல்லோர் எதிரிலும் ரிக்ஷாவில் ஏறி உட்கார்வதற்கு அவளுக்குக் கூச்சமாக இருந்தது. எனவேதான் கடைசியாக அவள் யாருடனும் பேசவுமில்லை, யாரையும் பார்க்கவுமில்லை. மூட்டையை ரிக்ஷாவில் வைத்துவிட்டு முதுகை நிமிர்த்தி உட்கார்ந்து கொண்டாள். சித்தப்பா அவளோடு மால்வரை போயிருந்தார். அவர் சற்றே முன்னால் போனதும் அத்தை ரிக்ஷாவைத் திடீரென்று நிறுத்தினாள். தன்னிடம் அவள் ஏதோ சொல்ல விரும்புகிறாள் எனக் காயா நினைத்தாள். அவள் ரிக்ஷாவின் அருகில் ஓடிவந்தாள். ஆனால் அதற்குள்ளாக அத்தை தன்னுடைய முடிவை மாற்றிக்கொண்டு விட்டாள். காயா நெருங்குவதற்கு முன்பே ரிக்ஷா திரும்பி சாலைக்கு வந்திருந்தது. அவள் சாலையிலேயே கொஞ்ச தூரம் ஓடினாள். பிறகு “பாக்ஸ்லேண்ட்” என்று மழையில் நனைந்த

பெயர்ப் பலகை தொங்கிக்கொண்டிருந்த மரத்திற்கு அருகில் அவள் நின்றுவிட்டாள்.

அத்தை கண்ணிலிருந்து மறைந்துவிட்டாள். ஆனாலும் ரிக்ஷாவின் மணியோசை வெகுநேரம்வரை சத்தமில்லாத காற்றில் கேட்டுக்கொண்டிருந்தது.

அவள் வீட்டுக்குத் திரும்பி வருவாள், அங்கே அத்தை இருக்கமாட்டாள் என்பது அவளுக்கு நம்ப முடியாததாக இருந்தது. தன்னுடைய துணிகள் படுக்கையின்மீது இருக்க, அத்தையின் படுக்கை காலியாக இருக்கும் என்பதையே அவளால் யோசிக்க முடியவில்லை.

அவள் மறுபடியும் அந்த ஒற்றையடிப் பாதையின் வழியாகக் கீழே இறங்கத் தொடங்கினாள். தூய கூர்மையான கற்கள் சேற்றில் மேலெழுந்திருந்தன. மரங்கள் அசையும்போது கிளைகளிலிருந்து தண்ணீர் துளிகள் அவள் தலைமீது சொட்டத் தொடங்கின. மனம் லேசாகியது. அத்தை விடைபெற்றுச் சென்றது என்பது ஏகப்பட்ட பள்ளங்களில் ஒரு பள்ளம் போலவே தென்பட்டது. அதைத் தாண்டிச் செல்லத்தான் வேண்டும். பிறகு அவள் பின்னால் திரும்பிகூடப் பார்க்கவில்லை. எத்தனை விஷயங்களை அவள் பின்தள்ளிவிட்டு வந்திருக்கிறாள். அப்பாவின் ரிக்ஷாவும்கூட இப்படித்தான் போய்விடும். செங்குத்தான ஏற்றத்தில் ஊர்ந்து செல்லும் ஒரு கருப்புப் புழுவைப் போல. அந்த ரிக்ஷாவோடு சேர்ந்து தன்னுடைய வேதனையும் மங்கிப்போய்விடும் என்ற மனக் கலக்கத்துடன் அவள் வராந்தாவில் நின்றிருப்பாள். அதை மறுபடியும் தோண்டி எடுக்காத வரையிலும் பின்னால் திரும்பி அந்தப் பள்ளத்தைத் தெரிந்தே தாண்டாது இருக்கும்வரை எதுவும் ஆகிவிடாது. இத்தனையையும் தாங்கிக்கொள்ள முடியும் என்று அவள் யோசித்ததுகூடக் கிடையாது. அல்லது அந்த அளவுக்குத்தான் யோசிக்க முடிந்தது.

இது ஒரு வகையான சுகம்தான். ஆறுதல் அல்ல. சுகம். அவை சந்தோஷமான நாட்களாக இருந்தன. ஆனால் அதைப் பற்றி அவளுக்கு எதுவுமே தெரியாது. சிறுவயது துக்கங்கள் மறந்துபோய் வளர்ந்த வயதின் சுகங்களைக் கண்டுகொள்ளும் பருவத்தில் இருந்தாள் காயா. அந்தப் பருவத்தில் வலிகளைத் தாண்டிக் குதிக்கும்போது, சுகத்தை நாம் அள்ளிக்கொள்ளத் தொடங்குகிறோம். ஒருவிதமான சந்தோஷம் வலியாக மாறிப் போகிறது. அதை அறிந்துகொள்வது என்பது இயலாதது.

அவை அசாத்தியமான நாட்கள்.

இரவில் பெய்த மழையினால், பாதை சிதைந்து போயிருந்தது. மலைகளிலிருந்து மண் சரிந்து ஒற்றையடிப் பாதையின் மீது மூடிக்கிடந்தது. ஈரத்துடன் சிவப்பாகச் சேறாக இருந்தது. அதன் மீது கால்வைக்கும்போது வழுக்கியது. அப்படியான இடங்களில் அவள் நின்றுவிட்டாள். பின்னால் வருபவர்களின் காலடியோசையைக் கவனிக்கத் தொடங்கினாள்.

"பீரு!"

"நான் இங்க இருக்கேன்." தடித்த மரங்களுக்கு நடுவில் அவனது முகம் தென்பட்டது.

மலை நகரங்களில் எப்போதும் மழைக்குப் பிறகான நாட்களைப் போலவே அன்றைய தினமும் பளிச்சென்று வெளிச்சத்துடன் இருந்தது. கீழே வயல்வெளிகளில் மழை நீர் நிரம்பிக்கிடந்தது. ஒரே இரவில் ஏராளமான சின்னச் சின்ன அருவிகள் மலை இடுக்குகளிலிருந்து பெருகிக் கொட்டுவது போல இருந்தது.

அன்று மதியம் பீரு அவளுடைய அறைக்கு வந்தான். அவன் சற்று நேரம்வரை வாசலிலேயே நின்றிருந்தான். பிறகு அவளுடைய அறையையே பார்த்துக்கொண்டு நின்றான். அவளுடைய படுக்கை. படுக்கையின் மீதிருந்த இரவு உடுப்பு. வீட்டிலிருந்து அவள் கொண்டு வந்திருந்த சில புத்தகங்கள். மேசையின் மீது கிடந்த அவளுடைய ரிப்பன்கள். கிளிப்புகள் என்று ஒவ்வொன்றின் மீதும் அவனது சாந்தமான ஆழ்ந்த பார்வை நிலைத்துப் பிறகு தாவத் தொடங்கியிருந்தது.

"வெளிய போலாமா?" என்று கேட்டான் பீரு.

"வெளிய எங்க?"

"இங்க நெறைய இடங்கள் இருக்கு . . ." பீருவின் நீண்ட கனத்த இமைகள் மேலே உயர்ந்தன. "நீ ரூமுக்குள்ளயே உக்காந்திருப்பியா?"

"எனக்கு இங்க வழியே தெரியாது" என்றாள் அவள்.

"இங்க ஒரு பழைய தேவாலயம் இருக்கு. இங்கிலிஸ் காரங்க கட்டினது."

"அது ரொம்ப தூரமா? இநதத் துணியோட வரலாமா?"

பீரு அவளைக் கவனமாகப் பார்த்தான். சல்வாரின் மீது விழுகிற நீண்ட பச்சை நிறக் கமீஸ். செருப்புகளுக்கு வெளியே நீட்டிக்கொண்டிருக்கும் பாதங்கள். மாநிறமான சிறிய முகத்தின் மீது இரண்டு கூரிய, பசித்த கண்கள். மேலும் கீழுமாகக் குவிந்த ஒரு சுழற்காற்றினைப் போலப் பரவிக்கிடந்த கூந்தல்.

"மேல குளிர் அடிக்கும். உங்கிட்ட கோட் எதுவும் இருக்கா?"

அவர்கள் மேலே ஏறிக்கொண்டிருந்தார்கள். வயல்வெளிகளுக்கு நடுவில், ஒற்றையடிப் பாதையின் வழியாக, சேற்றிலிருந்தும் தண்ணீரிலிருந்தும் ஒதுங்கி நடந்தார்கள். ஒழுங்கான சாலை எப்போதோ முடிந்துபோயிருந்தது. அவ்வப்போது ஏதாவது ஒரு லாரியோ அல்லது பேருந்தோ செல்லும் சத்தம் கேட்கும்போது அவர்கள் நின்று கீழே எட்டிப் பார்த்தார்கள். மரங்களுக்கு நடுவில் ஒழுங்கான சாலையில் கீழே நகரத்தை நோக்கிப் போகும் ஒரு பொம்மையைப் போல வாகனம் தென்பட்டது. அக்கம்பக்கத்து அமைதி சற்று நேரம்வரை எதிரொலித்திருந்தது. பிறகு அனைத்துமே முன்பு போலவே நிசப்தமடைந்தது.

"நீ இன்னும் மேல போவியா?"

"களைப்பா இருக்கா?"

யாரும் களைத்துப்போகமுடியும் என்று யோசிப்பதுகூடப் பீருவுக்குச் சாத்தியமற்றதாக இருந்தது. அவன் பலமுறை இந்த ஒற்றையடிப் பாதையின் வழியாக மேலே ஏறி ஜாகு வரைக்கும் சென்றிருக்கிறான். நிற்காமல் பல மணிநேரம் அவனால் நடந்துகொண்டே இருக்க முடியும்.

அவர்கள் மலையையொட்டியே சென்று கொண்டிருந்தனர். வாகனங்கள் செல்லும் சாலைக்கு மேலே ஆனால் ஜாகு சிகரத்துக்குக் கீழே சென்றனர். மேலே மஞ்சள் புள்ளியொன்று நகர்ந்தபடி இருந்தது. அது சூரியன். ஆனால் அப்படித் தெரியவில்லை. நவம்பர் மாதத்தின் மங்கலான இருட்டில் அது நீலக்கூரையில் அசைந்தபடி வெளிச்சம் வீசும் மஞ்சள் நிற பல்புபோலவே தென்பட்டது.

அவ்வப்போது அவள் பீருவை முற்றிலுமாக மறந்து போனாள். ஆனால் ஏதோ ஒரு திருப்பத்தில் சட்டென்று பீரு கண்ணில் படுவான். அப்போது கண்கள் அவன் மீதே நிலைத்துவிடும். பழுப்பு நிறத்திலான முழுக்கை ஸ்வெட்டர் அவன் கழுத்தைச் சுற்றியிருந்தது. நெற்றியில் புரளும் மயிர்க் கற்றைகள். ஜப்பானியர்களைப் போல இடுங்கிய ஆனால் பெரிய இமைகளுடன் கூடிய கண்கள். அவன் உடம்பைப் பாதி திருப்பும்போதுகூட இமைகளின் ஒரு பகுதி தெரியுமளவு பெரிய இமைகள். அவன் திரும்பி நின்று உனக்குக் களைப்பாக இருக்கிறதா என்று கேட்டபோது தன்னைக் குறித்த அவனது அக்கறை அவளைத் தர்மசங்கடப்படுத்தியது. ஏனெனில் அவளுடைய அறைக் கதவைத் தட்டியபடி அப்பா உள்ளே

நிர்மல் வர்மா

வந்து விசித்திரமான பரபரப்புடன் அவளைப் பார்த்திருக்கும் அந்த இரவுகள் அப்போது நினைவுக்கு வந்தன. அதேபோன்ற ஒரு உணர்வைத்தான் பீருவின் சாந்தமான சலனமற்ற கண் களிலும் அவள் அவ்வப்போது கண்டிருந்தாள். அப்போது அவளுக்குள்ளாக அதேபோன்ற வாத்ஸல்யத்துடன் நெருடும் ஒரு பெருமூச்சு எழத் தொடங்கும். அமைதியான ஒரு மதியவேளையில் அடர்ந்த மரங்களின் ஊடாகக் காற்று வீசுவது போலிருந்தது. மரங்களின் கிளைகள் அசையும் போதுகூட உள்ளே ஏற்படும் நடுக்கத்தைக் காணமுடியாது. அனைத்துமே அசைவற்றிருக்கும். ஏதேனும் ஒன்று ஓரிடத்தில் அசைந்தபின் இன்னொரு இடத்திற்கு நழுவிவருவதை யாரும் பார்க்கக்கூட முடியாது.

திடீரென்று கண்கள் காற்றில் நிலைத்தன. ஒரு புராதன மான, கரிய மரத்தாலான கட்டடத்தின் எதிரில் நின்றிருந்தாள் அவள்.

ஒற்றையடிப் பாதை ஒரு மைதானத்தில் முடிந்து போயிருந்தது. மைதானத்திற்குச் சற்று மேலே நாடகமேடை போலக் கற்களாலான ஒரு மேடை இருந்தது. அங்கே அந்த மேடையின் மீது அந்தத் தேவாலயம் அமைந்திருந்தது.

மைதானத்தின் நாலாப்பக்கமும் வரிசையாக மரங்கள் இருந்தன. மரங்களுக்கடியில் சேறும் நீருமான சகதியில் உதிர்ந்த புழுதி படிந்த பூக்களும் கிடந்தன. வெகு தூரம் வரை பரவிக் கிடந்த அந்தச் சிவப்பு நீல நிறம் கொண்ட மினுமினுப்பான பூக்களுக்குப் பெயர் எதுவும் கிடையாது. ஆனால் நவம்பர் மாதத்தின் குளிரையும் மழையையும் மூடுபனியையும் தாங்கிக் கொண்டு அது பூத்துக்கிடக்கும்.

இத்தனை உயரத்தில் இவ்வளவு பூக்களா!

மரத்தாலான நான்கு படிகளில் ஏறி மேடையை அடைய வேண்டியிருந்தது. மேலே வந்ததும் பீரு தென்பட்டான். அவன் தேவாலயத்தின் திறந்த கதவைப் பிடித்தபடி நின்றிருந்தான். கதவின் இன்னொரு பகுதி மண்ணுக்கும் புற்களுக்கும் நடுவே கறகளினமீது கிடந்தது. ஏதோவொரு பறவையின் உதிர்ந்து போன நீண்ட இறகைப் போலக் கிடந்த அதை நிமிர்த்தாமல் விட்டுப் பலகாலம் ஆகியிருக்க வேண்டும்.

"இதான் தேவாலயமா?" என்ற அவள் பீருவைப் பார்த்தாள்.

"நீ எப்பிடி இருக்கும்னு நெனச்சே?" அவளுடைய ஏமாற்றத்தைக் கண்டு பீருவுக்குச் சற்றுச் சங்கடமாக இருந்தது.

“இல்லே . . . ஒண்ணும் இல்லே.”

அவள் வேறுமாதிரி நினைத்திருந்தாள். நாலாப் பக்கங்களிலும் வெள்ளை நிறத்தில் கோபுரங்களும். மத்தியில் சதுரமான கடிகாரமும் வண்ணக் கண்ணாடிகள் கொண்ட உயரமான ஜன்னல்களுமாய் அவள் கற்பனை செய்திருக்க அதற்கு முற்றிலும் மாறாக ஒரு தேவாலயம் அவளெதிரில் நின்றிருந்தது.

அவர்கள் உள்ளே நுழைந்தபோது “உள்ளே” என்பதே அங்கு இருக்கவில்லை. கட்டடம் மொத்தமுமே எலும்புக் கூடுபோல நின்றிருந்தது. நாலாப்பக்கமும் சுவர்கள். நடுவில் எதுவுமற்ற வெற்றிடம். வெறும் பொந்துபோல. வெகு காலத்துக்கு முன்பு பலிபீடம் இருந்த இடம் இப்போது பாதி இடிந்துபோன பெயர்ந்துபோன தரையுடன் உடைந்த தரைப்பலகைகளுடன் ஒரு நிலவறை போலக் காணப்பட்டது. ஒரு கருப்புப் பூனை அதற்கு நடுவில் பதுங்கி உட்கார்ந்திருந்தது. காயாவைக் கண்டதும் அது சட்டென்று பாய்ந்து கதவுக்கு வெளியே சென்று மறைந்தது.

“அவ்வளவுதான். இதுக்கு மேல ஒண்ணுமில்லே” என்றான் பீரு. அவன் வருத்தப்பட்டிருக்கக் கூடும். காயாவை அதோடு நிறுத்திவிட விரும்பினான்.

ஆனால் அவள் பீருவைப் பார்க்கக்கூட இல்லை. அவள் முன்னால் நடந்தாள். பலிபீடத்தின் இடது பக்கமாய்த் தொழுகைக்கான ஒரு சிறிய இடம் இருந்திருக்க வேண்டும். அதனுடைய தரைப்பகுதி மேடும் பள்ளமுமாக இருந்தது. நடக்கும்போது அவளுடைய கால்கள் ஒருசமயம் வெறும் தரையிலும் பின்னொரு சமயம் மரக்கட்டைகளின் மீதும் பதிந்தன. செத்துப்போன விலங்கின் மாமிசத்தைக் கழுகுகள் கொத்திக்கொண்டுபோன பின் வெறும் எலும்புக்கூடு மட்டும் கிடந்திருப்பது போல அக்கம்பக்கத்திலுள்ள ஜனங்கள் தேவாலயத்தின் மரக்கட்டைகளைப் பிரித்து எடுத்துப் போயிருக்க வேண்டும் என்று தோன்றியது. தேவாலயத்தின் கடைசி எச்சங்களாகக் கால்வைக்கும்படியாகவும் கைதொட்டுப் பார்க்கும்படியாகவும் சில பலகைகளும் கொஞ்சம் மரக்கட்டைகளும் இப்போதும் மிச்சமிருந்தன.

ஏதோ ஒன்று திடுதிப்பென்று எழுந்தது. நெடிமிகுந்த இருண்ட காற்றில் படபடத்தது. ஏதோவொரு பஞ்சுபோன்ற ஒன்று அவளுடைய கன்னங்களில் உரசிப் பறந்தது போலிருந்தது. அவள் பீருவை அழைக்க நினைத்தாள். ஆனால் உதடுகள் உலர்ந்துபோய்த் திறந்தபடியே நின்றன. அவன் அங்கே ஒரு

பலகைமீது உட்கார்ந்திருந்தான். அவளுடைய தலை சுற்றத் தொடங்கியிருந்தது.

"உனக்கு ஒண்ணுமில்லயே ..." பீரு தயங்கியபடியே அவளிடம் கேட்டான். அவன் பலிபீடத்தின் ஜன்னலருகே நின்றிருந்தான். வெளியில் அடித்த மங்கலான மஞ்சள் வெயில் அவனது முகத்தில் விழுந்திருந்தது.

"ஏதோ ஒண்ணு எம் முகத்துல மோதிட்டுப் போச்சு." காயா புன்னகைக்க முயன்றாள்.

"வௌவாலாயிருக்கும்" என்றான் பீரு. "பயப்படறதுக்கு ஒண்ணுமில்ல. அதுக ஒண்ணும் செய்யாது."

வௌவால்! அவள் அந்தப் பெயரைக் கேட்டிருக்கிறாள். ஆனால் பார்த்ததில்லை.

"நீ தினமும் இங்க வருவியா?" என்று கேட்டாள் காயா.

"எப்பவாவது. நான் இங்க வர்றேன்னு யாருக்கும் தெரியாது. இங்க இப்பிடி ஒரு தேவாலயம் இருக்குங்கறதும் அவங்களுக்குத் தெரியாது."

அவன் இப்போதும் நின்றுகொண்டுதான் இருந்தான். தேவாலயத்தின் இருட்டிலிருந்தும், நெடிவீசும் காற்றிலிருந்தும் முற்றிலும் வேறொரு உலகத்தில் மரங்களின் மீது வெயில் இறங்கிக்கொண்டிருப்பதைப் பார்த்தபடியிருந்தான்.

"இப்ப இங்க யாரும் வரமாட்டாங்களா?"

"இப்ப யாரு வருவாங்க?" பீரு சற்று வருத்தத்துடன் சொன்னான். "முதல்ல இங்கிலிஷ்காரங்க வந்தாங்க. நாங்கல்லாம் புதருக்குள்ள ஒளிஞ்சு நின்னுட்டு அவங்கள பாத்தோம்."

"என்ன பாத்தீங்க?"

"அவங்க ரிக்‌ஷாவுல உக்காந்துட்டு இங்க வருவாங்க. பொண்ணுங்கல்லாம் குடையை விரிச்சுப் புடிச்சிருக்குங்க." பீரு சற்றுத் தயக்கத்துடன் மெதுவாகச் சொன்னான். "அவங்களோட காலுங்க எல்லாம் அப்பிடியே வெள்ளைவெளேர்னு இருக்கும்."

"ஒரு முடிகூட இருக்காது" என்றான் பீரு. "நம்ம காலுங்க மாதிரி கெடையாது. அவங்களோட காலுங்க. அப்பிடியே மெழுகுவத்திக மாதிரி வெள்ளையா மொழுமொழுன்னு இருக்கும்."

"அவங்க நைலான்ல காலுறைங்க போட்டிருப்பாங்க. அதான் ..." என்றாள் காயா.

"அதுனால என்ன?"

"கால் மயிரு தெரியாது" என்றாள் காயா.

"உனக்கெப்படித் தெரியும்?" பீரு சந்தேகத்துடன் அவளைப் பார்த்தான்.

"எங்க வீட்டுக்குக் கீழே மிஸ் ஜோசுவான்னு ஒரு அம்மா இருக்காங்க. அவங்க காலுங்ககூடத்தான் வெள்ளையா இருக்கும்."

தேவாலயத்தின் புராதன இருட்டுக்கும் வெள்ளைக் கால்களுக்கும் எந்தச் சம்பந்தமும் இல்லை என்பதால் அவர்கள் இருவரும் கொஞ்ச நேரம் பேசாதிருந்தனர்.

காற்றில் சிலந்தி வலைகள் அசைந்தன. வெளியில் இருந்த பிரகாசம் ஜன்னல்களின் உடைந்த கண்ணாடிகளில் விழத் தொடங்கியிருந்தது.

"நீ இதப் பாத்தியா?" பீரு கதவருகில் இருந்து நகர்ந்து ஒரு நீண்ட கூடத்துக்கு வந்தான்.

ஒரு சுவர். அதில் இரண்டு மரத்துண்டுகள் பொருத்தப் பட்டிருந்தன. ஒரு நிர்வாண உடல். மேலிருந்து கீழாகத் தொங்கவிடப்பட்டதாய், இரண்டு கரங்கள், அவற்றின் மீது ஆணியடிக்கப்பட்ட துளைகள் தென்பட்டன. மடங்கிய ஒரு காலின் மீது வெயில் மெதுவாக நகர்ந்துவந்தது. அந்தக் காலுக்கு மேலாக இன்னொரு கால். அதன் மீதும் ஆணியடித்த துளை வெளியே எட்டிப் பார்த்தது.

ஒரு பழைய மரச்சட்டகம். அதன் மீது சிவப்பு நிறப் புள்ளிகள் இங்கும் அங்குமாய்க் கால்களின் மீதும் கைகளின் மீதும் மார்பின் மீதுமாய் இறைந்திருந்தன. கீழே உருண்ட ஒரு தலை. உதடு.

இப்போது வெயில் நகர்ந்துவந்திருந்த, ஆணிகளால் துளைக்கப்பட்ட உடலில் இருந்த புண்களைக் கண்ணிமைக்காது மந்திரத்தில் கட்டுண்டவள் போல் காயா பார்த்துக்கொண் டிருந்தாள்.

அந்துப்பூச்சிகள் அரித்திருந்த மரக்கட்டையின் மீது பளபளத்திருந்த அந்தத் துளைகளைத் தொட்டுப் பார்க்க வேண்டும் என மனம் விரும்பியது. ஆனால் அவள் தடுக்கப் பட்டவளாய் நின்றிருந்தாள். தன்னையே கட்டுப்படுத்திய வளாய் நின்றிருந்தாள். காற்றில் 'வேண்டாம்' என்று சொல்வது போல ஒரு சைகை இருந்தது. அவளைத் தடுப்பவர்கள்

யாருமில்லாத சிதைந்த பழைய பாழடைந்த தேவாலயத்தில் முதன்முறையாக அப்படியொரு சைகையைக் கண்டதில் அவளுக்குக் கலக்கமாயிருந்தது.

சட்டென்று காயாவின் கவனம் நிலைகுலைந்தது. மெல்லிய ஒரு நிழல் மரச்சட்டத்தின் மீது சரிந்துவருவது போலிருந்தது. அவள் தலையைத் திருப்பித் தேவாலயத்தின் கதவுப் பக்கமாய், அங்கிருந்து யாரும் உள்ளே வருகிறார்களா என்று பார்த்தாள். ஆனால் அங்கே யாரும் இருக்கவில்லை.

நீ இங்க இருக்கியா? நான் உங்கிட்ட ஒண்ணு சொல்ல நெனச்சேன். இப்ப ஏதோ ஒண்ணு உள்ள வந்தது இல்லே. அத நீ பாத்தியா? என்றெல்லாம் அவனிடம் கேட்க விரும்பினாள். ஆனால் அதன் பிறகு பீருவின் சாந்தமான பயமில்லாத களங்கமற்ற கண்களைக் கண்டதும் சொற்கள் அனைத்தும் மறைந்துபோயின. ஒரு காலத்தில் அவளை அச்சுறுத்துகிற வௌவால்கள், நெடி வீசும் காற்று, சுவரில் தொங்கவிடப்பட்ட சிதைந்த உடல் போன்ற எல்லா விஷயங்களுமே இப்போது இந்தப் பையனுக்கு முன்னால் துச்சமானவையாக மறைந்துபோயின. முன்பு அச்சமும் கலக்கமும் இருந்த இடத்தைத் திடீரென்று யாரோ ஒருவன் ஆக்கிரமித்துக்கொண்டானா?

“நாம போகலாம்.” பீரு கதவருகில் இருந்து நகர்ந்ததும் நிறைய வெயில் ஒட்டுமொத்தமாகத் தேவாலயத்துக்குள் விழுந்தது. உடைந்துபோன மரச்சட்டங்களின் வழியாக வெளிச்சம் வெள்ளம் போலப் பெருகி நுழைந்தது.

“இவ்வளவு சீக்கிரமா?” அவள் ஏமாற்றத்துடன் பீருவைப் பார்த்தாள். “இன்னும் கொஞ்ச நேரம் இருக்க முடியாதா?”

“அவங்க நம்மள எதிர்பார்த்திட்டு இருப்பாங்க. நீ இங்கதானே இருக்கப்போறே. இன்னொரு நாள் வரலாம்.”

காயாவின் தலை ஒரு முறை, இரண்டு முறை மறுப்பது போல மெதுவாக அசைந்தது. அவன் மேலே தலை தூக்கிப் பார்த்தான்.

“நான் இங்க இருக்கமாட்டேன.”

முதன்முறையாகப் பீருவின் சாந்தமான முகத்தில் லேசான ஒரு கவலை படிந்தது.

“எப்படி போவே? உங்கப்பா வராதவரைக்கும்?”

“நான் ஓடிப்போயிருவேன்” என்றாள் காயா.

“நீ ஓடிப் போவியா?” பீருவுக்கு அவள் சொன்ன வார்த்தை களைத் திருப்பிச் சொல்ல முடிந்ததே தவிர தானாக எதையும் உச்சரிக்க முடியவில்லை.

காயாவும் வியப்புடன் அவனைப் பார்த்துக்கொண் டிருந்தாள். அவள் இந்த வார்த்தைகளை முன்பின் யோசிக்காமல் சொல்லிவிட்டாள். ஆனால் ஒரு முறை அவ்வாறு சொல்லி விட்ட பின்பு தேவாலயத்தின் நின்றுபோன காற்றுக்கு நடுவில் அவள் விரும்பியதைச் சொல்ல முடியும், செய்ய முடியும் என்று அவளுக்குத் தோன்றியது.

“நீ பயந்துட்டியா பீரு?”

“எதப் பாத்து?”

“நான் ஓடிப்போவேன் என்று சொன்னதுல.”

உலர்ந்த அவளது சிரிப்பைப் பீருவின் கண்கள் திரும்பிப் பார்த்தன. பீருவும் திரும்பிச் சென்றுவிட்டான். காயாவின் கடினமான அபாயத்திலிருந்து விலகி, தன்னுடைய அறையில் இருக்கும் கணப்படுப்பில் எரிந்துகொண்டிருக்கும் நெருப்பும் பியானோவும் புத்தகங்களும் உள்ள பாதுகாப்பான மூலைக்குத் திரும்பிவிட்டான்.

காயா அவனை அங்கிருந்து தன்னுடைய பாலைவனத்துக்கு இழுத்துச் சென்றபோது அவன் கலக்கமடைந்திருந்தான். காயா எங்கிருக்கிறாள் என்று பின்னால் திரும்பிப் பார்க்காமலே வந்துவிட்டான்.

உண்மையில் அவள் அவனது கண்களிலிருந்து மறைந்து விட்டாள். சிவப்புத் தகரததாலான கூரை இருக்கிற, கூரை களிலிருந்து முற்றிலும் வேறாக வெயிலில் கிடந்திருக்கும் ரயில்வே தண்டவாளங்கள் உள்ள, மிஸ் ஜோசுவாவின் தபால்பெட்டி கண்களைத் திறந்தபடி அனைத்தையும் பார்த்து நிற்கிற இன்னொரு ஊருக்கு அவள் போய்விட்டாள். இந்தக் கணம் தேவாலயத்தின் மங்கிய வெளிச்சத்தில் பீரு நின்றிருக்கிறான். ஆனாலும் அவனுக்கு இங்கிருக்கும் இந்த விஷயங்களைக் குறித்த எந்தவொரு பிரமிப்பும் இல்லை என்பது சாத்திய மில்லாததாக அவளுக்குத் தோன்றியது. அப்போதுதான் அந்த ஊரே ஒரு கனவுதானோ என்று அச்சம் கலந்த ஒரு குழப்பம் ஏற்பட்டது. காற்றில் இருக்கும் தொட்டாற்சிணுங்கியைப் போன்ற சலனம் ஒரு ஏமாற்றம்தானா? ஏமாற்றம்கூட இல்லை. ஒன்றுமே இல்லை. அனைத்துமே நிஜம். இந்தத் தேவாலயம். இந்தச் சிறுவன். கூடத்தின் இருட்டில் நிற்கும் ஆணிகளால் துளைத்த உடல் யாவுமே அவளுக்குள் எப்போதைக்குமாக அத்தை விட்டுச் சென்றிருப்பது போன்ற ஒரு நிஜம்.

நான் ஓடிப்போயிருவேன் அது ஒரு வேடிக்கைதான். வீட்டின் பால்கனியில் உடைகளைக் களைந்துவிட்டுச் செய்யும் வேடிக்கை போன்றதுதான். அப்போது அவளுக்குத் தன்னை நினைத்தே கூச்சமாக இருந்தது. அவள் எங்கும் போகமாட்டாள் என்ற உண்மை அவளுக்குத் தெரியும். அவளுக்கு முடியுமென்றால் பீருவின் கையைப் பற்றித் தனக்குள்ளாக இழுத்துக்கொண்டு “இதப் பாரு. இதத் தொட்டுப் பாரு. இதுதான் உண்மை. நான் எங்கேயும் ஓடிப்போயிர மாட்டேன். ஏன்னா இப்ப இதை என்னால சமாளிச்சுக்க முடியும். இங்க வேடிக்கைக்கு ஒண்ணும் இல்லை. இதுல சகிச்சுக்க முடியாதுன்னு அப்படி எதுவுமே இல்லை” என்று சொல்லுவாள்.

அதைச் சொல்வதற்காகத் திரும்பியபோது கண்கள் அசைவற்றுப்போயின. அங்கே பீரு இருக்கவில்லை. கரிய மரக்கட்டைகளின் மீது அழுக்கைப் போன்று ஒரு வெண்மை பரவியிருந்தது. உடைபட்ட ஜன்னல்களின் வழியாக மேகங்கள் உள்ளே வந்துகொண்டிருந்தன. ‘பீரு’ எனத் தணிந்த குரலில் அழைத்தாள். அப்போது தேவாலயத்தின் நான்கு மூலைகளிலிருந்தும் அவளுடைய குரல் அவளிடமே திரும்பிவருவது போலத் தோன்றியது அவளுக்கு. பீரு . . . பீரு . . . அதன் பிறகு அவள் வெகு நேரம்வரை பாதி எரிந்த, உடைந்த விறகுக் கட்டைகளுக்கு நடுவே தன்னுடைய குரலையே கேட்டுக் கொண்டிருந்தாள். பின்பு அவள் வெளியே ஓடிவந்தாள். கீழே சரிவில் மரங்களுக்கும் பாறைகளுக்கும் நடுவே தேவாலயத்தைப் பார்த்தபடி நின்றிருந்தான் பீரு.

அவள் கீழே இறங்கத் தொடங்கினாள்.

அவர்கள் இருவரும் ஒன்றும் பேசாது கீழே இறங்கினர். ஆகாயம் மேகமூட்டமாக இருந்தது. மலைகளின் மீது அகன்ற கரிய நிழல்கள் கவிந்திருந்தன.

“நீயேன் கீழ வந்துட்ட?” எனக் கேட்டாள் காயா.

“சும்மா அப்படியே . . .”

பீரு பேசாதிருந்தான். அவனுடைய கண்கள் பாதையிலேயே நிலைத்திருந்தன. காற்றினால் அடிக்கடி அவனுடைய தலைமுடி புரண்டு கண்களை மறைத்தது.

“உனக்குக் கோபமா?” காயாவின் குரலில் லேசான நடுக்கம் இருந்தது.

பீரு நின்று அவளைத் தயக்கத்துடன் பார்த்தான். "தேவாலயத்துக்குள்ள நீ என்ன யோசிச்சிட்டு இருந்தே?"

"ஒண்ணுமில்லை பீரு."

"நீ ஒண்ணுமே பேசாம இருந்தியா. சரி... நீ ஏதோ பிரார்த்தனை செஞ்சிட்டு இருக்கேன்னு நெனச்சேன்."

"என்ன பிரார்த்தனை? யாருக்காக?" அவள் சிரித்தாள்.

"கூடத்துல அந்தச் செவுத்துக்கு முன்னால..." பீரு நின்று விட்டான். "ரெண்டு கரிய மரச்சட்டங்கள். அதுல தொங்க விட்டுருந்தாங்களே... அங்க நின்னு என்ன சொன்னே?"

"பீரு, அது யாரு?"

"உனக்குத் தெரியாதா? அவர்கிட்டதான் பிரார்த்தனை பண்ணிக்குவாங்க."

"செரி. அது யாரு?"

"அவரைச் சிலுவையில அறைஞ்சு தொங்கவிட்டுருக்காங்க. எல்லார்த்தையும் பொறுத்தமட்டும் அவரு செத்துப் போயிட்டாரு."

"எல்லார்த்தையும் பொறுத்த மட்டுமா..?" காயா சற்று ஆச்சரியத்துடன் பீருவைப் பார்த்தாள். "அப்படின்னா..."

"தெரியலை. நா புத்தகத்துல படிச்சிருக்கேன்." அதன் பிறகு வெகுநேரம்வரை பீரு எதுவுமே பேசவில்லை. ஒற்றையடிப் பாதையில் இறங்கும்போது இன்னொரு நாள் மறுபடியும் இந்தத் தேவாலயத்துக்கு வரவேண்டும், கூடத்தின் இருட்டில் மரச்சட்டத்தில் மாட்டப்பட்டிருக்கும், எல்லோரையும் பொறுத்தமட்டில் இறந்துபோய்விட்ட அந்த மனிதரை இன்னும் நன்றாகப் பார்க்க வேண்டும் என்று காயா எண்ணிக் கொண்டாள்.

மூன்று

கதவு தயக்கத்துடன் திறந்தது. அவளுடைய கண்களும் திறந்துகொண்டன. இந்த நேரத்தில் வருவது யாராக இருக்கும்? அவள் சற்று நேரம் கேள்விகள் நிறைந்த பார்வையுடன் கதவையே பார்த்துக்கொண்டிருந்தாள்.

யாரும் வரவில்லை போலும். லேசாகத் தட்டும் சத்தம் கேட்டது. பகல் தூக்கம் சாயங்காலம் வரைக்கும் அப்படியே நீண்டுபோயிற்று. ஒரு கணம் அவள் எங்கே இருக்கிறாள் என்றே அவளுக்குத் தெரியவில்லை. தன்னியல்பாகக் கைகள் பக்கத்துப் படுக்கையின் மீது விழுந்தன. வெறும் காற்றைத் தொட்டுவிட்டுத் திரும்பின.

அவளுக்கு ஆச்சரியமாக இருந்தது. வீட்டை விட்டு வந்து இத்தனை நாட்களாகிவிட்டன. ஆனாலும் தூக்கத்திலிருந்து விழித்ததும் கைகள் குட்டியின் படுக்கையைத் தேடியே நீள்கின்றன.

இல்லை. அது அவளுடைய கற்பனை இல்லை. யாரோ தொடர்ந்து கதவைத் தட்டிக்கொண் டிருக்கிறார்கள்.

யாராக இருக்க முடியும்? பீருவா? இல்லை சித்தப்பாவா? ஆனால் கதவுக்குப் பின்னாலிருந்து வெளியே தெரிந்த முகம் அவர்களில் யாருடையதும் இல்லை.

"நீங்க இப்பச் சாப்பிடறீங்களா, இல்லை கொஞ்ச நேரம் கழிச்சா?"

பகாடி கதவைத் தட்டிக்கொண்டிருந்தான். அவளுடைய கண்கள் மாலைவேளையின் மங்கிய ஒளியில் சுற்றுமுற்றும் பார்த்தன. எந்த மூலையில் படுத்துக்கிடக்கிறாள் என்றே அவளுக்குத் தெரியவில்லை.

"உள்ள வா."

"நீங்க தூங்கிட்டு இருந்தீங்க?"

காயா ஆச்சரியத்துடன் அவனைப் பார்த்தான். முகம் மொத்தத்தையும் அடைத்துக்கொண்டதுபோல அகன்ற இரு கண்கள். அவன் ஒரு சட்டை மட்டுமே போட்டிருந்தான். அதனுடைய எல்லாப் பொத்தான்களுமே உடைந்து போயிருந்தன. தலையில் கத்தைக் காம்பின் நிறமுள்ள, இரண்டு காதுகளையும் மூடியபடி முகவாய்க்கட்டை வரையிலும் நீண்ட ஒரு குரங்குத் தொப்பியைப் போட்டிருந்தான்.

"அய்யா திரும்பி வந்துட்டாங்களா?" என்று கேட்டாள்.

"அவங்க இன்னிக்கு நேரங்கழிச்சுத்தான் வருவாங்க."

"பாபா?"

அவன் பீருவை அந்தப் பெயர் சொல்லித்தான் அழைத்தான்.

"அவங்க வாத்தியாரோட போயிருக்காங்க."

தினமும் சாயங்காலம் தன்னுடைய இசை ஆசிரியரை அவருடைய வீட்டுக்குக் கொண்டுபோய் விட்டு வருவான் என்பது அவளுக்கு ஞாபகம் வந்தது.

வீட்டில் யாரும் இல்லை.

பகாடி நகர முற்பட்டதும் அவள் சட்டென்று எழுந்து உட்கார்ந்தாள். "நில்லு ..." என்றாள். அவன் நிற்காமல் செல்ல அவள் ஓடிச்சென்று அவனை நிறுத்தினாள். அவளால் பலமணி நேரம்வரையிலும் அறைக்குள் உட்கார்ந்திருக்க முடியும். ஆனால் வீடு மொத்தமும் இப்போது யாருமற்றதாக இருக்கிறது என்று தெரிந்ததும் அவளுடைய யாருமற்ற அறையும்கூட அவளை விழுங்கத் தாவிப் பாய்வது போலிருந்தது.

"சின்ன எஜமானி ..." எதுவும் புரியாதவனாய் அவன் கேட்டான் "விளக்கைப் போடவா?"

"வேண்டாம். இப்ப வேண்டாம்." என்றாள் அவள். "வெளியில பாரு. இன்னும் எத்தனை வெளிச்சமா இருக்கு?"

இருட்டுவதற்கு முன்பு மலைகளின் மீது சரிந்து விழும் வெளிச்சம் உண்மையில் வெளியில் இருந்தது. அவளுடைய

வீட்டில் சீக்கிரமாகவே இருட்டிவிடும். ஆனால் சித்தப்பாவின் வீடு ரொம்பவும் உயரத்திலிருந்தது. மலைகளின் வெளிச்சம் வெகுநேரம்வரை ஜன்னல்களில் விழுந்திருக்கிறது.

"இப்ப நான் போகட்டுமா?" பகாடியின் உருண்ட சூதுவாதற்ற கண்கள் அவளையே ஆவலோடு பார்த்திருந்தன. அவன் கொஞ்ச நேரம் ஒரு காலிலும் பிறகு சற்று நேரம் இன்னொரு காலிலுமாக மாற்றி மாற்றி நின்றுகொண்டிருந்தான். அவனுடைய தயக்கத்தை வெளிப்படுத்த அவனுக்கு அதுதான் வழியாக இருந்ததுபோலும்.

"எங்க போவே?"

பகாடி ஆச்சரியத்துடன் அவளைப் பார்த்தான்.

"என்னோட குடியிருப்புக்கு."

"உன்னோட குடியிருப்பு எங்க இருக்கு?"

"உங்களுக்குத் தெரியாதா?" இப்போது அவன் இரண்டு கால்களாலும் உறுதியாக நின்றிருந்தான். "கீழே படியில இறங்கிப் போகணும். பக்கந்தான். ஒரேயொரு ஒத்தையடிப் பாதையைத் தாண்டிப் போகணும்."

காயா சற்று நேரம்வரை அந்தப் பையனைப் பார்த்துக் கொண்டிருந்தாள்.

"நான் பாத்ததேயில்லை."

"வருவீங்களா?"

"என்னால வர முடியுமா?"

"ஏன் முடியாம..?"

அவ்வாறு சட்டென்று முடிவெடுத்தவளுக்கு இதில் ஏதோ தவறு இருக்கிறது என்று தோன்றியது. சித்தப்பாவிடம் கேட்காமல் அப்படி எதுவும் செய்யக்கூடாது. ஆனால் அதன் பிறகு யாருமற்ற வீடும் அவளது இருண்ட அறையும் அவளுக்கு நினைவுக்கு வந்தது. ஒருவேளை பீரு இந்த நேரத்தில் வீட்டில் இருப்பானாயின் முடிந்த அளவு தொலைவுக்கு முடிந்த நேரம் மட்டும் அந்த வீட்டை, அவளது அறையை விலக்கிவைக்க விரும்பினாள்.

ஆனால் அவளுடைய அறையில் இருட்டு இருந்தது. மலைகளின் வெளிச்சம் இப்போது நகரம் முழுவதிலிருந்தும் மறைந்துபோயிருந்தது. வர்ணப் புள்ளிகள் சில மட்டும் அடையாளமாக எஞ்சியிருந்தன. இருட்டிலும் அவை கண்ணுக்குத் தெரிந்தன.

“நீங்க வரமாட்டீங்களா?” சந்தேகப் பார்வையுடன் பகாடி அவளைப் பார்த்தான். அவள் தன் முடிவை மாற்றிக் கொள்வாளோ என்று அவனுக்குப் பயமாக இருந்தது.

“நீ போ. நான் வரேன்.”

அவள் அவசரமாக உடைகளை மாற்றிக்கொண்டாள். வீட்டில் இருக்கும்போது எப்போதும் சல்வார் கமீஸ் அணியும்படி அம்மா சொல்லுவாள். இங்கே இப்போது அவளைத் தடுப்பவர்கள் யாரும் இல்லை. அவள் தன்னுடைய நீல வண்ணக் குட்டைப் பாவாடையை வெளியே எடுத்தாள். அந்த ஒரே ஒரு குட்டைப் பாவாடையைத்தான் அவள் எடுத்துவந்திருந்தாள். அதை அணியும்போது பள்ளிக்கூடத்துக்கான குட்டைப் பாவாடையை இப்போது விடுமுறை நாட்களில் அணிவது போன்ற ஒரு விநோதமான உணர்வு ஏற்படும். இப்போதும் கூட அந்தப் பாவாடையிலிருந்து வகுப்பறை பெஞ்சுகளின் வாசமும் புத்தகம் கட்டும் துணியின் வாசனையும் அடித்தது. பாவாடையின் இரண்டு பக்கங்களிலும் முழங்கால்வரைக்குமான நீண்ட ஜேபிகள் இருந்தன. அவற்றில் இப்போதும் பென்சில் துண்டுகளும் சாக்பீஸ் துண்டுகளும் கிடந்தன.

வெளியே வந்தபோது பகாடி படிகளின் அருகில் நின்றிருந்தான்.

“நீங்க இங்கயே இருங்க. நான் கைவிளக்கை எடுத்துட்டு வரேன். கீழே வெளக்குக் கிடையாது.”

“வேண்டாம். வேண்டாம். கைவிளக்கு வேண்டாம். எல்லாமே எப்போதையும் பார்க்க முடியும்.” அவள் அவசரமாகச் சொன்னாள். அவளுக்குக் கைவிளக்கு என்றால் பயம். அறைக்குள் கைவிளக்கைப் போடும்போது ஒன்றுமில்லை. ஆனால் வெளியில் அதன் வெளிச்சக் கற்றை சுற்றி நகர்வதைப் பார்க்கும்போது அவளுடைய தலையும் சுற்றி நகரத் தொடங்கி விடும். அது மட்டுமின்றி இப்போது வெளிச்சத்துக்கான எந்த அவசியமும் இல்லை. வராந்தாவின் விளக்கொளி கீழே சரிவுவரையிலும் விழுந்திருந்தது. அதிலிருந்து சற்றுத் தொலைவில் குடியிருப்பின் விளக்கொளி இருந்தது. இதற்கு நடுவில் மட்டும் ஒரு சிறிய இருட்டுத் தீவு இருந்தது. அது பங்களாவினுடையதோ குடியிருப்பினுடையதோ அல்ல.

கீழே இலைகள் குவிந்துகிடந்தன. நவம்பர் மாதத்தின் காய்ந்துபோன சருகுகள் பெரிய பெரிய குவியல்களாகக் கிடந்தன. தூரத்திலிருந்து பார்க்கும்போது யாரோ இருட்டில் நிற்பதுபோலிருந்தது. குடியிருப்புவரைக்கும் மரங்களின் நீண்ட வரிசை. ஆனால் அவை அனைத்துமே சூனியமாக நின்றன.

அவளுடைய வீட்டில் கேட்க முடிகிற பறவை எழுந்தமரும் சத்தமோ கிளைகளின் சரசரப்போ இருக்கவில்லை. ஆகாயத்தில் தென்பட்ட நட்சத்திரங்கள் மட்டும்தான் அவள் வீட்டு மொட்டைமாடியில் இருப்பதுபோலவே பளிச்சென்று பிரகாசத்துடன் இருந்தன.

பகாடி பாதையின் நடுவிலேயே நின்றான்.

எதிரில் இரண்டடுக்குக் குடியிருப்பு இருந்தது. கீழே இருந்த பகுதி இருட்டில் மூழ்கிக்கிடந்தது. மேலே இருந்த பகுதியில் மட்டும் இரண்டு விளக்குகள் தென்பட்டன. இடையில் தடுக்கப்பட்ட இரண்டு தனித்தனி அறைகளில் அவை எரிந்துகொண்டிருந்தன.

"நட . . . ஏன் நின்னுட்டே?"

பகாடியை அவள் லேசாகத் தள்ளினாள். ஆனாலும் அவன் தான் நின்ற இடத்திலேயே கல் போன்று நின்றான். பிறகு சட்டென்று அவன் காயாவின் கையைப் பிடித்து மையிருட்டாக இருந்த கீழ்ப் பகுதிக்கு அவளை இழுத்துச் சென்றான்.

அவள் இழுபட்டுப்போனாள். அப்போதிருந்த பரபரப்பில் பகாடி அவளை எங்கே இழுத்துச் செல்கிறான் என்றே அவளுக்குத் தெரியவில்லை. அவன் மூச்சிரைத்தபடி இருந்தான். அடிக்கடி அவனது வெதுவெதுப்பான மூச்சுக் காற்று அவளுடைய கன்னங்களை உரசிச்சென்றது.

மேலே எதையோ தட்டுகிற சத்தம் மெல்லக் கேட்டது. அவர்கள் ஒரு கொட்டகையின் அடியில் நின்றிருக்க அது ஆடியது. ஆனால் அவர்களால் மேலே எதையும் பார்க்க முடியவில்லை. பகாடி இன்னும் கொஞ்சம் நகர்ந்து போனான். அவன் குடியிருப்பின் படிகளைப் பார்த்துக்கொண்டிருந்தான்.

மேலேயிருந்த வீட்டிலிருந்து யாரோ கீழே இறங்கி வந்தார்கள்.

பகாடியின் பார்வை பதிந்திருந்த இடத்தை அவள் கண்ணிமைக்காது பார்த்தாள். மேல்வீட்டுக்கும் கீழே இருந்த வீட்டுக்கும் அதிக உயரம் இருக்கவில்லை. ஒரே பாய்ச்சலில் தாண்டிவிடும்படியாக ஐந்து அல்லது ஆறு படிகள்தான் இருந்தன.

"பகாடி . . . அது யாரு?"

"இருங்க . . . சின்ன எசமானி கொஞ்சம் இருங்க."

அறையின் விளக்கொளி மாடிப்படியில் விழுந்திருந்தது. சித்தப்பா படிகளில் இறங்கிக்கொண்டிருந்தார்.

அவள் கண்கொட்டாது பார்த்துக்கொண்டிருந்தாள். இந்த ராத்திரியில் சித்தப்பா குடியிருப்பில் என்ன செய்துகொண்டிருக்கிறார்? அதே நெடிய கட்டுமஸ்தான உடல். கையில் கைத்தடி. படிகளைக் கைத்தடியால் தட்டியபடியே இறங்குகிறார்.

அவள் கீழே இருட்டில் நின்றிருந்தாள்.

சித்தப்பா படிகளில் இறங்கி பங்களாவை நோக்கி நடந்தார். வெகு தொலைவுவரை அவரது நீண்ட நிழல் மரங்களின் மீது தென்பட்டிருந்தது. அவர் கண்ணிலிருந்து மறைந்த பின்னும் கூட அவரது கைத்தடியின் கட் கட் என்ற சத்தம் கேட்டுக் கொண்டேயிருந்தது.

"இப்பப் போலாமா?" என்று கேட்டான் பகாடி.

அவன் கொட்டகையிலிருந்து வெளியே வந்திருந்தான். அவனுடைய முகத்தில் இருந்த அளவுக்கே வெளியிலும் அமைதி நிலவியது. சற்று முன்பு இருந்த பயம் இப்போது அடியோடு இல்லை.

"நீ இங்க ஏன் ஓடிவந்தே?"

அவன் எதுவும் சொல்லவில்லை. அவனது முகத்தில் ஆத்மார்த்தமான ஒரு புன்னகை படர்ந்தது. அவன் எத்தனை வெகுளியாக இருக்கிறான் என்று முதன்முறையாக அவளுக்குக் கவலை ஏற்பட்டது. இதே வெகுளித்தனத்தை அவள் மங்கதுவிடமும் கண்டிருக்கிறாள். மலைப்பிரதேசத்துக்காரர்கள் தங்களோடு கொண்டுவருகிற உலகம் மாயாலோகமும் இல்லை, அப்பாவித்தனமானதும் இல்லை. ஆனால் இரண்டிலிருந்தும் வேறுபட்ட ஒரு களங்கமற்ற ரகசியத்தால் நிறைந்தது அது. அந்த ரகசியத்தை அவளால் ஒருபோதும் புரிந்துகொள்ளவே முடிந்ததில்லை.

திரும்பிப் போய்விடலாம் என்று தோன்றியது. சித்தப்பாவை அங்கே கண்ட பிறகு என்னவென்றே தெரியவில்லை, தொடர்ந்து போகலாம் என்ற உற்சாகம் வடிந்துவிட்டது. கால்களில் ஒருவித இனம்புரியாத தளர்ச்சி ஏற்பட்டிருந்தது. உடனடியாகப் பகாடியை அங்கேயே விட்டுவிட்டு, சீக்கிரமாகத் தன்னுடைய அறைக்குத் திரும்பிவிட வேண்டும் என்றிருந்தது.

இந்த இருண்ட கொட்டகைக்குக் கீழே தனியாக இந்த வேலைக்காரனோடு என்ன செய்துகொண்டிருக்கிறாள்?

"நீங்க வரலையா?"

பகாடியின் குரல் கேட்டது. அந்தக் குரலில் களங்கமின்மையின் ஒளி இருந்தபடியால் அந்தக் குரலைக் காயாவால் கேட்க மட்டும் இல்லை, அந்த இருட்டில் பார்க்கவும் முடிந்தது. அதில் தொனித்த உற்சாகமான அழைப்பை அவளால் மறுக்க முடியவில்லை.

படிகளில் ஏற வெகு நேரமாகவில்லை. மேலே சிறிய குறுகிய பால்கனி இருந்தது. அதனுடைய கடைசியில் மரத்தாலான ஜன்னல் இருந்தது. பின்பக்கமாக இரண்டு அறைகள். ஒன்று சமையலறை. மற்றது புழங்குவதற்கானது. சமையலறையில் விளக்கு எரிந்துகொண்டிருந்தது. ஆனால் அங்கே யாரும் இல்லை. மற்ற அறைக்கு முன்னால் மூங்கில் திரை போடப்பட்டிருந்தது. அதற்குள் வெளிச்சம் இருந்த போதும் எதுவும் தெரியவில்லை.

"இங்க யாருமே இல்லையா?"

காயா புரியாதவளாய்ப் பகாடியைப் பார்த்தாள். ஆனால் அவன் நிற்கவில்லை. மூங்கில் திரையைத் தூக்கிவிட்டு உள்ளே சென்றான்.

அவள் அப்படியே நின்றிருந்தாள்.

குடியிருப்புக்குப் பின்னாலிருந்து ஓநாய்களின் அழுகுரல் கேட்டது. அங்கே மிக அருகிலிருந்து மூன்று நான்கு நாய்கள் ஒன்றுசேர்ந்து குரைத்துக்கொண்டிருந்தன.

பகாடி மூங்கில் திரையைத் தூக்கினான். அவன் இப்போதும் புன்னகைத்தபடி இருந்தான்.

"உள்ளே வரமாட்டீங்களா?"

அவள் ஆர்வத்துடன் உள்ளே எட்டிப் பார்த்தாள். மலைப் பிரதேசத்து மனிதர்களின் அறையைப் போலவே அந்த அறையும் இருந்தது. சிறுவயது முதல் அவள் மங்கதுவின் அறையைப் பார்த்து வருகிறாள். உட்கார்வதற்காக விரிக்கப்பட்ட சாக்குப் பைகள். குளிர் காய்வதற்கான குமுட்டியடுப்பு. நாலாப்பக்கமும் இறைந்துகிடக்கும் சாம்பல். காற்றில் பரவிக்கிடந்த காரமான மிகப் பரிச்சயமான புகையிலை வாடை.

ஆனால் உள்ளே எட்டிப் பார்த்ததும் அவளது கண்கள் உறைந்துபோயின. சுவரையொட்டி ஒரு பெண் உட்கார்ந்திருந்தாள். காயா அவளை எத்தனை ஆச்சரியத்துடன் பார்த்தாளோ அதேயளவு ஆச்சரியத்துடன் அந்தப் பெண்ணும் காயாவைப் பார்த்தாள். எழுந்துகொள்ளவே மறந்தவள் போல அவளது இரண்டு கைகளும் பின்னிக் கிடந்தன. அவை அவளது

சிவப்புப் பாவாடையின் மீது தளர்ந்துகிடந்தன. வெள்ளை நிறப் பூவைப் போலச் சதுரமான ஒரு புல்லாக்கை அவள் அணிந்திருந்தாள். வெளிச்சத்தில் அது அடிக்கடி மின்னியது.

“இங்க வா.” தரையின் மத்தியில் போடப்பட்டிருந்த பாயை நோக்கிக் கை காட்டியபடியே சொன்னாள் அவள்.

காயா பின்னால் திரும்பிப் பார்த்தாள். பகாடி காலை அகட்டிக்கொண்டு வாசலில் உட்கார்ந்திருந்தான். இருட்டில் ஓநாய்களின் அலறல்களை எண்ணிக்கொண்டிருப்பவன் போல அவர்கள் இருவரையும் கண்டுகொள்ளாதவனாக இருந்தான்.

அவை தொடர்ந்து அலறியபடியே இருந்தன.

“உக்காரு . . .” அவள் மறுபடியும் சொன்னாள். மிகவும் மென்மையான ஆனால் கனத்த குரல். இப்போது காயா உள்ளே வந்தாள். பாயில் உட்கார்ந்தாள்.

அந்த அறை முற்றிலும் தனித்து இருந்தது. ஒரு மூலையில் மெத்தை இருந்தது. அதன் மீது நீல நிறத்தில் போர்வை விரிக்கப்பட்டிருந்தது. அதற்கெதிரே சமையலறையின் கதவு திறந்திருந்தது. அந்தக் கதவின் மீது சினிமா நடிகர்களின் வண்ணப்படங்கள் ஒட்டப்பட்டிருந்தன. பாய்க்கு அருகிலேயே தையல் எந்திரம் துணியால் மூடப்பட்டு இருந்தது. மெத்தைக்குப் பின்னால் வெள்ளை நிறத்தில் தகரப்பெட்டி இருந்தது. அதில் பெரிய பித்தளை பூட்டுப் போடப்பட்டிருந்தது. மங்கதுவின் அறை எப்படியிருக்கும்? அதனுடைய எந்த அடையாளமும் இங்கில்லை. தவறான இடத்துக்கு அவள் வந்திருக்கிறாள் எனறு தோன்றியது. ஆனால் இப்போது எழுந்துகொள்வது முடியாததாக இருந்தது. புல்லாக்கு அணிந்த அந்தப் பெண் இவளையே பார்த்துக்கொண்டிருந்தாள்.

காயா தன்னுடைய குட்டைப் பாவாடையைப் பாதங்கள் வரை இழுத்துவிட்டாள். காரணமில்லாத ஒரு கூச்சத்தை ஏற்படுத்துவது போன்ற ஏதோவொன்று அவளுடைய பார்வையில் இருந்தது. அப்படியொரு கூச்சத்தைக் காயா இதற்கு முன்பு உணர்ந்ததில்லை.

“பெரிய அண்ணி வந்துட்டாங்களா?” அவளுடைய குரலில் இப்போது மென்மை கூடியிருந்தது.

“யாரு பெரிய அண்ணி?” காயா ஆச்சரியத்துடன் பார்த்தாள்.

“உங்ககூட வந்திருந்தாங்களே ..?”

“அத்தையா? அவங்கள நீங்க பாத்தீங்களா?”

"நெறைய தடவை. இங்கிருந்து எல்லாமே தெரியும்."

அவள் சிரிக்கும்போது புல்லாக்கு மெதுவாக ஆடியது. அவளுடைய முகம் அப்படியே பகாடியைப் போலவே இருந்தது. நெற்றி மட்டும் மேடிட்டிருந்தது. தண்ணீர் பட்டதும் கரைந்துபோய்விடுமோ என்று நினைக்கும் அளவுக்கு அவளுடைய முகத்தின் மஞ்சள் நிறம் தூரத்திலிருந்தே மிகுந்த பிரகாசத்துடன் இருந்தது.

காயாவுக்குத் தான் எத்தனை வேகமாக அந்தப் பெண்ணின் வசமாக ஈர்க்கப்படுகிறோம் என்றே தெரியவில்லை.

"இன்னும் கொஞ்ச நாள் இருப்பியா?"

"டிசம்பர் வரைக்கும். அப்பா வந்து கூட்டிட்டுப் போவாங்க" என்றாள் காயா. புல்லாக்கு அணிந்த அந்தப் பெண், எல்லாம் தெரியும் என்பதுபோலத் தலையாட்டினாள்.

"மூத்த அண்ணி இருந்த ரூமுலதான் நீ தங்கியிருக்கியா?"

"உங்களுக்குத் தெரியுமா?"

"தெரியும். ஆனா பாத்தது இல்லை." இப்போது அவளது குரல் தணிந்திருந்தது.

"நீங்க சித்தப்பாவோட பங்களாவுக்குப் போனதே இல்லையா?"

"இல்லை. நான் அங்கெல்லாம் போறதில்லை."

காயா நம்பமுடியாமல் அவளைப் பார்த்தாள். பங்களாவுக்கும் குடியிருப்புக்கும் நடுவில் மிகச் சிறிய பாதைதான். அதைக் கடந்துபோவது இத்தனை சிரமமானதென்று காயா ஒருபோதும் யோசித்ததில்லை.

ஆனால் அடுத்த கணம் அவள் முறுவலித்தாள். முதன் முறையாக அவள் மிக இளம்பெண்ணாக. ஒரு சிறுமியைப் போல. காயா நினைக்குமளவுக்கு அந்தச் சிரிப்பு வெளிப்படையானதாகவும் மலர்ச்சியுடனும் இருந்தது.

"நான் பாத்தது இல்லை. எல்லாரும் இருக்காங்கன்னு எனக்குத் தெரியும். நீ எந்த ரூமுல தங்கியிருக்கியோ அதே ரூமுலதான் உங்கப்பாவும் இருந்தாங்க. அவங்களுக்கு அந்த ரூம் ரொம்பப் புடிக்கும். அவங்க இங்க வரும்போதெல்லாம் அந்த ரூமுலதான் தங்குவாங்க. நான் உங்கம்மாவைக் கூடப் பாத்தது இல்லை. அவங்க இங்க எப்பவுமே வந்ததில்லை."

"நீங்க அப்பாவைச் சந்திச்சிருக்கீங்களா?"

"சந்திச்சது இல்லை. நான் எப்பவுமே இங்க குடியிருப்பிலேயேதான் இருப்பேன்."

சிவப்புத் தகரக் கூரை

"அவங்க ரிக்ஷாவுல வருவாங்க..." என்றான் பகாடி. அவன் இன்னும் வாசலில்தான் உட்கார்ந்திருந்தான். காயா அவனைப் பற்றி மறந்தேபோயிருந்தாள்.

"அவன் என்னோட புள்ளை..."

புல்லாக்குக்காரி சொன்னதும் அவன் புன்னகைத்தான். அந்தக் கணம் அவர்கள் இருவருக்கும் நடுவில் உட்கார்ந் திருப்பது ஆச்சரியமான அனுபவமாகத் தெரிந்தது. வெளியே மையிருட்டில் அலறியபடி இருக்கும் ஓநாய்கள். மரங்களுக்கு நடுவில் இருக்கும் இந்தக் குடியிருப்பு. எதிரில் உட்கார்ந் திருக்கும் முன்பின்தெரியாத, அந்நியமான ஆனால் காயாவைப் பற்றி எல்லாவற்றையும் தெரிந்துவைத்திருக்கும், இதுவரையிலும் ஒரு தடவைகூட அவள் பார்த்திருக்காத, ஒரு பெண்.

இன்று அவள் பகாடியுடன் இங்கே வந்திருக்காவிட்டால் அவளைச் சந்தித்திருக்கவோ ஏன் பார்த்திருக்கவோகூட முடிந்திருக்காது. கடைசிவரை இப்படி ஒரு பெண் இங்கே இருக்கிறாள் என்று தெரியாமலேயே போயிருக்கும் என்று காயாவுக்கு விநோதமான எண்ணம் ஏற்பட்டது.

அவள் பேசிக்கொண்டிருக்கும்போது காயா அவளையே கண்கொட்டாது பார்த்துக்கொண்டிருந்தாள். அவளுடைய உதடுகளுக்கு நடுவில் தெரிந்த ஒரு பல் புல்லாக்கோடு சேர்ந்து அடிக்கடி மின்னியது. அவள் எப்போதும் கூரிய தெளிவான ஆனால் சற்றே பயந்ததுபோலான தனது சொற்களின் மீதே நம்பிக்கையில்லாததுபோலக் கனத்த குரலில் பேசினாள். அவளுடைய கைகள் துப்பட்டாவில் மறைந்திருந்தன. ஆனால் மருதாணிச் சிவப்புடன் வெள்ளித் தண்டையணிந்த கால்கள் பாவாடைக்கு வெளியே நீட்டிக்கொண்டிருந்தன. தண்டை களைப் பார்த்ததும் மங்கது அன்றொரு நாள் இரவு அவனுடைய அறையில் தண்டைகளைப் பற்றிச் சொன்னது நினைவுக்கு வந்தது.

"நீங்க எப்பவுமே இங்கதான் இருப்பீங்களா?" திடீரென்று காயா கேட்டாள்.

"வேறெங்க?" அவள் ஆச்சரியத்துடன் காயாவைப் பார்த்தாள்.

"வெளிய எங்கயும் போகமாட்டீங்களா?"

"வெளியிலன்னா?"

அவள் கேட்டது அர்த்தமற்ற பொருத்தமற்ற கேள்வி என்பதுபோல அவள் தலையாட்டினாள். சமையல்கட்டும் அந்த அறையுமான உலகமே மிகப் பெரியதாக இருக்க முடியும்

என்பது ஒருவேளை காயாவினால் புரிந்துகொள்ள முடியாத தாக இருக்கும்.

"ஒருதடவை கீழே அருவியைப் பாக்கப் போயிருந்தேன்..." சிரித்தபடியே சொன்ன அவள், "நீ பாத்திருக்கியா?" என்று கேட்டாள்.

"இங்க அருவி இருக்கா?"

"இருக்கே. உங்க சித்தப்பா உங்கிட்ட சொல்லலியா?"

அந்த ஒரு கேள்வி பிற கேள்விகளைப் போலன்றி சித்தப்பா வின் பெயரை மிக மெல்லிய குரலில் உச்சரித்ததும் அவளுடைய மஞ்சள் முகத்தில் ஒரு சிறிய சிந்தனை ரேகை பளிச்சிட்டது போல் தோன்றியது காயாவுக்கு.

"இப்ப நீ கௌம்பு. அவங்க உன்னையக் காணம்னு பாத்திட்டிருப்பாங்க."

அவளுடைய குரலில் எந்தவிதமான கட்டளையும் தொனிக்கவில்லை என்றாலும் காயா எழுந்துகொண்டாள். யாரது? அவளை எதிர்பார்த்துக்கொண்டிருக்கும் அவர் யார் என்று ஒரு கணம் தோன்றியது. இங்கே உட்கார்ந்திருந்த சமயம் அவள் எல்லாவற்றையும் மறந்துபோயிருந்தாள். ராத்திரி முழுக்க அவளால் இங்கேயே தங்கியிருக்க முடியும்.

"மறுபடியும் நா இங்க வரலாமா?" காயா தயக்கத்துடன் கேட்டாள்.

"உனக்கு வரத் தோணுமா?" சற்றே உற்சாகத்துடன் அவள் காயாவைப் பார்த்தாள். "இங்க யாரும் வர மாட்டாங்க."

பகாடி தலை தூக்கி அம்மாவைப் பார்த்தான். தம்மை விடப் பெரியவர்கள் பொய் சொல்வதைப் பார்க்கும் குழந்தைகள் அவர்களைச் சந்தேகப்படவும் முடியாமல், அவர்கள் சொல்வது பொய் என்று உணர்கிற தங்கள் உண்மையைச் சந்தேகிக்கிற சங்கடத்துடன், புரியாததுபோல அவளைப் பார்த்தான். இதுவே அவன் உணர்ந்த முதல் வலியாக இருக்கலாம். ஆனால் அவன் முகத்தில் கூச்சம் இருந்த அளவுக்கு வலி இருக்கவில்லை. அவன் முகத்தைத் திருப்பிக்கொண்டு கதவுக்கு வெளியே பார்க்கலானான்.

அவள் காயாவின் அருகில் வந்தாள். அவளைக் கடந்து சமையலறைக்குள் செல்வதுபோல மிக நெருங்கிவந்தவள் ஒரு கணம் காயாவின் அருகில் நின்றாள். "இங்க வந்தேங்கற விஷயத்தை வேற யாருகிட்டயும் சொல்லிராதே" என்றாள். பின் சமையலறைக் கதவு திறந்திருந்த இடத்திற்கு அவசரமாக நகர்ந்தாள்.

சிவப்புத் தகரக் கூரை

கடைசியாக அவள் சொன்னது தனக்கு மட்டுமே, பகாடிக்கு அது காதில் விழுந்திருக்காது என்று தோன்றியது காயாவுக்கு. அவன் விசிலடித்தபடி வெளியே இருட்டைப் பார்த்துக் கொண்டிருந்தான்.

பங்களாவுக்கு எதிரில் வந்ததும் பகாடி நின்றுவிட்டான்.

"நான் திரும்பிப் போகணும். சின்ன எசமானி, நீங்களே போய்க்கறிங்களா?"

"நீ என்னோட வரலையா?"

"நான் சாப்பாடு தயார் செய்யணும்..." என்றான் அவன்.

"சரி நீ போ. நானே போய்க்கறன்." மரங்களுக்கு இடையில் அவளது நிழல் குடியிருப்புவரை ஓடியது.

ஏணியருகே போனதும் நின்றுவிட்டாள். எல்லா அறை களிலும் விளக்குகள் எரிந்துகொண்டிருந்தன.

இரவு நேரத்தில் கடல் நீரில் மிதக்கும் கப்பல் ஒன்றின் மிகப் பழைய ஒரு படம் காயாவுக்கு நினைவு வந்தது. நவம்பர் மாத இரவுகளின் சுத்தமான காற்றில் அந்தப் பங்களா உண்மையில் ஒரு கப்பல் போலத்தான் தென்பட்டது. எப் போதும் ஒரு மேசையும் சில சாய்வு நாற்காலிகளும் போடப் பட்டிருக்கும் நீண்ட அதன் முற்றம் கப்பலின் மேல்தளம் போல இருந்தது. கோடை நாட்களில் சித்தப்பாவின் நண்பர்கள் அங்கேதான் சீட்டு விளையாடுவார்கள். சாப்பிடுவது, குடிப்பது எல்லாம் அங்கேயேதான். ஆனால டிசம்பர் மாதத்தில் அவர்கள் எல்லோரும் நகரங்களுக்குப் போய்விடுவார்கள். முற்றம் வெறிச்சோடிக்கிடக்கும். மேசை, நாற்காலிகள், பூந்தொட்டிகள் யாவுமே கோடைகாலத்துக் கந்தகாரைப்போலக் காணப்படும். சித்தப்பா வெளியில் எங்கும் போகவில்லையானால் மாலை வெகுநேரம்வரை உட்கார்ந்திருப்பார். தனியாக, மேசையின் மீது ஒரு பாட்டில், ஒரு தம்ளர், தண்ணீர் ஜக் வைத்திருக்க எதிரில் மெழுகுவர்த்திகள் எரிந்துகொண்டிருக்கும். இரண்டு மலைகளுக்கு நடுவில் அந்த மெழுகுவர்த்தி ஒளிவீசியபடி இருக்கும்.

அந்தக் காட்சியே இந்த முற்றத்தின் மிக ரம்மியமான காட்சி.

இங்கிருந்து மூன்று மலைகளை ஒன்றாகப் பார்க்க முடியும். இடதுபக்கமாக ஜாகு மலைச் சிகரம். எதிரில் சஞ்சீவி மலையின் கிராமம். வலது பக்கமாய்த் தொடர்ந்து கய்து

வரையிலும் போகும் இலிசியம் ரவுண்ட் மலை. இவை மூன்றுக்கும் நடுவிலான கணவாய் அங்கங்கே மிக உயரமாக வும் அங்கங்கே கீழேயும் சில இடங்களில் ஒன்றுமில்லாத தாகவும் சில இடங்களில் மரங்களடர்ந்தும் தென்படும். யாரோ அவசரமாகச் சீட்டுக்களைக் கலைத்து எறிந்ததுபோல மேலும் கீழுமாக வீடுகள் அங்கங்கே தெரியும். ராத்திரியானதுமே மின்மினிப்பூச்சிகளின் கூட்டம் ஒன்றாகச் சேர்ந்து மலைமீது வந்துவிட்டதுபோல ஜொலித்துக் கொண்டிருக்கும். இருட்டுச் சற்று அடர்ந்துவிடும் வேளைகளில் – அப்போதெல்லாம் அடிக்கடி அவ்வாறு நடக்கும் – கண்ணெதிரில் – மின்மினிப் பூச்சிகளும் கட்டடங்களும் மலைகளும் என அனைத்துமே ஒரு வெள்ளை ஏரியில் நீந்துவதுபோலத் தென்படும். ஆனால் இருள் விலகியதுமே தெளிந்து மின்னியபடி தயக்கமின்றி மீண்டும் வெளியே வந்துவிடும். இந்த ஆட்டம் தொடர்ந் திருக்கும்வரை சித்தப்பா புட்டியுடனும் குவளையுடனும் அதை ரசித்துப் பார்த்திருப்பார்.

கப்பலின் மேல்தளத்தில் உட்கார்ந்தபடியே.

அவர் இன்றும் அங்கேதான் உட்கார்ந்திருக்கிறார்.

“யாரு?”

அவருடைய குரல் முற்றத்தின் ஒரு கோடியிலிருந்து மறு கோடிவரைக்கும் எதிரொலித்தது.

திரும்பிச் செல்ல வழியில்லை. அப்படித் திரும்பிப்போக அவள் விரும்பவும் இல்லை. நேராக அடியெடுத்து நடந்து அவரது நாற்காலிக்கு அருகில் வந்தாள்.

“ஓகோ . . . நீயா?” என்றபடி அவர் தலை தூக்கியதும் முகம் முழுக்கப் பிரகாசத்தில் மின்னியது. “எங்காவது வெளியில போயிருந்தியா . .?”

“ஆமாங்க . . .” என்றவளுக்குக் குடியிருப்பிலிருந்து கீழே இறங்கும் சித்தப்பாவின் நிழல் உருவம் நினைவில் வந்தது. இங்கே எதிரில் உட்கார்ந்திருப்பவர் உண்மையில் சித்தப்பாதானா அல்லது அவருடைய மனபிரமையா? இருட்டில் மரங்களுக்குக் கீழே அவள் திடுக்கிட்டது உண்மையில் அப்படி நடக்க வில்லையா என்றெல்லாம் தோன்றியது.

“தனியாவா போயிருந்தே?”

“இல்லைங்க . . . பகாடி என்னோட வந்தான்.”

அவர் தன்னுடைய தம்ளரை எடுத்து மீதி இருந்ததை மெல்ல மெல்லக் குடிக்கலானார்.

"இங்க இருக்க உனக்குப் புடிச்சிருக்கா?"

"ஆமாங்க."

"உங்க வீட்டு நெனப்பொண்ணும் வரலையே?"

அவள் எதுவும் பேசாது கண்ணிமைக்காது அவரையே பார்த்துக்கொண்டிருந்தாள். இல்லை. இப்போது எனக்கு எதுவுமே நினைவு வரவில்லை என்று சொல்லிவிட எண்ணம் எழுந்தது. ஆனால் ஏற்கனவே அவள் வெளியே போயிருந்த தாக ஒரு பொய் சொல்லிவிட்டாள். இப்போது இன்னொரு பொய் தொண்டைக்குள்ளேயே நின்றுவிட்டது.

"உங்கப்பாவுக்கு இங்க இருக்கவே புடிக்காது. கொஞ்ச நாள் வந்துட்டு அப்பறம் போயிருவான்."

அவர் மெல்ல சிரித்தார். அப்பா அவருக்கு அண்ணன். ஆனால் அவரைப் பற்றிப் பேசும்போது தன்னுடைய தம்பியைப் பற்றிப் பேசுவதுபோல அவருடைய குரல் மென்மையுடன் ஒலித்தது. இராணுவத்தில் இருந்த காரணத்தால் எப்போதும் வீட்டை விட்டு வெளியேதான் இருந்தார். ஊர்சுற்றி மனிதர். எனவே அப்பாவின் மீதும் அத்தையின் மீதும் அவருக்குப் பிடிப்பு அதிகம். வாழ்நாள் முழுக்க அவர்களை விட்டுப் பிரிந்திருந்த குறையை இந்தக் கடைசி நாட்களில் நிவர்த்தி செய்திட விரும்பியிருந்தார்.

"இங்க நீ முதன்முறையா வந்தது உனக்கு ஞாபகமிருக்கா?"

"முதல்முறையா எப்ப?" அவள் ஆர்வத்துடன் சித்தப்பாவைப் பார்த்தாள்.

"அப்ப உனக்கு ரெண்டு வயசுதான். அண்ணன் உன்னை மட்டக் குதிரையில உக்கார வெச்சு அழைச்சிட்டு வந்தார். அப்ப உங்க சித்தி உசுரோட இருந்தா. அவதான் உனக்குப் பேர் வெச்சா. எலும்புக் கூடு மாதிரி ஒல்லியா இருப்ப நீ."

இல்லை. இது போதையினால் அல்ல. அவள் பெரியமனுசி என்பதுபோலச் சித்தப்பா எப்போதுமே அவளிடம் இப்படித் தான் பேசுவார். "பொறுப்புள்ள பொண்ணு" என்று மிஸ் ஜோசுவா எப்போதும் சொல்லுவாள். இனந்தெரியாத பாரமான திணறலான மேகமொன்று அவளுக்குள்ளிருந்து மேலெழத் தொடங்கியிருந்தது.

எத்தனை நாட்களுக்குப் பிறகு அவளுக்கு வீட்டைப் பற்றி நினைப்பு வருகிறது!

"உங்களுக்கு மிஸ் ஜோசுவாவை ஞாபகம் இருக்கா?" அவள் மெதுவாகக் கேட்டாள்.

தம்ளரிலிருந்து சித்தப்பா பார்வையை அகற்றினார். "மிஸ் ஜோசுவா? அவ இன்னுமா உசுரோட இருக்கா?"

அவர் சிரித்தார். அப்போதுதான் அவருடைய கண்களுக்குக் கீழே சுருக்கங்கள் விழுந்ததைக் கண்டாள். இத்தனை நேரமும் எங்கோ ஒளிந்திருந்துவிட்டு இப்போது அவர் சிரிக்கும் போது வெளியே வந்துவிட்டது போல இருந்தது.

"சில பேர்த்துக்கு ஆயுசு எத்தனை கெட்டியா இருக்கு?" என்று அவர் பெருமூச்சு விட்டார்.

வெளியே இருள் கவிந்தது. மலைகளின் மீது மஞ்சளாக ஒளியின்றி ஏதோ திரைக்குப் பின்னால் தொங்கவிடப்பட்ட பிரகாசமற்ற முத்துக்களைப் போல நட்சத்திரங்கள் தென்பட்டன.

"உனக்குக் குளிரடிக்கலையா?" சித்தப்பாவின் கவனம் அவள் பக்கமாய் திரும்பியது.

அவள் வேகமாகத் தலையாட்டினாள். உள்ளே போக வேண்டுமோ என்ற கவலையினாலேயே அவளுடைய மனம் தடுமாறியது. ஆனால் சித்தப்பாவும் எழுந்துகொள்ள எந்த முயற்சியும் செய்யாது முன்பு இருந்தபடியே உட்கார்ந்திருக்க, அவளுக்கு ஆறுதலாயிருந்தது.

"பீரு இன்னும் திரும்பலையா?" என்று கேட்டாள் காயா.

"அவன் திரும்பி வர நேரமாகும். அவரோட டீச்சர் சஞ்செளலியில இருக்கார்." பிறகு ஏதோ நினைவு வந்ததுபோலக் காயாவைப் பார்த்தார்.

"நீ பீருவோட பியானோவைப் பாத்தியா?"

"பாத்தேன் . . ."

"அது பீருவுக்காக வாங்கினது இல்லை. அது எனக்கு ஓசியில கிடைச்சது."

அவருடைய குரல் திடீரென்று லேசாகியிருந்தது. அவர் காயாவிடம் பேசிக்கொண்டிருப்பது போலவே தெரியவில்லை. கோடை காலத்தில் தன்னுடைய நண்பர்களிடம் பேசுவது போலத்தான் இருந்தது.

"இந்தப் பியானோ கல்கத்தாவில் இருந்து வந்தது."

"நீங்க கொண்டு வந்தீங்களா?"

"நான் கொண்டு வரலை. என்னோட கடிதம்." அவர் பிரகாசிக்கும் கண்களுடன் காயாவைப் பார்த்தார். "எனக்கு இங்க செய்யறதுக்கு எந்த வேலையும் இல்லையா? அதுனால கண்டதையெல்லாம் வாங்கிப் போட ஆரம்பிச்சேன்.

ஸ்டேட்ஸ்மேன் பத்திரிகைல ஒரு விளம்பரத்தைப் பார்த்தேன். மிஸ்டர் வுட் அப்படின்னு ஒரு இங்கிலீஸ்காரர். தன்னோட லைப்ரரி முழுசையும் விக்கணும்னு கூடவே லைப்ரரியோட பியானோ இலவசம்னு போட்டிருந்தது. அவர் இங்கிலாந்துக்குத் திரும்பிப் போறார். இருந்த எல்லாத்தையும் வித்துட்டார். ஆனா பியானோவை மட்டும் தன்னோட எல்லாப் புத்தகங் களையெல்லாம் யாரு வாங்கிக்கறாங்களோ அவங்களுக்குத் தரணும்னு முடிவு செஞ்சிருந்தார்."

அவர் நிறுத்தினார். எதுவும் பேசாது குடிக்கத் தொடங்கினார்.

"பியானோ ரொம்பப் புதுசு. ஆனால் புத்தகங்கள் எல்லாம் ரொம்பப் பழசு. கல்கத்தாவுல இருந்து இங்க வர்றதுக்குள்ளயே தாள்தாளாப் போயிருச்சு. இலையுதிர் காலத்துல மரத்துல இருந்து இலைக உதிர்ற மாதிரி ஆயிருச்சு."

அவர் சொல்வதைக் கேட்டுக்கொண்டிருந்தாள். தண்ணீர் ஜக்குக்கும் பாட்டிலுக்கும் தம்ளருக்குமாகச் சித்தப்பாவின் கை ஒரு பெரிய பிடிவாதமான விட்டில் பூச்சிபோலத் தாவிய படியே இருந்தது. அவர் கையைத் தூக்கும்போது அந்த விட்டில் பூச்சியும் மேலே எழுந்து பறப்பது போலவும் அவருடைய கை கீழே தாழும்போது அதுவும் கீழே இறங்குவது போலவும் தென்பட்டது. அந்த விட்டில்பூச்சியின் இந்தச் சிறிய ஆட்டமே முற்றத்தின் நிசப்தத்தைச் சட்டென்று குலைத்திருந்தது.

விசித்திரமான ஒரு ஆசை அவளுக்குள் எழுந்தது. வெளியே இருந்த இருட்டா அல்லது நாள் முழுக்க இருந்த களைப்போ எதுவென்று தெரியவில்லை அவளை இன்னும் நெருங்கிச் செல்ல உந்தியது. சித்தப்பா தனியாக இருக்கிறார். அவரை இத்தனை அருகில் நெருங்குவது என்பது இயலாத தொலைவில் உள்ள ஒன்று. அவரை நெருங்கும் பாதையின் தொடக்கம்கூட அவளுக்குத் தெரியாது. ஆனாலும் அவள் மெல்ல அடியெடுத்து நடந்தாள். இருட்டில், மிக மெதுவாகக் கேட்டாள். "நீங்க குவார்டர்ஸுக்குப் போயிருந்தீங்களா சித்தப்பா?"

அவர் அசையக்கூட இல்லை. குரலும் உயரவில்லை. மிக இயல்பான குரலில் "நீ பாத்தியா?" என்று கேட்டார்.

"நீங்க படியில இறங்கும்போது . . ."

அவர் ஒன்றும் பேசாமல் காயாவைப் பார்த்தார். இப்போது அவர் மீண்டும் தம்ளரைக் கையில் எடுக்கவில்லை. காயாவை மட்டுமே பார்த்துக்கொண்டிருந்தார்.

"நீ அவளப் பாத்தியா?"

"ஆமாங்க." பொய் சொல்வதை அவர் விரும்பவில்லை என்று காயாவுக்குத் தெரிந்தது. பாரம் இறங்கியது போலிருந்தது.

"நீ எவ்வளவு பெரியவளாயிட்டே காயா?" அவர் எழுந்து நின்றார். இரும்புக் கைப்பிடியின் அருகே நின்றபடி வெளியே பார்த்துக்கொண்டிருந்தார். வெளியே எதுவுமே கண்ணுக்குப் புலப்படவில்லை. மலைகள் விளக்குகள் மரங்கள் எனப் புனத்தின் மீதும் வெண்ணிறமான ஒரு திரை விழுந்திருந்தது.

ஏணிப்படிகளில் காலடியோசை கேட்டது. பீரு மேலே ஏறி வந்தான். ஒரு கணம் அவன் ஆச்சரியத்துடன் அவளையும் சித்தப்பாவையும் பார்த்தான். பிறகு ஒரு வார்த்தையும் பேசாது தன்னுடைய அறையை நோக்கிச் சென்றான்.

சித்தப்பா அவனைத் திரும்பிக்கூடப் பார்க்கவில்லை.

சாப்பாட்டுக்குப் பிறகு அவள் நேராகத் தன்னுடைய அறைக்குத் திரும்பிவிட்டாள். படுக்கையில் படுத்தவுடன் தூக்கம் வந்து விடும் என்று நினைத்தாள். படுத்துக்கொண்டாள். மெல்ல மெல்ல எல்லா அறைகளிலும் விளக்குகள் அணைந்தன. பகாடி தன்னுடைய குடியிருப்புக்குத் திரும்பிவிட்டான். சித்தப்பா மேலே இருக்கும் தன்னுடைய அறைக்குப் போய் விட்டார்.

பீருவின் மூடிய அறையின் கதவுக்கு அடியில் மட்டும் மஞ்சள் கோடாகத் தெரிந்த வெளிச்சம் நூலகத்தின் கடைசி வரை நீண்டிருந்தது. அவன் பியானோவில் இசைப்பயிற்சி செய்துகொண்டிருந்தான். தினமும் தூங்குவதற்கு முன்னால் அந்தச் சத்தம் அவனுடைய அறையிலிருந்து கேட்கும். எல்லா உறவுகளையும் ஒதுக்கிவிட்டு அவளுடைய ரத்தத்தில் தன்னுடைய துடிதுடிப்பைப் பின்னியபடி அந்த ஓசை இசைந்து வந்தது. இது என்னை என்ன செய்கிறது என்று அவள் யோசித்தாள். ஒருவிதமான மனக்கலக்கம். பிறகு அந்த மனக்கலக்கத்தின் மேல் ஓடுபோல ஒட்டிக்கொண்டிருக்கும் சுகம். அந்த மேலோட்டை நீக்கிவிட்டால் உள்ளே மறைந் திருக்கும் ஒரு விருப்பம் தலைதூக்குகிறது. தொண்டையில் அடைத்துக்கொண்ட கேவல் சுகத்தை நோக்கிப் போவதா அல்லது மனக்கலக்கத்தின் பக்கமாய்ப் போவதா என்று முடிவு செய்ய முடியாமல் தொண்டைக்கு நடுவிலேயே அடைத்துக்கொண்டது. நான் எத்தனை பெரியவளாகி விட்டேன் என்று அவள் யோசித்தாள். பிறகு கண்களை மூடத் தொடங்கினாள். உலர்ந்து காய்ந்த தோலுடன் கூடிய உதடுகள் திறந்தன. 'பீரு' என்று அவள் மெல்ல சொன்னாள்.

பீரு பீரு பீரு ... அவன் அவளது அழைப்பைக் கேட்பது போன்ற பிரமை உண்டாயிற்று. ஒருவேளை உண்மையிலேயே அவன் அவளது குரலைக் கேட்டு அறைக்குள் வந்தானென்றால் அவள் திடுக்கிட்டுப் போய்விடுவாள். வாயிலிருந்து ஒரு வார்த்தைகூட வெளியில் வராது. ரஜாயிக்குக் கீழே ஒளிந்து கொள்வாள். எந்தப் பக்கமும் எந்தவொரு சைகையும் காட்டாத ஒரு கைகாட்டியாக இருந்தான் அவன். இருந்தும் அருகில் அழைக்கிறது அது. காயா அந்தக் கைகாட்டிக்குக் கீழே நடுங்கிய படி உட்கார்ந்திருக்கிறாள். அவனுடைய அறையில் இருந்து வரும் அந்தச் சத்தத்தைக் கேட்கத் தொடங்குகிறாள். அவளுக்கு லேசான பிரமிப்பு ஏற்பட்டது. அவளுடைய வீட்டில் இருக்கும் போது இதுபோன்ற மனக்கலக்கமோ இந்த ஆசையோ இந்தச் சுழற்காற்றோ அவளைச் சூழ்ந்து கொள்வதில்லை. ஆனால் இங்கே வந்த நாளிலிருந்து அவளொரு மெல்லிய வலையில் மாட்டிக் கொண்டாள் என்று தோன்றியது. தேவாலயமும் அவள் இன்று பார்த்த மலைப் பிரதேசத்து மலர்களும் புல்லாக் கணிந்த அந்தப் பெண்ணின் ரகசியமான அழைப்பும்கூடிய நகரத்தின் மீது விரிந்திருக்கும் வலை போன்றது அது. ஆனால் இவை யாவற்றையும்விட அதிகமும் மனதைக் குடையக் கூடிய உள்ளுக்குள் ஆழமாகக் காயமேற்படுத்தக்கூடிய அந்த நினைவு இப்போதும் மிச்சமிருக்கிறது. தூங்குவதற்கு முன்பு எப்போதும் அவளுடைய தலையணைக்கு அருகில் வந்து ஒன்றும் பேசாது, சத்தமெழுப்பாது நின்றுவிடுகிறது. இருந்தும் கவர்ந்திழுக்கக்கூடிய தீராத துன்பத்தில் உழன்றபடி ஆணிகளால் துளைக்கப்பட்ட அந்த உடல் மரச்சட்டத்தில் தொங்கியபடி இருக்கிறது.

இதனை அவள் எங்கே பார்த்திருக்கிறாள்?

நான்கு

பகல் முடியலாயிற்று. சூரியன் எங்கேயும் தென்படவில்லை. சில மணி நேரங்களாக மஞ்சளான நிழல் நகரத்தின் மீது இறங்கியிருந்தது. முழுக்க இருட்டவும் இல்லை. முழுக்க வெளிச்சமும் இல்லை. பலவீனமான பிரகாசம் காற்றில் அலையடித்தபடி இருந்தது. காற்றும்கூடக் கண்ணுக்குத் தெரியாததாக இருந்தது. முதலில் அது இலைகளின் மீதும் புற்களுக்கு நடுவிலேயும் தென்பட்டிருந்தது. இப்போது இலைகள் எங்கேயும் இல்லை. புற்கள் மடங்கி நனைந்துபோய்க் குளிரிலிருந்து தன்னைக் காப்பாற்றிக்கொள்ள தனக்குள்ளாக ஒட்டிக்கொண்டு வெளுத்துப் போயிருந்தன. அங்கங்கே தடித்த வெள்ளைநிற அட்டைகள் பாறைகளின் மீது ஒட்டிக்கொண்டு ஆகாயத்தை நோக்கியபடி இருந்தன. தொலைவிலிருந்து பார்க்கும்போது வெண்குஷ்டத்தின் அழியாத வெள்ளைநிறப் புள்ளிகள் ஒரே இடத்தில் ஒட்டிக்கொண்டிருப்பதுபோலத் தென்பட்டது.

நாள் முழுக்கப் புகைபோக்கிகளிலிருந்து கூரைகளின் மீது நெளிந்தோடும் பாம்புகளைப் போலப் புகை வெளியேறியபடியே இருந்தது. அதைப் பார்த்துத் தொலை தேசங்களிலிருந்து வலசை வந்த பறவைகள் அஞ்சி, புதர்களுக்குள் பதுங்கியபடி சத்தமிட்டுக் கொண்டிருப்பதைக் காயா கேட்டுக் கொண்டிருந்தாள்.

அவ்வாறு திடுக்கிட்டு அசைவற்று நிற்கும் ஒரு பறவையை ஒருநாள் பீரு அவளுக்குக் காட்டினான்.

“இது காஷ்மீரிலிருந்து வருது.” அவன் அவளுடைய காதுகளில் கிசுகிசுத்தான்.

“அவ்வளவு தூரத்துலேர்ந்து வருதா?”

“அப்பப்ப நடுவுல ஓய்வெடுத்துக்கும். அப்பறம் மறுபடியும் பறக்கும்” என்றான் பீரு.

அது ஒரு தேவதாரு மரத்தில் அமர்ந்திருந்தது. ஆகாய விமானம் போன்ற நீண்ட வால், வண்ணமயமான இறக்கைகள். வைரம் போன்று மினுமினுக்கும் கண்கள்.

“ஒவ்வொரு வருஷமும் இது வரும்” என்றான் பீரு.

“உனக்கு அடையாளம் தெரியுமா?”

“எனக்குத் தெரியும். இது எப்பவுமே இந்த மரத்து மேலதான் உக்காந்திருக்கும்.”

அப்போது மதிய வேளை. வீட்டுக்குக் கீழே ஒரு பழைய டென்னிஸ் மைதானம் இருந்தது. இப்போது அங்கே யாரும் வருவதில்லை. மைதானத்தைச் சுற்றிப் பைன், தேவதாரு, ஓக் மரங்கள் முன்பு இருந்திருக்கின்றன. இப்போது ஒரேயொரு பாப்லர் மரம் மட்டும் இலைகள் இல்லாது மொட்டையாக நிற்கிறது. அதனடியில் உதிர்ந்த இலைகளின் குவியல் தினம் தினம் சேர்ந்தபடியே உள்ளது.

அந்தப் பறவை நாள்முழுக்கத் தொடர்ந்து ஒரே லயத்துடன் கத்தியபடி இருக்கிறது. மாலையானதும் தேவதாரு மரத்திலிருந்து பறந்து கீழே புதர்களில் சென்று மறைந்துகொள்கிறது

பீரு சற்று நேரம் அசையாமல் நின்றான். பீரு ஒவ்வொரு நாளும் மதிய வேளைகளில் காயா தனியாக இருக்கிறாள், அவளுடன் கொஞ்ச நேரம் இருக்க வேண்டும் என்று வருகிறானோ என்று அவளுக்குத் தோன்றியது. ஆனால் அவன் காயாவைப் பொருட்படுத்தாதவனாகவே இருந்தான். அவளோடு இருந்தபோதும் அவன் தனித்தே இருந்தான். சித்தப்பாவைப் பற்றியோ, குடியிருப்பில் தனியாக வசிக்கும் அந்தப் பெண்ணைப் பற்றியோ அவனாகக் காயாவிடம் எதுவும் பேசியதாக அவளுக்கு நினைவில்லை.

ஆனால் பீரு வெளியில் வரும்போது அவனிடம் ஒரு ஆச்சரியமான மாற்றம் தென்படுகிறது. விகாசமான வெளிக்கு வரும்போது மனமும் விகாசம் கொள்வதுபோல உள்ளுக்குள் இருக்கும் கசப்பு மறையத் தொடங்குகிறது. பேசிக்கொண்டிருக்கும்போதே அவன் உற்சாகமடைந்துவிடுவது போல

இருக்கும். ஒவ்வொரு மூலையும் ரகசியமயமானதாய் இருக்கும், மூடப்பட்ட கோட்டையாக உள்ள தன் வீட்டின் ஒவ்வொரு இடத்துக்குமான சாவியைக் கையில் வைத்திருப்பவனாய், ஒரு வழிகாட்டியாகிவிடுகிறான் அவன். எப்போதும் சாந்தமாகவே இருக்கும் அவனுடைய கண்கள் அந்தச் சமயங்களில் ஏதோ நாள்பட்ட காய்ச்சலுடன் தகதகப்பது போல இருக்கும். காயாவுக்கு அவனை அப்படிப் பார்க்கும்போது இரண்டு பீருக்கள் அங்கே இருப்பதுபோல எண்ணம் தோன்றும். ஒருவன் தன்னுடைய அறைக்குள் தன்னையே ஒடுக்கிக்கொண்டு தினமும் இரவில் பியானோவில் இசைப்பயிற்சி செய்தபடி காயாவிடமிருந்தும் சித்தப்பாவிடமிருந்தும் மொத்த வீட்டிலிருந்துமே தனியாக விலகி இருக்கும் ஒரு சிறுவன். இன்னொருவனோ இதோ இந்தக் கணத்தில் அவளெதிரே மரங்களுக்குக் கீழே நடந்துகொண்டிருக்கிறான். அட்டைகள், பாறைகளுக்குக் கீழே பதுங்கியிருக்கும் பாம்புகள், தொலைதேசங்களிலிருந்து வலசை வந்திருக்கும் பறவைகள் என இதுவரை அவள் அறியாத பார்க்காத பலவற்றைப் பற்றியும் மிகுந்த உற்சாகத்துடன் அவளுக்குச் சொல்லிக்கொண்டிருக்கிறான். அவ்வப்போது அவன் சிரிப்பதுண்டு. அவளுடைய அறியாமையைப் பார்த்து அல்ல, அவள்மீதான அபிமானத்தினால். கவலையில்லாது ஒருவித நிராசையுடன் அப்படிச் சிரிக்கிறான். அந்த நிராசையும் கவலையுமற்ற சிரிப்பின்போது அந்த இரண்டு சிறுவர்களும் ஒன்றுசேர்ந்து ஒரே சிறுவனாகிவிடுகிறார்கள்.

காயா இந்த இரண்டு சிறுவர்களுக்கும் இடையில் தவித்துக்கொண்டிருப்பாள். ஒருவனது அருகில் நெருங்கும் போது அடுத்தவன் காணாதுபோய்விடுகிறான். இன்னொரு சமயம் மற்றவனைக் காணும்போது முதலாமவன் தொலைந்து போய்விடுகிறான்.

டென்னிஸ் மைதானத்தின் நாலாப்பக்கமும் வலை போடப்பட்டிருந்தது. தாழ்ந்த கூரையுடனான பசுமையான ஓய்வு அறை ஒன்றும் இருந்தது. அதனுள்ளே உடைந்துபோன பெஞ்சுகள் இருந்தன. அவற்றின் மீது புற்களும் உதிர்ந்து மக்கிப்போன இலைகளும் இறைந்திருந்தன.

"இங்கதான் அவங்க உக்காந்துருப்பாங்க" என்று பீரு காயாவைப் பார்த்தான்.

"யாரு? ஒடைஞ்சு பாழாப்போன இங்க வந்து யாரு உக்காருவாங்க?"

"இங்கிலிஷ்காரக் குழந்தைகளும் அவங்களோட நர்சுகளும். பெரியவங்க டென்னிஸ் ஆடுவாங்க. அவங்கல்லாம் அந்தப் பெவிலியன்ல உக்காந்து அவங்கள வேடிக்கை பாப்பாங்க" என்றான் பீரு.

காயா இங்கும் அங்கும் குனிந்து பார்த்தபடியே ஓய்வு அறைக்குள் வந்தாள். புழுங்கலான பழம் நெடி காற்றில் உறைந்திருந்தது. கூரையிலிருந்து சிதைந்த கூடுகள் தொங்கின. கீழே தரையில் கால்நடைகளின் புழுக்கைகள். இவை எல்லா வற்றையும் தாண்டி தனிமை மினுக்கும் ஒரு வெளிச்சம் அங்கிருந்தது.

வெகு புராதனமான ஆங்கிலேயர்களின் கட்டடம். யாருமில்லாத பாழடைந்த டென்னிஸ் மைதானம். இப்போதும் சுண்ணாம்பால் போடப்பட்ட அதன் எல்லைக் கோடுகள் தென்படுகின்றன. மைதானத்தின் நாலாப்பக்கமும் தொங்கிக் கிடக்கும் கம்பிகள் அவ்வப்போது காற்றில் ஆடியபடி ஓசை எழுப்புகின்றன.

யார் இருந்திருப்பார்கள் இங்கே? எங்கே போய்விட்டார்கள் இப்போது?

அவள் ஓய்வறையிலிருந்து வெளியே வந்ததும் மேலே சித்தப்பாவின் வீடு தெரிந்தது. கீழே சரியும் ஒற்றையடிப் பாதை. அதன் இருபுறமும் அடர்ந்து நிற்கும் ஜாதி மரங்கள். ஓக் மரங்கள். அவற்றுக்குப் பின்னால் குடியிருப்பு மறைந் திருந்தது. அதன் மஞ்சள் சுவர் மட்டும் வெளியே தெரிந்தது.

தேவதாரு மரத்தின் மீது உட்கார்ந்திருந்த அந்தப் பறவை கத்திக்கொண்டேயிருந்தது.

"இங்க நீ உக்காந்துக்கறயா?" பீரு அவளைக் கேட்டான்.

"வேண்டாம். இங்க வேண்டாம்." ஓய்வறையில் இருந்த நாற்றம், அங்கிருந்து உடனடியாக ஓடிப்போய்விடவேண்டும் என்பதுபோலக் காட்டமாக இருந்தது.

மைதானத்துக்கு அப்பால் ஒரு சரிவு இருந்தது. அடர்ந்த மரங்களின் கூட்டம், புதர்களும் பாறைகளும் கூடிய பயங்கர மான மலைப்பகுதி யாவும் ஒன்றாக ஏதோ ஒரு இருண்ட பள்ளத்தில் இறங்குவது போன்ற சரிவு.

அங்கே பறவையின் குரலெதுவும் கேட்கவில்லை. சில்வண்டுகளின் இரைச்சல் மட்டுமே எல்லாப் பக்கமும் நிறைந்திருந்தது.

“அங்க பாரு . . . அன்னிக்கு நாம அங்கதான் போயிருந் தோம்.”

பீரு நின்றுவிட்டான். காயா கண்களை உயர்த்திப் பார்த்தாள். மேலே மலைகளுக்கு நடுவே கரிய மரங்களாலான தேவாலயத்தின் கூரை தென்பட்டது.

“இங்கிருந்து எத்தனை உயரத்துல தெரியுது பாரு” என்றான் பீரு.

இத்தனை உயரத்துக்கு ஏறியிருக்கிறோம் என்று அவளால் நம்பவே முடியவில்லை. தேவாலயத்தின் சிலுவை மேகக் கூட்டத்தில் தொங்கிக்கொண்டிருப்பது போலிருந்தது. பறந்து கொண்டிருந்த ஒரு பறவை மதியப் பொழுதின் மஞ்சளான மங்கிய வெளிச்சத்தில் மின்னியபடி காற்றில் நின்றுவிட்டது போல இருந்தது.

அவள் அங்கேயே ஒரு பாறையின் மீது உட்கார்ந்து கொண்டாள்.

அந்த இடத்தில் அவர்கள் இரண்டுபேர்தான் இருந்தார் கள். மத்தியில் ஒரு பாறை. வெளிச்சத்துக்கு அப்பால் கருத்த நிழல் வனத்தில் சில்வண்டுகளின் தொடர்ச்சியான வேதனை மிகுந்த இரைச்சல் ஒலித்த இன்னொரு பக்கமாய் அவன் பார்த்துக்கொண்டிருந்தான். காயாவுக்கு அந்த ஓசை காதில் விழுந்தது. பின்னர் காணாமல்போனது. மறுபடியும் ஒலிக்கத் தொடங்கியது. அவள் பாறையின் மேல் உட்கார்ந்திருந்தாள்.

“உனக்கெப்படித் தெரியும் பீரு?” என்று அவள் கேட்டாள்.

“எதைப் பத்தி?”

“அங்க குழந்தைங்க உக்காந்திருக்கும். விளையாடிட்டு இருக்கும்னு?” என்றாள் காயா.

“படத்துல பாத்துருக்கேன்“ என்றான் அவன் மெதுவாக. “இந்த வீட்டைப் பத்தி ஒரு புத்தகம் இருக்குக் காயா. நம்ம நூலகத்துல இருக்கு. Faulkland: And the passing time. அதுல அந்தப் படம் இருக்கு, குழந்தைங்க நர்சுகளோட உக்காந் துருக்காங்க. அவங்கல்லாம் விளையாடிட்டு இருக்காங்க.”

பீரு பாறைக்குப் பின்னால் சென்றான். மரக்கிளைகள் மேலே இருந்தன. அவைகளுக்கு இடையே பீருவின் தலை பாதி வெட்டப்பட்டது போலிருந்தது.

“நீ எதாவது சொன்னியா காயா?”

"நாம புறப்படலாம்" என்றாள் அவள்.

"இன்னும் வெளிச்சம் இருக்கே" என்றான் பீரு. கம்பிகள் ஆடின. கிளைகளும்கூட. அவை இரண்டுக்கும் நடுவே டென்னிஸ் மைதானமும் ஒரு ஓய்வறையும் பெஞ்சுகளும் கூடுகளும். மதியப்பொழுதின் குளிர்ந்த வெளிச்சத்தில் அவளுக்கு அவை அனைத்துமே ஒன்றாகத் தெரிந்தன.

இப்படி எனக்கு ஆனதில்லை. முன் எப்போதும் இவ்வாறு எனக்கு ஆனதில்லையே. இருந்தும் அவள் ஆடாமல் அசையாமல் தன்னுடைய இதயத்துடிப்பைக் கேட்டபடி உட்கார்ந்திருக்கிறாள். பீருவின் மூச்சுக்காற்றுக்குக் கீழே, உலர்ந்த சூடான ஆத்மாவின் முதல் மடிப்பின் மீது கால்வைத்தவளாய் அவள் உட்கார்ந்திருக்கிறாள்.

"இங்க இருக்கறது உனக்கொண்ணும் கஷ்டமா இல்லையே?"

பீருவின் குரல் சட்டென்று மிக மெதுவாக ஒலித்தது.

"இல்லை பீரு. இப்ப இல்லை" என்றாள் அவள்.

"இப்ப நீ ஓடிப்போயிரமாட்டியே?"

"இல்லை. எனக்கு ஓடிப்போக வழிகூடத் தெரியாது."

"அப்ப வழி தெரிஞ்சா ஓடிப்போயிருவியா?"

"இல்ல பீரு. நான் அன்னிக்கு உங்கிட்ட பொய் சொன்னேன். நான் எங்கயும் ஓடிப்போகமாட்டேன்."

அவள் தலைதூக்கிப் பார்த்தாள். பீருவின் கண்கள் டென்னிஸ் மைதானத்தின் கம்பிகளின் மேல் படிந்திருந்தன. பறவைக் கூட்டம் ஒன்று கறுப்புப் புள்ளியைப் போல மேலேயிருந்த மலையிலிருந்து கீழே இறங்கிவந்தது.

"காயா, நீ எப்பவாச்சும் குடியிருப்புக்குப் போனியா?"

"எந்தக் குடியிருப்பு?"

"பகாடி இருக்கானே . . . அங்க."

"இல்லையே. நான் அங்க போகலையே" என்று அவள் பொய் சொன்னாள்.

"அப்பா உங்கிட்ட எதுவும் சொல்லலையா?"

"எதைப் பத்தி?"

பீரு அவளைப் பார்த்தான். மிகுந்த ஏமாற்றமடைந்த உணர்ச்சி அவனுடைய முகத்தில் படர்ந்தது. வெளியில் சுற்றிக்

கொண்டிருக்கும் பீரு மெல்ல மெல்ல அறைக்குள் அடைந்து கிடக்கும் சிறுவனாக மாறிக்கொண்டிருக்கிறான், காணாமல் போய்க்கொண்டிருக்கிறான், அவளுடைய கையில் இருந்து நழுவியபடி இருக்கிறான் என்று அவளுக்குப் பட்டது.

"ஒண்ணுமில்லே" என்றவன் நீண்ட கனத்த பெருமூச்சு விட்டான். "நான் சும்மாத்தான் கேட்டேன்."

மாலைப் பொழுதின் ஆரம்ப அடையாளங்கள் மலை களின் மீது இறங்கத் தொடங்கியிருக்க அவன் கம்பிகளைப் பார்த்தபடி இருந்தான்.

"இப்பப் போலாமா? என்னோட ஆசிரியர் வந்துருப்பார்."

அவள் எழுந்துகொள்ளவில்லை. இப்போது அவர்களுக்கு நடுவே பொய் இருந்தது. ஒரு நிலைப்படி, அதனருகே நெருங்கும் போதே அவளுடைய இதயத்துடிப்பு வேகமடைகிறது. அந்த நிலைப்படியை அவளால் தாண்டிச் செல்லவே முடியவில்லை. அதனருகே செல்லும்போதே யாரோ அவளுடைய கையைப் பிடித்து இழுத்து, "நீ மிகவும் சுயநலம் பிடித்தவள், காயா. எப்போதுமே நீ சுயநலம் கொண்டவள்தான்" என்று சொல்வது போலிருந்தது. அவள் கையை விடுத்துக்கொண்டு பீருவைத் தொட்டுவிட விரும்புகிறாள். அவனைத் தன்னருகே இழுத்துக் கொள்ள வேண்டுகிறாள். அப்போது திடீரென்று அவளுக்குக் கையும் இல்லாது காலும் இல்லாததுபோல் அவளால் முன்னகரவே முடியாதுபோகிறது. கையைத் தூக்கவே இயலாது போகிறது. பெரும் அச்சம் நெஞ்சை முட்டிக்கொண்டு நிற்கிறது. வறண்ட பாலைவனத்தில் பளிச்சிட்டு மின்னும் ஒரு விருப்பம் தொனிக்கிறது. அப்படிப்பட்ட ஒன்றை அவள் கின்னியின் கண்களில் கண்டிருக்கிறாள். இல்லை. இல்லை. நிச்சயமாய் இது இல்லை... இதுதான் 'அந்த' விஷயமா? ஆத்மா என்று சொல்வது இதைத்தானா? ரத்தமும் சதையுமான உடலில் தோலுக்குள் புதைந்திருக்கும் ஆத்மா இதுதானா?

"இங்க பாரு."

"என்ன?" என்று கேட்டான் பீரு.

"அது என்ன பேரு. அந்தப் புத்தகத்துக்கு?"

"எந்தப் புத்தகம்?"

"குழந்தைக பெஞ்சு மேல உக்காந்துருக்காங்க. அவங்கல்லாம் டென்னிஸ் ஆடிட்டி ருக்காங்க."

பீரு பட்டுக்கொள்ளாத பார்வையுடன் அவளையே பார்த்துக்கொண்டிருந்தான்.

"பாக்ஸ்லேண்ட் அண்ட் த பாஸிங் டைம்."

"அதென்ன பாஸிங் டைம்?"

ஆனால் பீரு சென்றுகொண்டிருந்தான். அவசரமாக டென்னிஸ் மைதானத்தை நோக்கி நடந்துகொண்டிருந்தான்.

அவள் சொன்னது அவனுக்குக் கேட்கவில்லை.

தேவதாரு மரத்தின் மேல் உட்கார்ந்திருந்த அந்தப் பறவை இப்போதும் கூவியபடியே இருந்தது. அவள் கேட்டுக்கொண் டிருந்தாள்.

இன்னொரு குரல்கூடக் கேட்டது. அவளுக்கு மட்டுமே அது கேட்டது.

சாப்பிட்ட பிறகு அவள் தன்னுடைய அறைக்குச் சென்று விட்டாள். சித்தப்பா வெகுநேரம்வரை நூலகத்தில் இருந்தார். பீருவின் அறையிலிருந்து பியானோ சத்தம் கேட்டது. பிறகு அதுவும் இல்லை.

பிறகு கொஞ்ச நேரம்வரை அமைதியாகவே இருந்தது.

அவள் தூக்கத்தில் ஆழ்ந்தவளாய் மெல்ல அசைந்து கொண்டிருந்தபோது அந்தக் குரல் கேட்க அவள் இருட்டில் கண்விழித்துக்கொண்டாள்.

சித்தப்பா ஒருமுறை அவளுடைய அறைக்குள் எட்டிப் பார்த்துவிட்டுத் திரும்பிப் போய்விட்டார். நூலகத்தின் விளக்கு அணைந்துவிட்டது. ஆனால் அவள் திறந்த கதவின் வழியாக எல்லாவற்றையும் பார்த்துக்கொண்டிருந்தாள்.

சித்தப்பா கைத்தடியை எடுத்துக்கொண்டு மேல்கோட்டை அணிந்தவராய் ஏணியில் இறங்கலானார்.

படிகளில் அவருடைய காலடிச் சப்தம் வெகுநேரம்வரை கேட்டுக்கொண்டிருந்தது.

அதன் பிறகு எதுவும் தென்படவில்லை. நூலகத்தின் இருட்டு. பீருவின் அறை. முற்றத்தில் இருந்த நாற்காலிகள். மேசைகளின் மீது காற்றின் வெறும் கால்தடங்கள் என எதுவுமே தெரியவில்லை. அவளும் இறங்கிச் சென்றாள். சித்தப்பா சென்ற அதே ஒற்றையடிப் பாதையில் நடந்தாள். இலைகளின் குவியல். சரசரக்கும் ஜாதி மரங்கள். அவற்றின் மீது குளிர்காலத்து ஆகாயம். இவற்றுக்கு நடுவே நடந்துகொண் டிருந்த அவளுக்கு அவளது உரத்த சிரிப்பொலி கேட்டது.

"நீ வந்துட்டியா?"

அவள் 'நீ' என்று அழைத்ததைக் கேட்டதும் விநோதமான ஒரு ஓசை அவளது உடலில் பரவியது. அவள் படிகளில் ஏறி மெதுவாக அவளுடைய அறையின் சங்கிலியை அசைத்துச் சத்தமெழுப்பினாள். அவளது வருகையை எதிர்பார்த்திருந்தவள் போல அவள் உடனே கதவைத் திறந்தாள். ஆனாலும் ஒவ்வொரு முறை அவளைப் பார்க்கும்போதும் ஆச்சரியத்தில் அவளது வாய் திறந்து கொள்ளப் பருத்த இரண்டு உதடுகளுக்கு இடையில் துருத்தி நிற்கும் ஒரு பல் பளிச்சிட்டுத் தெரிய அவள் சொல்கிறாள் "வந்துட்டியா நீ?"

காயாவை அப்போதுதான் முதன்முதலாகப் பார்ப்பவள் போலக் குழப்பத்துடன் அவள் கேட்கிறாள். காயாவைக் கண்டதும் அவளுக்கு நிம்மதியாகவும் இருக்கிறது, பயமாகவும் இருக்கிறது. இவ்விரண்டுக்கும் இடையில் ஸ்தம்பித்தவள் போல அவள் காயாவின் கைகளைப் பற்றிக்கொள்கிறாள். பிறகு விட்டுவிடுகிறாள். என்ன நினைத்துக்கொண்டு அவள் தன் கைகளையும் கால்களையும் மறைத்துக்கொள்கிறாள் என்று தெரியவில்லை. ஆனால் காயாவுக்கு எல்லாமே தெரிகிறது. முந்தைய நாள் அவள் பார்த்த கால்களில் ஓசையெழுப்பும் வெள்ளித் தண்டை. மருதாணியால் சிவந்த கைகள். அவற்றைப் பார்த்ததும் காளி மாதாவின் நினைவு வருமளவு அது சிவந்திருந்தது. ஆனாலும் அவளுடைய முகத்துக்கும் காளிமாதாவின் சிலைக்கும் சிறிதளவும் சம்பந்தமில்லை. அவளுடைய முகம் உருண்டையாகவும் அகலமாகவும் இருந்தது. ஆனால் மிகவும் வெளுத்திருந்தது. நாள் முழுக்க அறைக்குள்ளேயே அடைந்து கிடந்ததால் அப்படி வெளுத்துப்போயிருக்க வேண்டும். அவளது முந்திச் சேலையின் ஒரு முனை எப்போதுமே தலைமுடியின் கிளிப்பில் மாட்டப்பட்டிருந்தது. ஆகவே அவள் தலையைத் தூக்கும்போது முந்தியும் மேலே உயர்ந்தது. கீழே குனியும்போது அதுவும் கீழே கவிந்தது. அவள் காயாவின் கைகளைப் பிடித்தபடி பாயில் உட்காரச் செய்கிறாள். "வந்துட்டியா நீ?" என்று அவள் மறுபடியும் கேட்கிறாள். தன்னுடைய கண்களால் அவளை ஆவேசத்துடன் பருகத் தொடங்குகிறாள்.

அங்கே அவள் மாலை வேளையில் சென்றிருந்தாள். பீரு தன்னுடைய ஆசிரியருடன் இருப்பான். சித்தப்பா மால்ரோடுக்குச் சென்றிருந்தார். அவள் தனியாக இருந்தாள். குளிரின் நீண்ட மாலைப்பொழுதின் இறுதியில் குடியிருப்பின் விளக்கு மின்னியபடி இருந்தது. எப்போதும் அவளை அங்கே ஈர்த்திருந்த அந்த இச்சை என்னமாதிரியானது?

அன்றைய தினம் அவளுடைய கண்கள் அசாதாரண மாகப் பளபளத்திருந்தது. காயாவைக் கண்டதும் அவளை உள்ளே இழுத்துக்கொண்டாள். அவளுடைய கைகளை எடுத்துத் தன் உதடுகளின் மீது வைத்துக்கொண்டாள். அவளுடைய வேகமான சூடான மூச்சுக்காற்றுக் காயாவின் உள்ளங்கை களைக் குறுகுறுக்கச் செய்தது.

"யார்கிட்டயும் சொல்லக் கூடாது" குறும்புக்கார குழந்தை களைப் போல அவள் கண்களை உருட்டியபடியே சொன்னாள்.

காயா தலையாட்டினாள். அவளுடைய மூச்சுக்காற்று இயல்படைந்தது.

"பீருகிட்டயும் கூட . . ."

"சொல்லமாட்டேன்."

"நேத்து ராத்திரி ஐயா என்ன சொல்ல வந்தாங்கன்னு உனக்குத் தெரியும். எனக்கு விருப்பம்னா நான் உன்னோட வெளியே போலாம்னு சொன்னாங்க. போலாமா?"

"தனியாவா?" காயா பிரமிப்புடன் அவளைப் பார்த்தாள்.

"தனியா இல்லை . . ." அவள் சிரித்தாள். "நீ என்கூட இருப்பே. நான் உன்கூட இருப்பேன்."

"வெளிய எங்க?"

"நாம் அந்த அருவியைப் பாக்கப் போகலாம். நான் ஒரு தடவை அங்க போயிருக்கேன். அங்க போற வழிகூட எனக்குத் தெரியும்."

"அதுக்கப்பறம் நீங்க எங்கயும் போனதில்லையா?"

"இந்த ஊர்ல இல்லை." சட்டென்று அவளது கண்கள் மூடிக்கொண்டன. மீண்டும் அவளுடைய முகம் புதிதாக மஞ்சளாகத் தெரிந்தது.

"என்னோட ஊர்ல நான் நாள் முழுக்கச் சுத்திட்டுதான் இருந்தேன். ஆனா இங்க வந்ததுக்கப்பறம் வெளியில எங்கயும் போகக்கூடாதுன்னு ஐயா சொல்லிட்டாங்க. வெளி வேலை களையெல்லாம் இந்தப் பையன் செஞ்சிடறான். சமையலை மட்டும் நான் பாத்துக்கறேன். எனக்கும் இதுதான் சரின்னு படுது. நான் எப்பவுமே இவ்வளவு ஓய்வா இருந்ததில்லை."

இந்த முறை அவள் சிரிக்கவில்லை. மந்திரம் போன்ற குரலில் அவள் சொல்லிக்கொண்டிருந்தாள். சின்னச் சின்ன

வாக்கியங்களாக. இந்தப் பாஷை என்னவோ ஒரு மலை ஓடை போலவும் அதன் நடுவில் உள்ள கற்களின் மீது கால்வைத்துப் பத்திரமாக நடப்பது போலவும் அவள் பேசினாள்.

"உங்களுக்கு இங்க வீடு கிடையாதா?"

"இங்க எங்க?" அவளுடைய புல்லாக்குச் சட்டென்று மேலே உயர்ந்தது. "நார்கண்ட்னு பேரு கேள்விப்பட்டிருக்கியா? ரொம்ப உயரத்துல இருக்கு. லாரிலதான் போகணும். ஐயாவோட வந்தாக்கா மூணு நாளைக்குத் தலை சுத்திட்டே இருக்கும்."

காயா தலையை உயர்த்தினாள். அவளுடைய குரல் ஏதோ பொந்திலிருந்து ஒலிப்பது போல இருந்தது.

"சித்தப்பா கூட்டிட்டு வந்தாரா?"

"வேற யாரு? நான் தனியா வந்தேன். என்கூட இந்தப் பையனும் இருந்தான். இவன் அழுதிட்டு இருந்தான். நான் வாந்தியெடுத்திட்டே இருந்தேன். முதன்முதலா நான் லாரில உக்காந்திருந்தேன்."

"வீட்டுலேர்ந்து இத்தனை தூரம் ஏன் வந்தீங்க நீங்க?"

அவளுடைய கண்களில் இருள் எட்டிப் பார்த்தது. கோபம் இல்லை. ஆத்திரம் இல்லை. வேதனையும் இல்லை. எதுவுமே இல்லை. மலைகளின் மீது ஓசைப்படாமல் நகர்வது போலவே இருட்டு அவளுடைய கண்களிலும் நகர்ந்தது.

"நான் எங்க வந்தேன். உங்க சித்தப்பா அழைச்சிட்டு வந்துட்டார்." முதன்முறையாக ஐயா என்று சொல்வதற்குப் பதிலாக அவள் சித்தப்பா என்று சொன்னது காயாவுக்கு ஆச்சரியமானதாக இருந்தது. ஏனெனில் அவள் ஒரு ஆணின் பெயரை உச்சரித்திருக்கிறாள். பெண் தன் வாயால் ஆணின் பெயரைச் சொல்வதை நினைத்தவுடனேயே அவளுக்கு உடம்பெல்லாம் நடுங்கியது. சிவப்புப் பாவாடையிலிருந்து வெளியே நீட்டிக்கொண்டிருந்த, மருதாணியால் பளபளத்திருந்த அவளுடைய கால்களையும் பாதித் திறந்திருந்த அவளது உதடுகளையும் காயா பார்த்துக்கொண்டிருந்தாள். அவர்கள் இங்கே வந்தது, அறையில் உட்கார்ந்திருப்பது, இரவில் சித்தப்பா படிகளில் இறங்குவது என இவை யாவுமே தவிர்க்கமுடியாதவையாகத் தோன்றின. அவள் இங்கே இல்லாதபோதும்கூட இவையெல்லாமே எப்போதுமே நடந்துகொண்டுதான் இருக்கின்றன. அவள் இனி இல்லாமல் போகும்போதும் இவை நடந்துகொண்டுதான் இருக்கும்.

"இங்க வா."

கதவருகில் இருந்த திரையை நீக்கினாள் அந்தப் பெண் "இங்க பாத்தியா?"

காயாவின் அருகில் நகர்ந்துவந்தாள். மாலை வெயிலில் இரண்டு மலைகளும் ஒன்றையொன்று முட்டுக்கொடுத்தபடி தூங்கி விழுந்தபடியிருந்தன. கீழே மலைத்தொடரின் இடையே நிழலில் மூழ்கிக்கிடந்தது கணவாய்.

"இப்ப நீ பாக்கறே இல்ல... அதுக்கு அந்தப் பக்கமா நார்கண்ட் இருக்கு. மலைகளுக்கெல்லாம் அந்தப் பக்கமா ஒரு மலை இருக்கில்ல... அதுக்கும் பின்னாலே."

"நீங்க அங்கிருந்துதான் வந்தீங்களா?"

"மேகங்க இருக்கறதுனால சரியாத் தெரியக் கூட மாட்டேங்குது." தூங்கி விழும் மலைகளோடு சேர்ந்து அவளுடைய குரலும் தூக்கத்தில் மூழ்கிவிட்டதுபோலச் சொன்னாள்.

"உங்களுக்கு உங்க வீட்டு நெனப்பு வருமில்ல?"

"இல்லை... வீட்டு நெனப்பு இல்லை... அங்க எனக்கு ஒருத்தரும் கிடையாது..." அவள் ஒரு கணம் நிறுத்தினாள். பிறகு அதே போன்ற தூங்கி வழியும் குரலில் சொன்னாள்: "ஆனா காத்தடிக்கும்போது ஆப்பிள் மரத்தோட ஞாபகம் வரும். சூறாவளி வீசும்போது மரத்திலேர்ந்து ஆப்பிள்க அப்பிடியே பொலபொலன்னு கீழே விழும்."

துப்பட்டா மார்பிலிருந்து நழுவியிருந்தது. தலைமயிரில் கிளிப் ஆடிக்கொண்டிருந்தது. அவளது தையல் இயந்திரத்தின் நாலாப்பக்கமும் இறைந்துகிடப்பது போலச் சிவப்பு நிறக் கயிறு அவளுடைய கண்களில் அப்படியே நீந்துவதுபோலக் காயாவுக்குத் தோன்றியது.

அவள் கதவருகிலிருந்து திரும்பினாள். தனது படுக்கையில் வந்து உட்கார்ந்தாள். பெரிதாகச் சோம்பல் முறிக்கவும் மொத்த உடம்பும் ஒன்றாகப் பொங்கி எழுந்தது. பாவாடை மேலேறியதும் முகத்தைக் காட்டிலும் அதிகமாய் வெளுத்துச் சிவந்திருந்த இரண்டு கால்களும் வெளியே எட்டிப் பார்த்தன.

"நீ இப்பிடி உத்து உத்து எங்கிட்ட என்னத்தப் பாக்கறே?" சிரித்துக்கொண்டே அவள் காயாவை அருகில் இழுத்துக் கொண்டாள்.

அவள் தொட்டதுமே விவரிக்க முடியாத ஒரு கிறுகிறுப்புக் காயாவின் உடலில் பரவத் தொடங்கியது. அதை அவளால்

புரிந்துகொள்ளவும் முடியவில்லை, அதிலிருந்து விடுபடவும் முடியவில்லை.

"உங்க சித்தப்பா உங்கிட்ட எதுவுமே எப்பவுமே சொன்னதில்லயா?"

"எதைப் பத்தி?"

"என்னைப் பத்தித்தான்... வேற எதைப் பத்தி?"

"இல்லை..." என்றாள் காயா.

"அவரோட பையன்கிட்ட?" அவளுடைய உதடுகள் ஆழ்ந்த வெறுப்பு நிறைந்த முறுவலுடன் திறந்தன.

"யாரு... பீருவா?" அச்சத்துடன் அவளைப் பார்த்தாள் காயா. "அவனுக்கு எதுவும் தெரியாது."

"அவனுக்கு எல்லாம் தெரியும். அவன் என்னைச் சூனியக்காரின்னு நெனக்கறான்." அவள் சிரிக்கத் தொடங் கினாள். ஆனால் அதில் எந்தச் சந்தோஷமும் இல்லை. ஒரேயடியாகச் சோர்வை ஏற்படுத்தும் வறண்ட ரசமற்ற சிரிப்பு.

"நான் அவங்கப்பாவை மயக்கிட்டேன்னு நெனக்கறான். நான் சூனியக்காரி மாதிரி இருக்கேனா..? நீ சொல்லு."

சிரிப்புக்கு நடுவே அவளுடைய கண்கள் இமைத்தபடியே அவளைப் பார்த்தன.

"அவன் எப்பவும் இங்க வரமாட்டானா?"

"எங்கிட்டயா?" அவள் சுரத்தில்லாமல் அசிரத்தையுடன் சொன்னாள், "அவனோட அப்பா வர்றார். அப்பறமென்ன குறைச்சல்?"

அவளுடைய குரலில் இருக்கும் அந்த ஒன்று அவளை நடுங்கச் செய்கிறது. என்ன அது? அப்படி அவளைப் பயமுறுத்தும்படியாக இருக்கும் அது என்ன? உடனடியாக அங்கிருந்து போய்விட வேண்டும் என மனம் எண்ணுகிறது. ஆனால் அவள் தன்னையே கட்டுப்படுத்திக்கொண்டு இங்கே உட்கார்ந்திருக்கிறாள். ஆசையும் அச்சமும், ஆசையும் ஆதங்கமும் என ஒன்றாக அவளை ஆட்டிவைக்கின்றன. அந்தப் பெண் மலைகளைப் பார்க்கிறாள். மாலை வெயிலில் புல்லாக்கை அசைக்கிறாள். முள்ளாகக் குத்தும் புன்னகையுடன் உதடு விரிக்கிறாள். அந்த அறையில் குளிரையும் தணுப்பையும் தாண்டி தனியாக ஆனால் தன்னுடைய தனிமையை முற்றிலும் பொருட்படுத்தாமல் அந்த மலைப் பிரதேசத்தவள்,

புல்லாக்கு அணிந்த மங்கை என்பவள் நாளும் பொழுதுமாக அந்த வீட்டின், பாக்ஸ்லேண்டின் மீது சுற்றிக்கொண்டிருக்கும் வெறும் ஒரு கனவுதானா?

"காயா... நீ பொறப்படு... இருட்டாயிட்டிருக்கு."

"இதோ... நான் போறேன்." அவள் எழுந்துகொண்டாள். கதவுவரை சென்றாள்.

"இரு" அவளது குரல் காயாவை நிறுத்தியது. காயா உட்கார்ந்திருந்த படுக்கையை அவள் பார்த்துக்கொண்டிருந்தாள்.

"இங்க வா."

காயா அருகில் வந்தாள். அந்தப் பெண் காயாவின் தோள்களைப் பற்றிக்கொண்டாள். நீண்ட ஒரு கணம் அவள் கண்களுக்குள் உற்றுப் பார்த்தாள்.

"நீ நல்ல பொண்ணு காயா."

அவள் நிறுத்தினாள். காயா பார்த்துக்கொண்டிருந்தாள்.

"நீ இருக்கறது எனக்கு ரொம்ப ஆறுதலா இருக்கு." அவளுடைய குரலில் இனம்புரியாத பயம் தொனித்தது. கவியும் இருட்டு அவளைத் தீண்டியது போல அச்சம் கொண்டிருந்தது.

"என்னைப் பாரு..."

காயா பார்த்துக்கொண்டிருந்தாள்.

"நீயே சொல்லு... என்னைப் பாத்தா நான் சூனியக்காரி மாதிரி இருக்கேனா?"

அந்தி மயக்கத்தில் இருவரும் ஒருவரையொருவர் பார்த்துக்கொண்டிருந்தனர்.

வெளியே கதவைத் தட்டும் சத்தம் கேட்டது. அவள் சட்டென்று விலகி நின்றுகொண்டாள். காயாவின் தோள்களை விட்டுவிட்டாள். குடியிருப்பின் படிகளில் யாரோ அவசரமாக ஏறிவரும் ஓசை கேட்டது.

"உன்னை எல்லா எடத்துலயும் தேடிட்டு இருக்காங்க."

பகாடி மூச்சு வாங்கியபடி இருந்தான். காயாவைப் பார்ப்பதும் பிறகு அந்தப் பெண்ணைப் பார்ப்பதுமாக நின்றான். அவன் வீட்டிலிருந்து நேராகக் குடியிருப்புக்கு ஓடிவந்தது போலிருந்தது.

"யாரு தேடறா?"

"யாரோ ஒரு ஆள். பாத்தா லாமா சிப்பி மாதிரி தெரியுது. பிச்சை கேட்டு வந்துருக்காங்கன்னு நெனச்சேன். ஆனா அவங்க உங்க பேரைச் சொல்லிக் கேக்கறாங்க"

"என் பேரையா?"

"ஆமாம். உங்க பேருதான்." பகாடியின் குரலில் எந்தச் சந்தேகமும் இருக்கவில்லை. "ரெண்டு பெரிய ஜடை போட்டுட்டு வந்திருக்காங்க. கால்ல துணி கட்டிருக்காங்க. அப்பறம் நடக்கும் போது கால்ல தண்டை சத்தம்."

காயா பகாடியை இடித்துத் தள்ளினாள். புல்லாக்குக் காரியைப் பார்க்கக்கூட இல்லை. படிகளில் இறங்கி ஓடினாள்.

சுற்றிலும் மரங்கள் சுழன்றன.

மங்கது கீழ்த் தளத்துக்குக் கீழே படிகளில் உட்கார்ந்திருந்தான். காயாவைக் கண்டதும் கைகளை விரித்தான். அவள் ஓடிவந்து பயந்துபோன புறாவைப் போல அவனுடைய தோள்களைக் கட்டிக்கொண்டாள். அப்போது அங்கே அவளது இதயத் துடிப்பு மட்டுமே அவளுக்குக் கேட்டது.

"சரி... சரி... போதும்." அவளது அழுக்கான, தூசியும் புழுதியும் படிந்த தலைமயிரைத் தடவிக்கொடுத்தான் மங்கது. வேறெதுவும் சொல்ல வராமல் வெறுமனே போதும்... சரி... என்றபடியே இருந்தான். அந்தச் சொற்களும்கூடத் தலைமயிரின் குப்பையைப் போலக் களைப்புற்று, சோர்ந்து அர்த்தமில்லாதது போல ஒலித்தன.

"நீ குளிக்கறதே இல்லையா?" என்று கேட்டான் மங்கது. "எவ்வளவு அழுக்குச் சேந்துருக்கு?"

அவள் குளித்துக்கொண்டிருந்தாள். மங்கது தன்னுடைய வீட்டிலிருந்து. அறையிலிருந்து. சமையலறையிலிருந்து இத்தனை தொலைவு அவளிடம் கொண்டு வந்து சேர்த்திருக்கும் அந்த வாடையில் அவள் குளித்துக்கொண்டிருந்தாள்.

"வீட்டில எல்லாரும் நல்லா இருக்காங்களா?"

"ஆமாம்... அப்பாகிட்டேயிருந்து கடுதாசி வந்திருந்தது." அவன் ஒவ்வொரு வார்த்தையையும் அதன் அர்த்தத்தைப் பிழிந்தெடுத்துச் சொல்வதுபோலச் சொல்ல, காயா தன் நிலைத்த கண்களால் அவனை முறுக்கிப் பிழிவது போலப் பார்த்துக்கொண்டிருந்தாள். அவன் சொற்களிலிருந்து ஏதேனுமொரு நம்பிக்கை, ஆறுதல், பற்று உதிருமென்றால்

சிவப்புத் தகரக் கூரை

அதைப் பற்றிக்கொண்டு மீதி நாட்களையும் கழித்துவிட முடியும் என்பது போலப் பார்த்துக்கொண்டிருந்தாள்.

"அம்மாவுக்கு எழுதியிருந்தாங்க. தில்லியிலிருந்து ஒருநாள் மீரட்டுக்குப் போயிருந்ததாகவும் லாமாவைப் பார்த்ததாகவும் எழுதியிருந்தாங்க. அவ உன்னைப் பத்தி விசாரிச்சதாவும்."

தில்லி . . . மீரட் . . . லாமா. இந்தச் சொற்கள் எல்லாமே அந்த மாலைவேளையின் குளிர்ச்சியான புகைமூட்டமான வெயிலில் வேறொரு உலகத்தின் உயிரைப் போல அவளுக்குத் தெரிந்தது. அந்த உயிருக்கென்று பெயர் எதுவும் இல்லை. ஆனால் பல வருடங்களுக்கு முன்பே மாண்டுபோய்விட்டது. அதனுடைய பிரேதம் அல்லும் பகலும் இந்த மலைப் பிரதேசத்தில் சுற்றிக்கொண்டு திரிகிறது என்றெல்லாம் காயா எண்ணினாள்.

"நான் இப்பத்தான் சின்ன எசமானைப் பாத்தேன்" என்றான் மங்கது. "அவங்கதான் உன்னோட அறையைக் காட்டினாங்க. நீ அங்க தனியாத்தான் இருக்கறியா?"

காயா தலையாட்டினாள்.

"உனக்குப் பயமாயில்லையா? இவ்வளவு பெரிய வீட்டில?"

"இல்லை மங்கது" என்றாள் அவள்.

"நல்லது . . ." மங்கது பெருமூச்சுவிட்டான். "அப்பா சீக்கிரயா திரும்பி வந்துருவாங்க "

"கடுதாசில எதுவும் எழுதிருந்துச்சா?" காயாவின் உதடுகள் துடித்தன. உடம்பு முழுவதும் உயிரற்றதுபோல ஆனது. அவள் தழுதழுத்த கண்களுடன் மங்கதுவைப் பார்த்தாள்.

"எழுதறதுக்கு என்ன? எப்பிடியும் வரத்தானே வேணும். அம்மா எத்தனை நாளிக்குத் தனியா இருக்க முடியும்?"

"அத்தை இருக்காங்கல்ல?" என்று கேட்டாள் காயா.

"நான் உங்கிட்ட சொல்லலையா? அவங்க போயிட்டாங்க. குளிர்ல அவங்க உடம்பு வெரைச்சு போயிடுது. உன்னை இங்க விட்டுட்டுப் போக வந்தாங்கல்ல அதுக்கப்பறம் மூணாம் நாளே அவங்க போயிட்டாங்க." அவனுடைய குரலில் இனம் புரியாத ஒரு சந்தோஷம் இருந்தது. பாவம். சமவெளிப் பிரதேசத்து ஊரைச் சேர்ந்த பெண்கள் மலை வாசஸ்தலங்களின் குளிரை எப்படித் தாங்கிக் கொள்ளமுடியும் என்பது போலான ஒரு கரிசனை அவன் குரலில் தொனித்தது.

அம்மா தனியாக இருப்பாள் என்ற நினைப்பு வந்தது. அசையும் மலைகளைப் பார்த்தபடி தனியாக வராந்தாவில் உட்கார்ந்திருப்பாள். யாருமற்ற அறைகளில் காற்று சொன்ய்... சொன்ய் என்று பறந்துகொண்டிருக்கும்.

"குட்டி எங்க தூங்கறான்?"

"அம்மாவோட அறையிலதான். உன்னோட அறை பூட்டி வெச்சிருக்கு." மங்கது கண் இமைத்தபடியே காயாவின் பின்னால் சூரியன் மறைவதைப் பார்த்தான். கீழே மலைகளின் மீது இருள் கவிந்தது. ஆனால் அதற்கு நேர் எதிரில் கிழக்குப் பக்கமாக இருந்த மலைகளின் மீது இப்போதும் வெளிச்சம் இருந்தது. பளபளக்கும் பாதரசம் போல நாலாப்பக்கமும் ஊர்ந்திருந்தது. இருட்டுக்கும் வெளிச்சத்துக்கும் இடையே ஊர் மொத்தமும் எல்லையற்ற மாய மௌனத்தில் மூடிக் கொண்டது போல இருந்தது.

"அங்க பனி விழலையா?" என்று கேட்டாள் காயா.

"நீ பைத்தியமாயிட்டே!" மங்கது சிரிக்கத் தொடங்கினான். "அங்க பனி விழுந்துச்சுன்ன இங்க இப்பிடி காஞ்சு கெடக்குமா?" பிறகு அவனுடைய வாயிலிருந்து நீண்ட, எலும்பைக் கூசவைக்கும்படியான ஒரு பெருமூச்சு வெளிவந்தது. பின்பு அவன் காயாவைப் பார்த்தான்.

"இங்க உனக்குச் சிரமம் ஒண்ணுமில்லையே?"

"இல்ல மங்கது. நான் இங்க நல்லா இருக்கேன்." ஒரு கணம் நிறுத்தினாள். பிறகு மெல்லத் தன்னைக் கட்டுப்படுத்திக் கொண்டவளாய்ச் சொன்னாள்: "எனக்கு ஒரு தரம்கூட வீட்டு நெனப்பே வர்லைன்னு அம்மாகிட்ட சொல்லு."

மங்கது சற்றே நம்பிக்கையில்லாத பாவத்துடன் அவளைப் பார்த்தான். "நல்லது சித்தப்பாவும் இதைத்தான் சொன்னார்."

"என்ன சொன்னார்?"

காயாவின் மனம் குன்றியது போலிருந்தது.

"நீ ஒண்ணுமே பேசாம இருக்கறேன்னு சொல்லிட்டிருந் தார். நீ இங்க இருக்கறதேகூட வெளியில யாருக்கும் தெரியலைங்கறார். அம்மாகிட்டச் சொன்னா அவங்க நம்ப மாட்டாங்க. ஞாபகம் இருக்கா, மேடம் உன்னைப் பத்தி எத்தனை வருத்தப்பட்டாங்க?"

"மிஸ் ஜோசுவா?"

“அவங்களால இப்ப அவ்வளவா நடக்க முடியலை. செய்தித்தாளை எடுக்கறதுக்கு மட்டுந்தான் வெளியில வராங்க.”

“மங்கது. உண்மையிலேயே அதுக்குப் பின்னால கண்ணுக மின்னுதா ?”

“எதுக்குப் பின்னாடி?” குழப்பத்துடன் மங்கது காயாவைப் பார்த்தான்.

“தபால்பெட்டிக்குப் பின்னால. அது காலியா இருக்கும் போது.”

“சீ . . . சீ . . . என்ன உளர்றே காயா ?”

அவன் தன்னுடைய வட்டமான தொப்பியைக் கழற்றி அதனுள்ளே எதையோ தேடுவது போல எட்டிப் பார்த்து விட்டுத் தன்னுடைய முழங்காலில் தூசிபோகப் படக் படக்கென்று தட்டினான். அவன் ஒரு பழைய காக்கிநிற மேல்கோட்டை அணிந்துவந்திருந்தான். கால்களில் வேறு ஏதோ கந்தல் துணியைச் சுற்றியிருந்தான். கிழவனைப் போலவும் காயமுற்ற சிப்பாயைப் போலவும் இருந்தான். காலில் செருப்புக்குப் பதிலாகப் புழுதிபடிந்த சாக்குத் துணி சுற்றப் பட்டிருந்தது. பல ஆண்டுகளுக்கு முன்பு கால்பந்து விளையாடிய டைடிபிவரின் கால்கள் போன்றிருந்தன.

தோளிலிருந்து பையைக் கீழே இறக்கித் தன்னுடைய சிவந்த கரடுமுரடான கைகளால் அதைத் திறந்தான். பெரிதும் சிறிதுமாக இரண்டு பெட்டிகளை வெளியே எடுத்தான்.

“ஞாபகம் வெச்சுக்க. இந்தப் பெரிய பெட்டில தின்பண்டங்கள் இருக்கு. ஊறுகாயும் வெச்சிருக்கு. அப்பறம் இதுல மேடம் உனக்காகக் கேக் அனுப்பிச்சிருக்காங்க. கெட்டுப் போயிருச்சுன்னா சாப்பிட வேண்டாம். சரியா . . . அப்ப நான் புறப்படட்டுமா ?”

“இப்பவேவா ? இன்னிக்கு ராத்திரி நீ இங்க தங்கலையா ?”

“அம்மா என்ன பண்ணுவாங்க? அவங்க தனியா இருப்பாங்கல்ல ?”

அவன் படிகளிலிருந்து எழுந்து நின்றான். சுற்றுமுற்றும் பார்த்தான். வீட்டின் ஒரு சுவரின்மீது இப்போதும் வெயில் படிந்திருந்தது. கூரைக்கு மேலே பாதிக்கும் சிறியதாக ஒரு ஆப்பிள் துண்டுபோல நிலவு வெளிவந்திருந்தது. இரவின் வருகைக்காக எதிர்பார்த்துக் காத்திருந்ததுபோல இருந்தது. அவன் தன் பையை எடுத்துக்கொண்டான். வழக்கம்போலத்

தனக்குள்ளாகவே என்னவோ முணுமுணுத்தான். அம்மாவைப் பற்றியோ அல்லது அப்பா தில்லியிலிருந்து திரும்புவதைப் பற்றியோ அல்லது தன்னுடைய களைப்பை அல்லது கால்வலியைப் பற்றியோ என்னவென்று அவளால் சரியாகப் புரிந்து கொள்ள முடியவில்லை.

அவள் இரண்டு பெட்டிகளையும் மார்போடு அணைத்துக் கொண்டு நின்றாள்.

"அம்மாகிட்ட ஒண்ணும் சொல்ல வேணாமா?" மங்கது சென்றபடியே அவளைப் பார்த்தான்.

வேண்டாம். ஒண்ணும் இல்லை. அவள் வேகமாகத் தலையாட்டினாள். அவள் உயிர்வற்றிப் போனவளாய்ச் சிலையைப் போல நின்றுகொண்டிருந்தாள். கண், காது தொடங்கி உடம்பின் ஒவ்வொரு அங்கமும் ஒடுங்கி இதயத் துடிப்பிற்கு முன்னும் பின்னுமாய்ப் பதுங்கிவிட்டதுபோல இருந்தது. ஏதோ ஒரு இறுதி அபாயத்தை அவை நுகர்ந்திருந்தன. பரமபத விளையாட்டைப் போல ஒரு சமயம் மேலே உயர்ந்தும் சட்டென்று காணாமல் போயும் பிறகு திடீரென்று கீழே இறங்குவதுமாக மலைநகரத்தின் அந்தப் பாதையை அவளது கண்கள் வெறுமனே பின்தொடர்ந்தன. அந்தப் பாதையில் சென்றுகொண்டிருந்த மங்கது ஒரு சிறிய புள்ளியாகிவிட்டபோதும் காயாவின் வேட்டைக் கண்கள் அதைவிட்டு விலக விரும்பவில்லை. இரண்டு பெட்டிகளையும் அங்கேயே படியில் வைத்துவிட்டு அவள் ஓடத் தொடங்கினாள். அந்திமாலையின் இறுதிக் கிரணங்களினூடே மரங்களுக்கு அடியில் ஒற்றையடிப் பாதைக்கு நடுவே மங்கது தென்பட்டான். மேலே ஏறிக்கொண்டிருந்தவன் அடுத்த திருப்பத்தில் மறைந்து போய்விட்டான். அவள் குடியிருப்புக்குக் கீழே வந்தாள். புதர்களுக்கு இடையே முட்களின் கூரிய முனைகளிலிருந்து விலகியும் ஒடுங்கியும் ஓடிவந்து பார்க்கும் போது ஒற்றையடிப் பாதையின் இறுதி முனை கண்ணில் பட்டது. மாயபொம்மை போல மங்கது மீண்டும் வெளிப்பட்டான். மரக்கூட்டங்கள் அவனை மறுபடியும் மறைத்துக் கொள்ளும்வரை பார்த்துக்கொண்டேயிருந்தாள். பிறகு காயா கடை சிப் புள்ளியில் ஓடிவந்து நின்றுகொண்டாள். அங்கிருந்து பார்க்கும்போது மங்கதுவின் முதுகு மட்டுமே தெரிந்தது. காற்றில் படபடத்த அவனது மேல்கோட்டு அவனை, பறப்பதற்குப் பதிலாகச் சிறகை விரித்தபடி நடந்துசெல்லும் ஒரு பிரமாண்டமான பறவையைப் போலக் காட்டியது. ஒற்றையடிப் பாதையை விடுத்து 'பாக்ஸ்லேண்ட்' என்று எழுதப்பட்ட பலகை தொங்கிக்கொண்டிருக்கும் அந்த ஓக்

மரத்தருகே வந்ததும் காயா சற்று நேரம் தளர்ந்துபோய் நின்றவள் பிறகு உரத்த குரலில் கத்தத் தொடங்கினாள். திடீரென்று அடங்கிப் போனாள். அவளுடைய குரலைக் கேட்டு அவளே பயந்துவிட்டது போலத் தெரிந்தது.

திரும்பிவந்து பார்க்கும்போது படிகளின் மீது இரண்டு பெட்டிகளும் அந்தி நேரத்தின் புகைமூட்டமான மங்கிய வெயிலில் மினுமினுத்தபடி இருந்தன.

மேலே அறைக்கு வந்தபோது அவளது தலை சுற்றத் தொடங்கியது. படுக்கையில் உட்கார்ந்துகொண்டாள். சற்று நேரம் வரை தனது கருவிழியில் சுழலும் சுவர்களைப் பார்த்துக் கொண்டிருந்தாள். பிறகு திடீரென்று கண்கள் நிலைத்து விட்டன. வலியும் நிலைத்துவிட்டது. அதன்பின் இதற்கு முன்பு அவள் அனுபவித்திராத ஒரு விசித்திரமான அனுபவம் ஏற்பட்டது. நேரம் போய்க்கொண்டிருப்பதாக உணர்ந்தாள். வீட்டில் யாருக்கும் தெரியாது. எல்லோரும் அவரவர் அறைக்குள் முடங்கியிருக்கிறார்கள். பீரு தன்னுடைய பியானோவுக்கு அருகிலும் சித்தப்பா நூலகத்திலும் புல்லாக்கு அணிந்தவள் தன்னுடைய அறையிலும் இருக்கிறார்கள். அவர்கள் எல்லோருக்கும் உள்ளே காலம் எப்போது நின்றது, எப்போது பெருகியோடியது என்பதெல்லாம் ஒன்றும் தெரியவில்லை. கடிகாரத்தின் காலம் அல்ல. அதற்குக் காயாவின் வயதில் பெரிய மகத்துவம் கிடையாது. இது வேறொரு காலம். இரண்டு ஊசிகளுக்கு இடையே கம்பளி நூல்கண்டு உருண்டு புரள்கிறது. ஒவ்வொரு முறை உருளும்போதும் ஒரு புதிய பின்னல் வெளிப்படுகிறது. அப்படிப்பட்ட ஒரு ‘பின்னலை’ காயா தனக்குள் பார்த்திருந்தாள். மங்கதுவை அழைப்பதற் காகப் புதர்களுக்கு நடுவே எழுந்த அவளது குரல் முற்றிலும் சகிக்க முடியாததாக இருந்தது. இப்போதும்கூட அது ஏதோவொரு கோடாலியைப் போலப் பல ஆண்டுகளாக உள்ளுக்குள் கெட்டித்துக் கிடக்கும் மிகப் பழைய மண்மேட்டை, பிரமீட்டைச் சுரண்டிக்கொண்டிருக்கிறது. பிறகு திடீரென்று ஒரு உதறல். ஒரு கூச்சல். ஒரு துர்க்கனவின் மோதலில் மறுபடியும் பெருக்கெடுக்கத் தொடங்கிற்று. காயா அன்று மாலை தன் படுக்கையில் உட்கார்ந்தபடி, உள்ளேயிருந்து வெளியே செல்லாமல், உள்ளேயிருந்து உள்ளுக்குள்ளாகவே தன்னுடைய இடத்தை மாற்றிக்கொண்டிருந்த அந்தப் பெருக் கெடுப்பைப் பார்த்துக்கொண்டிருந்தாள். கெட்டித்த அந்த மேடு, பெரிய அந்தக் குன்று உருகுமென்ற எதிர்பார்ப்பில் நின்றுகொண்டிருக்க, ஒவ்வொரு சம்பவமும் கோடாலியின்

வெட்டுகள்போலக் கட் கட் கட் என விழ, அந்தக் குன்றின் ஏதோவொரு பகுதி உடைபடும்போது அதனடியிலிருந்து மிகப் பழம் நெருப்புக் குழம்பு பொங்கி வழியத் தொடங்கு கிறது. அந்த நெருப்புக் குழம்பில் அவளுடைய கோபம் வெறுப்பு, கசப்பும் துவர்ப்புமான விருப்பங்கள். ஆசை என எல்லாமே அடங்கியிருப்பதாகக் காயாவுக்குத் தோன்றியது. காயா பிறப்பதற்கு வெகு முன்பிருந்தே அங்கே உருவாகத் தொடங்கிய அது அவளையே அள்ளிக்கொண்டு திரண்டு நிற்கிறது. அதைத் திரட்டியபடியே அவள் இதுவரையிலும் இதோ இன்று அவள் இருக்கும் இந்த இடத்திற்கு வந்து சேர்ந்திருக்கிறாள். குளிர்காலத்தின் இந்த மாலை வேளையில், இந்த அறைக்குள், தனது படுக்கையில் உட்கார்ந்தபடி மங்கது அவளுக்காக விட்டுச்சென்ற அந்த இரண்டு பெட்டிகளைப் பார்த்தபடி உட்கார்ந்திருக்கிறாள்.

மனதைக் கட்டுப்படுத்த எங்கேனும் வெளியே செல்வது அவசியம் என்பதுபோலக் காயா படுக்கையிலிருந்து எழுந்து நின்றாள். ஆனால் வெளியே இருட்டாக இருந்தது. சென்ற ஆண்டு பனி விழுந்தபோது அவளும் குட்டியும் மிஸ் ஜோசுவாவின் வாசலில் பனியை அப்புறப்படுத்தினார்கள். காலியாக இருந்த அந்த வீட்டுக்கு முன்னால் பனி குவிந்த படியே இருந்தது. அதை அப்புறப்படுத்த வேண்டும் என யாரும் ஆர்வம் காட்டவில்லை. பனி குவிந்தபடியே இருக்க மெல்ல மெல்ல வீடு கண்ணில் படாது மறைந்து போனது. மனிதர்களின் விஷயத்திலும் அப்படி நடக்குமா என்ன? ஒரு நாள் அவர்களும் கண்ணில் படாது மறைந்து போவார் களோ? ஏனென்றால் பனியை அப்புறப்படுத்த யாரும் வருவதில்லை. அவை குவிந்துவிடுகின்றன. அந்த இடத்தில் வீடு இருந்ததா இல்லையா என்பதுபோல் அது எப்போதைக்கு மாக இல்லாதுபோகிறது. உள்ளே கூச்சல் எழுந்தாலும்கூடப் பனிச் சுவரில் வெறுமனே மோதித் திரும்பி விடுகிறது. யாரும் அதைக் கேட்பதுமில்லை. கேட்க முயல்கிறார்களா என்றால், அதுவும் இல்லை.

லேசான சலசலப்பு ஏற்பட்டது. காயா ஜன்னல் வழியாகக் குனிந்து பார்த்தாள். மலைகளுக்கு நடுவே பளபளப்பான பூச்சி ஒன்று ஊர்ந்துகொண்டிருந்தது. சினம் கொண்ட பாம்பைப் போல அது ஒரு சமயம் மேலேயும் பிறகு காணாதுபோய்ச் சற்று நேரத்தில் திடீரென்று மலையின் மறுமுனையிலும் நெளிந்து வந்தது. சிம்லாவுக்கும் கால்காவுக்கும் இடையிலான அந்தப் புகைவண்டி இருட்டில் ஒளிவீசும் ஒரு கோட்டைக் கிழித்தபடி ஊர்ந்து சென்றது. காயா தினமும் மாலையில்

சிவப்புத் தகரக் கூரை

அதைப் பார்ப்பதுண்டு. இந்த நேரத்தில்தான் அது வந்து செல்லும். சில சமயங்களில் மலைகள் அதை விழுங்கிவிட்டது போலக் கண்ணிலிருந்து மறைந்துபோய்விடும். ஆனால் சற்று நேரத்துக்குப் பிறகு அது வெளியே வரும்போது உண்மையிலேயே அது சினிமாப் படத்தைப் போலச் சின்னச் சின்னப் பெட்டிகளாகப் பிரிந்து அருகிலிருக்கும் மலைகளில் தடதடவென்ற நடுக்கத்தை ஏற்படுத்தியபடி வெகு அருகில், எதிரே நெருங்கி வந்துவிட்டது போலக் காயாவுக்குத் தோன்றும். திடுக்கிட்டவளாய்க் தலையைப் பின்னுக்கிழுத்தாள். சிறிது நேரம் கழித்துக் கண்களை உயர்த்திப் பார்த்தபோது மலைகள் மீண்டும் தத்தம் இடத்துக்குத் திரும்பியிருந்தன. இருட்டுக் கட்டுண்டிருந்தது. ரயில் சக்கரங்களின் ஓசை மட்டும் எங்கோ தொலைவில் கண்ணுக்குத் தெரியாத மூலையில் கேட்டுக் கொண்டிருந்தது. கடைசி மலையிலிருந்து இறங்கி ஜகுனு, கால்காவை நோக்கி அந்த ரயில் விரைந்திருக்க அதன் பிறகு எதுவும் கண்ணுக்குத் தெரியவில்லை.

அவள் தன் தலையை ஜன்னலின் மரச்சட்டத்தில் வைத்துக்கொண்டாள். எதைப் பற்றியும் யோசிக்காமல் தான் அழுகிறோம் என்று தெரியாமலே அவள் அழத்தொடங்கினாள். குறிப்பிட்ட ஒரு இடத்திலிருந்து கண்ணீர் பெருகவுமில்லை. குறிப்பிட்ட இடத்தை நோக்கிச் சென்று முடியவுமில்லை. அதைத் துடைக்கக்கூட இல்லை. அது தானாகவே உலர்ந்து போனது. அதன் பிறகு அது இருந்த தடயமே தெரியவில்லை.

அவள் தலையைத் தூக்கியபோது யாரோ கதவைத் தட்டுவது போலக் கேட்டது. யாரோ சத்தமில்லாமல் வந்திருக்கிறார்கள். இருட்டில் நின்றிருக்கிறார்கள்.

“நீயா?”

“ஆமாம். வெளியிலிருந்து நான் உன்னைப் பாத்துட்டிருந்தேன். நீ ஜன்னல்கிட்ட குனிஞ்சு பாத்துட்டிருந்தே.”

அவள் நேராகத் திரும்பினாள். பாதி நிலவின் வெளிச்சம் லாமாவின் மேல் விழுந்திருந்தது. அவள் உள்ளே வரவில்லை. அறைக்கும் நூலகத்துக்குமான புகைமூட்டமான எல்லையில் நின்றிருந்தாள்.

“என்ன செஞ்சிட்டிருக்கே... இருட்டுல?”

“ஒண்ணுமில்லை. ரயிலைப் பாத்துட்டிருந்தேன்.”

அவள் நெருங்கிவந்தாள். பிறகு நின்றுவிட்டாள். அப்போது லாமாவுக்கும் அவளுக்குமிடையே ஏதோவொரு பொருள் அசைவதுபோல ஆச்சரியமான ஒரு குழப்பம் தென்பட்டது. இதுதான் ஆத்மாவா? வலியிலிருந்து சுகத்தினை நோக்கிச் செல்லும் அது லாமா நிற்கும் இடத்தில் அவளது கால்களைச் சுற்றிக்கொண்டு திரும்பிக் கண்ணீர் தடம் இருந்த காயாவின் கன்னங்களைத் தொட்டுக்கொண்டு நகர்ந்து, ஏதோவொன்று அழுத்திக் கொண்டிருக்கும் அவளுடைய இரண்டு மார்புகளையும் உரசியபடியே இருக்கும் இதுதான் ஆத்மாவா? பல வருடங்களுக்கு முன்பு பால்கனியில் அம்மணமாய் உட்கார்ந்துகொண்டு காளி மாதாவைக் காட்டும்படி பைத்தியம் போலப் போதையேறியவளாய்க் காற்றில் நடுங்கியபடி பிடிவாதம் பிடித்திருந்தது போலவே இருந்தது.

"லாமா?"

"என்ன காயா? நான் இங்க இருக்கேன்."

"நீ இதைத் தடுக்க முடியாதா?"

அவள் ஓடிச்சென்று லாமாவின் கையைப் பற்றிக் கொண்டாள். அவள் காயாவின் அருகில் வந்தாள். "இங்க பாரு. இங்க. நீ இதைத் தடுக்க முடியாதா?"

காயா தரையின் மையப் பகுதியைச் சுட்டிக்காட்ட லாமா தன்னுடைய திடமான கண்களால் அந்த இடத்தைப் பார்த்தாள்.

அங்கே ஒன்றும் இருக்கவில்லை. எதுவும் அசையவில்லை. வெறுந்தரையில் நிலவின் மஞ்சள் நிறமான சதுர வெளிச்சம் விழுந்திருந்தது.

காயா கண்ணிமைக்காது அதைப் பார்த்துக்கொண் டிருந்தாள். பிறகு நாலாப்பக்கமும் பார்த்தாள். அறையில் யாரும் இருக்கவில்லை. அவள் எப்போது ஜன்னலை விட்டு நகர்ந்து அறையின் நடுவே வந்து சேர்ந்தாள், தனியாக இருட்டில் நின்றாள் என்று எதையும் அவளால் அறிந்துகொள்ள முடியவில்லை.

ஐந்து

"எங்கயாவது எசமானைப் பாத்திங்களா?"

"யாரை?"

"பீரு எசமானைத்தான்." பகாடியின் அச்சம் கொண்ட கண்கள் அவளை ஆராய்ந்தன.

"அவரோட அறையில இல்ல?"

"வாத்தியாரோட வீட்டுக்குப் போனாரு. இன்னும் திரும்பி வரலை." பகாடி நகர்ந்தான்.

அவன் அவசரத்தில் இருந்தான். காயாவுக் காகக் காத்திருக்கவில்லை. படிகளில் இறங்கிக் குடியிருப்பின் பக்கமாய் ஓடினான்.

அவள் வெளியே வந்தபோது குளிரால் உடல் குறுகத் தொடங்கியது. இந்த ராத்திரி நேரத்தில் பீரு எங்கே போயிருக்க முடியும்? இப்போதெல்லாம் அவன் அவளிடமிருந்து மிகவும் விலகியே இருந் தான். ராத்திரி வெகுநேரம்வரை அவனுடைய அறையில் விளக்கு எரிந்தது. ஒருமுறை அவள் துணிச்சலுடன் அவனது அறைவரைக்கும் சென்றாள். ஆனால் அவனது அறைக் கதவுக்குப் பின்னால் எந்தச் சத்தமுமில்லாது எந்த சலசலப்பும் இல்லாது அடர்ந்த மௌனம் இருக்க, அவள் திரும்பிவந்துவிட்டாள். அவனது அறைக் கதவைத் தட்டிப் பார்க்கலாம் என்றுகூட அவளுக்குத் தைரியம் வரவில்லை.

வராந்தா வெறுமையாக இருந்தது. மேசை களையும் நாற்காலிகளையும் உள்ளே எடுத்துப்

போட்டிருந்தார்கள். ஆகாயம் நீலமாகவே இருந்தபோதும்கூட எந்த நேரத்திலும் பனி விழத் தொடங்கிவிடும். அவை டிசம்பர் மாதத்தின் ஆரம்ப நாட்கள். காற்று முற்றிலுமாகக் கண்ணாடி போல் தென்பட்டிருந்தது. அதனுள்ளிருந்து ஆகாயம் எட்டிப் பார்த்தது. மலைகளின் நிலைப்படிகளில் ஒளிவீசும் ஒரு வைரம், திடமான குளிர்கூடிய நீலக்கல் தென்பட அதன் மீது பஞ்சிலிருந்து மேகங்கள் எழுந்து பறந்துவந்தன.

அவள் வெகுநேரம்வரை அவற்றைப் பார்த்துக்கொண்டிருந்தாள். இல்லை. பனி விழுகிற மேகங்கள் இவை இல்லை. பார்த்தவுடனே அவள் கண்டுபிடித்துவிடுவாள்.

சாப்பிடும் நேரத்தில்தான் சித்தப்பா அறையில் தென்பட்டார். பீருவின் இருக்கை காலியாக இருந்தது. பகாடி ரொட்டியை எடுத்துவருவதும் திரும்புவதுமாக இருந்தான். அவன் சற்றே கவலையுடன் தென்பட்டான். ஆனால் சித்தப்பா எதுவும் பேசாது எந்த அக்கறையுமில்லாதவராய் உட்கார்ந்திருந்தார்.

"பீரு வரலையா?" காயா தலையைத் தூக்கிச் சித்தப்பாவைப் பார்த்தாள். அவர் சாப்பிடுவதில் தீவிரமாயிருந்தார். மெதுவாக அவரது தலை ஆடியது.

"அவன் ஒருவேளை தாமதமாக வரக்கூடும். சில சமயத்துல வாத்தியாரோட வீட்டுலேயே இருந்துருவான்."

"எங்க இருக்காங்க?"

"சஞ்சௌலியில. இங்கிருந்து அவ்வளவு ஒண்ணும் தூரம் இல்லை."

"கேள்விப்பட்டிருக்கேன். அங்க ஒரு பெரிய கல்லறை இருக்கில்ல?"

"கல்லறையா?" கொஞ்சம் சந்தோஷத்துடன் அவர் காயாவைப் பார்த்தார். நீண்ட ஒரு கணம்வரை பார்த்துக்கொண்டேயிருந்தார்.

"நீ எப்பவாவது போயிருக்கியா?"

"இல்லை . . ." அவள் திடுக்கிட்டவளாய் வாய் மூடினாள். மிஸ் ஜோசுவா சொன்னதைச் சித்தப்பாவிடம் சொல்ல முடியாது என்று தோன்றியது.

"அது ரொம்ப பழைய கல்லறை" என்றார் சித்தப்பா.

"இந்த மலை வாசஸ்தலத்துல இங்கிலிஷ்காரங்க வசித்த காலத்துலேர்ந்து அது இருந்துட்டு இருக்கு . . ." அவர் ஒரு கணம் நிறுத்திவிட்டுக் காயாவின் தலைக்கு அப்பால் கணப்படுப்பு எரிந்துகொண்டிருந்த இடத்தைப் பார்த்தார்.

"இங்கயும்கூடத்தான் சமாதிகள் இருக்கு. நீ பாத்தது இல்லையா?" அவர் புன்னகைத்தார்.

"இங்கயா. இந்த வீட்டிலயா?" காயாவின் உடலில் குளிர் விறுவிறுவென்று பரவியது.

"வீட்டுக்குள்ள இல்லை." சித்தப்பா புன்னகையுடனே இருந்தார். ஆனால் அவருடைய கண்கள் ஈரத்துடன் இருந்தன. அவர் எப்போதுமே புன்னகைத்தபடியே தன்னுடைய கண் களைத் தனியாக விட்டுவிடுவார்.

"நீ டென்னிஸ் மைதானத்தைப் பாத்திருக்கியா?"

"ஒரு தடவை பீருவோட போயிருக்கேன்" என்றாள் காயா.

"அதுக்குக் கொஞ்சம் கீழே போனா ரொம்ப உயர உயரமா புல் வளர்ந்துருக்கறது தெரியும். அந்த இடத்துல அதுக்குக் கீழே ரெண்டு சமாதிகள் இருக்கு. இப்பப் பாத்தா தெரியாது. ஆனால் அந்தச் சமாதிகள் இருந்ததுனாலதான் இந்த வீட்டை வாங்கறதுக்கு யாரும் தயாரா இல்லாம இருந்தாங்க."

"இரண்டு சமாதிகளா?"

காயாவின் கண்கள் அச்சத்துடனான ஆர்வத்துடன் விரிந்தன. அவள் ஒரு சிறு மீனைப் போலச் சித்தப்பாவின் வார்த்தைகளில் ஊசலாடிக்கொண்டிருந்தாள்.

"ஒண்ணு வீட்டோட முதலாளியோடது . . . இன்னொன்னு அவரோட நாய்."

"ஆனா ஏன்?"

"ஏன் என்ன?" சித்தப்பா அவளைப் பார்த்தார்.

அந்த நாயைப் பற்றி, ஏன் அந்த மனிதரைப் பற்றியும் கூட அவள் என்னவோ கேட்க விரும்பினாள். ஆனால் உதாசீனமான ஒரு சோர்வுடன் அவள் வெறுமையுடன் உட்கார்ந்திருந்தாள்.

"அப்பறம் நீங்க . . . நீங்க இந்த வீட்டை வாங்கிட்டீங் களா?"

"ரெண்டு பாவப்பட்ட சமாதிங்க. அதுல பயப்படறதுக்கு என்ன இருக்கு? அப்பறம் இந்த வீடு ஊருக்கு மேல இருக்கு. பேய் பிசாசுங்களப் பத்தித் தெரியாது. ஆனா கொசு, ஈ இதெல்லாம் வராது இங்க."

இருந்தாலும்கூடச் சித்தி இந்த வீட்டில்தான் செத்துப் போயிருக்கிறாள். காயாவுக்கு அத்தையின் வார்த்தைகள் நினைவுக்கு வந்தன. அவள் இப்போது இருக்கும் அறையில் தான் அத்தை வசித்திருக்கிறாள். அங்குதான் அவளுடைய தகரப் பெட்டிகள் இருக்கின்றன.

சித்தப்பா எப்போதும் அந்த விஷயங்களைப் பற்றிப் பேசுவதில்லை.

உள்ளே வந்த பகாடி ஆச்சரியத்துடன் இருவரையும் பார்க்கத் தொடங்கினான். அவர்கள் இருவரும் ஒருவர் மற்றவரைப் பற்றிக் கவலைப்படாமல் எதுவுமே பேசாமல் உட்கார்ந்திருந்தார்கள். அவன் எச்சில் தட்டுகளை எடுக்கத் தொடங்கினான். அணைந்துகொண்டிருந்த கரித் துண்டுகளி லிருந்து கடகடவென முறிவதுபோல ஓசை எழுந்தது. பிறகு அனைத்துமே அமைதியடைந்தது.

அவன் சென்றதும் சித்தப்பா மேசையில் குனிந்தார். "காயா..." அவருடைய குரலில் லேசான நடுக்கம் இருந்தது.

"நீ குடியிருப்புக்குப் போனியா?"

காயா பயந்து விட்டாள். புல்லாக்குப் பெண்மணி அவரிடம் ஏதும் சொல்லியிருப்பாளா? அவள் ஒன்றும் பேசாமல் மேசையையே பார்த்துக்கொண்டிருந்தாள்.

"எனக்கு... எனக்கு ரொம்ப சந்தோஷமா இருக்கு. நீ அவங்கள போய்ப் பாத்ததிலே."

நீண்ட கைகால்கள், அகன்ற தோள்கள், ஒரு முடியும்கூட நரைத்திருக்காத தலை என்று அத்தனை கம்பீரமாகத் தெரிந்த சித்தப்பா இப்போது அந்த ஒரு கணத்தில் முதன்முறையாகப் பலவீனமான ஒரு வலை அவரது முகத்தின் மீது விழுந்து விட்டது போல உணர்ந்தாள் காயா.

"சித்தப்பா. அவங்க இங்க வர முடியாதா?"

"இங்கே... இந்த வீட்டுக்கா?"

அவர் மெதுவாகச் சிரித்தார். ஆச்சரியத்துடன் அவரைப் பார்த்தாள். பீரு சிரிப்பது போலவே இருந்தது. பீருவிடம் எப்போதாவது பார்க்க முடிகிற அந்த அமைதியான ஏமாற்றம்

சிவப்புத் தகரக் கூரை

இப்போது சித்தப்பாவின் முகத்தில் தென்பட்டது. அந்தச் சிரிப்பையும் ஏமாற்றத்தையும் பார்க்கும்போதெல்லாம் அவள் வஞ்சிக்கப்பட்டவள் போல் உணர்ந்தாள். இது வலியுமில்லை. துக்கமுமில்லை. முழுமையடையாத பூரணமற்ற எதனோடும் இதற்குத் தொடர்பும் இல்லை. இதனுடைய பொருள் வேறு எதுவோ. அந்த இடத்திற்கு அவளால் ஒருபோதும் சென்று சேர முடியாது.

“அப்பப்ப தோணும் . . . நீ ரொம்ப நாளைக்கு முன்னாடியிருந்தே இங்க இருந்துட்டு இருக்கற மாதிரி . . .” சித்தப்பாவின் கண்கள் மீண்டும் கணப்படுப்பின் மேல் படிந்தன. “நீ திரும்பிப் போகணும்ங்கறதேகூட ஞாபகம் வரமாட்டேங்குது.”

சித்தப்பாவின் சொற்கள் அவளைக் குத்தத் தொடங்கின. அவளுக்கு நினைவு இருக்கிறதா? முன்பு அவள் வீட்டுக்குத் திரும்பும் நாட்களை ஒவ்வொன்றாக எண்ணிக் கொண்டிருந்தாள். ஆனால் இப்போது எண்ணிக்கைவிட்டுப் போய்விட்டது. ஒரு நாள். இரண்டாம் நாள். இரவும் பகலும் என அவளுக்கு எந்த எதிர்பார்ப்பும் கிடையாது. அவளுக்கு இந்த எண்ணம் வந்ததுமே தன்னை நினைத்தே அவள் பயந்துபோய்விடுவாள். யாரோ பின்னாலிருந்து அவளது கண்களைப் பொத்திக் கொண்டதுபோல என்னவென்றே தெரியாமல் அவளுக்கு என்னவோ ஆகிவிட்டது என அவள் உணர்ந்தாள். வெகுநேரம் வரை அது யார் என்றோ அவை யாருடைய கைகள் என்றோ அவளுக்குத் தெரியவில்லை. இருந்தபோதும் நம்பிக்கை யோடும் பயத்தோடும் இதயம் துடிக்கத் தொடங்குகிறது.

அவை யாருடைய கைகள்? பீருவுடையதா? புல்லாக்குப் போட்ட அந்தப் பெண்ணுடையதா? இல்லை சித்தப்பாவி னுடையதா? அல்லது யாருடையதும் இல்லாது யாருடைய கைகளுமே இல்லாத அவளுடைய சுய இருளா?

அவள் இருந்திருந்தாற்போலத் திடுக்கிட்டாள். கனப்படுப் பிலிருந்து ஒரு கரித்துண்டு சத்தத்துடன் முன்னால் வந்து விழுந்தது. சித்தப்பா இருக்கையிலிருந்து எழுந்து கிடுக்கியால் அதை எடுத்து மீண்டும் மற்ற கரித்துண்டுகளுடன் போட்டார். ஆனால் மீண்டும் தன்னுடைய நாற்காலியை நோக்கிச் செல்லாமல் இடையிலேயே சத்தம் எதுவோ காதில் விழுந்தது போல நின்றார்.

“உனக்குக் கேக்குதா?”

அவருடைய கண்கள் ஒரேயடியாக உத்வேகத்துடன் இருந்தன.

பீரு வந்துவிட்டான் என்று அவளுக்குப் புரிந்தது. ஆனால் கதவருகில் யாரும் இல்லை. முற்றத்தில் எல்லா இரவுகளையும் போலவே அமைதியாக இருந்தது. ஏணிப்படிகளிலும் எந்தச் சத்தமும் கேட்கவில்லை.

"அருவியோட சத்தம். எப்பவாவது இங்கவரைக்கும் கேக்கும்" என்றார் சித்தப்பா. அருவியா? அன்று மாலை புல்லாக்குப் போட்ட அந்தப் பெண் பேசிக்கொண்டிருந்தது இதைப் பற்றியா?

"வெளியில போய்க் கேக்கலாமா?"

சித்தப்பா அழைப்புடன் அவளைப் பார்த்தார். அவருடைய கண்கள் மின்னிக்கொண்டிருந்தன. ஒரு மலை நகரங்களில் தனித்து வசிக்கும் மனிதர்களிடம் அவ்வப்போது பித்துக் குளித்தனம் போலப் பெருகிவரும் ஆச்சரியமான குழப்பம் நிறைந்த மினுமினுப்பு அவர் கண்களில் இருந்தது.

பலமுறை இந்த மினுப்பை மிஸ் ஜோசுவாவின் கண்களில் அவள் கண்டிருக்கிறாள்.

"இங்க வா ... நில்லு. இதைப் போத்திக்க. வெளியில குளிரடிக்கும்."

அவர் தன்னுடைய கம்பளிப் போர்வையை எடுத்து அவளை முகமும் கண்களும் மட்டும் வெளியில் தெரியும் படியாகத் தலைவரைக்கும் நாலாப்பக்கமும் சுற்றிப் போர்த்தினார். பிறகு பின்னகர்ந்து அவளைப் பார்த்தார். தலைமுதல் கால்வரைக்கும் கம்பளிப் போர்வையில் சுற்றப்பட்ட காயாவைப் பார்த்து அவர் பலமாகச் சிரிக்கத் தொடங்கினார்.

"உன்னைப் பாத்தா அப்பிடியே குக்ளக்ஸ்கான் மாதிரி இருக்கற."

கிட்டத்தட்ட அவர் அவளை இழுத்துக்கொண்டு வெளியே முற்றத்துக்கு வந்தார். எப்போதும் அவர் தலைமை மாலுமி போல நின்றிருக்கும் கப்பலின் மேல்தளத்துக்கு அழைத்துவந்தார்.

கதவைத் திறந்ததுமே காற்றின் வேகம் எலும்புகளைத் துளைத்தது. திரை ஆடியது. அவளது நிழல் வெகு தூரத்தில் மரங்கள் வரை இழுபட்டுப் போயிருந்தது.

அபாரமான குளிர் மிகுந்த இரவு. முந்தைய நாட்களின் இரவில் அரைகுறையாக இருந்த நிலவு இப்போது முழுமை யடைந்திருந்தது. ஒரு மஞ்சள் நிற லாந்தர் விளக்கு போல

சிவப்புத் தகரக் கூரை

மலைகளின் மீது தொங்கிக்கொண்டிருந்தது. இருட்டில் அதன் வெளிச்சம் மங்கலாகியிருந்தது. ஒவ்வொரு ஒளிக்கற்றைக்கும் நடுவே மரங்களின் உச்சிகள் தென்பட்டன.

தோள்களில் தொடுகையை உணர்ந்தாள் காயா. அவர் அவளருகில் நின்றிருந்தார்.

"கேக்குதா ?"

கம்பளிப் போர்வைக்குள் இருந்தபோதும் அவள் நடுங்கிக்கொண்டிருந்தாள். அவள் கவனமாகக் கேட்கத் தொடங்கினாள். அப்படிக் கேட்க முனைந்தபோது அவளுடைய கண்கள் மூடலாயின. முழுக்க ஓசையும் இல்லை. முழுமையான அமைதியும் இல்லை. சன்னமான ஏதோ சத்தம் மட்டும் தொடர்ந்து இடைவிடாது ஒரே லயத்துடன் எங்கோ தொலைவிலிருந்து இருட்டைக் குலைத்துக்கொண்டிருந்தது. காட்டின் விளிம்பில் ஒரு ஆழமான தூண்டில். ஒரு பெருமூச்சு.

"எத்தனை ஆச்சரியம் காயா?" சித்தப்பா பெருமூச்செறிந்தார். "இதெல்லாம் மாறிப்போயிரும். தினமும் ராத்திரில நான் இங்க வந்து பாக்கறேன். பனிரெண்டு மாசமும். நீ இப்பப் பாத்துட்டு இருக்கறயே இந்த மரம், மலை, காடு இதெல்லாமே கோடை காலத்து ராத்திரிகளிலே சிதறிப் போயிரும். அப்ப இதுகளோட மூச்சைக்கூடக் கேட்க முடியும். ஆனா இந்த நாட்கள் அப்படியில்லை. இவை பயம் தருபவை."

ஏதோ ஒரு வார்த்தையைத் தேடுவதுபோல அவர் ஒரு கணம் நிறுத்தினார். பிறகு அந்த முயற்சியை விட்டுவிட்டுக் காயாவைப் பார்க்கலானார். ஆனால் அவர் காயாவைப் பார்க்கவில்லை. அவளை அவர் மறந்துவிட்டிருந்தார். மங்கலான மஞ்சள் நிலவொளியில் அவரேகூடத் தனித்துத் தன்னையிழந்தவராய் வேறொரு உலகத்தின் உயிரைப்போல மாறிப் போயிருந்தார்.

"நான் பட்டாளத்துல இருந்தபோது . . ." அவர் மிக மெதுவாகச் சொன்னார். "விடுமுறை தினங்களிலே அடிக்கடி வேட்டைக்குப் போவேன். எனக்கு இப்பகூட ஞாபகம் இருக்கு. நாம ஏதாவது ஒரு விலங்கைத் துரத்திட்டுப் போய் பக்கத்துல போயிட்டம்னா அந்த விலங்கு ஒரு நொடி அப்படியே நின்னுரும். ஆடாம அசையாம சத்தமில்லாம ஓடறதை விட்டுட்டு ஆழ்ந்துபோனதா நம்மை எதிர்பார்த்து நிக்கற மாதிரி இருக்கும். அந்த நொடி பயங்கரமா இருக்கும். இப்பல்லாம்கூட அப்பிடித்தான் நடக்குது. அங்க பாரு . . . எல்லாமே எதையோ எதிர்பார்த்துட்டு நிக்குது. எந்த

அசைவும் இல்லை. எந்தச் சத்தமும் இல்லை. மரமும் இல்லை. புல்லும் இல்லை. ஒரு இலைகூட இல்லை. அப்பத்தான் அந்த அருவியோட சத்தத்தைக் கேக்க முடியுது. உனக்குக் கேக்குதா?"

அவர் முணுமுணுத்துக்கொண்டிருந்தார். தனக்குள்ளாகப் பேசிக்கொண்டிருந்தார். மாடித் தடுப்பின் மீது குனிந்தபடியே இருந்த அவளுக்குச் சித்தப்பா சொல்வது தூக்கத்தில் கேட்பது போல, துண்டுத் துண்டாகச் சொற்கள் காதில் விழுவது போலத் தோன்றியது. கீழே டென்னிஸ் மைதானத்தின் கம்பிகள் மின்னிக்கொண்டிருந்தன. சுற்றிலும் நின்ற ஜாதி, தேவதாரு, ஓக் மரங்களின் மீது பனி குஞ்சம் வைத்தது போல இருந்தது. கீழே உயரமான வெள்ளிக் கம்பிகள் போன்று காற்றில் அசைந்தபடி புற்கள் தெரிந்தன. அதற்கடியில்தான் இரண்டு சமாதிகள் உள்ளனவா என்ன? ஒரு மனிதனையும் ஒரு நாயையும் அருகருகே ஒட்டினாற்போலப் புதைத்திருக்கிறார்கள். காற்றில் அலையடிக்கும் அந்தப் புல்லைப் பார்க்கும் போது, ஏனென்று தெரியவில்லை. அதற்கொரு 'பெயர்' கிட்டிவிட்டது போலிருந்தது. சித்தப்பாவின் சிரிப்பில் தொனிக்கும் அந்த நிராசை வேறெதுவுமல்ல சமாதிகளுக்கு மேலே வளர்ந்திருக்கும் இந்தப் புற்கள்தான். கைகளை நீட்டி இதுவரையிலும் அவரை அலைக்கழித்திருக்கும் அந்த ரகசியத்தை அவை கைபற்றிக்கொள்ளும். அப்படிக் கைபற்றியதை விடுவித்து, விடுவித்தபின் அவை திரும்பி வருகின்றன. ஆனால் மாடித் தடுப்பிலிருந்து தலையை உயர்த்தியபோது அவை எங்கேயும் இருக்கவில்லை. எல்லா இடத்திலும் இருந்தது. காற்றில் சலசலத்திருந்த புற்கள், மரங்களின் கிளைகள், வெகு தொலைவில் இருட்டிலிருந்து தலைநீட்டி அவளைப் பார்த்துக்கொண்டிருந்த மலைகள் யாவுமே உறைந்துபோய் நின்றன.

அப்போது திடீரென்று ஒற்றையடிப் பாதையின் கீழிருந்து இலைகளைக் கால்களால் நசுக்கியபடி வந்துகொண்டிருந்த அந்த நிழலைக் கண்டாள். ஒரு நிமிடம் அவளது இதயம் நின்றுவிட்டது. பீரு . . . அவள் மெதுவாகச் சொன்னாள் . . . பீரு.

"என்ன சொன்னே காயா?" சித்தப்பா கேட்டார். "யாரது? யாரைப் பாத்துட்டு இருக்கே?"

யாருமில்லை. அங்கே ஒருவரும் இல்லை. இலைகளின் அசைவில் தெரிவது பீருவின் நிழலாக இருக்கலாம். அவளுக்கு நம்பிக்கை வரவில்லை. ஓநாய்களாக இருக்கலாம் அல்லது வேறு ஏதாவது மிருகங்களாக இருக்கலாம். அக்கம்பக்கத்துப்

புதர்களில் நிறைய விலங்குகள் சுற்றிக்கொண்டிருக்கும். மலைகளின் மேலே நிலவொளியில் மரங்களின் நிழல்களேகூட அலைந்துகொண்டிருப்பது போலத் தோற்றம் தரும்.

சித்தப்பா அன்றிரவு குடியிருப்புக்குச் செல்லவில்லை. நூலகத்திலேயே கொஞ்ச நேரம் புட்டியும் தம்ளருமாக உட்கார்ந்திருந்தார். காயா அவரைத் தனது அறையிலிருந்து பார்த்துக்கொண்டிருந்தாள். சற்று முன்பு அவரது முகத்தில் அவள் கண்ட குதூகலமான ஒளி இப்போது முற்றிலும் அணைந்துபோயிருந்தது. மிகவும் வயதானவராகக் களைத்துப் போனவராக நொந்துபோனவராகத் தோற்றமளித்தார். பிறகு அவர் மெல்ல எழுந்தார். காயாவின் அறையின் எதிரில் வந்து நின்றார்.

"தூங்கிட்டியா?"

"இல்ல சித்தப்பா." அவள் படுக்கையில் எழுந்து உட்கார்ந் தாள். அவர் கதவருகே நின்றிருந்தார்.

"நான் மேல போறேன். பீரு வந்தா கதவைத் திறந்து விட்டுரு."

படிகளின் மீது அவரது காலடிச் சத்தம் மேலே செல்லும் வரை கேட்டது. வீட்டுக்குள்ளேயே படிகள் இருப்பது என்பது வீட்டுக்குள்ளேயே இன்னொரு வீடு இருப்பது போலவும் அந்த வீட்டுக்குள் இன்னொரு குட்டியான வீடு இருப்பது போலவும் இவை அனைத்தையும் இணைப்பது போல வெளியிலிருந்து யாரும் பார்க்க முடியாதபடி இருக்கும் அந்தப் படிகள் அவளுக்கு எப்போதுமே ஆச்சரியமளிக்கும் ஒன்று.

சற்று நேரத்தில் வீடு நிசப்தமாயிற்று. காற்றின் சலசலப்பும் ஓநாய்கள் அழும் ஓசையையும் தவிர எந்தச் சத்தமும் இல்லை. அவ்வப்போது மேலே கூரையின் மீது யாரோ ஊர்ந்து வருவது போன்று மெல்லிய சலசலப்புக் கேட்டது. இருட்டு விழுந்தவுடன் வௌவால்கள் மரங்களிலிருந்து குதித்துக் கூரையின் மீது இரவு முழுக்க அங்கேயே உலவிக்கொண் டிருந்து விட்டு விடிந்ததும் மறுபடியும் மரத்தின் மீது தாவிப் போய்விடுகின்றன என்பது காயாவுக்கு நினைவு வந்தது. எப்போதாவது இரவில் கண்விழிக்கும்போது கூரையிலிருந்து சிர்...சிர்ரென்று சத்தம் கேட்கும். அதைக் கேட்டவுடன் அவள் மனம் பதறிப்போய்விடும். கூரையின் மேல் ஒலிக்கும் அதன் சத்தம் மிகவும் மென்மையானதாக இருக்கும். அவள் அந்தச் சத்தத்தைத் தன்னுடைய கம்பளிப் போர்வைக்குள்

ளிருந்து கேட்பது போலவும் அவைகளும்கூட அந்தக் குளிரில் பதுங்கியபடி அவளது மூச்சுச் சத்தத்தைக் கேட்டுக்கொண் டிருப்பது போலவும் தோன்றும்.

ஆனால் இது அந்தச் சத்தம் இல்லை. இந்தச் சலசலப்பு வேறு எதுவோ. அவள் பயந்துபோய் எழுந்து உட்கார்ந்தாள். அவள் தூங்கிப்போயிருக்க வேண்டும். கதவருகே யாரோ மிக மெதுவாக ஆனால் தொடர்ந்து நிற்காமல் நடைபோட்டுக் கொண்டிருக்கிறார்கள்.

அவள் அறைக் கதவைத் திறந்தாள். நூலகத்தின் விளக்கு இன்னும் எரிந்துகொண்டிருந்தது. கணப்படுப்பு எப்போதோ அணைந்துபோயிருந்தது. உணவுக்கூடத்தைக் கடந்து கண்ணாடி யின் மீது Attention please steps ahead என்ற எழுத்துக்கள் மங்கிய நிலவொளியில் பளபளத்துக்கொண்டிருந்த இடத்துக்கு வந்தாள்.

கதவைத் திறந்தபோது பீரு அவள் முன்னால் நின்றான்.

"நான் அரை மணி நேரமா ..." ஆனால் இடையிலேயே நிறுத்திக்கொண்டான். ஒருவேளை காயாவின் முகத்தில் அசாதாரணமான எதையோ அவன் கண்டிருக்கலாம். அவன் அவளைப் பார்த்துக்கொண்டிருந்தான்.

"நீ தூங்கிட்டியா?"

காயா கதவுப் பக்கமாய் ஒதுங்கி நிற்க அவன் உள்ளே வந்தான். தன்னுடைய அறைக்கு நகர்ந்தவன் யாருமற்ற வீட்டைப் பார்த்தான். எல்லா இடத்திலும் இருட்டு. நூலகத்தில் மட்டும் விளக்கு எரிந்துகொண்டிருந்தது.

"அப்பா வந்துட்டாங்களா?" என்று அவன் கேட்டான்.

"எங்கிருந்து?"

பீரு அவளைப் பார்த்துக்கொண்டே நின்றான்.

"அவங்க மேல அறையில இருக்காங்க" என்றாள் காயா.

"இந்த நேரத்துல. அவரோட அறையிலேயா?" பீரு ஆச்சரியத்துடன் படிகளை நோக்கினான். படிகள் இருளில் மூழ்கியிருந்தன. மேலே அறை சாத்தியிருந்தது.

"நீ தூங்கிட்டிருந்தயா?" அவன் இரண்டாவது முறையாகக் கேட்டான்.

"இல்லை ..." அவள் தலையாட்டினாள். "நீ எங்க போயிருந்தே?"

சிவப்புத் தகரக் கூரை

பீருவின் முகம் குளிரில் சிவந்துபோயிருந்தது. கண்களுக்குக் கீழே சிவப்பாக இரண்டு பருக்கள் திரண்டிருந்தன. பழுப்பு நிற ஸ்வெட்டரில் அங்கங்கே புற்களின் தூகள்கள் ஒட்டி யிருந்தன. கால்சட்டை சுருட்டிவிடப்பட்டிருக்க அவற்றுக்குக் கீழே மண்ணிலும் சகதியிலும் துவண்டிருந்த கம்பளி காலுறை தெரிந்தது.

“காயா என்னால நிக்க முடியலை.”

“பீரு உன்னோட ரூமுக்குக் கொண்டுபோய் விடட்டுமா?”

கையைப் பற்றியபோது அவனது விரல்கள் வெம்மையுடன் வியர்வையில் நனைந்திருந்தன. “இல்லையில்லை . . . நானே போய்க்குவேன்.” அவள் கையை விடுவித்துவிட்டுத் தனது அறையை நோக்கி நடந்தான். கதவருகே சென்று நின்று திரும்பிப் பார்த்தான்.

“நீ தூங்கப் போறியா?”

“ஏதாச்சும் வேணுமா பீரு?” காயா அவனருகில் சென்றாள்.

“எனக்கு என்னவோ பண்ணுது. திடீர்னு குளுருது. அப்பறமா கொதிக்கறமாதிரி இருக்கு.”

“கொஞ்சம் இரு. நான் கதவைத் திறக்கறேன்.”

அவனுடைய அறை விளக்கைப் போட்டாள். உள்ளே வந்ததும் அவன் படுக்கையில் படுத்துக்கொண்டான்.

“துணியை மாத்திக்கலையா?”

அவன் குப்புறக் கிடந்தான். கால்கள் கீழே தொங்கிக் கொண்டிருந்தன. தலையணை மீது புரண்டு கிடந்த அவனது தலை மயிரின் இரண்டு பக்கமும் கைகள் கிடந்தன. நடுவில் அவனது தலை இப்படியும் அப்படியுமாக அசைந்தபடியிருந்தது.

“காயா. நீ போய்க்கோ . . . நான் தூங்கறேன்.”

“நான் போய்க்கறேன்” என்றாள் அவள்.

அறை சில்லென்று இருந்தது. மாலையில் பகாடி போட்டிருந்த நெருப்பு இப்போது அணைந்து கிடந்தது. சில கரித்துண்டுகள் மட்டும் சாம்பலில் புதைந்த கண்கள் மினுங்குவதுபோலத் தென்பட்டன. அவள் இடுக்கியால் அவற்றைப் புரட்டச் சட்டென்று நெருப்பு மூண்டெழுந்தது. பயந்துபோய்ப் பின்னகர்ந்தாள். இன்னும் கொஞ்சம் நேரத்துக்கு இந்த நெருப்பை எரியச் செய்ய முடியும் என்று தோன்றியது. இதெல்லாம் அவள் பகாடியிடமிருந்து கற்றுக்கொண்டாள்.

அடியில் இருக்கும் கரித்துண்டுகளைப் புரட்டி மேலே கொண்டு வந்து, நடுவில் ஒன்றிரண்டு கரித்துண்டுகளைப் போட்டு விட்டால் சற்று நேரத்தில் பாதி எரிந்த கரித்துண்டுகள் பற்றி எரியத் தொடங்கிவிடும். அப்போது சட்டென்று அவளது கைகள் நின்றுவிட்டன. பின்னால் திரும்பிப் பார்த்தாள். பீரு உடை மாற்றிக்கொண்டிருந்தான். ஒரு கணம் அவனது நிர்வாண உடல் அவள் கண்ணில் பட்டது. நெருப்பின் வெளிச்சத்தில் வெள்ளை வெளேரென்று தெரிந்த முதுகின் நடுவில் நீண்டதொரு கோடு. அதில் மின்னும் ரோமங்கள். அந்தக் கோடு முதுகின் அடிப்பக்கம் வரையிலும் நீண்டது. அவள் கண்களைத் திருப்பிக்கொண்டாள். வேகமாகக் கரித்துண்டுகளைக் கிடுக்கியால் கிளறத் தொடங்கினாள்.

"காயா."

கிடுக்கி அடுப்பின் மேல் நின்றுவிட்டது.

"இப்ப நான் கௌம்பறேன்" என்றாள் அவள்.

"இங்க பாரு. இன்னும் கொஞ்ச நேரம் இருக்க முடியாதா?"

அவள் திரும்பிப் பார்த்தாள். பீரு கம்பளிப் போர்வைக்குள் முடங்கியிருந்தான். கண்கள் மட்டுமே தெரிந்தன. காய்ச்சல் ஈரமான சிவப்பு நிறம்போல அவனது கருவிழிகளில் நீந்திக் கொண்டிருந்தது. அவளது கண்கள் துவாலையின் மீது இருப்பதைப் பார்த்துவிட்டு அவன் சொன்னான்: "எனக்குச் சளி பிடிச்சிருக்கு. கைக்குட்டைகள் எல்லாம் நனைஞ்சு போச்சு."

அவள் நிச்சயமற்றவளாய் நின்றுகொண்டிருந்தாள். இப்போது நான் போய்விட வேண்டும் என்று மனம் சொன்னது. ஆனால் கால்கள் ஓரிடத்தில் ஊன்றிக் கொண்டு விடக் கண்கள் இன்னொரு இடத்தில் பதிந்து கிடக்கின்றன.

"நீ இங்க உக்காரு." பீரு கால்களை மடக்கிக்கொண்டான். படுக்கையின் கால்மாட்டுப் பகுதி மட்டுமே காலியாக இருந்தது. சிறிய மேசையின் மீது ஊசிகளும் கம்பளி இழைப் பந்தும் வைக்கப்பட்டிருந்தன. காலுறை ஒன்று பின்னி முடிக்கப் பட்டிருக்க இன்னொன்று ஊசிகளுக்கு நடுவே பின்னி முடிக்காமல் கிடந்தது. பியானோவின் மேல்மூடி மூடப் பட்டிருக்க அதன்மீது சில காகிதங்கள் வைக்கப்பட்டிருந்தன.

"எனக்குத்தான் புழுக்கமாத் தெரியுதா? இல்லை உண்மையிலேயே புழுக்கமா இருக்கா?"

"புழுக்கமா?" காயா அவனைப் பார்த்தாள். அவனது நெற்றியில் வேர்வைத் துளிகள் பளபளத்திருந்தன.

"எங்க போயிருந்தே பீரு?"

"எங்கயும் இல்லை" என்றான் அவன்.

"சொல்லமாட்டியா?"

அவன் தலையணையில் கவிழ்ந்தான். "நான் தேவாலயத் துக்குப் போயிருந்தேன்."

"இந்த ராத்திரியிலா?"

"நான் அங்க ஒளிஞ்சு உக்காந்திருந்தேன். யாராவது எப்பவாச்சும் வராங்களான்னு பாத்துட்டிருந்தேன்."

"யாரு வர்றாங்க?"

பாழடைந்த அந்தக் கட்டடத்துக்கு யார் வரக்கூடும் என்று காயாவால் யோசிக்க முடியவில்லை.

"மரக்கட்டைகளைத் திருடறதுக்கு..." என்றான் பீரு. "பாத்தியில்ல நீ. பாதி தேவாலயத்தை அவங்க திருடி எடுத்துட்டுப் போயிட்டாங்க."

"அங்க நீ என்ன பண்ணிட்டிருந்தே?" காய்ச்சல் காரணமாகப் பளபளத்திருந்த பீருவின் கண்கள் விநோதமான பயங்கரமானவையாகக் காயாவுக்குத் தோன்றின. அவன் பேசுவதும்கூட விநோதமாக இருந்தது. அவன் எப்போதும் இதுபோல் ஒரேயடியாகப் பேசமாட்டான்.

"நீ அந்த மாடப்பிறையைப் பாத்தியில்ல. அந்த இடத்துல நின்னுட்டிருந்தேன்."

"மாடப்பிறையா?" காயாவின் கண்கள் விரிந்தன. "உனக்குப் பயமா இருக்கலையா. பீரு?"

"இல்லை. நான்தான் அவங்கள பயமுறுத்தினேன்." அவன் லேசாக முறுவலித்தான். காயா அவனது புன்னகையைப் பார்த்துக்கொண்டிருந்தாள்.

"நீ என்ன பயமுறுத்துவே?" அவன் தனது பயத்தை விலக்கியபடியே கேட்டாள்.

"நிஜமாத்தான். அவங்க ஓடிப்போயிர்றாங்க. 'நான்தான் யேசு. நான் உங்களைப் பாத்துட்டிருக்கேன்னு' நான் சொல்லுவேன். என்னோட சத்தம் கேட்டதும் அவங்க மரக்கட்டைகளையெல்லாம் விட்டுட்டுக் காணாம போய்ர்றாங்க."

அவன் ஒரே லயத்துடன் பேசிக்கொண்டிருந்தான். ஏற்றமும் இல்லை. இறக்கமும் இல்லை. எதையோ இழந்தவன்போல் உற்சாகமில்லாத, உள்ளுக்குள் சுருங்கிக் கொள்ளும் தன்மை அவனிடம் திரும்பியிருந்தது. ஒவ்வொரு பொருளும் தன்னுடைய ஏதேனும் ஒரு அடையாளத்தை, தடயத்தை விட்டுச் செல்லும்படியான பீருவின் அகன்ற கண்கள் மட்டும் ஒளியுடன் இருந்தன.

யாருக்காக? எது மாதிரியான ஒன்று பீருவை அழைக்கிறது?

ஒன்றுக்கொன்று குறுக்காகப் பொருத்தப்பட்ட மரச் சட்டங்களுக்கு நடுவில் ஆணிகளால் துளைக்கப்பட்டு அசையும் கால்களைக் கண்ட அந்தத் தேவாலயத்தின் மாடப்பிறை மங்கலாக நினைவுக்கு வந்தது. பீரு அங்கே என்ன செய்து கொண்டிருந்தான்?

கணப்படுப்பிலிருந்து கரித்துண்டுகள் உடையும் சத்தம் யாரோ அதற்குள் உட்கார்ந்துகொண்டு இருமுவதுபோல அவ்வப்போது கேட்டுக்கொண்டிருந்தது.

முழங்கையை ஊன்றியபடி மெல்ல எழுந்த பீரு பியானோவின் உறையிலிருந்து ஒரு சிவப்பு நிற நோட்டுப் புத்தகத்தை எடுத்துத் தனது தலையணைக்கு அடியில் வைத்துக் கொண்டான்.

"என்ன பீரு?" காயா ஆவலுடன் அவனது நோட்டுப் புத்தகத்தைப் பார்த்தாள்.

"டைரி. நான் தினமும் எழுதுவேன்."

"என்ன எழுதுவே?"

"என்னைப் பத்தி. தினமும் என்னைப் பத்தி எழுதணும்னு அப்பா சொல்லிருக்காங்க. குறிப்பேடு மாதிரி."

அவனது கண்கள் அகன்றிருந்தன. இமைகளின் நீண்ட நிழல் சிவந்த கன்னங்களின் மீது விழுந்திருந்தது.

"நீ எங்கிட்ட சொன்னதே இல்லை?"

"நீ மட்டும் எங்கிட்ட எல்லாத்தையும் சொல்றியா?" அவனது குரலில் லேசான ஒரு நடுக்கம்.

"எல்லாத்தையும்னா என்ன?"

காயா ஆவலுடன் அவனைப் பார்த்தாள்.

"தினமும் சாயங்காலத்துல நீ எங்க போறே?"

சிவப்புத் தகரக் கூரை

காயாவுக்கு உதடுகள் வறண்டுபோவது போலத் தெரிந்தது. கணப்படுப்பின் புகை கண்களில் எரிச்சல் ஏற்படுத்தியது.

“நீ என்னைப் பாத்தியா?”

“எனக்குத் தெரியும்.”

காயா இனிமேல் எதையும் சொல்லமாட்டாளோ என்று பயந்தவன் போல, பீரு கண்களைத் திருப்பிக்கொண்டான். எப்போதாவது நமக்கு ஏதேனுமொரு கெட்ட ரகசியம் தெரியவரும்போது அந்த ரகசியம் பொதுவில் வெளிப்படாது போனால் தானாகவே அது பொய்யாகிப்போய்விட வேண்டும் அல்லது அதோடு முடிந்துபோய்விட வேண்டும் என்று நாம் வேண்டிக்கொள்வோம்.

“உனக்குத் தெரியும். நான் எங்க போறேன்னு?”

தனது படபடப்பின் எல்லைக்குள் அவனையும் இழுத்து விடவேண்டும் என காயா நினைத்தாள். ஆனால் அவனோ ஒன்றும் பேசாது சுவர் பக்கமாகப் பார்த்துக்கொண் டிருந்தான்.

“நீ எப்பவும் அங்கே போனதில்லையா பீரு?”

பீரு அவளது ரகசியத்தின் அருகில் வரமாட்டான் என்றால் அவள் அவனது அச்சத்தின் அருகில் போய்விடுவது என்பது போலக் காயா இன்னும் ஒரு அடி முன்னால் வந்தாள்.

“இல்லையே...” பீரு தலையாட்டினான். “அது ரொம்ப கெட்ட இடம்.”

“ஆனால்... உங்கப்பா அங்கே போறாங்களே.” காயாவுக்குள் விநோதமான குரூரம் பொங்கி எழுந்தது.

பீரு அவளைப் பார்த்தான். நாலாப்பக்கமும் வரப்பை உயர்த்தித் தன்னையே காத்துக்கொள்ளும் புத்திசாலித்தனமான ஒரு தடுப்பணை அவனது கண்களில் தெரிந்தது.

“எனக்குத் தெரியும். ஒரு நாளைக்கு அவருக்கும் அது தெரிய வரும்.”

வெகு முன்பே அவன் ஏதோ ஒரு முடிவுக்கு வந்துவிட் டிருக்க, யார் எத்தனை அவனை இழுக்கப் பார்த்தாலும் அவன் கீழிறங்காமல், தன்னுடைய இடத்திலிருந்து இம்மியள வும் அசையாமல் இருப்பது போல அவனது குரல் சீராக, ஈரமற்றதாய் இருந்தது.

பீருவின் அருகில் சென்று அவனது சோர்ந்த, காய்ச்சலில் தகிக்கும் முகத்தைத் தன்னுடைய கைகளால் தொட்டுப்

பார்க்க வேண்டும் என காயாவின் மனதுக்குள் விருப்பம் எழுந்தது. அவனிடத்தில் எதைப் பார்ப்பது என்று அவளுக்குப் புரியவில்லை. கோயிலில் உட்கார்ந்திருக்கும் காளி மாதாவின் சிலையைப் போல, ஊமையாய், பயம்தருவதாய், பிடிவாதத் துடன் உற்றுப் பார்த்தபடி நிலைத்திருக்கும் கல்லைப் போல, தூரத்தில் விலகியே இருப்பது போலத் தலையணையில் புதைந்திருக்கும் பீருவின் முகமும் வெகு தொலைவில் இருந்தது.

அவளது கை பீருவின் ரஜாயின் மீது கிடந்தது. அவன் தூங்கிக்கொண்டிருந்தான். அவனது சிறிய மார்பு மேலே எழுவதும் கீழே தாழ்வதுமாய் இருக்க இடையிடையே அவனது மூச்சில் லேசான கரடுமுரடான சத்தம் ஒலித்திருந்தது.

அவள் மெதுவாக எழுந்தபோது பீருவின் கண்களும் திறந்துகொண்டன.

"நீ தூங்கிட்டிருந்தே... விளக்கை அணைக்கட்டுமா?"

"நீ போறியா?" பீரு கண்ணிமைத்தபடி அவளைப் பார்த்துக்கொண்டிருந்தான். தலைமயிர் நெற்றியில் புரண்டு கிடந்தது. சற்று முன்புவரை சிவந்து காணப்பட்ட அவனது முகம் இப்போது வெளுத்தது போலிருந்தது.

"இப்ப உனக்குச் சுடற மாதிரி இருக்கா?" என்று அவள் கேட்டாள்.

"இல்லை..." அவன் மிகுந்த பலவீனமான பாவத்துடன் சிரிக்க முயன்றான். "இப்ப எனக்குக் குளுரா இருக்கு. காயா. நீ உக்காந்திருந்த எடத்துல ஒரு கம்பளி இருக்கும் பாரு..."

கால்மாட்டிலிருந்து கம்பளியை எடுத்து அவனது கழுத்திலிருந்து கால்வரைக்கும் இறுக்கமாகப் போர்த்தினாள்.

நன்றி உணர்வு சற்றே எழும்போதுகூடச் சொற்கள் உருவாவதில்லை. மாறாகப் பெருகிவருகின்றன.

"நீ போ... இப்ப நான் நல்லாத்தான் இருக்கேன்." அவன் கண்களை மூடிக்கொண்டான்.

அவள் அசையாது தலைமாட்டுக்கு அருகில் நின்றிருந்தாள்.

"பீரு!"

அவன் கண்களைத் திறந்தான். அவள் இப்போதும் அங்கேயே நின்றுகொண்டிருந்தாள்.

"இன்னிக்கு ராத்திரி நீ கீழேயிருந்து வந்தேல்ல..."

சிவப்புத் தகரக் கூரை

"கீழேயிருந்து எங்க?"

"டென்னிஸ் மைதானத்துக்குக் கீழே ஒத்தையடிப் பாதை இருக்கில்ல . . ."

"இல்லை காயா . . . ஏன்?"

அவள் நின்றுகொண்டிருந்தாள். சிலீரென்ற ஒரு குறுகுறுப்பு அவளது உடலில் ஓடியது.

"சும்மாதான் . . ." என்றாள்.

அவள் திரும்பி விளக்கை அணைத்துவிட்டு அறையி லிருந்து வெளியே வந்தாள்.

அன்றிரவு படுக்கையில் படுத்திருந்தபோது வெகு நேரம் வரை கூரையில் ஊர்ந்திருக்கும் அந்தச் சத்தம் கேட்டுக் கொண்டிருந்தது. தகரத்தாலான கூரையின் மீது வௌவால்கள் உலாவும் சரசரப்புச் சத்தம். கொஞ்ச நேரம் கழித்துக் கண்கள் மூடத் தொடங்கியபோது கண்ணீரில் மிதக்கும் பீருவின் கண்கள் தென்பட்டன. தூக்கத்தின் கடைசி எட்டில் கால்வைத்துக் கீழே குனிந்து பார்த்தபோது அவை எங்கும் தென்படவில்லை. நிர்வாணமான ஒரு வெள்ளை உடல் மட்டும் குப்புறக் கிடக்கும் மீனைப் போலக் கிடந்தது. இந்த அம்மணமான முதுகை வேறு எங்கேயோ பார்த்திருக்கிறேனே? இன்னும் குனிந்து அதைத் தொடுவதற்காகக் கையை நீட்டினால் யாரோ சட்டென்று அதைப் பின்னுக்கு இழுத்துக்கொண்டார்கள். காயா . . . ஓ காயா . . . ஏய் காயா குட்டி . . . காற்றில் கைகளை அசைத்து அவளை அழைக்கிறான் குட்டி. ஆனால் அவனது கைகள் வெறுமனே இல்லை. அவற்றில் கருத்த ரெக்கை களையுடைய ஏதோவொன்று மாட்டிக்கொண்டுள்ளது. பறந்து செல்வதற்காகத் துடித்திருக்கிறது. இதப்பாரு . . . நான் சொல்றதக் கேளு . . . கையைத் திற . . . உன்னோட கையைத் திற . . . அவள் முன்னகர்ந்து வலுக்கட்டாயமாகக் குட்டியின் கைகளைத் திறக்கிறாள். அப்போது கைகளிலிருந்து பறந்து வந்த அது பறவையும் இல்லை. வௌவாலும் இல்லை. ஒளிவீசும் இரண்டு றெக்கைகளுக்கு நடுவே இருந்தது கின்னி. ஆம். கின்னியேதான். மேலே எழுந்து அவளது தலையருகே சூ . . . சூ என்று கத்தியபடியே கண்ணிலிருந்து மறைந்து போனது.

அவள் மூச்சுவிட்டபடி புரண்டு படுத்தாள். நிலவொளியின் ஒரு துண்டு ஜன்னல் வழியாக உள்ளே வந்து கவலை சூழ்ந்த, களைத்த அவளது முகத்தில் வீற்றிருந்தது.

ஆறு

அவள் குட்டைப் பாவாடையை முழங் காலில் சேர்த்துப் பிடித்துக்கொண்டாள். பள்ளத் துக்குக் கீழே புதர்கள் இருந்தன. டென்னிஸ் மைதானத்துக்குக் கீழே பள்ளம். அதற்குப் பிறகு புதர்கள். அடிக்கடி அவளது பாவாடை புதர்களில் சிக்கிக்கொண்டது. கண்களை மேலே உயர்த்திப் பார்க்கும்போது ஒரு சிவப்புப் பிழம்பு தென்பட்டது. மாதுளை மரங்களினாலான காடு எரிவது போலிருந்தது.

அது நெருப்பல்ல. பாவாடை. சிவந்த மருதாணி பூசிய பாதங்கள். கால்களில் இருக்கும் தண்டைகள் வெறுமையில் ஜல் ஜல் என ஒலிக்கத் தொடங்கு கிறது. அவள் அந்த ஓசையைப் பின்தொடர்ந்து ஓடினாள்.

அன்று குளிராக இருந்தது. பள்ளத்திலிருந்து இருட்டு மேலே வந்துகொண்டிருந்தது. அவர்கள் கீழே இறங்கிக்கொண்டிருந்தார்கள். எப்போதாவது அவளது காலில் முள் குத்திவிடும்போது அவள் சூள்கொட்டியபடி உட்கார்ந்துவிடுவாள். ஈரமான அந்தப் புல்தரையிலேயே படுத்துக்கொள்ளலாம் என்று மனம் துடிக்கும். மேலே மேகம். கீழே இருட்டு. இதற்கிடையில் டிசம்பர் மாதத்தின் மங்கலான வெயில்.

ஆனால் அவள் நிற்காமல் ஓடிக்கொண் டிருந்தாள். புல்லாக்குப் போட்ட பெண்ணருகே சென்று சேர்ந்ததும் அவள் நின்றாள். அவள் மையிட்ட கண்களால் அவளை உற்றுப் பார்த்தாள்.

"களைப்பா இருந்துச்சுன்னா உக்காந்துக்க. ஏன் அப்பப்ப நின்னுக்கறே?"

"இன்னும் எத்தனை தூரம் இருக்கு?" அவள் மூச்சு வாங்கியபடியே கேட்டாள். குளிரடிக்கும் தினம். பனியைப் போலக் காற்று. பனித்துகள் கண்ணில் விழுந்துவிட்டால் நீர் வழியத் தொடங்கிவிடுகிறது. அதைக் கண்ணீர் என்று சொல்லும் படியாகக்கூட அதில் வெப்பம் இல்லை.

"நான் ஒரு தடவைதான் வந்திருக்கேன்" என்றாள் புல்லாக்குக்காரி. "இனியொன்னும் தூரம் இருக்காது."

கொஞ்சம் கீழே இறங்கியதுமே அவள் காயாவின் தோளைத் தொட்டாள். "மேல பாரு. உங்க வீடு தெரியுது."

அவள் மேலே பார்த்தபோது இதயம் தக் தக்கென்று துடித்தது. கூரையில் தொங்கிக்கொண்டிருக்கும் இந்த இருட்டு என்ன மாதிரியானது? வெறுமையான வராந்தா. அதற்கு மேலே சித்தப்பாவின் அறை. கீழே இடது பக்கமாகப் பீருவின் அறை ஜன்னல். அவன் தன்னுடைய கம்பளிப் பந்துக்கும் ஊசிகளுக்கும் நடுவே அறையில் படுத்திருக்கக் கூடும். பியானோ. அதன்மீது சிவப்பு நிற நோட்டுப் புத்தகம். அதில் என்ன எழுதுவான் என்று தெரியவில்லை.

இந்தக் காட்டில் அவள் என்ன செய்து கொண்டிருக்கிறாள்? மேலே சென்றுவிட மனம் எண்ணியபோது அவளது குரல் கேட்டது "ரொம்பவும் மேலே பாத்தேன்னா தலை சுத்தும்."

"இல்லை... உண்மையாவா?"

"எப்பவுமே சுத்தும்."

ஆகாயமுமா? உண்மையிலேயே அது சுற்றிக்கொண் டிருந்தது. மரங்களுக்கு மேலே சுற்றும் மேகங்கள். அப்புறம் அந்த ஜன்னல். அந்த இரவுக்குப் பிறகு அவள் பீருவைச் சந்திக்கவில்லை. அவன் அறையிலிருந்து வெளியே வரவே யில்லை. பியானோவின் சத்தமும் கேட்கவே இல்லை. யாரோ ஒரு மருத்துவர் உள்ளே செல்வதும் சித்தப்பா காலி அறையில் அங்குமிங்குமாய் நடப்பதுமாக இருந்தது. ராத்திரி பகலாக, நாள் முழுக்கவும் அப்படியே நடந்தது. ஒரு அறையி லிருந்து மற்றொரு அறைக்கு அவள் நடந்தபடியே இருப்பாள். சித்தப்பா மருத்துவருடன் வெளியே போகும்போது அவள் தன்னுடைய அறைக்குள் ஓடிப்போய் ஒளிந்துகொள்வாள்.

அவள் சும்மா இருந்தாள். அவள் எங்கு வேண்டுமானா லும் போக முடியும்.

"நீ வீட்டுல சும்மாதானே சுத்திட்டு இருக்கற. என்கூட வரலாமில்ல?" புல்லாக்குக்காரி அவளைப் பிடித்துக்கொண்டாள்.

“எங்க?” என்று கேட்டாள் அவள்.

“ஊருக்குப் போறதுக்கு முன்னாடி அருவியைப் பாக்க வேண்டாமா?”

போறதுக்கு முன்னாடியா? போவதற்கு முன்பு அவள் எல்லாவற்றையும் பார்த்துவிடுவாள். அவள் சும்மாதான் இருக்கிறாள். அவள் எங்கு வேண்டுமானாலும் போக முடியும்.

அந்தப் பெண் சிரிக்கலானாள். அவள் தலைமுடியை முடிந்துகொண்டாள்.

“என்ன பாக்கற? இப்ப போலாமில்லையா?”

அவள் செல்லத் தொடங்கினாள். பீரு அவளைச் சூனியக்காரி என்றான். அவள் என்ன சொன்னாலும் அது நடக்கும். அவளது பார்வையிலிருந்து மரமோ ஆகாயமோ புதர்களோ எதுவும் தப்ப முடியாது.

சித்தப்பாவும்கூட. அந்த நினைப்பே பயங்கரமாக இருக்க அவள் தப்பித் தப்பி ஓடலானாள். பள்ளத்துக்கு மேலே காய்ந்த வெள்ளைக் கற்கள் புரண்டுகிடந்தன. அவளுடைய செருப்புகள் அவ்வப்போது நழுவிப்போயின. சில சமயம் குளிரிலும் சில சமயம் சூட்டிலும் அவளது குதிகால்கள் எரியத் தொடங்கின. மரங்களின் மேல் இருள் கவிந்திருந்தது. ஆனால் பாதையில் பாறைகளின் மீதும் புல் நுனிகள்மீதும் ஜாதிமரத்தின் உதிர்ந்த இலைகளின் மீதும் வெயில் வட்டங்கள் விழுந்திருந்தன.

“கொஞ்சம் நில்லு. உனக்கு எதுவும் சத்தம் கேக்குதா?” அவள் காயாவின் கைகளைப் பிடித்துக்கொண்டாள். ஏதோவொரு பறவை மரங்களுக்கு நடுவே சரசரத்தபடி பறப்பதைப் போல ஏதோவொரு மரக்கிளை அசைகிற சத்தம். பிறகு அமைதியாக இருந்தது. அதன் பிறகு சில்வண்டுகளின் ரீங்காரம்.

“இங்கதான் கால்வாய் இருக்கு. இன்னும் ரெண்டு அடிதான் இருக்கு.”

“எங்க?” என்று கேட்டாள் காயா.

“என்ன எங்கேங்கற! உங்கிட்ட காட்டறதுக்கு அதை யாராச்சும் தூக்கிட்டு வருவாங்களா?”

“சத்தம் கேக்கலையே?”

இந்த முறை அவள் முயன்றபோது மிக மெல்லிய சலசலப்பைக் கேட்க முடிந்தது. இருட்டில் மேகங்கள் கண்ணில் படாது உறுமுவது போல மந்தமாகவும் கனத்தும் இருந்தது அந்தச் சத்தம். ஆனால் மறுகணமே அவளது கவனம் சிதறியது.

போதையூட்டுவது போலொரு வாசனை அவளைத் தொட்டது. காட்டின் வாசனையும் இல்லை. மண்வாசனையும் இல்லை. அது புல்லாக்குக்காரியின் உடம்பிலிருந்து எழுந்த வாசனை. ஒவ்வொரு நரம்பும் துடிப்பது போல அவள் செய்வதறியாது நின்றாள்.

"என்னாச்சு?" அவள் காயாவின் கையைப் பிடித்தாள்.

"ஒண்ணுமில்லே. இன்னும் போகணுமா?"

"நீ ஏன் நடுங்கற?"

"ரொம்ப குளுரா இருக்கில்ல?" அவள் சட்டென்று கையை விடுவித்துக்கொண்டாள். பிறகு முந்திக்கொண்டு நடந்தாள்.

இந்த அடர்ந்த காட்டில் இந்தப் பெண்ணுடன் என்ன செய்துகொண்டிருக்கிறாள் அவள்?

கொஞ்ச தூரம் தனியாக நடந்தாள். காட்டுக்குள் தனியாக இருப்பதாகத் தெரியவில்லை என்று எண்ணினாள். யாரோ நம்மைப் புதருக்குப் பின்னிருந்து அல்லது மரக் கூட்டங்களின் நடுவிலிருந்து பார்த்துக்கொண்டிருப்பது போலவே எப்போதும் தோன்றும். பீருவின் கண்களைப் பார்க்கும்போதெல்லாம் காட்டின் நினைவு வந்துவிடும். இப்போது இங்கே காட்டுக்குள் நடக்கும்போது ஒவ்வொரு இடத்திலும் ஒன்றும் பேசாது அவளையே உற்றுநோக்கும் கண்கள் தென்படுகின்றன.

திடீரென்று கால்கள் நின்றுவிட்டன. பாதை இரண்டாகப் பிரிந்தது. ஒன்று மேலே ஏறிச் சென்றது. மற்றது கீழே இறங்கியது. இரண்டுக்குமிடையில் பழைய தேய்ந்துபோன பலகை தென்பட்டது. To the Falls. அது எந்தப் பக்கம் வழி காட்டுகிறது என்று தெரியவில்லை.

"கீழப் போ." புல்லாக்குக்காரி பக்கத்தில் வந்து சொன்னாள். "நீ எப்பவுமே எங்கயாவது நின்னுக்கற."

மூச்சு வாங்குவதற்காக அவளது வாய் பாதித் திறந்திருந்தது. மேல் உதட்டின் மீது கருத்த மச்சம். எத்தனை அழகாக இருக்கிறது என்று காயா முதன்முறையாக நினைத்தாள். குடியிருப்பின் அறையில் பழக்கப்பட்ட அவளது அந்த வெளுத்த முகம் இங்கே வெளியில் வந்ததும் முற்றிலும் மாறிப்போனது. அவள் சின்னப் பெண் போலாகிவிட்டாள். காயாவின் பாவாடை எப்போதாவது புதர்களில் சிக்கிக் கொள்ளும்போது அவள் குலுங்கிக் குலுங்கிச் சிரித்தாள் "பைத்தியமே, நீ பாவாடைய முழுசா கிழிச்சிருவே போலிருக்கே?" என்றாள். புதரின் முட்களிலிருந்து காயாவை விடுவித்துவிட்டு அவளது

கால்களைப் பார்ப்பாள். பிறகு அவளது கண்கள் மேலே நகர்ந்து காயாவின் சிறிய அடக்கமான முலைகளைப் பார்க்கும். பிறகு அவளை விடுவித்துவிட்டுக் கல்லைத் தேடி எடுத்து மாதுளை மரத்தின் கிளைகளை உடைக்கத் தொடங்குவாள். மாதுளைச் சாறு அவளது விரல்களில் வழியத் தொடங்கும். பாத்தியா? அவள் தலையைத் தூக்கிக் காயாவைப் பார்ப்பாள். உருண்டையான வெளுத்த மலைப்பிரதேசத்து முகத்தில் உள்ள ஜப்பானிய பொம்மை போன்ற கண்கள் படபடக்கும். “ரத்தம் . . . பாரு என்னோட கையில ரத்தம் வருது பாரு.” சிவந்த வழவழப்பான மருதாணி போட்ட அவளது கையில் மாதுளைச் சாறு வழிந்தபோது உண்மையிலேயே அது ரத்தம் போலத் தெரிந்தது காயாவுக்கு. அதைப் பார்த்து நின்ற அவளுடைய உடலைத் தட்டி “திற” என்றபோது ரத்தம் கொதித்தது. அவளுடைய உடல் மூடப்பட்ட கதவு போலவும் அவள் அதைத் திறந்ததும் ரத்தம் முழுவதும் வெளியே சிந்திவிடும் போலவும் இருந்தது.

To the Falls – காற்றில் அந்தப் பலகை அசைந்தபடி இருந்தது. எதிரே சிறிய ஒரு பாலம் இருந்தது. மரங்களை வெட்டி அமைக்கப்பட்டிருந்தது. அதனடியில் கூரிய வெள்ளைக் கற்களின் மீது தொடர்ந்து சுத்தியலால் அடிப்பதுபோல அடித்துக் கொண்டு சிறிய நீரோடை பெருகியோடியது. அருவி அல்ல. மலையடிவாரத்து ஓடை போலத்தான் தெரிந்தது.

“கொஞ்சம் இரு . . .” அந்தப் பெண் பின்னாலிருந்து சொன்னாள்.

“நான் கை கழுவிட்டு வர்றேன். தொட்டுப் பாரு. எப்பிடி ஒட்டுது பாரு.”

அவள் கைகளை நீரில் அளைந்தாள். மாதுளையின் ‘ரத்தம்’ உள்ளங்கையில் சிவப்பாய் வழிந்தது. காயா அதைத் தொடவில்லை. தைரியப்படுத்திக்கொண்டு புல்லாக்குப் பெண்ணைப் பார்த்தாள்.

“இனிமேல் போகவேண்டாமா?”

“களைச்சுப் போச்சு. அவ்வளவுதானா?” இப்போது அவள் சிரிக்கவில்லை. ஒரு கணம் காயாவை உற்றுப் பார்த்தாள். பிறகு கீழே இறங்கத் தொடங்கினாள்.

மேலே மரக்கிளைகள் கவிந்த கூரை அசையத் தொடங் கிற்று. இருமருங்கிலும் இருந்த மரங்கள் ஒன்றையொன்று கிளைகோத்து நின்றன. லேசாகக் காற்றடித்தபோதும் கிளைகள் விலகி நிற்க ஆகாயம் கொஞ்சம்போலத் தென்பட்டது. பிறகு கிளைகள் மூடிக்கொள்ள, பிரிந்து நின்ற மரங்கள் மறுபடியும் ஒன்றையொன்று தழுவிக்கொண்டன.

அந்தப் பெண் பாலத்தின் பக்கமாக இறங்கினாள். காயா அகலமான ஒரு கல்லின் மீது உட்கார்ந்து கொண்டாள். எல்லாப்பக்கமும் ஜாதிமரத்தின் ஊசியிலைகளும் பைன் மரத்தின் கோன்களும் இறைந்து கிடந்தன. காற்று நின்று போயிருந்தது. இப்போது ஓடையின் நீர்த்தாரையைத் தவிர வேறெதுவும் அசையவேயில்லை. எந்தச் சத்தமும் இல்லை.

சத்தம் எதுவும் இல்லை. பெருகும் நீரில் கைகளை அலசும் சத்தம் அவளுக்குக் கேட்டபோது அதுவும்கூடக் குறிக்கோளற்றுத் தட்டுகிற ஓசையாகவே தெரிந்தது. காட்டின் ஊமைச் சத்தங்களில் அதுவும் ஒரு சத்தம். காட்டின் பேரமைதியை இன்னும் ஆழமாக்கும் சத்தம்.

"நீ முகம் கழுவிக்கறயா?"

மேலே வந்து அவள் காயாவைப் பார்த்தாள்.

"வேண்டாம்..." காயா தலையாட்டினாள். ஓடைக்கு அருகில் போகும்போதே அவளுக்குத் தலை சுற்றும். அதுவொரு சிறிய மலையோடையாக இருந்தாலும்கூட. அவளால் எப்போதும் ஓடும் நீரைப் பார்க்க முடியாது.

புல்லாக்குக்காரி ஜாதிமர ஊசியிலைகளின் மீது படுத்துக் கொண்டாள். முழங்கையில் தலைசாய்த்தபடி காயாவைப் பார்த்தாள்.

"தூங்கறியா?"

"இல்லை..." காயா நேராக மேலே மரங்களின் கூரைமீது மேகங்கள் நகர்ந்துகொண்டிருப்பதைப் பார்த்துக்கொண்டிருந்தாள்.

"நீ ராத்திரிலயும் தூங்கறதில்லை. பால்கனியில நின்னுட்டு என்ன செய்யற?"

மேகத்தின் சிறு துண்டு ஒன்று காயாவின் கருவிழி மீது ஒட்டிக்கொண்டது போல அவளது கண்கள் இருண்டன. முடிவற்ற வெண்ணிறத்தின் மீது கொஞ்சமாய் மேகத்தின் வெள்ளைத் துண்டு.

"வந்த புதுசுல எனக்குந்தான் தூக்கமே வராது. ராத்திரி முழுக்கக் கண்ணைத் திறந்துட்டுக் காட்டோட சத்தத்தைக் கேட்டுட்டு இருப்பேன்."

காயாவின் கண்கள் தாழ்ந்தன. என்ன மாதிரியான ஒரு குரலில் அவள் பேசுகிறாள். சுரத்தில்லாத. கடூரமான கருணையே இல்லாத ஒரு குரல்.

"உனக்குப் பாவமா இருக்கா என்ன?"

"பாவமா? எதுக்கு?"

"என் மேல?" அவள் மெதுவாகச் சிரித்தாள். "இல்ல . . . எனக்கென்னத் தெரியும். அப்பிடியே உனக்குப் பாவமா தோணினாலும் உங்க சித்தப்பாவ நெனச்சு இருக்காது. அந்தப் பீருவை நெனச்சுதான் அப்பிடித் தோணும்."

அவளது குரலில் என்ன இருக்கிறது? இளக்காரமா. வெறுப்பா, இல்லை, எந்தக் காரணமும் இல்லாத வெறும் விரக்தியா?

அவள் கல்லின் மீதிருந்து இறங்கிவந்து புல்லாக்குக்காரி படுத்திருந்த புல் தரையில் உட்கார்ந்தாள்.

"காயா, நீ எப்பவாவது செத்துப்போன மனுஷங்கள பாத்திருக்கியா?"

"செத்துப்போன மனுஷங்களா?"

காயாவின் நினைவுகள் சுழலத் தொடங்கின. கின்னியைப் பற்றி யோசித்தாள். அம்மாவின் திறந்த கால்களுக்கிடையில் இருந்த மாமிசப் பிண்டத்தைக் குறித்து யோசித்தாள். இல்லை. அவர்கள் செத்துப்போனவர்கள் அல்ல. மனிதர்கள் அல்ல. அவள் திடுக்கிட்டுச் சுற்றுமுற்றும் பார்த்தாள். மங்கலான வெளிச்சம். ஓடையின் சலசலப்பு. தலையில் மோதும் தண்ணீர். புல்லாக்குப் போட்டவள் அவள் கால்களுக்கு அருகில் படுத்திருக்கிறாள். துப்பட்டா கீழே விழுந்திருக்கிறது. கனத்த மார்பு மேலும் கீழுமாய் அசைகிறது.

"பாத்ததில்லையா? நானும் பாத்ததில்லை." அவள் மெதுவாகச் சொன்னாள். "என்னோட ஆம்பளை செத்துப் போறவரைக்கும்."

"உன்னோட ஆம்பளையா?"

அவள் தலை தூக்கினாள். புல்லாக்கு அசைந்தது. உதடுகள் திறந்தன. நெற்றியில் சன்னமான கோடுகள் விழுந்தன.

"எனக்கு இப்ப யாரைப் பாத்தாலும் பாவமா இருக்கறதில்லை."

"யாரு உன் ஆம்பளை?"

"அவரை எரிக்கறதுக்காக எடுத்துட்டுப் போனப்ப அன்னிக்கு ராத்திரி நான் குளிச்சேன். அவர் எனக்காக விட்டுட்டுப் போன அந்த அடையாளத்தை நான் பாத்தேன். பாக்கறியா காயா. இப்பவும் அது இருக்கு."

அவள் தனது மஞ்சள் நிற கமீஸின் பொத்தான்களைக் கழற்றத் தொடங்கினாள். பிறகு கமீஸைக் கழற்றினாள். அதனடியில் உள்ளாடை இருந்தது. அதையும் கழற்றினாள். அப்போது அவளது முதுகு வெள்ளையாகப் பளிச்சென்று

தெரிந்தது. மதியவேளையின் மந்தமான வெயிலில் மின்னியபடி ஒரு மார்பின் மீதிருந்து இன்னொரு மார்பு வரை, நடுநடுவே, ரயில் தண்டவாளங்கள் தசையில் பதிந்தது போல, நீல நிறத்தில் நீண்ட தழும்புகள் இருந்தன.

"தொடு. தொட்டுப் பாரு."

அவள் காயாவின் கைகளை இழுத்துத் தன்னுடைய மார்பில் வைத்தாள். அதை வருடவும் கசக்கவும் தொடங்கினாள்.

"பாரு. தொட்டுப் பாரு. அந்த மனுஷன் இப்ப இல்லை. ஆனா அவனோட தழும்புகள் இப்பவும் மிச்சமிருக்குப் பாரு."

காயாவின் சுவாசம் படபடத்தது. அந்தப் பெண்ணின் தொடுகையில் அவள் நொறுங்கி துண்டு துண்டாகி, சிதறிப் போவதுபோல இருந்தது. மஞ்சள் நிறத்தில் உருண்டையான நிழல் ஒன்று மேகங்களைக் கிழித்துக்கொண்டு வெளிவந்தது. மங்கும் மாலை நேரத்துச் சூரியன். அதனுடைய மஞ்சளும் சிவப்புமான புள்ளிகள் மரங்களினால் வடிகட்டப்பட்டு அவளுடைய நிர்வாண மார்பின்மீது விழத் தொடங்கின.

அவள் மெல்ல மெல்லக் காயாவின் கன்னங்களைத் தடவினாள்.

"பயந்துட்டியா?" அவளுடைய குரல் இப்போது மிக மெல்லிய கிசுகிசுப்பாக மாறியிருந்தது. "பைத்தியக்காரப் பொண்ணு."

அவள் சிரித்தாள். ஆனால் அதில் எந்தச் சத்தமும் இல்லை. அவளது அசையாத கண்கள் காயாவின் முகத்திலேயே நிலைத்திருந்தன.

"உனக்கு எதுவுமே தெரியாது. சொல்லு. உனக்கு ரத்தம் வருதா?"

காயா விரிந்த கண்களுடன் அவளைப் பார்த்துக்கொண்டிருந்தாள்.

"என்ன ரத்தம்?"

"அழுக்கா. மாதுளை மரத்தோட சாறு மாதிரி."

அவள் இப்போதும் சத்தமில்லாமல், உதடுகளுக்கு நடுவே துருத்திய பற்களுடன் சிரித்துக்கொண்டுதான் இருந்தாள்.

"நீ எதையுமே பாத்ததில்லை. செத்துப்போன மனுஷங்களையும் பாக்கலை. உன்னோட ரத்தத்தையும் பாக்கலை."

அவள் கால்களை ஊன்றி எழுந்தாள். கால்களில் தண்டைகள் ஒலியெழுப்பின. புதர்களிலிருந்து ஏதோவொரு பறவை கத்தியபடியே ஓடைக்கு மேலே பறந்து சென்றது.

"உன்னோட வேலைக்காரன் வந்திருந்தானா?"

"யாரு... மங்கதுவா?" காயா அவளைப் பார்த்தாள்.

"உன்னைக் கூட்டிட்டுப் போக வந்திருக்கான்னு நான் நெனச்சேன்."

"நீ போயிருவியா?"

இனந்தெரியாத கவலையுடன் இரண்டு கண்கள் காயாவின் மீது நிலைத்திருந்தன.

காயாவின் மனம் அவள் பக்கமாய் ஊர்ந்து நகர்ந்தது.

"நீ உங்க வீட்டுக்குப் போகமாட்டியா?" என்று காயா கேட்டாள். இப்படிக் கேட்பது அவளுக்கு ஆறுதலாயிருக்கும் என்பது போலக் கேட்டாள்.

"யார் கூட?"

"ஏன். சித்தப்பாகூட. அவங்கதானே உன்னைக் கூட்டிட்டு வந்தாங்க."

"உனக்கு ஒண்ணுமே தெரியலையா காயா. இல்லை தெரியாத மாதிரி நடிக்கிறியா? நான் இங்கிருந்து எங்கயும் போகமாட்டேன்."

"எங்கயுமா?"

"காயா!" அவள் நிறுத்தினாள். ஒரு கணம் ஓடையின் நீரோடும் சத்தம் மட்டுமே கேட்டுக்கொண்டிருந்தது. "இங்க வா."

அவள் இன்னும் அருகில் நெருங்கிவந்தாள். அவளுடைய உடலின் காட்டமான வாசனையின் அருகில், ஜாதி மரத்தின் ஊசியிலைகளின் மீது அவள் படுத்திருந்த இடத்திற்கு வந்தாள். வெயிலும் வாசனையும் ஊசியிலைகளின்மீது பறந்தலையும் நிழலுமாய் இருந்தது.

"உனக்குப் பிடிக்குமா காயா?"

"என்ன பிடிக்குமா?"

"அப்படியில்ல... உனக்கு யாரையாவது ரொம்பவும் அளவேயில்லாம பிடிக்குமா?" கையை நீட்டி அவள் காயாவைத் தன்னுடைய தோளில் அணைத்துக்கொண்டாள். அப்படியே அவளைத் தன்மீது போட்டுகொண்டாள். கீழே புல்லாக்கும் மேலே நெற்றியும் கண்ணில் பட்டது. தலைமயிரின் வாசனையில் அவளுடைய மூச்சு முட்டுவது போலிருந்தது. "உன்னை முதல்முதலா எப்ப நான் பாத்தேன்னு உனக்குத் தெரியுமா?" அவளுடைய கண்கள் பளபளத்தன. இரண்டு கைகளாலும் அவள் காயாவின் முகத்தைப் பற்றிக் கொண்டு பார்த்தாள். "நீ பீருவோட மேல தேவாலயத்துக்கு

ஏறிப்போயிட்டிருந்தே. அப்பத்தான், அந்தச் சமயத்துல நான் நெனச்சேன். உன்னை நான் அந்தப் பையனோட இருக்க விடமாட்டேன்னு ... என்ன ஆனாலும் ...”

அவளது மூச்சுத் திணறியது. “பீரு ... உனக்குப் பீருவைப் புடிக்காதா?”

“புடிக்கறதுனால ஏதாவது இருக்கா? அந்தப் பையன் ஒரு பைத்தியம். நான் போயிட்டேன்னா அவங்கம்மா திரும்பி வந்துருவாங்கன்னு அவன் நெனக்கறான். அவ செத்துட்டான்னு அவனுக்குத் தெரியலை. எப்பிடி என் ஆம்பளை திரும்பி வரமாட்டானோ அப்பிடித்தான். யாரும் திரும்பி வர முடியாது.”

இல்லை. யாரும் திரும்பி வருவதில்லை. லாமாவும் சரி. கின்னியும் சரி. அவள் திரும்பிச் செல்லும்போது வீடும் இருக்கப் போவதில்லை. சிவப்பு நிறக் கூரையும் இருக்கப் போவதில்லை. யாரும் இருக்கப் போவதில்லை என்பதை மேலே மரங்களின் வெறுமை கொண்ட சரசரப்பில் அவள் முதன்முதலாகக் கண்டாள்.

“நான் சொல்றது காதுல விழுதா காயா?”

அவள் காயாவை உடலோடு சேர்த்து அணைத்தாள். சுவாசம் திணறி எழுந்தது. அவள் காயாவைச் சூடேற்றினாள். காட்டின் கரிய வெளிச்சத்தில் அவளது முகம் திறந்தது. பின் மூடிக்கொண்டது. புல்லாக்குக்காரியின் தோளில் அடைந்து கொண்டு நாலாப்பக்கமும் ஆகாயத்தைப் பார்க்க முடியுமென்று அவளுக்கு அப்போது தோன்றியது. மேகங்களுக்குப் பின்னே கொதிக்கும் சூரியன், ஜாதி மரத்தின் எரிந்து நிற்கும் ஊசியிலைகள், அந்தக் ‘கெட்ட ரத்தம்’ அந்த ஊசிகளிலிருந்து சொட்டி அவளுடைய தேகத்தின் எண்ணற்ற துவாரங்களில் பெருகி ஓடுகிறது என அவளுக்குத் தோன்றியது. சுகம் என்பதைத் தன்னுடைய வலையில் இதுவரையிலும் அடைத்து விடுவிக்காது வைத்திருந்த ஒவ்வொரு நரம்பையும் அது பிழிந்தெடுத்தது. என்ன மாதிரியான சுகம் இது? விடு. என்னை விட்டுரு. அவள் விம்மி அழத்தொடங்கினாள். ஆனால் அது அவளது பிரமை. அவளை யாரும் பிடித்துவைத்திருக்கவில்லை. புல்லாக்குக்காரி எப்போது அவளிடமிருந்து தள்ளிப் போனாள்? விலகி நின்று தன்னுடைய பாவாடையிலிருந்து புற்களை உதறிக்கொண்டிருந்தாள். பிறகு ஒரு நீண்ட கொட்டாவி விட்டாள். கீழே குனிந்து காயாவை உலுக்கினாள்.

“எத்தனை நேரம் படுத்துட்டே இருப்பே? இருட்டாயிட்டு இருக்கு. தெரியலையா?”

ஏழு

அன்றிரவு பனி பொழிந்தது. ஊர் வெளுத்துப் போயிருந்தது. ஆனால் மறுநாள் மலைகள் யாவும் வெண்ணிற ஒளியால் மூடப் பட்டிருந்தது. பறவைகள் ஊரின் கூரைகளுக்கு மேலாகத் தாழ்வாகப் பறக்கத் தொடங்கின. திடுக்கிட்டவைபோல அவை மலைகளிலிருந்து கீழே இறங்கின. வீடுகளும் கூரைகளும் சிம்னி களின் புகையும் அவற்றைப் பயமுறுத்தின. லேசான சத்தம் கேட்டாலும்கூட அவை எழுந்து பறந்தன. கொஞ்சம் பறந்துவிட்டுப் பிறகு மீண்டும் அமர்ந்தன.

பீருவின் பறவை இடைவிடாது நாள் முழுக்கக் கீச்சிட்டபடியே அதே மரத்தின் மீது உட்கார்ந் திருந்தது.

மரங்களுக்கு மேலே ரத்தமற்ற மஞ்சள் கோளமாக, வாடிப்போனதுபோலச் சூரியன் உதித்தது. துண்டு துண்டான கிரணங்கள் ஊர் முழுவதிலும் பரவியிருந்தது. ஆகாயத்தின் விளிம்புகள் மட்டுமே ஒளி கொண்டிருக்க அந்த ஒளியில் பனியும் பளபளத்திருந்தது.

அந்தக் குளிர்காலத்தின் முதல் பனிக்கட்டி ஊரிலிருந்து விலகி எங்கோ விழுந்தது. ஆனால் அதன் வருகையை நாலாப்பக்கமும் காற்றில் உணரமுடிந்தது. முதலில் ஒன்றிரண்டு வீடுகளில் நெருப்பு எரிந்தது. இப்போது எல்லா வீடுகளிலும் புகைபோக்கியிலிருந்து புகை வெளியேறுவதைப் பார்க்க முடிகிறது. வெள்ளையாய்ப் புகைநிறமான

காற்றில் புகையிலும் மேகத்திலும் பனிக்கட்டியிலும் நடுங்கிய படி ஊர் முழுவதும் தீப்பிடித்து எரிவது போலிருந்தது.

வராந்தா முழுவதும் இலைகள் கொட்டிக்கிடந்தன. அடுத்த கோடைக் காலம்வரைக்கும் குவிந்தபடியே இருக்கும் பிளேன் மரத்தின் சிவந்த சொரசொரப்பான இலைகள் நாள் முழுக்க சத்தமில்லாது கிடக்கும். ஆனால் பொழுது விடிந்ததுமே அவற்றுக்கு உயிர் வந்துவிடும். காற்றில் அவை சுழல் போலாகி, சுற்றத் தொடங்கிவிடும். அவற்றின் சலசலப் போசையைக் கேட்டு எலிகள் மெல்ல மெல்ல வளைகளி லிருந்து வெளியே வந்து ஒரு கணம் நின்று பிறகு மெதுவாக முன்னகர்ந்து சந்தர்ப்பம் பார்த்து அவற்றின் மீது பாயும். ஆனால் மறுகணமே வெட்கப்பட்டுத் திரும்பி ஓடிவிடும். இருட்டில் ஆட்டம் போடும் இந்த உயிர், உதிர்ந்து மரித்துப் போன இலை என்று யார் சொன்னது?

காயாவால் இவை எல்லாவற்றையும் பார்க்க முடியும். பீருவை மட்டும் பார்க்கவே முடியாது. அந்த இரவுக்குப் பிறகு அவனுக்கு வந்த காய்ச்சல் நீடித்துக்கொண்டே இருந்தது. முன்பின் தெரியாத அந்த மனிதர்தான் மருத்துவர் என்று பகாடிதான் அவளுக்குச் சொன்னான். அவரும் சித்தப்பாவும் மட்டும்தான் பீருவின் அறைக்குள் செல்வார்கள். வெளியே வருவார்கள். இதையும் அவள் பார்த்துக்கொண்டிருந்தாள்.

அறைக்குள் போவது மறுக்கப்பட்டிருந்தது. ஆனால் வெளியே போவதற்கு இல்லை. அவளால் பீருவைத்தான் பார்க்க முடியாது. ஆனால் பீருவுடன் பார்த்த டென்னிஸ் மைதானம். பச்சைக் கூரையுடன் இருந்த ஓய்வறை. மனிதனின் சமாதி. அதனருகில் இருந்த நாயின் சமாதி. சமாதிகளுக்கு இடையே உள்ள உயரமான புற்கள். அப்புறம் அந்தத் தேவாலயம் என எல்லா இடங்களுக்கும் அவள் போக முடியும்.

ஒருநாள் மதியம் அவள் எல்லோருடைய கண்களுக்கும் தப்பித் தேவாலயத்துக்குப் போயிருந்தாள். அதன் இருண்ட மாடப்பிறையில் தொங்கும் சிலந்திவலைக்கு இடையே கருத்த மரக்கட்டைகளின் மறைவில் ஆட்களைத் தனது சத்தத்தால் அச்சுறுத்தியபடி பீரு ஒளிந்திருக்கக்கூடும் என்பது எத்தனை பொய்யான நம்பிக்கை. அங்கே ஒருவரும் இருக்கவில்லை. அவளைக் காண்பவர்களும் இல்லை, காட்டிக் கொடுப்பவர் களும் இல்லை. கருத்த பலகைகளாலான தரை பாதியிலேயே உடைந்து கிடக்க அதற்கு மேலே புற்கள் அடர்ந்துகிடக்கின்றன. நிதானமின்றி வளர்ந்த புல்மீது வௌவால்களின் நிழல்கள் தெரிகின்றன. பீரு... பீரு என்று அவள் அவனை

அழைக்கலானாள். யாருமில்லாத தேவாலயத்தில் அவளது அழைப்பு எதிரொலித்து அவளுடைய பேய்த்தனமான அழைப்பாகித் திரும்பி வந்தது. யாருமே வரவில்லை. ஆனால் அந்த எதிரொலி மட்டும் மிகுந்த விசுவாசத்துடன் அடிக்கடி திரும்பி வந்தபடி இருந்தது. அவளது கண்கள் திடீரென்று ஆணியடித்துத் தொங்கவிடப்பட்ட அந்த வெள்ளை நிறக் கால்கள்மீது நிலைத்தன. முட்களின் சுமையால் தலை ஒருபக்கமாய்ச் சாய்ந்திருந்தது. தேவாலயத்தின் அந்த ஒரு இடத்தில்தான் மதிய வேளையின் வெளிச்சம் நுழைந்திருந்தது. ரத்தம் வழிந்த அந்தக் கால்களின்மீதும், சோர்ந்து அசைந்தபடி நின்ற அந்த உடலின் மீதும் மட்டும் படர்ந்திருந்தது. அன்றொரு நாளும் இதை அவள் பார்த்திருக்கிறாள். ஆனால் அப்போது இங்கே பீரு இருந்தான். ஒரு வழிகாட்டியைப் போல எல்லா வற்றையும் அவளுக்குச் சொல்லிக்காட்டினான். அனைவருக் காகவும் இந்த மனிதன் சுமந்த துக்கத்தைப் பற்றியெல்லாம் சொல்லிக்கொண்டிருந்தான்.

அனைவருக்காகவும் மாண்டுபோன, அனைவரின் துக்கத்தையும் சுமந்த அந்த மனிதன் எப்படியிருப்பான் என்று தெரியவில்லை.

பெரும் சத்தத்தோடு என்னவோ கீழே விழ, அவள் பயந்துபோய்ப் பின்னகர்ந்தாள். இல்லை. ஒன்றும் இல்லை. கலைந்துபோன கூடு ஒன்று காற்றில் கீழே விழுந்திருந்தது. இலைகளும் தூசுத் தும்புகளும் ஒட்டிக்கிடந்த குச்சிகளின் குவியல். அந்தக் கூட்டிலிருந்து என்னவொரு வெதுவெதுப் பான வாசனை எழுகிறது! எங்கிருந்து வீசுகிறது? ஆயிரம் ரகசியங்கள் நிறைந்த மிஸ் ஜோசுவாவின் அறையிலிருந்து, பழைய கேக்குகளின், ரொட்டித் துணுக்குகளின் வாசனை யோடு சேர்ந்து அந்த வாசனை வருகிறது. இது மிஸ் ஜோசுவா வின் அறைதான் என்று கண்களை மூடிக்கொண்டே அவளால் சொல்லிவிட முடியும். அவள் கூட்டை எடுத்துக்கொண்டு தேவாலயத்துக்கு வெளியே வந்தாள். மைதானத்தில் அதைக் கீழே வைத்தாள். வீசும் காற்றில் அந்தக் கூடு கலையத் தொடங்கியது. ஒவ்வொரு சுள்ளியாகப் பிரிந்து காற்றில் பறந்துபோனது. கொஞ்ச நேரத்துக்குப் பிறகு அந்த இடத்தில் ஒரேயொரு குச்சி மட்டும்தான் எஞ்சியிருந்தது.

அவள் பார்த்துக்கொண்டே நின்றாள். இந்த ஊரில்தான் காற்று எப்படி வீசுகிறது? மலைகளிலிருந்து வந்து பனிக்கட்டி களைத் தொட்டுக்கொண்டு இங்கே பரவி வீசுகிறது.

இப்போது நான் கீழே இறங்குவேன். பனியிலும்கூட வாடாது ஊருக்கு மேலாகத் தலை நிமிர்த்தி நிற்கும்

இந்தப் பூக்களோடு சேர்ந்து இறங்குவேன். ஆனால் நான் இந்த இடத்தைச் சேர்ந்தவளல்ல. நான் எப்போதும் கீழே இறங்கிக்கொண்டுதான் இருப்பேன். சற்றுத் தொலைவில் அந்த வீடு தென்படுகிறது. பாக்ஸ்லேண்ட். எத்தனை விநோதமான பெயர். பாக்ஸ்லேண்ட் அண்ட் பாசிங் டைம் என்ற புத்தகத்தை எழுதிய அந்த ஆங்கிலேயன் இப்போது தன் நாயின் சமாதி அருகில் படுத்திருக்கிறான். ஒருநாள் இந்த வீட்டின் புகைபோக்கியை நான் ரிட்ஜிலிருந்து பார்த்திருக்கிறேன். அப்போது என்னுடன் அத்தை இருந்தாள். அவள் இப்போது தன்னுடைய ஊரில் இருக்க, நான் இதோ இந்தத் தேவாலயத்தின் மைதானத்தில் இருக்கிறேன். இடையில்தான் எத்தனை மலைகள்! அவை எல்லாவற்றையும் பார்க்கின்றன எனத் தோன்றுகிறது எனக்கு. இதோ இப்போதும்கூட அவை என்னைப் பார்த்துக்கொண்டிருக்கின்றன. நான் இங்கிருந்து போன பின்பு. நான் இல்லாதிருக்கும்போது அப்போதும் அவை இந்தத் தேவாலயத்தையும் பூக்களையும் காலி மைதானத்தையும் பார்த்துக் கொண்டுதான் இருக்கும். நான் இல்லாது போவதையும் பார்த்துக் கொண்டிருக்கும். நான் இங்கில்லாதபோதும் கூட வேறெங்காவது வெளியிலிருந்து ஏதேனும் மலையின் பின்னாலிருந்து நான் இல்லாது போவதைப் பார்க்க முடியுமா? மலையின் ஒரு பக்கம் அடுத்த மலையின் மறுபக்கத்தைக் காண்பதுபோல. அவ்வாறு நடக்கும். பலமுறை எனக்கு அப்படி நடந்திருக்கிறது. நான் என்னுடைய அறையில் இருநதபடியே சிலசமயம் அம்மாவிடமோ சிலசமயம் பீருவிடமோ அல்லது சிலவேளைகளில் லாமாவிடமோ நான் என்னவோ யாரும் தடுக்க முடியாத ஒரு தூசு போல, புகை போலச் சென்று வருவேன். என்னுடைய படுக்கையில் படுத்தபடியே இம்மியளவும் அசையாது நூல்கண்டில் ஒட்டியபடியே அவர்களோடு நான் இருப்பேன். ஆனால் இப்போது . . . இப்போது நான் விடுபட்டுப் போனேன். தூசியுமில்லை, நூலும் இல்லை. எந்த ஏமாற்றமும் இல்லை. இப்போது, இங்கே, இந்த நிமிடத்தில் காற்றின் சத்தமும் உடைந்த மரக்கட்டைகளின் சத்தமும் மட்டுமே உள்ளது. கடைசி முறையாக நான் திரும்பி தேவாலயத்தைப் பார்க்கும்போது லாமாவிடமோ குட்டியிடமோ ஒருபோதும் சொல்ல முடியாத என்னுடைய ஒன்றை அங்கே நான் விட்டுச் செல்கிறேன் என்று எனக்குத் தோன்றுகிறது. தனியாக இந்த நகரத்துக்கு மேலே

அம்மாவும் இல்லாத அப்பாவும் இல்லாத வீட்டின் பாதுகாப்பான அறையும் இல்லாத அந்த இடத்தில் உறவுகளுக்கெல்லாம் அப்பால் அது உதித்திருக்கிறது. முதன்முறையாக அந்த ஒன்றை நான் இந்தத் தேவாலயத்தின் நிறைந்த இருட்டில் சுவர்களின் மீது தலைமோதும் காற்றிற்கு மத்தியில் உடைபட்டுப் பாதி எரிந்து கிடக்கும் இந்தக் கதவின் மறைவில் எனக்கும் பீருவுக்கும் நடுவில் பார்த்திருந்தபோதும்கூட. பீருவுக்கும்கூட அதைப்பற்றித் தெரியாது. அது ஒரு மூங்கில் மிளாறைப் போலத் தோலில் குத்திக்கொள்கிறது. அதை வெளியே எடுக்கவும் முடியாது. கையில் பிடிக்கவும் முடியாது. அறிந்த வலியையும் கடந்த ஒரு அறியாத சமத்காரத்தின் ஒளியாகக் கடைசியில் அது வெளியில் வராமல் ரத்தத்தோடும் தோலோடும் கரைந்து போகிறது. பல வருடங்களுக்குப் பிறகு நான் இதை அடையாளம் கண்டுகொள்ளக்கூடமாட்டேன். இதற்கு என்ன அர்த்தம் என்றும்கூடப் புரிந்துகொள்ள மாட்டேன். கற்றுக்கொண்டு புரியவைக்க முடிகிற அளவுக்கு இதற்கு அர்த்தம் எதுவும் கிடையாது. அப்படி எதுவும் இதற்கு ஒரு பொருள் இருக்குமாயின் அது அசைந்து நடுங்கும் இந்தத் தரைப்பலகைகளுக்கு நடுவில் இந்தத் தேவாலயத்தின் உடைந்த கூரைக்குக் கீழேதான் இருக்கக்கூடும். இங்கிருந்து ஒருமுறை சென்றுவிட்ட உடனே அது மறைந்துபோய்விடும். பல ஆண்டுகளுக்குப் பிறகு உடைந்து சிதைந்த இந்தக் கூண்டின் கடைசி மரத்தையும் ஜனங்கள் திருடிச் சென்றுவிட்ட பின்பு ஒரு மதியவேளையில் பீருவுடன் நான் இங்கே வந்திருந்தேன் என்பதே தெரியாமல் போய்விடும்.

மலைகளின் மேல் மேகங்கள் கவியத் தொடங்கியபோது அவள் கீழே இறங்கலானாள். கீழே ஒழுங்கான சாலைக்கு அவள் வந்து சேர்ந்தபோது இருட்டு விழத் தொடங்கியிருந்தது. காற்றுச் சுழன்று அடிக்க வாசற்கதவு சர்சர்ரென்று ஒலியெழுப்பியபடி ஆடிக்கொண்டிருந்தது. ஓக் மரத்தின் எதிரில் அவள் கால்கள் நின்றன. ஒரு ரிக்ஷா நின்றிருந்தது. சிலர் நெருப்பு மூட்டிக்கொண்டு உட்கார்ந்திருந்தனர். ஒன்றும் பேசாமல் கைகளை நெருப்பில் காட்டிக்கொண்டிருந்தனர். வாசற்கதவில் நுழைந்த அவள் குழப்பமடைந்தவளாய் ரிக்ஷாவையும் அந்த ஆட்களையும் நெருப்பின் புகையையும் பார்த்து நின்றாள். இந்த வேளையில் வீட்டுக்கு யார் வந்திருக்க முடியும்?

ஓக் மரம் காற்றின் அமைதியின்றி சரசரத்துக் கொண்டிருந்தது. பாக்ஸ்லேண்டின் ஒரு பாதி எழுத்துக்கள் இலைகளில் மூடியும் பின் வெளிப்பட்டும் தெரிந்தது.

அவள் வேகமாகக் கரடுமுரடான ஒற்றையடிப் பாதையில் நடக்கலானாள். பள்ளத்தாக்கின் அடிவாரத்திலிருந்து மேகங்கள் மேலெழுந்துகொண்டிருந்தன. அறைக் கதவுகள் மஞ்சள் வெயிலில் பளபளத்திருந்தன.

வீட்டுக்கு எதிரில் வந்ததும் கண்கள் வராந்தாவுக்கு மேலே பார்த்தன. அங்கே பாதி வெளிச்சத்திலும் பாதி இருட்டிலும் யாரோ நின்றிருந்தார்கள். மனம் வேகமாகத் துடிக்கத் தொடங்கிற்று. ஆனால் கால்கள் உயிரற்றதாய்த் தரையில் நின்றுவிட்டன. அவள் ஓடத் தொடங்கினாள். பிறகு நின்றாள். மீண்டும் ஒருமுறை வராந்தாவின் பக்கமாய்ப் பார்த்தாள். வெயிலில் கறுத்த கோடொன்றைக் கிழித்தபடி மேகங்களின் வரிசை எதிரில் நகர்ந்துகொண்டிருந்தது. அது நகரும்வரை அவள் காத்திருந்தாள். மறுபடியும் அந்த முகம் தென்பட்டது. அவள் மீண்டும் கதவுப் பக்கமாய் ஓடினாள். தொண்டையில் ஏதோ அடைத்துக் கொண்டதுபோல அவளுக்குத் தோன்றியபோது அவள் மூச்சுவிடுவதை நிறுத்த இரண்டு கைகளும் காற்றில் நீண்டன.

அப்பா நின்றிருந்தார். மாடித்தடுப்பில் சாய்ந்தபடி வெயிலுக்கும் மேகங்களுக்கும் இருட்டுக்கும் நடுவே தன்னை நோக்கி அவள் ஓடிவருவதைப் பார்த்துக்கொண்டிருந்தார்.

மூன்றாம் பகுதி
ஆறுதலுக்கு அப்பால்

ஒன்று

நான் திரும்பிவந்தபோது இடையில் பல வருடங்கள் கடந்துவிட்டது போலத் தெரிந்தது. அந்தக் குளிர் காலத்தில் அவர்கள் என்னைக் காயா என்று பெயரிட்டு அழைத்திருந்தபோது ஊருக்கு மேல் இருந்த சித்தப்பாவின் வீடான பாக்ஸ்லேண்டுக்குச் சென்றிருந்தபோது எப்படி இருந்தேனோ அப்படியேதான் இருந்தேன். நான் திரும்பி வந்தபோது நகரத்துக்கு மேலே மட்டும் தான் பனிப் பொழிவைக் காண முடிந்தது. அந்த வருடம் குளிர் பயங்கரமாக இருந்ததென்று எல்லோரும் சொன்னார்கள். பனியினால் பல பழைய வீடுகள் மூடப்பட்டிருந்தன. ஆனால் எங்கள் வீடு மூடப்பட்டிருக்கவில்லை. பல ஆண்டு களுக்குப் பிறகு பாதி வாழ்க்கையை நகரத்தில் கழித்துவிட்டு மறுபடியும் அந்த மலைவாசஸ்தலத் துக்கு வந்தபோது எங்களுடைய வீடு அப்படியே தான் இருந்தது. அதே சிவப்புத் தகரக் கூரையோடும் அதே சிதைவுற்ற பால்கனியோடும். மிஸ் ஜோசுவாவின் மதிற்சுவர் அருகே இறங்கும் அதே மாடிப்படிகளோடும் நான் பல ஆண்டுகளுக்கு முன்பு என்னுடைய பால்ய நாட்களில் பார்த்தது போலவே இருந்தது. எதுவுமே மாறியிருக்கவில்லை.

ஆனால் நம் எவராலும் காப்பாற்ற முடியாது போனது அந்தக் குபானி மரம் மட்டும்தான். பனி பொழிவதற்கு முன்பான குளிர் காற்றுச் சுழன்றடித்தபோது ஊர் முழுவதும் மங்கலான மூடுபனியில் உறைந்திருந்த ஒருநாள் இரவு, நான் என்னுடைய அறையில் தனியாக இருந்தேன்.

ஏனெனில் குட்டி அப்போது அத்தையுடன் மீரட்டுக்குச் சென்றிருந்தான். திடீரென்று அந்தச் சடசடக்கும் பயங்கர சத்தத்தைக் கேட்டேன். ஆனால் மலைநகரங்களில் இவ்வாறான சூறாவளியின்போது இப்படிப்பட்ட சம்பந்தமில்லாத ஓசைகள் கேட்டுக்கொண்டுதான் இருக்கும் என்பதால் அப்போது அதைப் பற்றிப் பெரிதாக ஒன்றும் யோசிக்கவில்லை. ஆனால் மறுநாள் காலையில் குபானி மரம் மங்கதுவின் குடியிருப்பி னுடைய கூரையின் மீது சாய்ந்துகிடப்பதை கண்டேன். அடிமரம் மட்டுமே அதே இடத்தில் நின்றிருந்தது. மேல்பகுதி யின் மொத்த மரமும் கிளைகளோடு சேர்ந்து மங்கதுவின் கூரையின்மீது விழுந்திருந்தது. எனக்கு மிகுந்த ஆச்சரியமாக இருந்தது. ஏனென்றால் அது மிகவும் உறுதியான வயதான மரம். பல ஆண்டுகளுக்கு முன்பு குளிர்காலத்தின் சோம்பலான மதிய வேளைகளில் அம்மா அதனடியில் உட்கார்ந்திருப்பாள். நான் எப்போதாவது ஏதேனும் ஒன்றைக் கண்டு பயந்துபோய் அழுதபடியே வீட்டுக்குத் திரும்பும்போது அந்த மரத்தடிக்குத் தான் நேராகப் போவேன். ஏனென்றால் அம்மா அங்கேதான் உட்கார்ந்திருப்பாள் என்று எனக்குத் தெரியும்.

இப்போது எனக்கு எந்தப் பயமும் இல்லை. நான் பெரியவளாகிவிட்டேன். ஆனால் அம்மா மிகவும் சிறியவளாகிப் போயிருந்தாள். அன்றைய இரவில் பால்கனியின் ஜன்னலில் நான் மறைந்து நின்று பார்த்ததுபோல இனி எதையும் பார்க்க வேண்டியிருக்காது என்பதால் அவளைப் பார்த்து எனக்கு விநோதமான ஆறுதல் கிட்டியது. ஆனால் இப்போது அவள் ஒன்றும் பேசாமல் இருக்கிறாள். என்னை அவளருகே ஒரு போதும் அழைப்பதில்லை. ஒருபக்கம் அது நல்லதாகத்தான் பட்டது. ஏனென்றால் ஏதேனுமொருநாள் அவள் தன் முடிவை மாற்றிக்கொண்டு என்னை அவளருகில் அழைப்பாள். உச்சி முதல் உள்ளங்கால்வரையிலும் என் உடம்பை உற்றுப் பார்ப் பாள். பிறகு என்னைக் குளியலறைக்கு இழுத்துச் செல்வாள். கொதிக்கும் வெந்நீரில் என் தலையையும் முடியையும் உடலின் ஒவ்வொரு இண்டு இடுக்கையும் தேய்த்துத் தேய்த்துக் குளிப்பாட்டுவாள். உனக்கு ஒண்ணும் ஆகலையே என்று அடிக்கடிக் கேட்டுக்கொண்டே இருப்பாள். நானும் ஒவ்வொரு முறையும் என் தலையை ஆட்டுவேன். இப்படிக் கேட்கக்கூட மாட்டாள் என்றால் பிறகு அவளுக்கு என்ன அர்த்தம் இருக்க முடியும். அருவிக்கரையில் புல்லாக்குக்காரியுடன் நான் கழித்த அந்த மதியவேளை எனக்கு நினைவில் இருந்தது. இந்தத் தினங்களில் எனக்கு ஏதேனும் ஆகிவிட்டதென்றால் பிறகு அவள் என்னை விடுதிக்கு அனுப்பமாட்டாள் என்று

எனக்கு அவ்வப்போது ஒரு நம்பிக்கையை ஏற்படுத்திக் கொண்டிருந்தேன். ஆகவே நான் தனியாக இருக்கும்போது எனக்கு ஏதேனும் ஆவதென்றால் பள்ளிக்குப் போவதற்கு முன்பே ஆகிவிட வேண்டும் எனப் பல மணி நேரங்கள் காளி மாதாவிடம் பிரார்த்தனை செய்திருப்பேன். ஆனால் இது குளிர்காலம் என்பதாலும் பால்கனியில் இரவும் பகலும் பனி உறைந்துகொண்டிருப்பதாலும் பிரார்த்தனை செய்யும் நேரங்களில் நான் உடைகளை அவிழ்த்ததில்லை.

அவை கறுப்பும் வெளுப்புமான நாட்கள். இன்று நான் அந்த நாட்களைப் பற்றி யோசிக்கிறேன். இரவுகளும்கூட வெள்ளையாகத்தான் இருந்தன. எப்போதாவது இருட்டில் மிஸ் ஜோசுவாவின் மரங்களுக்கடியில் நடக்கும்போது மேலே தெரியும் ஆகாயம் ஏராளமான வெண்ணிறக் கிளைகளாக வெட்டப்பட்டிருக்கும். நான் என் அறைக்கு ஓடி வந்துவிடுவேன். குட்டியின் படுக்கை காலியாகக் கிடக்கும். மேசைக்குக் கீழே பொருட்கள் எல்லாமே அப்படி அப்படியே கிடந்திருக்கும். கின்னி அவற்றை வாயில் கவ்வியபடி வெளியில் ஓடும் போதும் காற்று வீசிக்கொண்டிருக்க கின்னி லாமாவின் அறைக் கதவை அடிக்கடி தலையில் முட்டுவது போலச் சத்தம் கேட்கும் போதும் நான் படுக்கையில் படுத்துக்கொண்டு விடுமுறை நாட்களை எண்ணத் தொடங்குவேன். ஏனெனில் அப்பா எப்போது என்னை அவரது அறைக்கு அழைத்தாரோ அப்போதிருந்து நான் யாரையும் நம்பக் கூடாது என்று எனக்குத் தோன்றியது. ஒவ்வொரு இடத்திலும் ஏமாற்றங்களே நிரம்பிய, ஒவ்வொன்றுமே நம்பிக்கையைக் கடந்து நிற்கும் ஒரு பருவத்தை நான் மெல்ல மெல்ல அடைந்துகொண்டிருந்தேன். அப்போது குட்டி அவனுடைய படுக்கையில் படுத்திருக்கிறான் என்பது போல நான் அவனது காலிப் படுக்கையைப் பற்றிப் பிறாண்டி இழுப்பேன். கின்னியின் பொருட்கள் காற்றில் ஓசையெழுப்பின. மங்கதுவின் கூரைமீது குபானி மரம் சரசரக்கத் தொடங்குகிறது. விழுந்து முறிந்த பிறகும்கூட மரங்களின் கிளைகள் பல வாரங்களுக்கு விம்மி அழுதுகொண்டிருக்கும் என்பது எனக்கு ஆச்சரியமாக இருந்தது.

அப்படித்தான் ஒருநாள் மங்கது என் அறைக்கு வந்து அப்பா உன்னைக் கூப்பிடுகிறார். உடனே அவருடைய அறைக்கு வரும்படி சொன்னார் என்றான். இதுவரையிலும் நடக்காத ஒரு சம்பவம். அவர் என்னையோ குட்டியையோ எப்போ தாவதுதான் தனது அறைக்கு அழைப்பார். நான் புறப்பட்டேன். நான் அப்பாவைச் சந்திக்க எப்போதுமே தயாராகத்தான்

இருந்தேன். அன்று மாலை நான் தேவாலயத்தில் இருந்து திரும்பிவந்து பாக்ஸ்லேண்டின் வராந்தாவில் அப்பாவைப் பார்த்தபோதும் நான் தயாராகத்தான் இருந்தேன். அவரை எதிர்பார்க்காமலே அறைக்குச் சென்று என்னுடைய பொருட்களைச் சேகரிக்கத் தொடங்கினேன். இன்று, இத்தனை ஆண்டுகளுக்குப் பிறகும் கூட நான் எப்போதாவது ஏதோவொரு ரயில் நிலையத்தின் நடைமேடையிலோ அல்லது பயணிகள் அறையிலோ தனியாக அமர்ந்திருக்கும்போது திடீரென்று அப்பா கைத்தடியைச் சுழற்றியபடி அங்கு வருவது போலவும் அவர் வேறெங்கோ செல்கிறார் நான் வேறு இடத்திற்குச் செல்கிறேன் என்பதைப் பற்றிய கவனமே இல்லாமல் என்னுடைய கைப்பெட்டியை எடுத்துக்கொண்டு அவருடன் செல்வதுபோலவும் எனக்கு விசித்திரமான எண்ணம் ஏற்படும்.

அவர் என்னைப் பார்த்துச் சற்று வியப்புற்றது போலிருந்தது. “நீ எங்க போயிருந்தே காயா?” நான் என்னுடைய அறையில் தயாராகி அவருடைய அறைக்கு வந்திருக்கிறேன் என்பதை அறியாமலே அவர் என்னை நேரடியாகப் பார்த்துக் கேட்டார். அது மாலை நேரம். பனியின் வெண்ணிற ஒளி ஜன்னல் வழியாக உள்ளே விழுந்திருந்தது. “நான் பாக்ஸ்லேண்ட் போயிருந்தேன். காயா, அவங்கல்லாம் உன்னை நல்லா ஞாபகம் வெச்சுருக்காங்க.” அவர் சற்றே தயங்கியவராய் என்னைப் பார்த்தார். “உனக்குத் தெரியுமா? உன்னுடைய விடுதி அவங்க வீட்டுக்குப் பக்கத்துலதான் இருக்கு. நீ எப்ப வேணும்னாலும் அவங்க வீட்டுக்குப் போகலாம்.”

இரண்டு ஆறுதல் துண்டுகளை என் முன்னே அவர் வீசி எறிந்துவிட்டு அதை நான் பொறுக்கிக்கொள்வேன் என்பதற்காகத்தான் அவர் என்னை அழைத்திருக்கிறாரா? நான் புரிந்துகொண்டேன். நான் பேசாமல் உட்கார்ந்திருந்தேன். நான் எங்கு வேண்டுமானாலும் போக முடியும். அவர்கள் வீட்டுக்கோ அல்லது என்னுடைய வீட்டுக்கோ. எனக்கு எந்த அவசரமும் இல்லை. எந்தப் பயமும் இல்லை. அதுபோலவே எந்த நம்பிக்கையும் இல்லை. அந்த ஆண்டின் பனிக்காலத்தில் நான் இம்மூன்றையும் தொலைத்துவிட்டேன். இந்த விஷயத்தை அவரிடம் சொல்ல விரும்பினேன். பாக்ஸ்லேண்டிலிருந்து திரும்பிய பிறகு நான் கீழே இறங்கி வந்திருக்கிறேன். இப்போது எனக்குத் தலைச் சுற்றல் கிடையாது. இப்போது நான் மூலையில் உட்கார்ந்துகொண்டு எந்த நேரத்தைக் கழிக்கிறேனோ அதன் உலர்ந்த எலும்புகளைச் சுவைப்பதில்லை. எனக்கு உண்மையிலேயே எந்த அவசரமும் இல்லை என்று

நான் அவரிடம் சொல்ல விழைந்தேன். இந்த விஷயங்களை யெல்லாம் நான் அவரிடத்தில் சொல்ல விரும்பியிருந்தேன். ஆனால் அவர் ஜன்னலுக்கு எதிரில் நின்றபடி மேலே மலைகளின் மீது மறையும் சூரியனின் கிரணங்களைப் பார்த்துக்கொண்டிருந்தார். வெகு தூரம் வரை வெள்ளைத் திரையைத் துளைத்துச் சென்று மலைகளின் மீதிருந்த பனி முழுவதையும் ரத்தம் வழிவது போல் சிவக்கவைத்திருந்தன அக்கிரணங்கள். ஆனால் அவர் ஜன்னல் பக்கமிருந்து திரும்பிய போது அவரது கண்களில் ஈரமான பளபளப்பு இருந்தது. "இங்க பாரு காயா..." அவர் மெதுவாக என் தலைமீது தன் கையை வைத்தார். பிறகு மறந்துபோய்ப் பொங்கிய பாசத்தை வெட்கப்பட்டுச் சட்டென்று அடித்து விலக்கியது போல உடனே கையை எடுத்துவிட்டார். "பாரு. இங்க நீ தனியா இருக்கறது உனக்கு நல்லதில்லை. அங்க நெறைய பொண்ணுங்க இருப்பாங்க... உன்னோட வயசுல." பனிக் காலத்து மாலைப்பொழுது அந்த இருண்ட அறையில் என்னைச் சாட்சியாக வைத்துத் தன்னையே நிரபராதியாக்கிக் கொண்டிருப்பது போல அவர் மிக மெதுவாகப் பேசிக் கொண்டிருந்தார். அறையில் எங்கள் இருவரையும் தவிர வேறு யாருமில்லை என்பதால் குறைந்தபட்சம் அங்கே ஒருவரும் இல்லை என்று நான் யோசித்திருந்ததால் மெதுவாகப் பேச வேண்டிய அவசியம் இருக்கவில்லை.

ஆனால் பல ஆண்டுகளுக்குப் பிறகு அதை நினைவு படுத்திப் பார்க்கும்போது எனக்கு இன்னொரு சித்திரமும் ஞாபகத்துக்கு வருகிறது. அப்பாவை எனக்குச் சுத்தமாக ஞாபகமே வரவில்லை. அந்த அறையின் மாலைப் பொழுதும் கூட. அன்றிரவு நான் தூங்கப்போனபோது விநோதமான ஒரு மனபிரமை ஏற்பட்டது மட்டுமே எனக்கு நினைவிருக் கிறது. நான் செல்லவிருக்கும் விடுதிக் கட்டடம் வெள்ளையாக – முற்றிலும் வெள்ளையாக – இருக்கும். ஒவ்வொரு வருடமும் சுவர்களுக்கு நடுவில் பனி உடைந்து கொஞ்சமாகத் துவாரங்கள் ஏற்படும். நான் அதற்குள்ளிருந்து எனக்கு நன்கு அறிமுகமான என் உலகத்துக்கு வெளியே வருவேன். அங்கே அம்மா இருப்பாள். பீரு இருப்பான். குட்டியும் இருப்பான். இவர்களை யெல்லாம் பார்த்துவிட்டுத் திரும்பும்போது அந்தத் துவாரம் மறுபடியும் மூடிக்கொள்ளும். பிறகு மீண்டும் பனி உடையும். இந்தத் தொடர் நிகழ்வு ஒருபோதும் முடிவுறாது தொடரும். இது எப்போதுமே முடிவுறாது என்று சிந்தித்தபடியே நான் உறங்க முற்பட்டேன். ஏனெனில் பொழுது விடிந்ததும் அம்மா வந்து "காயா நீ எங்கயும் போகமாட்டே. பாரு...

சிவப்புத் தகரக் கூரை

எல்லாமே கனவுதான்" என்று சொல்லுவாள் என்று எனக்குத் தோன்றியது.

ஆனால் அந்தப் போர்வைகள் கனவல்ல. அவை கெட்டியாகவும் குளிராகவும் பனிபோல வெள்ளையாகவும் இருந்தன. இன்று அந்த நாட்களின் பனியைப் பற்றி நான் யோசிக்கும் போது எனக்கு மிஸ் ஜோசுவாவின் போர்வைகள் – அவற்றுக்கு எந்தத் தொடர்பும் இல்லை என்றபோதும் – நினைவுக்கு வருகின்றன. என்னுடைய நினைவுகள் ஒன்றுடன் ஒன்று பிணைக்கப்பட்டுள்ளதாக எனக்குத் தோன்றுகிறது. நான் ஏதேனும் ஒன்றைத் தொடும்போது இன்னொன்று தானாகவே மேல் எழுந்துவிடுகிறது. அந்தப் போர்வைகள் பனியைப் போலவே வெண்மையாகக் கைபடாதவையாக இருந்தன. அவற்றை வெளியில் எடுத்து எத்தனை ஆண்டுகள் ஆகிப்போயின என்று தெரியவில்லை. அந்த நாட்களில் அடிக்கடி 'உதவி' என்ற வார்த்தை காதில் விழுந்தது. "நாம் அனைவரும் மிஸ் ஜோசுவாவுக்கு உதவி செய்ய வேண்டும்." மங்கதுதான் இப்படிச் சொல்வான். அப்படியே செய்து கொண்டுமிருந்தான். ஏனென்றால் மிஸ் ஜோசுவா இரவு பகலாகப் படுக்கையிலேயே இருந்தாள். மங்கது அவளுடைய அறைக்குச் சென்று நெருப்பு மூட்டிவைப்பான். நான் சும்மா உட்கார்ந்திருப்பதைப் பார்க்கும்போதெல்லாம் அம்மா என்னைத் திட்டுவாள். "இங்க உக்காந்துட்டுதானே இருக்கே. கீழே போகக் கூடாதா? அந்தப் பாவப்பட்ட பொம்பளை தனியாக் கெடக்கறா..." அப்போதெல்லாம் எல்லோரும் மிஸ் ஜோசுவாவைப் பெயர் சொல்லி அழைப்பதையே விட்டுவிட்டார்கள் என்பது எனக்கு விசனமாக இருக்கும். அவள் மெல்ல மெல்லப் பெயருக்குப் பதிலாக அவளுடைய உடல் மட்டுமே இருக்கிறது போலான ஒரு இடத்துக்குச் சென்றுவிட்டது போல எல்லோரும் மிக மெதுவான குரலில் 'அது' என்று சொல்லிக் குசுகுசுப்பார்கள். இருட்டில் படுக்கையில் கிடக்கும் ஒரு ஜீவன். எத்தனையோ ஆண்டுகளாக மிஸ் ஜோசுவா தனியாகவே இருந்திருக்கிறாள். அப்போதெல்லாம் யாரும் அவளுக்கு உதவ வேண்டும் என்பதைப் பற்றிப் பேசியதே இல்லை. இப்போது திடீரென்று அவளது தனிமை என்பது அவளை ஏன் அத்தனை பீடித்திருக்கிறது என்பது எனக்குப் புரியவில்லை.

முன்பே அவள் வீட்டிலிருந்து வெளியில் வருவதென்பது குறைவுதான். இப்போது வருவதேயில்லை. அவளுடைய வாசல் கதவுக்கு முன்னால் பனிக்கட்டி குவிந்துவிடும்போது மங்கதுவோ நானோ அதை அப்புறப்படுத்துவோம். அடிக்கடி

நான் மாலை வேளைகளில் நெடுநேரம் அவளுடைய அறையில் கழித்திருப்பேன். அவளுக்கு உதவ வேண்டும் என்பதற்காக அல்ல. நானே எனக்கான பாதுகாப்பைத் தேடுவதற்காக. ஏனெனில் அவளது அறையில் நான் யாவற்றிலிருந்தும் தப்பி உட்கார்ந்திருக்க முடிந்தது. அவள் படுக்கையில் படுத்திருப்பாள். நான் சாய்வு நாற்காலியில் உட்கார்ந்திருப்பேன். நாற்காலியின் மீது போடப்பட்ட தோலால் ஆன மெத்தை எல்லா இடத்திலும் கிழிந்து கிடந்தது. ஆரம்ப நாட்களில் அவள் என்னிடம் பாக்ஸ்லேண்டில் நான் கழித்த நாட்களைப் பற்றி நிறைய கேட்டாள். நான் என் நினைவுகளைத் தோண்டித் தோண்டி அவள் முன்னால் வைத்திருப்பேன். பிறகு திடீரென்று அவளுடைய ஆர்வம் குறையலாயிற்று. அவள் நான் சொல்வதைக் கேட்காது வேறு எதையோ கேட்டுக்கொண்டிருக்கிறாள் என்று எனக்குப் பட்டது. அவளது நினைவுகள் தடுமாறியிருந்தன. இருபது முப்பது வருடங்களுக்கு முந்தைய விஷயங்களைப் பற்றி என்னிடம் கேட்பாள். அப்போது நான் பிறந்திருக்கவே மாட்டேன். ஆனால் எனக்குத் தெரியாததைப் பற்றி அவளுக்குக் கவலையோ வியப்போ இருக்கவில்லை. அந்த நாட்களிலும்கூட அவள் சந்தோஷமாகத்தான் இருந்தாள். ஒரே ஒருநாள் மட்டுமே அவள் முகத்தில் நான் கருப்பு நிழலைக் கண்டேன். புயலடித்துக் குபானி மரம் முறிந்து விழுந்த நாள். தற்செயலாக அன்றிரவுதான் மிஸ் ஜோசுவாவின் தபால்பெட்டியும் காணாமல் போயிருந்தது. தேடினோம். அலசினோம். எல்லா இடத்திலும் விசாரித்தோம். ஆனால் அதைப் பற்றி எதுவுமே தெரியவில்லை. "இவ்வளவு பெரிய தபால்பெட்டி எப்படித் தானாகப் போக முடியும்?" அவள் அடிக்கடி என்னிடம் கேட்டாள். "தானாகப் போகலை மிஸ் ஜோசுவா. நேத்து ராத்திரி புயல் அடிச்சுதில்ல . . . குபானி மரமும் விழுந்துருச்சு. கூரை மேல விழுந்துருக்கு" என்றேன் நான். ஆரம்பத்தில் இந்த ஊருக்கு வந்தபோது நட்டுவைத்து ஆர்வத்துடன் வளர்த்த மரங்களின் மீது அவளுக்கு இப்போது ஆர்வம் இருக்கவில்லை. அப்போது பிப்ரவரி மாதத்தின் இறுதி நாட்கள். மிஸ் ஜோசுவாவின் மரங்களில் சின்னச் சின்ன இலைகள் துளிர்க்கத் தொடங்கியிருந்தன. நான் அவ்வப்போது அவளது தலைமாட்டைச் சற்றே உயர்த்தித் தருவேன். அவள் அதன்மீது தலை சாய்த்து உட்கார்ந்து கொள்வாள். ஜன்னலுக்கு வெளியே பார்த்துக்கொண்டிருந்தாலும் அவளது கண்கள் இலைகளைப் பார்க்காதது போல விலகிப்போகும். ஆர்வமோ அடையாளம் கண்டுகொண்டது போலவோ தெரியாது. அப்படியான தருணங்களில் ஓடும் ரயிலை யாரோ ஒரு பயணி தவறவிட்டது

போலவும் சகப் பயணிகள் கைகளை நீட்டி எப்படியாவது அந்தப் பயணியை உள்ளே இழுத்துக்கொள்ள முயல்வது போலவும் நான் வருத்தப்படுவேன். அவள் நழுவிச் சென்று கொண்டிருக்கிறாள் என்றும் எங்கோ ஒரு இருட்டுக்குள் அவள் நழுவிச் செல்ல நான் அவள் கையைப் பற்றி என் பக்கமாக இழுக்கத் தொடங்குவதாகவும் எனக்கு எண்ணமேற்படும். மிஸ் ஜோசுவா . . . மிஸ் ஜோசுவா. நான் அலறத் தொடங்க அவள் கண்விழிக்கிறாள்.

“நீ எங்க உக்காந்திருக்கே?”

“உங்க எதிர்லதான் மிஸ் ஜோசுவா. உங்களுக்கு ஏதாச்சும் வேணுமா?”

உள்ளே தேடுவதன் அவசியத்தை மறந்துவிட்டு அதை வெளியில் தேடுவது போல அவள் இங்கும் அங்கும் பார்க்கிறாள். அவளுக்கு மூத்திரம் வரும்போதுகூட அவளைச் சிரமப்படுத்தும் அந்த ரகசியமான கஷ்டம் என்ன என்பதையும் அதைக் கழிப்பறைக்குச் சென்று நிவர்த்திக்கலாம் என்பதையுமே அவள் மறந்துவிடுகிறாள். இருட்டில் அவள் தன் துன்பங்களைத் தேடிக்கொண்டிருக்கிறாள். அவள் கையைப் பிடித்துக் கழிப்பறைக்கு அழைத்துச் செல்லும்போது எந்த அவசியமான காரியத்தை அவள் துன்பம் என்று எண்ணுகிறாளோ அது எத்தனை சிறிய தவறேதுமற்ற காரியம் என்றோ எவ்வளவு சுலபமாக அதைத் தீர்க்கலாம் என்பதோ அவளுக்குப் புரியாததாக இருந்தது.

அவள் கழிப்பறைக்குள் சென்றிருக்க நான கதவருகில நின்றேன். எனக்கு அந்தப் பழைய நாட்கள் நினைவுக்கு வந்தன. மிஸ் ஜோசுவாவைப் போன்ற ஆங்கிலேய பெண்கள் கழிப்பறை பீங்கானின் மீது உட்கார்வார்கள் என்பதை என்னாலோ குட்டியாலோ யோசிக்கவே முடியவில்லை. இந்தியர்களான நாம் செய்ய வேண்டியது அனைத்தையும் அவளும் செய்திருப்பாள். ஆனால் அந்த நாட்களில் அதைப் பற்றிய எண்ணமே சகிக்க முடியாததாகவும் அசிங்கமான தாகவும் இருந்தது. ஆனால் அவள் கழிப்பறைக்குச் சென்றிருக் கிறாள். வெளியில் நிற்கும் என்னால் எல்லாவற்றையும் கேட்க முடியும் என்பதை நான் யோசிக்காத அளவுக்கு இப்போது அனைத்துமே சாதாரணமானவையாக ஆகிவிட்டன. மிஸ் ஜோசுவாவின் வியாதி அவளை முழுவதும் உடல் சார்ந்தவளாக நாட்களைக் கடத்துபவளாக ஆக்கிவிட்டது. நான் அவளது அறைக்கு வரும்போது அவளுடைய தொளதொளப்பான அங்கி, பவுடரும் வேர்வையும் மூத்திரமும்

கலந்த நாற்றம், சுருக்கங்கள் நிறைந்த படுக்கை இவை எல்லாவற்றுக்கும் நடுவே அவள் பிறரைப் போல ஆர்வமற்ற வளாகவே காணப்படுவாள். ஆனால் கடைசிவரையில் அவளுக்கும் மீதி உலகத்துக்கும் இடையில் ஒரு வித்தியாசம் உருவாகியிருந்தது. அப்போது எனக்கு அந்த வித்தியாசத்தை முழுமையாக, சரியாகப் புரிந்துகொள்ள முடியவில்லை. இன்று யோசிக்கும்போது வருடக்கணக்கில் தனித்து வசிப்பதே அவளுக்கு வழக்கமாக இருந்திருக்கிறது. ஆகவே தன்னை மையமாகக் கொண்ட, ஆனால் தன்னளவில் முழுமையான ஒரு பாதுகாப்பான உலகத்தை அவள் தன்னைச் சுற்றி அமைத்துக்கொண்டாள் என்றே எனக்குத் தோன்றுகிறது. ஆகவேதான் அவளுடைய அறைக்குள் நுழைந்தவுடனே நானும் எல்லாவற்றையும் மறந்துவிடுகிறேன். அவளுடைய உலகின் வெப்பத்தில் என்னையே குவித்துவிடுகிறேன். அவள் மணிக்கணக்கில் கண்களை மூடியபடி படுக்கையில் கிடக்கும் போது அவள் தூங்குகிறாள் என்று எண்ணி நான் நகரத் தொடங்கும்போது என் காலடியோசை கேட்டு அவள் கண்விழித்துக் கொள்வாள். "காயா நீ போறியா?" என்று கேட்பாள்.

"நீங்க தூங்கறிங்கன்னு நெனச்சேன்."

"இல்லை. தூக்கம் எங்க? எனக்குச் சுத்தமா தூக்கம் வரலை." நான் அவள் முகத்தையே பார்த்துக்கொண் டிருப்பேன். அவள் தூங்கிக் கொண்டிருக்கவில்லை என்றால் இத்தனை நேரமும் எங்கிருந்தாள்? எங்கே சென்றிருந்தீர்கள் மிஸ் ஜோசுவா? இப்போது எங்கிருந்து திரும்ப வந்திருக் கிறீர்கள்?

அன்று மாலை நான் அவளுடைய அறைக்கு வந்தபோது படுக்கை காலியாக இருந்தது. பார்த்தால் அவள் தன்னுடைய மேசைக்கு முன்னால் உட்கார்ந்திருந்தாள். நாலாப்பக்கமும் காகிதங்கள் குவிந்துகிடந்தன. மேசையின் இழுப்பறைகள் திறந்திருந்தன. மேசைவிளக்கின் வெளிச்சம் அவளது பளபளத்த வெளுத்த கூந்தலின்மீது விழுந்திருந்தது. நீண்ட முக்கோண வடிவிலான வெளுத்த முகம். மிக மெலிந்த தேகம். அதன்மீது இருந்த அவளது நீண்ட உடை உலர்ந்த மூங்கிலின்மீது தொங்குவது போலத் தெரிந்தது. அவளது ஒரு கை மேசையின் இழுப்பறையில் இருந்தது. எதையாவது எடுப்பதற்காக அங்கே கையை வைத்தவள் திருப்பி எடுக்க மறந்துபோயிருக்கலாம். இன்னொரு கை நாற்காலிக்குக் கீழே தொங்கிக்கொண்

டிருந்தது. அறையில் பேய்த்தனமான பிரகாசம் இருந்தது. வெளிச்சம் போலவும் இன்றி இருட்டைப் போலவும் இன்றி இருந்தது. வெளியே பனி விழுந்திருக்குமானால் சுவர்களுக் குள்ளே தானாகவே வந்திருக்கக்கூடும்.

அப்போது அங்கே நின்றபடியே எப்போதாவது அவ்வாறு நான் யோசித்திருக்கிறேனா அல்லது பார்த்திருக்கிறேனா என்று எனக்குச் சட்டென்று ஒரு எண்ணம் வந்தது. அன்றைய தினம் நான் தேவாலயத்துக்குக் கீழே நின்றிருந்தேன். பீருவைத் தேடிக்கொண்டிருந்தேன். அப்போது திடீரென்று மிஸ் ஜோசுவா தன் அறையில் தனியாக உட்கார்ந்திருப்பாள் என்று நினைப்பு வந்திருந்தது.

இப்போது அவள் தனியாக உட்கார்ந்திருக்கிறாள். நான் அவளைப் பார்த்துக்கொண்டிருக்கிறேன். அசலான முகத்தை யார்தான் கொண்டிருக்கிறார்கள்? இது இன்றிருப்பது. இன்று நிகழ்ந்துகொண்டிருப்பது. அல்லது ஏதோ நடக்கப் போகிறது என்று யோசிக்கும்போது உள்ள பல ஆண்டுகளுக்கு முன்பான உண்மை. ஆம், ஏதோவொன்று நடக்கும். குளிரின் கண்சிமிட்டும் வெளிச்சம். அழுக்கான பனிக்குவியல். நாற்காலியில் உட்கார்ந்திருக்கும் மிஸ் ஜோசுவா. அவளைப் பார்க்கும்போதே எல்லாமே இரண்டாவது முறையாக நிகழ்கிறது என்று எனக்கு நம்பிக்கை வந்தது. முதல்முறையாக நிகழ்வதுகூட இரண்டாவது தடவையின் ஞாபகத்திலேயே பிறப்பெடுக்கிறது. அது நிகழும்போது சாட்சியைப் போல் ஆகிவிடுகிறது. ஆமாம் அப்படித்தான் நடந்தது. இது உண்மை தான். ஒரு நாள் மாலை நீ மிஸ் ஜோசுவாவின் அறைக்குச் சென்றாய் என்பதும் அவள் மேசைக்கு எதிரில் உட்கார்ந் திருந்தாள் என்பதும் உண்மைதான். அவளது கை நாற்காலிக்குக் கீழே தொங்கிக்கொண்டிருந்தது. மேசையின் மீது அவளது பழைய கடிதங்கள், பழுப்படைந்த புகைப்படங்கள், நாடகங் களின் இசை நிகழ்ச்சிகளின் நிரல்கள் என எல்லாமே தாறுமாறாக இறைந்துகிடந்தன.

நான் வந்த சத்தம் கேட்டதும் அவள் கண் திறந்தாள். திருடன் பிடிபட்டது போலச் சங்கடத்துடன் என்னைப் பார்த்துக்கொண்டிருந்தாள்.

“இப்பத்தான் வர்றியா?“

“ஆமாம் மிஸ் ஜோசுவா. விளக்கைப் போடட்டுமா?”

“வேண்டாம். மேசை விளக்கே போதும். ஜன்னலைத் திறந்து வை. இன்னிக்கு ரொம்ப புழுக்கமா இருக்கு. நான்

மத்தியானமே தூங்கிட்டேன். அப்பறம் இப்ப எழுந்து பாத்தா சாயங்காலத்து இருட்டா, இல்லை, பொழுது விடிஞ்சிருச்சானே தெரியலை."

நான் ஜன்னல்களைத் திறந்தேன். லேசான காற்று உள்ளே வந்தது. மேசையில் இருந்த காகிதங்கள் படபடத்தன. வெளியே பிப்ரவரி மாதத்தின் பெருத்த அமைதி. பிரகாசமான இரவு. இருட்டு எங்குமே இல்லை. இருட்டான பின்பும் கூட மிஸ் ஜோசுவாவின் மரம் கச்சிதமாகவும் சுத்தமாகவும் வரவிருக்கும் வசந்தத்தை முகர்ந்தபடி உற்சாகமாக – ஆனால் அமைதியாக – தென்பட்டது.

"காயா எனக்கொரு விநோதமான கனவு வந்தது."

அவள் கண்களை மேலே உயர்த்தினாள். ஏதோவொன்றை நினைவுக்குக் கொண்டுவர மிகுந்த முயற்சி செய்பவள் போல இருந்தது. ஆனால் என்னைப் பார்க்கவில்லை.

"என்ன கனவு?" எனக்கு அது அசாத்தியமானதாக இருந்தது. யாராவது விளக்கைப் போட்டுக்கொண்டு நாற்காலியில் உட்கார்ந்தபடி கனவு காண முடியுமா? முடியாது என்று தோன்றியது.

"இது கனவென்றால், மிக விநோதமான விஷயம் நடந்து விட்டது. எனக்குத் தெரியும். நான் ஒரு நீண்ட கடிதம் எழுதுகிறேன். ஆனால் கடைசிவரையில் வரும்போதே நான் அதன் கடைசிப் பகுதியை மாற்றிவிடுகிறேன்."

மேசை விளக்கின் ஒளி நேராக அவள் முகத்தில் விழுந்தது. இப்போது அவள் என் பக்கமாகப் பார்த்துக்கொண்டிருந்தாள். ஆழமான அறியமுடியாத துக்கத்துடன் அவளது கண்கள் திறந்திருந்தன.

"கடைசிப் பகுதியா?"

"ஆமாம். பல வருஷங்களுக்கு முன்னாடி நான் ஒரு கடிதம் எழுதினேன். இன்னிக்குக் கனவுலயும் அந்தக் கடிதத்தைத்தான் நான் எழுதிட்டிருந்தேன். கடைசி பத்தி எப்பவுமே மாறிப்போயிடுது. அதுல நான் என்ன எழுதினேன்னு எனக்கு ஞாபகம் வரமாட்டேங்குது."

அவள் என்ன சொல்கிறாள் என்று எனக்குத் தெரிய வில்லை. அவள் எப்போதுமே தன் கடந்தகாலத்தைப் பற்றி எங்களிடம் சொன்னதில்லை. மிஸ் ஜோசுவாவுக்கு ஒரு கடந்த காலம் இருக்கும் என்கிற எண்ணமே எங்களுக்கு வந்திருக்க வில்லை.

அவளது உடம்பு மிக மெல்ல நடுங்கிக்கொண்டிருந்தது. நெற்றியில் வேர்வைத் துளிகள் வழிந்தன. நான் அவளது கையைப் பற்றினேன். "மிஸ் ஜோசுவா. நீங்க படுக்கையில படுத்துக்கறிங்களா?"

அவள் தலை நிமிர்த்தினாள். விசித்திரமான தளர்ந்த நம்பிக்கையுடன் என்னைப் பார்த்தாள். பிறகு சொல்பேச்சுக் கேட்கும் குழந்தையைப் போல எழுந்து நின்றுகொண்டாள். தானாகவே படுக்கையில் படுத்துக்கொண்டாள். நான் ரஜாயைப் போர்த்திவிட்டேன். எப்போதெல்லாம் என் கைகள் அவள் உடம்பைத் தொடுகின்றனவோ அப்போதெல்லாம் பழுத்துப்போன தசைக்குக் கீழே எலும்புகள் எரிந்துகொண் டிருப்பது போல உணர்ந்தேன் நான். லேசான காய்ச்சலில் துடித்திருந்த அவளது உடம்பு சற்றே அசைந்தாலும் கடகடக்கத் தொடங்கிவிட்டது போலிருந்தது.

"காயா உனக்கு ஒண்ணும் நேரமாயிடலையே?"

"இல்லை மிஸ் ஜோசுவா. ராத்திரி முழுக்க இருக்கு."

"குட்டி போயிட்டானா?"

"குட்டியா?" நான் ஆச்சரியத்துடன் பார்த்தேன். "மிஸ் ஜோசுவா... குட்டி மீரட்ல இருக்கான்."

"அப்படின்னா சரி." அவள் பெருமூச்சு விட்டாள்.

"உங்க ரெண்டு பேர்ல ஒருத்தர் மேல இருக்கணும்."

அவள் உளறிக்கொண்டிருந்தாள். அவ்வப்போது அப்படியே பேசிக்கொண்டிருக்கும்போது தன்னையே உதறி விடுவாள். வேகமாய் ஓடுவாள். அவள் கண்ணெதிரில் இருக்கும்போதே கண்ணிலிருந்து மறைந்துபோகிறாள் என்று எனக்குத் தோன்றும்.

"யாரு கத்திட்டிருக்கா?"

"யாருமில்லை... மிஸ் ஜோசுவா. நான்தான்."

"நீ கத்திட்டிருந்தியா காயா?"

"நீங்க."

"நானா?"

அவளுடைய நெற்றியில் சுருக்கம் விழுந்தது. ஆனால் முகத்தில் வலியின் எந்த அறிகுறியும் இருக்கவில்லை. அவ்வப் போது கண்களை மூடிக்கொண்டு வாயை இழுத்துக்கொள்ள,

கசப்பான ஏதோவொன்றை யாரோ அவளுக்குத் தின்னக் கொடுத்து அதை விழுங்க முடியாமல் இருப்பது போல உதடுகள் விநோதமாகக் கோணிக் கொண்டுவிடும். ஆனால் அந்தக் கணம் வெகு நேரம் நீடிக்காது. வேதனை அலைகள் உள்ளே தொண்டைக்கு மேலே வந்து நேரம் செல்லச் செல்ல முடிந்து போய்க் களைத்துத் திரும்பி விடும். அவளது கண்கள் சுற்றிய படியே திடீரென்று என்மீது நிலைத்துவிடும்.

“இத்தனை நேரமா நீ எங்கிருந்தே?”

“நான் இங்கதான் இருந்தேன். மிஸ் ஜோசுவா. உங்க எதிர்லதான்.”

“இங்க யாராச்சும் வந்தாங்களா?”

“யாருமில்லையே. மிஸ் ஜோசுவா. இங்க நானும் நீங்களுந்தான் இருக்கோம்.”

“நானும் நீயுமா? அப்பறம் இவங்கெல்லாம் ஏன் வராங்க?“

“யாரெல்லாம்?”

“யாரெல்லாம்?” அவள் என் பக்கமாய்ப் பார்த்தாள். “அவங்கதான். வேற யாரு?”

வெளிப்பக்கத்தின் மங்கலான வெளிச்சம் அவளது முகத்தில் விழுந்திருந்தது. அதை இப்போதும்கூட என்னால் நினைவுபடுத்த முடிகிறது. அவள் தன் மூக்குக் கண்ணாடியைக் கழற்றிவைத்திருந்தாள். முதன்முறையாக நான் அவளது கண்ணாடியற்ற கண்களைப் பார்த்தேன். அவை ஆச்சரியமான விதத்தில் தாங்க முடியாததாக, கடூரமாகத் தென்பட்டன. நான் முன்பு எப்போதும், அதன் பிறகும் வேறு எவருடைய கண்களிலும் இத்தனை தாங்க முடியாமையையும் கடூரத்தையும் கண்டதில்லை.

“காயா!” சட்டெனா அவளது கண்கள் என்னைக் கண்டு கொண்டன. “உனக்கு நான் அனுப்பிச்ச கேக் கிடைச்சுதா?”

“ஆமாம்.” நான் முகத்தைத் திருப்பிக்கொண்டேன்.

“சாப்பிட்டியா?”

கூச்சத்தில் என்னால் நேராகப் பார்க்க முடியவில்லை. எனக்குத் தெரிந்திருந்தால் நான் அதை அந்த ஓடையில் எறிந்திருக்கமாட்டேன். ஆனால் அந்த நாட்களில் எனக்கு எதுவுமே தெரிந்திருக்கவில்லை. நான் எனக்குள்ளாகவே இருந்தேன். மிகவும் சுயநலமான பெண்ணாகவே இருந்தேன்.

பனிக்காலத்தின் அந்த நீண்ட, ஒருபோதும் முடிவுறாத நாட்களின்போது என்னைத் தவிர வேறு எதுவுமே எனக்குக் கண்ணில் படவில்லை. ஆனால் அன்று மாலை மிஸ் ஜோசுவா வின் அறையில் உட்கார்ந்தபடி ஏதாவது செய்தாக வேண்டும் என்று நான் யோசித்தேன். என்னிலிருந்து நான் வெளியே வரமுடிகிறதாய் ஒரு மனிதன் இன்னொரு மனிதனை அவனது கடைசி கணம்வரைக்கும் சென்று தன் பக்கமாய் இழுப்ப தென்பதை நான் அந்த நாட்களில் சற்றும் அனுபவித்ததில்லை என்றபோதும் மிஸ் ஜோசுவாவை நான் என்பக்கமாக இழுக்க முடியும்படியாக ஏதாவது செய்ய வேண்டும்.

அவளது கையை என் கையில் எடுத்து அழுத்தினேன். முன்போல இழுத்துக்கொள்ளாது இப்போது கையை அப்படியே விட்டுவிட்டாள்.

"காயா. இங்க பாரு. ஒரு வேலை செய்ய முடியுமா?"

"என்ன மிஸ் ஜோசுவா?" ஒருவிதமான அச்சத்தோடு நான் கேட்டேன்.

"அலமாரியிலிருந்து என்னுடைய போர்வைகளை எடுக்கறியா? மேல் தட்டுல வெச்சுருக்கு."

"போர்வைகளா? இந்த நேரத்துல அத நீங்க என்ன பண்ணப் போறீங்க?" அவள் உளறுகிறாளோ என்று எனக்குப் பயமாக இருந்தது. ஆனால் அவளது கண்கள் உறுதியாகவும் முகம் சாந்தமாகவும் இருந்தது.

"ரொம்ப நாத்தமடிக்கற மாதிரி இருக்கு. நாளைக்குக் காலையில எழுந்திருச்சதுமே போர்வைகளை மாத்திரலாம்."

நான் சற்று நேரம் நிச்சயமில்லாமல் ஊசலாடியபடி உட்கார்ந்திருந்தேன். பிறகு எழுந்து நின்றேன். இந்த முறை அவளைக் கேட்காமலே விளக்கைப் போட்டேன். குட்டை மேசையின் மீது ஏறி அலமாரியைத் திறந்தேன். கீழே அழுக்குத் துணிகள் குவிந்திருந்தன. மேலே ஹேங்கரில் நான் எப்போதும் பார்த்திராத இரண்டு மூன்று நீண்ட மேல்கோட்டுகள் தொங்கின. யாராலும் பொருட்படுத்தாதவையாக அவை அங்கே தொங்கிக்கொண்டிருந்தன. ஆனால் பார்வையை மேலே உயர்த்தியதும் பனிபோன்ற வெள்ளை நிறத்தில் ஒன்றன் மேல் ஒன்றாக அடுக்கப்பட்டிருந்த போர்வைகள் கண்ணில் பட்டன. தொட்டுப் பார்த்தபோது அவை முழுக்க சில்லென்று இருந்தன. கடந்த எத்தனை குளிர்காலங்களின் மடிப்புகள் அதன்மீது படிந்துகிடக்கின்றன என்று எனக்குத் தெரிய வில்லை.

நான் அவற்றை மேலிருந்து இறக்கி மூலையிலிருந்த மேசையின் மீது வைத்தேன். மிஸ் ஜோசுவா எழுந்து உட்கார்ந்தாள். "கொஞ்சம் இங்க காட்டு. ஒண்ணும் பழசாயிடலையே?"

போர்வைகளின் அடுக்கை நான் அவள் முன்னால் வைத்தேன். அவள் ஒவ்வொரு போர்வையாகத் தொட்டுப் பார்த்தாள். தடவிப் பார்த்தாள். அவள் முகத்தில் புதிர் நிறைந்த புன்னகையொன்று ஒளிர்ந்தது.

"இதுகள நான் தில்லியில வாங்கினேன்" என்றாள். போர்வைகளைச் சாக்காக வைத்துக்கொண்டு அவள் வேறு எதையோ சொல்ல வருவதுபோல மிகவும் தணிந்த குரலில் மெதுவாகச் சொன்னாள்.

"மிஸ் ஜோசுவா, நீங்க தில்லியில இருந்தீங்களா?"

"வேற எங்க?" அவள் சற்றே வியப்புடன் என்னைப் பார்த்தாள். "மொதல்ல நான் அங்கதான் இருந்தேன். ரொம்ப பின்னாடிதான் இங்க வந்தேன். இந்தச் சாமான்களை யெல்லாம் நான் அங்கதான் வாங்கினேன்."

அவள் அறையைச் சுற்றிலும் பார்வையைச் சுழற்றினாள். கிராமபோன். பழைய இசைத்தட்டுக்கள். அலமாரிக்கு மேலே வைத்திருந்த பல ஆண்டுகளாக அவள் தொட்டுக்கூடப் பார்த்திருக்காத கைப்பெட்டி என ஒவ்வொரு சாமானையும் கவனத்துடன் பார்த்தாள். அவளுடைய பெட்டிகளும் கைப்பெட்டியும் மூட்டைகளும் தங்கும் விடுதியில் வசிக்கும் சிலர் நாட்கணக்காகத் தங்கள் சாமான்களைத் திறக்காது மூடிவைத்திருப்பது போல அப்படியே மூடி வைக்கப்பட்டிருந்தன.

"மிஸ் ஜோசுவா, போர்வைகளை மாத்திரவா?"

"வேண்டாம். இப்ப வேண்டாம்." அவள் உற்சாகமற்ற வளாய் மறுபடியும் படுத்துக்கொண்டாள். "இதுகளை மேசை மேல வெச்சுரு. நாளைக்குக் காலையில போட்டுக்கறேன்."

அவள் ரஜாயிலிருந்து கையை வெளியே எடுத்து என்னுடைய தாடையில் வைத்தாள். எத்தனை நீண்ட வெள்ளையான கை! புழுக்கத்தின் வேர்வையில் நனைந்திருந்த கை எலும்புகளின் மீது நீல நரம்புகளின் பின்னல்கள் வெளிச்சத்தில் பளபளத்திருந்தன.

"இது என்ன மாசம் காயா?"

"பிப்ரவரி" என்றேன் நான். அவள் ஜன்னலுக்கு வெளியே பார்த்துக்கொண்டிருந்தாள்.

சிவப்புத் தகரக் கூரை

"மார்ச் மாசத்துல பனி உருக ஆரம்பிச்சுரும்" என்றாள். "அப்பத்தான் உனக்குப் பள்ளிக்கூடமும் திறக்கும்."

அவளிடம் இந்தத் தடவை நான் பள்ளிக்கூடத்துக்குப் போவேன் என்று சொல்லுவதா? இல்லை அங்கேயேதான் இருப்பேன் என்பதா? நான் ஒன்றும் சொல்லவில்லை. என்னுடைய துக்கம் அற்பமாக இருந்தது. எல்லாவற்றிலிருந்தும் அவை விலகியிருக்க நான் அவற்றோடு ஒட்டிக்கொண்டிருப்பது போலிருந்தது.

அவள் கண்களை மூடியிருந்தாள். உண்மையிலேயே அவள் பனி உருகுவதற்காகக் காத்திருப்பது போல சலனமற்று அமைதியாகப் படுத்திருந்தாள். வெளியில் ஏதோவொரு பறவை ஒரு மரத்திலிருந்து இன்னொரு மரத்துக்குப் பறந்தபடி கீச்சிடும் ஒலியைத் தவிர வேறு எந்தச் சத்தமும் இல்லை. மிஸ் ஜோசுவாவின் அறைச் சுவரின் மீது பறவை பறந்து போகும் நிழல் மட்டுமின்றி அதன் நிலையான கீச்சொலியுமே தென்படுகிறது என்று தோன்றியது.

நான் வெளியே வந்தேன். ஒரு கணம் வாசலில் நின்று திரும்பிப் பார்த்தேன். இரவின் சிரமமான முரட்டுத்தனமான ஓசைகளைப் பொருட்படுத்தாதவளாய் அவள் தூங்கிக்கொண் டிருந்தாள். மூடிய அவளது கண்ணிமைகள் சின்னச் சின்னச் சரளைக் கற்கள் போல மலர்ந்தெழுந்தன. வாசலில் நின்று மிஸ் ஜோசுவாவைப் பார்த்தபடி நின்ற எனக்குப் பாக்ஸ்லேண் டில் அந்த வீட்டின் அமைதியினூடே பீருவின் அறையிலிருந்து வரும் பியானோவின் ஓசையைக் கேட்டுக்கொண்டிருக்கும் போது ஏற்பட்ட உணர்வைப் போலவே இருந்தது. எனககுள அனைத்துமே உறைந்து போயிருந்தன. இந்த உலகத்துக்குத் தொடர்பில்லாத ஏதோவொன்று நிகழ்ந்தபடி இருந்தது. இருப்பினும் அக்கம்பக்கம் அது வெறித்திருக்கிறது. ஏதேனுமொரு வெறுமையான மதியவேளையில் காட்டில் சென்றபடி இருக்கும்போதோ அல்லது அன்றிரவு நான் சித்தப்பாவுடன் வராந்தாவில் நின்று நிலவொளியில் டென்னிஸ் மைதானத்தைப் பார்த்துக்கொண்டிருந்தபோதோ அது நிகழ்ந்திருந்தது. மிஸ் ஜோசுவா தூங்கிக்கொண்டிருக்க நான் அவளது கதவருகில் நின்று பார்த்துக்கொண்டிருக்கும் இதோ இந்தக் கணத்திலும் நிகழ்ந்தபடியுள்ளது.

அது என்ன? என்ன நிகழ்கிறது?

அன்றிரவு நான் வெகுநேரம்வரை மிக ஆழ்ந்த தூக்கத்தி லிருந்தேன். நான் கண்விழித்தபோது மலைகளின் நாலாப் பக்கமும் வெயில் பரவிக்கிடந்தது. ஆகாயத்தில் ஒரு மேகம்

கூடத் தென்படவில்லை. வீடு பெரும் அமைதியுடன் இருந்தது. அறைகளில் யாரும் இல்லை. நான் வராந்தாவுக்கு வந்தபோது கீழே சத்தம் கேட்டது.

அம்மா, மங்கது, அக்கம்பக்கத்தவர்கள் எல்லோரும் கீழே மிஸ் ஜோசுவாவின் வீட்டுக்குப் பக்கத்தில் நின்றிருந்தனர். மிஸ் ஜோசுவாவின் மரம், அதற்கடியில் நின்ற மனிதர்கள் கூட்டம், குரைத்துக்கொண்டிருக்கும் நாய் என எல்லாவற்றையும் பல வருடங்களுக்குப் பிறகும் என்னால் பார்க்க முடிகிறது. அவை எல்லாம் அப்போது அங்கிருந்தன.

நான் கீழே வந்தேன். ஆனாலும் வெகுநேரம்வரைக்கும் மிஸ் ஜோசுவா இல்லாமல்போனாள் என்பதே எனக்குத் தெரியவில்லை. வெயில் அடித்துக்கொண்டிருக்கும் ஆகாயம் இத்தனை நீலமாக இருக்கும் ஒரு நாளில்கூட யாரும் செத்துப்போகக்கூடும் என்று என்னால் நம்ப முடியவில்லை.

அப்பாவும் அம்மாவும் வராந்தாவில் நின்றுகொண் டிருந்தார்கள். மங்கது என்னைப் பார்த்தவுடன் கையைப் பிடித்துக்கொண்டு உள்ளே அழைத்துச் சென்றான். லேசான எந்தச் சத்தமும் மிஸ் ஜோசுவாவை எழுப்பிவிடக் கூடும் என்பது போலப் பதுங்கி நடந்தோம்.

முந்தைய இரவு நான் பார்த்ததைப் போலவே அவள் அப்படியே தூங்கிக்கொண்டிருந்தாள். படுக்கையில் படுத்திருக் கும் மிஸ் ஜோசுவா இப்போது செத்துப்போன மிஸ் ஜோசுவா என்பதே எனக்கு வியப்பானதாக இருந்தது. அவள் அப்படியே சாந்தமாக, சலனமற்றுக் கண்களை மூடிப்படுத்திருந்தாள். மேசை விளக்கின் அடியில் நேற்றைய ராத்திரியின் காகிதங் களும் புகைப்படங்களும் கடிதங்களும் அப்படி அப்படியே கிடந்தன. கட்டிலுக்கு எதிரில் மேசையின் மீது, தொடப்படாத சில்லென்ற பனிபோன்ற வெள்ளை நிறத்தாலான போர்வை கள் அடுக்கிவைக்கப்பட்டிருந்தன. ஒரே ஒரு சின்ன வித்தியாசம் தான் தெரிந்தது. மிஸ் ஜோசுவா பாதி ராத்திரியில் திடீரென்று யாரையோ அழைக்க முழங்கையை ஊன்றியபடி ஒரு கையை நீட்டியிருக்கிறாள். அப்போது அவளுடைய உயிர் போய்விட்டது. ஆனால் இப்போதும் அந்தக் கையின் அழைப்புக் காற்றில் உயிர்த்து நின்றிருந்தது.

மிஸ் ஜோசுவா ... மிஸ் ஜோசுவா ... நான் அலறத் தொடங்கினேன். அவளருகில் ஓடமுயன்றேன்.

ஆனால் மங்கது என் கையைப் பற்றி இழுத்தான். கூசும் கண்களுக்கெதிரில் சலசலத்திருக்கும் மரங்கள், ரகசிய

மாய்த் தாழ்ந்த குரலில் பேசிக்கொண்டிருக்கும் ஜனங்கள், நீல நிறத்தில் தூய்மையான ஆகாயம் என யாவுமே சன்னமாகப் பிரகாசிப்பது போலிருந்தது. அங்கே இவை எல்லாம் என்ன செய்கின்றன? நான் என்ன செய்துகொண்டிருக்கிறேன்? எல்லோரும் திரும்பிச் செல்லத் தொடங்க, அந்த நாய் மட்டும் அங்கேயே உட்கார்ந்திருந்தது. யாருமற்ற வராந்தாவின் எதிரில், நினைத்து நினைத்துக் குரைத்தபடி இருந்தது.

நான் கீழே இறங்கிச் சென்றேன். அது பிரகாசமான தினம். மரங்களுக்கு அடியில், உருகும் பனிக்குட்டைகள் வெயிலில் மின்னிக்கொண்டிருந்தன. வீட்டிலிருந்து வெளியே போக விரும்பினேன். நான் கீழே இறங்கி வந்துவிட்டேன். ரயில் தண்டவாளம் அதே இடத்தில், சுரங்கத்துக்குக் கீழே இருந்தது. இப்போது அது மிகச் சுத்தமாகக் கழுவப்பட்டது போலத் தென்பட்டது. தண்டவாளங்களின் இரண்டு பக்கங்களிலும் புதர்கள் இருந்தன. அதற்கடியில் பனிக்கட்டிகளின் அழுக்கான உருகிய தண்ணீருடனான சகதி, சின்னச் சின்ன ஓடைகளாக வயல்வெளியை நோக்கிப் பெருகியபடி இருந்தது.

அன்றைய மதியவேளையில் நான் எப்படிச் சுரங்கத்தினருகில் வந்து சேர்ந்தேன் என்று எனக்கு நினைவில்லை. அங்கே பிப்ரவரி மாதத்தின் புதிய புற்கள் முளைத்திருந்தன. கீழே வயல்வெளிகளிலிருந்து ஆடுமாடுகளின் சத்தம் கேட்டது. அங்கே, எனக்கு நன்கு அறிமுகமான புதர்கள் இருந்தன. எல்லோரும் போய்விட்டார்கள். லாமாவும் தன்னுடைய வழியில் போய்விட்டாள். மிஸ் ஜோசுவாவும் தனது முடிவைத் தேடிக்கொண்டுவிட்டாள். நான் எதனுடன் ஒட்டிக் கொண்டு உட்கார்ந்திருக்கிறேன்? யாரை எதிர்பார்த்துக் காத்திருக்கிறேன்? பயத்திலிருநதும் அடுத்தவர்களின் பரிவிலிருந்தும் எப்போதும் நான் விடுபடவே துடித்திருக்கிறேன். ஆனால் பிப்ரவரி மாதத்தின் அன்றைய மதியவேளையில் சுரங்கத்தின்மீது அமர்ந்தபடி நான் யோசித்தேன். உண்மையில் எனக்கு நானே ஒரு சுமை. "என்னுடைய" என்பதிலிருந்து எனக்கு விடுதலை கிடைக்காத வரை என்னையே நான் ஒரு பிண்டம் போலத் தான் இழுத்துக்கொண்டு அலைவேன். ஒருநாள் கின்னியின் நீர்கோத்த கண்களில் நான் கண்ட கலவரமும் அச்சமும் துடிப்பும்தான் (லாமா அதைத்தான் 'ஆத்மா' என்றழைத்தாள்) இப்போது எனக்குள் படிந்துகிடக்கிறது. ஆனால் நான் மிக பலவீனமானவள், சிறியவள், எதுவும் செய்யமுடியாதவள் என்பதால் அது என்னை நாலாப்பக்கமும் சுற்றவைத்துக் கிறுகிறுக்கச் செய்கிறது. கூண்டில் அடைபட்ட காட்டு

விலங்கினைப் போல ஆவேசத்துடன் அது எல்லாப்பக்கமும் சுற்றிக்கொண்டிருக்கிறது. எவ்வளவு சுற்றினாலும் அதனால் கூண்டிலிருந்து வெளியில் வர முடியாது. என்னையே நான் திறந்து அதை வெளியே விடவேண்டும். அதனுடைய சுமையை என்னால் இனிச் சுமக்க முடியாது. அதனுடைய ஆவேசமான பசிக்கு ஒன்றிரண்டு ஆறுதல் துண்டங்களைப் போட்டுத் திருப்திப்படுத்த இனியும் முடியாது. அதை நான் விடுவித்து விடுகிறேன். அதைப் போகவிடுகிறேன். எத்தனை பேராசை பிடித்தவளாக, சுயநலமாக இருந்த நான் இப்போது இந்தச் சந்தர்ப்பத்தில் அடுத்தவர்களிடமிருந்து விடுபடுவதற்குப் பதிலாக, கலவரமுற்றுச் சுற்றியபடி அலறித் துடித்திருக்கும் அந்த ஒன்றை நானே என்னிடமிருந்து விடுதலை செய்து விடுகிறேன்.

முதன்முதலாகப் பரந்த எல்லையற்ற காற்றுவெளியில் சுவாசிப்பவள் போல நான் மூச்சை உள்ளே இழுத்தேன். பிறகு மெல்ல மெல்லச் சுரங்கத்திலிருந்து வெளியே வந்த அந்த ஓசையைக் கேட்கத் தொடங்கினேன். ரயில் வந்துகொண் டிருக்க வேண்டும். சமர் மலையிலிருந்து கால்காவுக்கு இந்த வழியாகச் செல்லும் ரயில்வண்டி. பறவைக் கூட்டம் புதர்களி லிருந்து மேலே எழுந்து ரயில் தண்டவாளத்தை ஒட்டியபடியே பறந்தன. பயந்தது போலான ஒரு எதிரொலி கேட்கத் தொடங்கிற்று. அதில் எந்தவிதமான குழப்பமோ பாவமோ கயமையோ இருக்கவில்லை. தயக்கமோ சந்தேகமோ இல்லை. முழுக்க முழுக்கத் தூய்மையான உண்மையான சத்தம். காடு முழுவதையும் தனக்குள் ஒன்றுசேர்த்துக் கொண்ட விசித்திரமான ஓர் அழைப்பு. எல்லாவற்றையும் அது கழுவித் தள்ளுகிறது. தன்னிடம் அழைக்கிறது. ஒட்டுமொத்தமான வலியையும் அச்சத்தையும் சவால் விட்டபடி அது ஒலிக்கிறது. நான் கீழே இறங்கத் தொடங்கினேன். எப்போதுமே நான் ஓரத்தில் நிற்பதைக் கண்டு நீ எப்பவுமே உன்னைப் பத்திரமா வெச்சுக்கறே என்று லாமா இளக்காரமாய்ச் சிரிப்பாள். அவள் எப்போதும் என்னை நம்பியதில்லை. ரயிலின் தடதடக்கும் ஓசை நெருங்கி வரவும் ஓரத்தில் நிற்பதை விட்டு விட்டு, மதியவேளையின் பிரகாசத்தில் தெளிவாகவும் புனித மானவையாகவும் தென்பட்ட இரண்டு தண்டவாளங்களுக்கும் நடுவில் என்னால் வந்து நிற்க முடியும் என்று எனக்குத் திடீரென்று தோன்றியது. என்னால் பீருவுக்குத் தர முடிகிற ஒரு நம்பகத்தன்மை அந்தத் தண்டவாளங்களுக்கு நடுவில் இருப்பதுபோல எனக்குப் பட்டது. கடவுள் அங்கே இருக்கிறார். ஒருமுறை கடவுளை அடைந்து, கோழையான சுயநல மிக்கவர்களோடு ஒட்டிக்கொண்டிருக்கும் அந்தப் பாவத்தி

லிருந்து நான் விடுதலை பெறமுடியும். நான் ஒரு பயந்தாங் கொள்ளியாக இருந்திருக்கிறேன். ஆனால் அந்த மதியவேளை யில் முதல்முறையாக என்னையே நான் மறந்து மந்திரத்தில் கட்டுண்டவளைப் போல அசாதாரணமான ஒரு கனவைக் கடந்து சுரங்கத்துக்குக் கீழே தண்டவாளத்தின் இரண்டு பக்கங்களிலும் உயரமான கனத்த புற்கள் தலை தூக்கி நின்ற அந்த இடத்துக்கு இறங்கி வந்தேன். அந்தக் கணத்தில் எனக்குள் ஒன்றுமே இருக்கவில்லை. எந்த ஒரு பரிதாபமும் இல்லை. அதன் வேதனையும் இல்லை. எனக்குள் எதுவும் இல்லை. விழுந்துகொண்டிருக்கும் வானம். அதில் பயந்துபோய், சிதறி அலையும் பறவைகள். ரயில் தண்டவாளங்களிலிருந்து பூமியைப் பிளந்தபடி பல ஆண்டுகளாக உறைந்திருந்த சீழை உடைத்துக் கொண்டு எனக்குள் அந்த இருண்ட சீறல் ஒலித்தது.

ரயில்வண்டி என் கண்ணில் பட்டது. ஒரு பயங்கரமான வேதனை அலை என் உடலை உடைத்துக்கொண்டு வெளி யேறியது. என்னுடைய கை தொடைகளுக்கு நடுவில் அந்த வலியைத் தேடத் தொடங்கியது. பிசுபிசுப்பான வெதுவெதுப் பான ரத்தம் தோய்ந்த ஒன்று பொங்கி வந்தது. என்னுடைய தொடைகளுக்கு நடுவிலிருந்து பெருகிய அது புழுதி படிந்த என் முழங்கால்களில் மாதுளைச் சாறு போலப் படியத் தொடங்கிற்று. புதர்களுக்குப் பின்னாலிருந்து யாரோ குசுகுசுத்தபடி சிரிப்பது போலிருந்தது. திடுக்கிட்டுப்போய் நான் என்னுடைய சிவந்த பிசுபிசுப்பான கைகளைப் புல்லில் துடைக்கத் தொடங்கினேன். அப்போதுதான் எனக்கு இந்தப் புற்களுக்கும் புதர்களுக்கும் நடுவில்தான் கின்னியின் ரத்தமும் சிந்தியிருக்கும் என்று எண்ணம் வந்தது. உடனே நான் சுரங்கத்திலிருந்து விலகி மேலே ஏறத் தொடங்கினேன். புற்களாலும் கற்களாலும் மூடப்பட்ட ஒற்றையடிப்பாதையில் தடுமாறி விழுந்து ஓடத் தொடங்கினேன்.

பிறகு எனக்கு அந்தப் பாறை கண்ணில் பட்டது. நான் நின்றேன். சட்டென்று நான் பாரமற்று இருப்பதுபோலவும் அனைத்திலிருந்தும் விடுபட்டவளாய்த் தூய்மையானவளாய் உணர்ந்தேன். இதுவரையிலான எனது உலகம் எப்போதைக்கு மாக மறைந்துபோய்விட்டது. அதன் மீது முளைத்தெழுந் திருக்கும் வசந்தத்தின் புற்களிலும் சகதியில் அழுக்குடன் உருகிக் கிடக்கும் பனியிலும் என்னுடைய ரத்தத்தை நான் கழுவிக்கொண்டேன். புல்லின் மீது நான் புரண்டுகொண் டிருந்தேன். அப்போது நான் நானாகி இருந்தேன். கடவுளை அடைந்து நான் அவனையும் கடந்துபோயிருந்தேன்.

நிர்மல் வர்மா

இந்தி இலக்கிய உலகின் முன்னோடி எழுத்தாளர்களில் ஒருவர் நிர்மல் வர்மா. நாவல், சிறுகதை, கட்டுரை, மொழிபெயர்ப்பு, பயணக் கட்டுரை, என ஒரு பன்முக ஆளுமையாக விளங்கி யிருக்கிறார். கலை, இலக்கியம், அரசியல், பண்பாடு, சமூக அக்கறை எனப் பல்வேறு தளங்கள் சார்ந்து அவரது கருத்துக்கள், ஐம்பதாண்டுகால இந்தி அறிவுத் தளத்தில் தவிர்க்க முடியாதவையாக இருந்தன. தொழில்மயமாக்கலும் நகரமயமாக்க லும் இந்தியக் குடும்ப அமைப்பிலும் உறவுகள் சார்ந்த கட்டமைப்பிலும் அதனூடாக ஒழுக்கம் சார்ந்தும் அறம் சார்ந்தும் ஏற்படுத்திய சிதைவு களும் மாற்றங்களுமே அவரது படைப்புலகின் மையமாக இருந்துள்ளன. சுதந்திரத்துக்குப் பின்னான காலகட்டத்தில், சமூக அமைப்பின் பல்வேறு அமைப்புகளில் நுட்பமாக ஏற்பட்ட மாற்றங்களினூடே பெண்கள் எவ்வாறு தங்களைத் தகவமைத்துக்கொண்டு, சூழ்நிலையை எதிர் கொள்ளத் தேவையான மனோதிடத்தோடும் கருத்தியலோடும் புதுமைப் பெண்களாக உரு வெடுத்தார்கள் என்பதும் அவருடைய அவதானிப் பாக இருந்திருக்கிறது. குடும்பங்கள் சார்ந்த உறவு கள் சார்ந்த சமூகம் சார்ந்ததுமான அழுத்தங் களால் உள்மன உளைச்சல்களுக்கு உள்ளான மனிதர்கள் தங்களுக்கான அடையாளத்தைத் தேடும் அலைச்சல்களே அவரது கதாபாத்திரங் களின் மையமாக அமைந்துள்ளது.

இந்தி இலக்கிய உலகில் 'நயி கஹானி' என்றழைக்கப்படும் நவீன சிறுகதை மரபின்

பிதாமகர்களில் ஒருவர் நிர்மல் வர்மா. மோகன் ராகேஷ், பீஷ்ம சஹானி, கமலேஷ்வர், அமர்கந்த் ஆகியோருடன் அவர் தோற்றுவித்த நயி கஹானி மரபின் தொடக்கமாக அமைந்தது நிர்மல் வர்மாவின் 'பரிந்தே' (பறவைகள்) என்ற சிறுகதையே. அதே தலைப்புடன் வெளிவந்த அவரது முதல் சிறுகதைத் தொகுப்பு இந்தி நவீன சிறுகதைக்கான மைல்கல்லாக இன்றளவும் கருதப்படுகிறது.

நிர்மல் வர்மா 1929இல் சிம்லாவில் பிறந்தார். அவரது தந்தை பிரிட்டிஷ் அரசாங்கத்தின் பாதுகாப்புத் துறை அதிகாரியாகப் பணியாற்றியவர். எனவே வருடத்தில் ஆறு மாதம் சிம்லாவிலும் ஆறு மாதம் தில்லியிலும் வசிக்க நேர்ந்தது. அவரது இலக்கிய ஆர்வம் சிம்லாவில் அவர் வசித்த காலத்திலேயே முளைவிட்டது. அவரது தாத்தா கிருபா முராரி வர்மாவுக்கு வாசிக்கும் பழக்கம் இருந்தது. பேரன் நிர்மல் வர்மாவை வாசிக்கச் சொல்லிக் கேட்பார். இத்துடன் ஆச்சார அனுஷ்டானத்தில் ஆழமான ஈடுபாடு கொண்ட அவரது அம்மாவின் காரணமாக வீட்டில் எப்போதும் சாது சன்னியாசி களின் வருகையும் நிகழும். அவ்வப்போது இஸ்லாமிய துறவிகள் வருகை புரிந்து தங்களது பயண அனுபவங்களையும் உரையாடுவார்கள். யாராவது ஒரு உபன்யாசகர் வீட்டில் சில மாதங்கள் தங்கியிருந்து கதைகளைச் சொல்வதும் நிகழும். அத்துடன் திபெத்திய பிட்சுக்களைக் காணும் வாய்ப்புகளும் அமையும். தனது குழந்தைப் பருவத்தில் அவர் பிரேம்சந்த், ஜைனேந்திர, கோர்க்கி, அஞ்ஞேயா, ரவீந்திரநாத் ஆகியோரது ஆக்கங்களைப் படித்திருக்கிறார். இவ்வனுபவங்கள் அனைத் துமே அவருக்குள் ஏற்படுத்திய ரசவாதத்தையே அவரது எழுத் துலகில் காண முடிகிறது. அவரது முதல் சிறுகதை மாணவப் பத்திரிக்கை ஒன்றில் 1950ஆம் ஆண்டு பிரசுரமானது. தில்லி புனித ஸ்டீபன் கல்லூரியில் முதுகலை வரலாறுப் பட்டம் பெற்ற நிர்மல் வர்மா, 1947-48இல் மகாத்மா காந்தியின் மாலை நேரப் பிரார்த்தனைக் கூட்டங்களில் கலந்துகொண் டுள்ளார். அதே நேரத்தில் அவர் இந்தியக் கம்யூனிஸ்ட் கட்சியின் உறுப்பினராகவும் இருந்துள்ளார். சோவியத் ரஷ்யா ஹங்கேரியை ஆக்கிரமித்ததைத் தொடர்ந்து 1956இல் அவர் கட்சியிலிருந்து விலகினார். அவரது இந்த அரசியல் ஈடுபாடு அவரது கதைகளின் பின்புலமாக அமைந்து இந்தி சிறுகதை உலகிற்கு புதிய களனாக அமைந்திருந்தது.

செக்கோஸ்லோவாக்கியாவின் ஓரியண்டல் இன்ஸ்டிட்யூட் டின் மொழிபெயர்ப்புத் திட்டத்தின் கீழான அழைப்பினைத் தொடர்ந்து, பத்தாண்டுகளுக்கும் மேலாக அவர் பிராக்

நகரில் வசிக்க நேர்ந்தது. அந்தக் காலக்கட்டத்தில் செக்கோஸ்லோவாக்கியாவின் நவீன எழுத்தாளர்களான கார்ல் கபெக், ஜிரி பிரெட், மிலன் குந்தேரா, ஜோசப் ஸ்காவர்ஸ்கி, பாமில் ராபெல் ஆகியோரது ஒன்பது சிறந்த நாவல்களை இந்தியில் மொழிபெயர்த்தார். ஐரோப்பாவில் வசித்த அனுபவங்களைக் கொண்டு அவர் எழுதிய பயணக் கட்டுரைகள் மிகப் பிரசித்தியானவை. 1964இல் வெளியான 'வே தின்' (அந்த நாட்கள்) என்ற நாவல் பிராகில் அவரது மாணவப் பருவத்தை அடிப்படையாகக் கொண்டதாகும்.

'வே தின்' (1964), 'லால் டின் கீ சத்' (1974), 'ஏக் சித்ர சுக்' (1979), 'ராத் கா ரிபோர்டர்' (1989), 'அந்திம் ஆரண்ய' (2000) ஆகியவை அவரது நாவல்களாகும். "லாலிபுவா" என்ற நாவல் முற்றுப் பெறாமல் போய்விட்டது. எட்டுச் சிறுகதைத் தொகுப்புகளும் ஒன்பது கட்டுரைத் தொகுப்புகளும் ஏழு பயணக் கட்டுரைத் தொகுதிகளும் வெளிவந்துள்ளன. தவிர தனது சகோதரர் ராம்குமாருக்கு எழுதிய கடிதங்களின் தொகுப்பை இந்திய ஞானபீட அமைப்பு 'அன்புள்ள ராமுக்கு' என்ற பெயரில் வெளியிட்டுள்ளது.

ஞானபீட விருது, சாகித்ய அகாதமி விருது, பத்மபூஷன் விருது உள்ளிட்ட ஏராளமான விருதுகளைப் பெற்றவர் நிர்மல் வர்மா.

2005 ஆகஸ்ட் மாதம் 'இனி ஒன்றுமில்லை' என்ற அவரது கடைசிச் சிறுகதை வெளியானது. அதே ஆண்டில் அவர் மறைந்தார்.